देवकृपा आणि जाहिराती

धर्माच्या व्यवसायाविषयी जाहिराततज्ज्ञाचे मत

ॲम्बी परमेश्वरन

अनुवाद : डॉ. मीना शेटे-संभू

VISHWAKARMA PUBLICATIONS
VP®

देवकृपा आणि जाहिराती

Devkrupa ani Jhahirati

For God's Sake
First Published in English By : Penguin Books India 2014.
(Now Penguin Random House India Pvt Ltd.)

ISBN - 978-93-85665-52-3

प्रथमावृत्ती- फेब्रुवारी २०१७

मराठी रूपांतराचे प्रकाशक - विश्वकर्मा पब्लिकेशन्स, पुणे

प्रकाशक
विश्वकर्मा पब्लिकेशन्स
२८३, बुधवार पेठ, सिटी पोस्टाजवळ, पुणे ४११००२.
दूरध्वनी: +९१-२०-२४४४८९८९ / २०२६११५७
ई मेल: info@vpindia.co.in, वेबसाईट : www.vpindia.co.in

लेखक : ॲम्बी परमेश्वरन

अनुवाद : डॉ. मीना शेटे-संभू

मुखपृष्ठ : स्टुअर्ट डेली

अक्षरजुळणी : गोल्डफिश ग्राफिक्स

छपाई: रेप्रो इंडिया लि., मुंबई

₹ 350/-

प्रस्तावना

देवाचा शोध लागेपर्यंतची कित्येक वर्षं मी नास्तिकतेच्या रानटीपणात व्यतीत केली आणि 'त्या'नेच मला शिवा ट्रिलजी (भगवान शंकरावरच्या तीन पुस्तकांची मालिका) लिहिण्यासाठी शक्ती दिली. या पुस्तकांचा प्रचंड खप झाला, हीसुद्धा 'त्या'चीच कृपा. त्यानेच मला माझी नोकरी सोडायला लावली आणि पूर्ण वेळचं करिअर म्हणून लेखनाकडे वळवलं.

मी जे काही करत आहे, त्याची स्फूर्ती मला देवानेच दिली आणि त्याच्या कृपेबद्दल मी त्याचा आभारी आहे.

त्यामुळे 'फॉर गॉड्स सेक' या आपल्या पुस्तकाला मी प्रस्तावना लिहावी, अशी विनंती करण्यासाठी ॲम्बींनी मला फोन केल्यांवर मला क्षणाचाही विचार न करता मी त्यांना लगेच होकार देऊन टाकला. आपल्या दैनंदिन जीवनावर देव आणि धर्म कसा परिणाम करतात, याविषयी रंजक माहिती देणारं हे पुस्तक खरोखरच योग्य वेळी आलं असून ते कालसुसंगत आहे. उपभोक्ता म्हणून एका बाजूला आपण विविध दिशांना ओढले जात आहोत. अशा वेळी आपल्या आयुष्यात घोंघावणाऱ्या जोरदार बदलाच्या वाऱ्यांपासून देवाविषयीचं आपलं प्रेम आपल्याला वाचवतं आणि आपले पाय जमिनीवर घट्ट रोवून ठेवतं.

आपल्या आयुष्यावर धर्म ज्या विविध प्रकारे परिणाम करत आहे, त्याची या पुस्तकात ॲम्बींनी कित्येक प्रकारे चिरफाड केली आहे आणि विश्लेषणही केलं आहे. घरांच्या रचनेपासून ते आपल्या सुट्ट्यांच्या नियोजनापर्यंत, सण

साजरे करण्याच्या प्रकारापर्यंत आणि इतर कित्येक गोष्टींवर धर्म आपल्यावर कसा परिणाम करतो ते त्यांनी दिलं आहे. धर्माचा प्रभाव हळूहळू कमी होत असल्याचं तज्ज्ञांचं मत असलं, तरीही मला तसं वाटत नाही. गेली कित्येक वर्षं तसं होत आल्याचं मला तरी आढळलेलं नाही. सध्या खरोखरच काही घडत असेल, तर ते म्हणजे आपल्या मनातील भक्तीची भावना अधिक दृढ बनत चालली आहे. आपण VUCA जगात जगत आहोत. (ही संज्ञा अमेरिकन आर्मी वॉर कॉलेजने प्रचारात आणली आहे. आपण राहत असलेलं जग अस्थिर, अनिश्चित, गुंतागुंतीचं आणि संदिग्ध आहे, असा बोध या संज्ञेवरून होतो.) या जगात आपण फक्त देव, आपल्या श्रद्धा आणि विश्वास यांविषयी खात्री बाळगू शकतो. या VUCA जगात भारतातील ग्राहक आणि नागरिक आपल्या मुळांच्या शोधात फिरत आहेत, किंवा साधेसुधे धार्मिक विधी करत आहेत, ही गोष्ट आश्चर्यजनक नाही. त्यांच्यामुळे त्यांना आपण अधिक स्थिरपणे पाय रोवून उभे आहोत असं वाटतं. याचं प्रतिबिंब आपल्या सभोवतालच्या प्रत्येक गोष्टीत पडल्याचं आपल्याला दिसतं. आपण वाचत असलेली पुस्तकं, आपण ऐकत असलेलं संगीत, टीव्हीवर पाहत असलेले कार्यक्रम इ. मध्येही ते दिसतं. परंतु, आपली स्वतःची आयुष्यं आणि व्यवसाय यांच्यावर त्यांचा कसा परिणाम होईल, ते समजून घेण्याची एखादी पद्धती किंवा मार्ग असू शकतो का?

ॲम्बींनी विपणन क्षेत्रातला आपला तीन दशकांचा अनुभव आणि संपर्क यांचा वापर करून याच्या प्रत्येक मितीचा विचार केला आहे. ते तुम्हाला ज्या कथा सांगणार आहेत, त्या सगळ्या त्यांच्या स्वानुभवातून आलेल्या आहेत आणि म्हणूनच एका दृष्टीने विचार करता, त्या वैयक्तिक स्वरूपाच्या आहेत आणि दुसऱ्या दृष्टीने विचार करता, त्या अत्यंत सत्य आहेत. वैयक्तिक कथांच्या आधारावर प्रत्येक मुद्दा मांडला गेला आहे आणि नंतर तो धार्मिक पायाशी संलग्न करण्यात आला आहे. मग ते वेद असतील किंवा मनुस्मृती असेल किंवा कुराण असेल. याखेरीज, प्रत्येक प्रकरणातून तुम्हालासुद्धा याचा कसा लाभ होऊ शकतो किंवा या प्रवाहामुळे तुम्ही दुखावलं जाऊ नये यासाठी कोणता मार्ग अवलंबला पाहिजे, हे सांगितलं गेलं आहे.

तुम्ही काल्पनिक कथांवर आधारित नसलेली इतर अनेक पुस्तकं वाचत असाल. परंतु, त्यांमधून कदाचित तुम्हाला फारसं काही मिळत नसलं तरी या

पुस्तकातून तुम्हाला नक्कीच काही ना काही मिळेल आणि त्याचा वापर तुम्ही आपल्या दैनंदिन जीवनात करू शकाल.

अगदी लगेच नाही; तरी येत्या काही दशकांत भारत महासत्ता बनेल अशी कल्पना करायला मला आवडेल. आपण अधिकाधिक समृद्ध बनतो, त्या वेळी आपल्या स्वतःच्या धार्मिक श्रद्धा आपले पाय अधिकाधिक प्रमाणात जमिनीवर घट्ट रोवून ठेवण्याचं काम करतात. आपण अधिकाधिक प्रमाणात शिक्षित बनत गेलो की सर्व धर्मांतील समानता पाहण्यास आपण सुरुवात करू आणि प्रत्येक श्रद्धायंत्रणेतील 'त्या'च्या कृपेचं अवलोकन आपण करू शकू अशी मला आशा वाटते. शिव, विष्णु, शक्ती माता किंवा अल्लाह किंवा जिझस ख्राईस्ट किंवा बुद्ध किंवा 'त्या'च्या कोणत्याही इतर असंख्य रूपांतील त्याची कृपा आपल्याला समजू शकेल. आज धार्मिक लोकांकडे तुच्छतेने पाहिलं जात आहे. आज आपण मिरवत असलेल्या या बनावट उदारमतवादाच्या अभिमानाऐवजी धर्मविषयक आपल्या पारंपरिक दृष्टिकोनांचा सुंदररीत्या मेळ घालणाऱ्या आपल्या महान देशाच्या परंपरागत खुल्या, सहिष्णू संस्कृतीचं आपण ज्या वेळी मनापासून कौतुक करू लागू, तो दिवस लवकरच उजाडेल.

पुन्हा एकदा आपण 'मानवी संस्कृतीची जन्मभूमी' बनू.

आपल्याला सर्वांनाच देवाची कृपा लाभो! आपल्या महान देशाला, भारतालाही देवाच्या कृपेचा लाभ होवो!

– अमिश त्रिपाठी

अनुक्रमाणिका

१

उपोद्घात

अगारा मुदाला एझ्युथेल्लम अदि
बगवान मुदारे उलगु
अक्षरांची सुरुवात जशी 'अ' ने होते, त्याप्रमाणेच जगाचा प्रारंभही देवाने होतो.

– थिरुवल्लुवर (ख्रि.पू. दुसरे शतक)

''धार्मिकता' या शब्दातून तुम्हाला नेमके काय म्हणायचे आहे?'' 'धार्मिकता आणि ग्राहक वर्तन' या विषयावरील माझ्या प्रबंधाच्या विषयावर चर्चा करताना मुंबई विद्यापीठाच्या संशोधन आणि आढावा समितीने मला हा प्रश्न विचारला होता. या विषयावर काम करण्यात मी आधीच एक वर्ष घालवले होते आणि त्यांचा प्रश्न असा अचानकच; अनपेक्षितपणे माझ्यासमोर आला होता. हा विषय त्यांना प्रक्षोभक वाटला होता आणि त्यामुळे त्यांची त्याला गंभीर हरकत होती का? की धर्म आणि ग्राहक–वर्तन यांमधील संबंध शोधणे अशक्य आहे, असे त्यांना वाटले होते? की 'धार्मिकता' हा शब्दच अपरिचित असल्यामुळे त्यांनी मला हा सरळसाधा प्रश्न विचारला होता?

तुम्ही जर पीएच.डी. केली असेल किंवा तुमच्या परिचितांपैकी कोणी पीएच.डी. केली असेल तर तुम्हाला नक्कीच माहिती असेल, की पीएच. डी.साठी तुम्हाला एखाद्या विषयावर मूलभूत स्वरूपाचे संशोधन करायचे

असेल तर त्यासाठी विषय निवडणे हे सर्वांत मोठे आव्हानात्मक काम असते. संशोधनाचा विषय वेगळा आणि तरीही सुसंगत असावा लागतो. माझ्या लक्षात आले होते, की एक तर मुंबई विद्यापीठाच्या समितीने याआधी न हाताळलेला विषय मी निवडला होता किंवा मी एक बुरसटलेल्या, पुराणमतवादी विचारांची व्यक्ती होतो.

सुदैवाने, 'धार्मिकता' या शब्दाचे मूळ स्पष्ट करणे ही एक साधी गोष्ट होती आणि त्या विषयावर अधिक नेमकेपणाने बोलण्यासाठी ते आवश्यक होते, असे लवकरच माझ्या लक्षात आले. विशिष्ट प्रकारच्या ग्राहकोपयोगी उत्पादनावर प्रबंध लिहून माझे काम मी पूर्ण केले. ग्राहकांच्या वर्तनाचा शोध घेण्याचा सर्वसामान्य हेतू मी बाजूला ठेवला.

पीएच.डी.चे काम पूर्ण केल्यावर माझ्या लक्षात आले, की धार्मिकता आणि ग्राहक वर्तन हा विषय अत्यंत स्वारस्यपूर्ण आहे, परंतु त्याविषयी अत्यल्प प्रमाणात लिहिले गेले आहे. त्यावरूनच धार्मिक श्रद्धा आणि रिवाज यांचा भारतीय ग्राहकांच्या वर्तनावर ज्या असंख्य प्रकारे प्रभाव पडतो, त्या प्रकारांचा विचार करणारे पुस्तक लिहिण्याची कल्पना माझ्या मनात आली.

'आम्ही देवावर विश्वास ठेवतो. बाकी सगळ्यांनी रोख रक्कमच दिली पाहिजे,' असा एक स्टिकर मी चेन्नईतील मायलापोर येथील विविध वस्तूंच्या दुकानातील कॅशियरच्या काऊंटरजवळ वाचला. प्रसिद्ध कपालीश्वर मंदिराहून आणि प्रसिद्ध तमिळ तत्त्वज्ञ आणि संत ही उपाधी दिली गेलेले थिरुवल्लुवर यांच्या जन्मस्थानापासून हे मंदिर फारसे दूर नाही. खरे तर आधुनिक काळातील भारतीयांचा दृष्टिकोनच या दुकानदाराने अगदी नकळतपणे मांडला होता. होय, धार्मिकतेचा एक नवीन सखोल दृष्टिकोन ते बाळगत आहेत. मात्र तरीही अधिक श्रीमंतीचे आणि समृद्ध जीवन उपभोगण्याचीही त्यांची इच्छा आहे. खरे तर धर्म, देव-देवता आणि धार्मिक विधी या गोष्टी रोख पैसे शोधणे आणि खर्च करणे यांसाठीचे नवीन मार्ग बनले आहेत.

भारताच्या दृष्टीने हा प्रवाह नवीन आणि आगळावेगळा आहे का?

विसाव्या शतकाच्या सुरुवातीला समाजशास्त्राचा जनक मॅक्स वेबर याने 'धर्म आणि आर्थिक वृद्धी' यांमधील संबंधाचा अभ्यास केला. त्याने 'प्रोटेस्टंट वर्क एथिक' अशी संज्ञा त्यामधून तयार केली. अठराव्या आणि एकोणिसाव्या

शतकात युरोपमध्ये झालेली भांडवलशाहीची वाढ आणि ख्रिश्चन प्रोटेस्टंट लोकांच्या श्रद्धेत झालेली वाढ यांमधील संबंधावर आधारित सिद्धांत वेबरने मांडला होता. वेबरचे बऱ्यापैकी समकालीन असलेले कार्ल मार्क्स, सिग्मंड फ्रॉईड आणि फ्रेड्रीक निएत्झे यांचाही असा ठाम विश्वास होता, की विसाव्या शतकात विज्ञान आणि विज्ञाननिष्ठ विचार करण्यात वाढ झाली आहे, त्याची परिणती अखेर धर्म आणि देवाची पूजा, प्रार्थना यांतच होईल.

या विद्वानांनी केलेल्या या विद्वत्तापूर्ण भाकिताला आता एक किंवा दोन शतके उलटून गेली आहेत. पीईडब्ल्यू ग्लोबल सर्व्हेज असे दर्शवतात, की हे विचारवंत राहत असलेल्या उत्तरेकडच्या काही युरोपियन देशांचा अपवाद वगळता जगभर सर्वत्र धर्माचे पुनरुज्जीवन झाले. 'शॉपिंग फॉर गॉड' या पुस्तकाचे लेखक जेम्स बी. ट्विचेल यांनी अमेरिकेतील 'मेगॅचर्च' प्रक्रियेच्या वाढीवर भर दिला आहे.

स्वातंत्र्यादरम्यान, आपल्या दिग्गज नेत्यांनी आपल्या देशाला धर्मनिरपेक्ष देश बनवल्यामुळे सरकारी मालकीच्या माध्यमांच्या वाहिन्यांनी स्वातंत्र्यानंतर कित्येक दशके धार्मिक माहितीविषयी निःसंदिग्धपणे तिटकारा व्यक्त केला होता. मात्र तरीही, सन १९८७ मध्ये हा प्रवाह बदलला. २५ जानेवारीपासून पुढे ७८ आठवडे भारतात दूरदर्शनने 'रामायणा'वरील मालिका प्रक्षेपित केली. त्या पाठोपाठ 'महाभारत' आले आणि ते २ ऑक्टोबर १९८८ पासून पुढे ९४ आठवडे चालले. भारतातील धार्मिकतेच्या प्रवृत्तीच्या वाढीचा संबंध फक्त या टीव्ही. मालिकांशीच जोडता येणार नाही. परंतु, या मालिकांचे प्रक्षेपण आणि त्याला लाभलेला प्रेक्षकवर्ग यामुळे अतिधार्मिक भारताच्या मोहिमेचा कार्यक्रम कदाचित निश्चित झाला असावा.

सन १९९० च्या दशकाच्या सुरुवातीपासूनच भारतीय अर्थकारणातील उदारमतवादी धोरणामुळे भारतीय लोक अधिकाधिक संपन्न बनत गेले आणि त्याचबरोबर कित्येक छुप्या मार्गांबरोबरच काही तितक्याशा छुप्या नसलेल्या मार्गांनीही भारतीय अधिकाधिक धार्मिक बनत गेले. वाढता धार्मिक उत्साह हा फक्त भारतातील प्रौढ महिलांपुरताच मर्यादित राहिला नव्हता. कित्येक अभ्यासांनी असे दाखवून दिले आहे, की उच्च धार्मिकता ही उत्पन्न, लिंग, वय आणि धार्मिक अडथळे यांच्या पलीकडे पोहोचलेली आहे. या अभ्यासांतून असेही स्पष्ट झाले आहे, की ग्राहक जेवढा अधिक धार्मिक असेल, तेवढाच

तो अधिकाधिक मागणी करणारा ग्राहक असतो. त्याला कमीत कमी देऊन जास्तीत जास्त मिळवण्याची इच्छा असते.

नवीन कार विकत घेतली, की कार डीलर सहसा नवीन उत्साही मालकाला भारतीय मिठाईचा बॉक्स देतो आणि कारच्या समोरच्या डॅशबोर्डवर लावण्यासाठी गणेशाची मूर्ती देतो. एकदम नव्याकोऱ्या कारमधून कुटुंब प्रथमच फिरायला निघते, त्या वेळी ते सहसा पहिल्यांदा गाडीतून जवळपासच्या देवळात जातात. प्रत्येक देवळातील धूर्त पुजारी नवीन कारला अधिक महत्त्व देत तिची खास पूजा करतो. भारतातील बहुतेक स्मार्टफोन्समध्ये किमान काही धार्मिक ॲप्स असतात.

ख्रिश्चन

यहुदी

पारशी

जैन

इस्लामिक

शीख

हिंदू

काही धार्मिक चिन्हे

गणेश स्क्रीन सेव्हर्स असतात. शिवाय, हनुमान चालिसा हे अत्यंत आवडते स्क्रीन सेव्हर आहे. वास्तुतज्ज्ञाने मान्यता दिल्याखेरीज आणि घरात देवघर कुठे आणि कसे असावे, ते ठरवल्याखेरीज सहसा नवीन घरे खरेदी केली जात नाहीत.

पर्यटन उद्योगाकडे असलेली माहिती असे दर्शवते, की धार्मिक पर्यटन हा भारतातील सर्वांत मोठ्या प्रमाणात वाढत चाललेला व्यवसाय आहे. गरीब आणि श्रीमंत यांना मुक्तीचा खास डोस हवा असतो. तिरुपती आणि वैष्णवदेवी मंदिरांचे खजिने शिगोशीग भरलेले आहेत. साबरीमळा मंदिरापर्यंत चालत जाणाऱ्या लोकांमध्ये हैदराबाद, बंगळुरू, मदुराईपासून येणारे ऑटोरिक्षावाले तर आहेतच; पण त्याखेरीज आंध्र प्रदेश, कर्नाटक आणि तमिळनाडूहून येणारे 'लिकर सम्राट' ही आहेत. पारंपरिकदृष्ट्या वर्षातील फक्त काही महिनेच हे मंदिर खुले असायचे. परंतु, आता ते रोज सकाळी काही तासांसाठी उघडले जाते.

ऐकिवात नसलेल्या धार्मिक रिवाजांनाही आता नवनवीन धुमारे फुटल्याचे दिसते. काही दशकांपूर्वीपर्यंत अक्षयतृतीयेचा उल्लेख फक्त काही धार्मिक उताऱ्यांतच सापडत असे. आता मात्र प्रत्येक सराफी दुकानदार पुढच्या वर्षीच्या अक्षयतृतीयेसाठी काही खास विक्री योजना आखताना दिसतो. दुसरे उदाहरण आहे करवा चौथचे. फक्त उत्तर प्रदेशातच नव्हे; तर भारतभर सर्वत्र करवा चौथचा प्रसार झाला आहे. उशिरापर्यंत काम करणारे व्यवस्थापन सल्लागार आणि आर्थिक विश्लेषक या दिवशी आपापल्या प्रिय पत्नींना चंद्र आणि त्यांचा चेहरा पाहून लवकर उपवास सोडता यावा यासाठी लवकर घरी जाण्याच्या गडबडीत असतात.

त्यामुळे सण साजरे करण्याच्या पद्धतींत विविध नावीन्यपूर्ण पद्धती निर्माण झाल्या आहेत. जोमाने फोफावत चाललेले मॉल्सही आता ठरावीक वेळची प्रार्थनास्थळे बनत चालली आहेत. ओणम, पोंगल, दुर्गा पूजा, बैसाखी, गुढीपाडवा, व्हॅलेंटाईन्स डे, अक्षयतृतीया, दिवाळी, गणेशचतुर्थी, ईद आणि ख्रिसमस या दिवशी तिथे खास सजावट केली जाते.

विपणन, खरेदी आणि इच्छांची अभिव्यक्ती यांच्या पद्धतींशी धार्मिकता कशी आंतरक्रिया करते याचा शोध घेणे, हा या पुस्तकाचा हेतू आहे. भारतीय ग्राहकाच्या बदलत्या चेहऱ्यावर या पुस्तकाचा मुख्यतः भर आहे. धर्म आणि धार्मिकता महत्त्वाची भूमिका बजावत असलेल्या विविध क्षेत्रांचा शोध आपण घेणार आहोत. काही वेळा ही भूमिका खुलेपणाने घेतल्याचे दिसते; तर काही वेळा ती छुपी असते. आपल्या खाण्यापिण्याच्या आणि वस्तू वापराच्या वर्तनावर अद्यापही परिणाम करणाऱ्या धार्मिक प्रणाली, दंतकथा, श्रद्धा यांवरही आपण सखोल संशोधन करणार आहोत.

प्रत्येक प्रकरणात नवीन धार्मिक भारतीय ग्राहकाचे चित्र मांडण्याचा प्रयत्न केला गेला आहे आणि त्यांचा व्यवसायावर काय परिणाम होतो, याविषयीचे वास्तववादी प्रश्नही विचारले गेले आहेत. व्यवसायाची संधी काय असू शकते? त्यातील जोखमी काय असू शकतात? त्यापासून कोणते धडे मिळू शकतात? त्याचा दीर्घकालीन परिणाम काय असू शकतो?

धार्मिक श्रद्धा आणि रीतीरिवाज यांच्या विविध पैलूंचे आपण परीक्षण करणार असून उत्पादनांचे आणि सेवांचे ग्राहक म्हणून आपल्या आयुष्यात ते कोणती भूमिका बजावतात, तेही पाहणार आहोत. भविष्यकाळात धर्माचा

आपल्या आयुष्यांवर कसा परिणाम होऊ शकेल, याचे भाकीतही आपण वर्तवणार आहोत. यांपैकी काही भवितव्ये कदाचित खरी ठरतीलही; परंतु भविष्य वर्तवणे हा या पुस्तकाचा हेतूच नाही. भविष्य आपल्यासाठी काय घेऊन येणार आहे आणि त्यासाठी आपल्याला कोणती तयारी करावी लागणार आहे ते पाहणे, हा या पुस्तकाचा हेतू आहे.

भारत हा बहुधर्मी, धर्मनिरपेक्ष देश आहे. सन २००१ च्या जनगणनेनुसार, देशाच्या लोकसंख्येपैकी ८०.५ टक्के लोकसंख्या हिंदुधर्मीय आहे. आपल्याकडे मुस्लीम लोकसंख्याही बऱ्यापैकी आहे. त्यांचे प्रमाण सुमारे १३.४ टक्के आहे. इंडोनेशिया आणि पाकिस्ताननंतर सर्वाधिक मुस्लीम लोकसंख्या असलेला भारत हा जगातील तिसऱ्या क्रमांकाचा देश आहे. ख्रिश्चनांचे २.३ टक्के, शिखांचे १.९ टक्के, बौद्धांचे ०.८ टक्के, जैनांचे ०.४ टक्के आणि इतर धार्मिक समूहांचे ०.६ टक्के असे विविध धर्मीयांचे लोकसंख्येतील प्रमाण आहे.

भारतातील धर्मांची उगमस्थाने

आपण ज्यांना 'भारतातील धर्म' म्हणतो-त्यांची उगमस्थाने कोणती आहेत, त्यांचा प्रसार कसा झाला आणि कालौघात त्यांच्यात कोणते बदल झाले? भारतातील धर्मांवरच्या पाठ्यपुस्तकांचे हे विषय आहेत आणि या विषयाच्या पृष्ठभागालाही मी स्पर्श करणार नाही. परंतु, पुढची प्रकरणे समजून घेण्यासाठी या सगळ्याचा अगदी थोडक्यात आढावा घेणे उपयुक्त ठरेल. आपण लवकरच आपल्या प्रवासाच्या मुख्य रस्त्यावर येऊ, याची मी तुम्हाला हमी देतो. या पुस्तकात यापुढे आपण ख्रिस्त-पूर्व काळाचा उल्लेख 'ख्रि.पू.' असा करणार असून 'सीई' म्हणजे 'कॉमन एरा' किंवा सर्वसामान्य काळ म्हणजेच, ज्याला ख्रिस्त जन्मानंतरचा काळ किंवा इसवी सन म्हणतात, तो काळ होय. त्याचा उल्लेख अर्थातच 'इ.स.' किंवा 'सन' असा केला जाईल.

हिंदू धर्म हा जगातील सर्वांधिक जुना जिवंत धर्म आहे. ख्रि.पू. ३००० वर्षांपूर्वीपासून तो अस्तित्वात आहे, असे दिसून येते. हिंदुत्ववादाचा शिल्लक राहिलेला सर्वांधिक जुना ग्रंथ आहे ऋग्वेद. तो ख्रि.पू. १७००-११०० या कालखंडात लिहिला गेला. उपनिषदे, पुराणे आणि रामायण व महाभारत यांसारखी महाकाव्ये ही ख्रि.पू. ६००-१०० वर्षांपूर्वी लिहिली गेली, असे मानले जाते. सांख्य, योग, न्याय आणि वेदांत यांसारख्या कित्येक विचारप्रणाली

या ख्रि.पू. २०० वर्षे या कालखंडात नेमकेपणाने आकाराला आल्या. मनुची आचारसंहिता किंवा मनुस्मृती ही ख्रि.पू. ३०० वर्षे लिहिली गेली.

गौतम बुद्ध ख्रि.पू. ५६३ मध्ये जन्माला आला. त्याला वयाच्या तिसाव्या वर्षी ज्ञानप्राप्ती झाली आणि त्याने ज्ञानप्राप्तीच्या आणि जागृतीच्या आपल्या या मार्गाच्या प्रसारासाठी ईशान्य भारतभर प्रवास केला. वयाच्या ऐंशीव्या वर्षी ख्रि.पू. ४८३ मध्ये कुशीनगर या उत्तर प्रदेशातील सध्याच्या गोरखपूरजवळच्या गावात तो मरण पावला.

जैन धर्माचा संस्थापक आणि चोविसावा तीर्थंकर असलेल्या महाविराचा जन्म ख्रि.पू. ५९९ मध्ये झाला आणि तो ख्रि.पू. ५२७ पर्यंत जिवंत होता. पार्श्वनाथ हा जैनांचा आणखी एक महत्त्वाचा गुरू. त्याचा कालावधी हा ख्रि.पू. ८१२-७७२ मानला जातो. तो जैनांचा तेविसावा तीर्थंकर होता. उपलब्ध साहित्यानुसार, काही विद्वान असे मानतात की, जैन धर्म हा हिंदू धर्माएवढाच प्राचीन असावा. त्याच्या सुरुवातीच्या कालखंडात या धर्माने ब्राह्मणी हिंदुत्वाला विरोध केला होता आणि कदाचित त्याच्यावर पारशी धर्माचा प्रभाव होता.

सम्राट अशोकाच्या साम्राज्यात आशियाई धर्म म्हणून ३८ वर्षे बौद्ध धर्माचा प्रसार झाला. त्यानंतर ख्रि.पू. २३२ वर्षे या कालखंडात अशोकाचे साम्राज्य संपुष्टात आले.

आगामी प्रकरणांत आपण वेदकाळ आणि पुराणकाळ यांचा दोन 'भिन्न कालखंड' म्हणून संदर्भ देणार आहोत. हिंदुत्ववाद पूर्णपणे कसा काय बदलला, तेही आपण पाहणार आहोत. यासाठी अहिंसेवर भर देणाऱ्या बौद्ध आणि जैन धर्मांचे आभार मानले पाहिजेत.

बौद्ध धर्माची काही मूलभूत तत्त्वे अंगिकारल्यामुळे हिंदुत्ववाद सन ४०० ते १००० या कालखंडात वाढला.

कोची, केरळ येथे ख्रि.पू. ५६२ मध्ये ज्यू लोकांचे आगमन झाले. सन ७० च्या आसपास सेकंड टेंपल नष्ट झाल्यानंतर कित्येक ज्यू लोक इस्त्रायलमधून 'निर्वासित' म्हणून इथे आले. परंतु त्यांची संख्या तितकीशी वाढली नाही. थॉमस या येशूच्या अनुयायाने केरळमध्ये इ.स. ५२ मध्ये प्रवेश केला आणि तिथे स्थायिक झालेल्या ज्यू लोकांना बाप्तिस्मा दिला. तिसऱ्या शतकात

ख्रिश्चन धर्म येथे रुजला आणि ब्रिटिश कालखंडात त्याचा प्रसार झाला.

प्रेषित मुहंमदाच्या मृत्यूनंतर अरब व्यापाऱ्यांमार्फत सातव्या शतकात, म्हणजे सन ६३२ मध्ये केरळमध्येच इस्लाम धर्मही आला. सोळाव्या शतकापासून अठराव्या शतकापर्यंत भारतावर मुघलांचे राज्य होते. त्याच काळात भारतात आणि विशेषतः उत्तर भारतात इस्लामचा प्रसार झाला.

सन ६५१ मध्ये अरबांनी झोरोॲस्ट्रियन सॅसानिड साम्राज्याची सत्ता झुगारून दिली आणि कित्येक झोरोॲस्ट्रियन लोक पश्चिम भारतातील गुजरातमध्ये स्थलांतरित झाले. त्यांच्या वंशजांनाच आता 'पारशी' असे म्हटले जाते. त्यांच्या छोट्याशा चैतन्यमयी समाजाने आधुनिक भारताच्या विकासात अत्यंत महत्त्वाची भूमिका बजावली.

खरे तर भारतात इस्लामचा प्रसार झाल्यावर अत्यंत भक्तिपूर्ण आणि लोकप्रिय हिंदुत्वाचा भारताचा उदय झाला. हीच 'भक्ती चळवळ' होय. सोळाव्या आणि सतराव्या शतकात मध्य आणि उत्तर भारतात या चळवळीचा प्रसार झाला.

पंजाब प्रांतात पंधराव्या शतकात गुरुनानक यांनी शीख धर्माची स्थापना केली आणि त्यांच्यानंतरच्या नऊ गुरूंच्या कालखंडात या धर्माचा मोठा प्रसार झाला. जगातील सर्वाधिक मोठा आणि नवजात धर्म म्हणून या धर्माचा प्रसार झाला.

भारतात या धर्मांचा प्रसार झाला आणि त्यांचा एकमेकांवर प्रभावही पडला. दुसऱ्या धर्माच्या उदयानंतर आधीच्या धर्मांमधील रिवाजांमध्ये काही प्रमाणात बदल झाले. नवीन धर्माच्या वाढीबरोबरच जुन्या धर्माचे गुणधर्म बदलले. भारतीय लोक साजरे करत असलेले सण, त्यांच्या आहारविषयक सवयी, त्यांच्या पूजा करण्याच्या आणि इतर पद्धती यांमध्ये या धर्मांमुळे बदल होत गेले.

या पुस्तकात आपण अनेक विषयांवर विचार करणार आहोत. त्यांमध्ये घरांच्या रचना, सण, महत्त्वाचे दिवस, मुस्लीम ग्राहक, विवाह, पर्यटन, अन्न, संगीत आणि इतर विषयांचा समावेश आहे. आपण या प्रवासाची सुरुवात एका स्वारस्यपूर्ण विषयापासून करणार आहोत. खरे तर तो एक मुद्दा किंवा शब्दशः बिंदूच आहे. तो आहे–बिंदी किंवा टिकली.

❑ ❑ ❑

२

टिकली गायब होण्यामागचे गूढ

नितंबांचा आकार अधोरेखित व्हावा आणि अरुंद कंबरेकडे लक्ष वेधले जावे अशा कावेबाजपणे आधुनिक पद्धतीने साडी नेसली जाते. स्तनांचा फुगीरपणा स्पष्टपणे दिसावा अशा प्रकारे चोळी घातली जाते. पूर्वीच्या काळी नीच कुळातील मुली अशा प्रकारची चोळी घालत; परंतु आता प्रतिष्ठित भारतीय स्त्रियांमध्ये ही फॅशन आहे.

– बेंजामिन वॉकर,

हिंदू वर्ल्ड :ॲन एनसायक्लोपीडिक सर्व्हे ऑफ हिंदुइझम (२००५)

तो १९९४ सालातील सप्टेंबर महिना होता. ड्राफ्ट एफसीबी उल्का या आमच्या एजन्सीने (तत्कालीन उल्का ॲडव्हर्टायजिंग) नुकताच 'संतूर' साबणाचा नवीन जाहिरातपट (ॲड फिल्म) पूर्ण केला होता. एअरोबिक्स स्टुडिओत नवीन सेट लावण्यात आला होता आणि संतूरची जाहिरात करणाऱ्या स्त्रीवर छानशा संगीताच्या पार्श्वभूमीवर जाहिरात तयार करण्यात आली होती. प्रसिद्ध जाहिरात-चित्रपट-दिग्दर्शक प्रल्हाद कक्कर यांनी ही जाहिरात चित्रित केली होती आणि ती खूपच वेगळी होती. आम्हा सर्वांचाच असा विश्वास होता, की या जाहिरातीमुळे बाजारपेठेतील या साबणाची पत चांगलीच उंचावेल आणि काही वर्षे तरी खपात मोठाच फरक पडेल. विप्रो आमची दीर्घकालीन ग्राहक कंपनी होती आणि खरे तर या जाहिरातीच्या

निमित्ताने आम्ही आमच्या एजन्सीची प्रतिष्ठाच पणाला लावली होती. परंतु तरीही, मला काळजी वाटत होती.

माझ्या एकदम लक्षात आले, की त्या जाहिरातपटात त्या 'संतूर स्त्री'च्या कपाळावर टिकली नव्हती. त्या 'स्टोरी'त ती 'आई' असल्याचे दाखवले गेले होते आणि तिचे लहान मूल 'मम्मी' अशी जोरात हाक मारत येते आणि प्रेक्षकांना त्यामुळे आश्चर्याचा जोरदार धक्का बसतो. आम्ही तिच्या कपाळावर टिकली दाखवायला कसे काय विसरलो होतो, याचे मला आश्चर्य वाटले.

दुसऱ्या दिवशी मी पहिली कोणती गोष्ट केली असेल, तर आमच्या चित्रपट-व्यवस्थापिकेला; मोनिया पिंटोला बोलावून घेतले आणि तिला प्रिया कक्कर या आमच्या मॉडेलच्या कपाळावर रोटोस्कोपचा वापर करून आपण टिकली दाखवू शकू का, असे विचारले. (खऱ्या दृश्याच्या किंवा व्यक्तीच्या चलत्‌चित्रावर डिजिटल प्रतिमेचे रोपण करणे म्हणजे रोटोस्कोपीचे तंत्रज्ञान होय.) त्या वेळी ते तुलनेने नवीन तंत्रज्ञान होते आणि १९९० च्या मध्याच्या सुमारास महागडेही होते. हॉलीवूड चित्रपट 'हू फ्रेम्ड रॉजर रॅबीट'मध्ये या तंत्रज्ञानाने सुरेख परिणाम मिळवला गेला होता. मोनिया तशी मोकळ्या विचारांची आणि उदारमतवादी होती. तिने माझी काळजी कुठल्याकुठे उडवून लावली. तिच्याप्रमाणेच माझ्या इतरही अनेक सहकाऱ्यांनी त्यात काहीच तथ्य नसल्याचे मत व्यक्त केले.

त्यानंतर तो जाहिरातपट प्रेक्षकांसमोर आला. टीव्हीवरून तो प्रक्षेपित करण्यात आला आणि संतूर ब्रँडच्या इतिहासातील एक मैलाचा जाहिरातपट ठरला. कपाळावर टिकली नसलेली संतूर स्त्री क्रिकेट खेळू लागली. तिच्या मुलाला काही शिकवू लागली आणि त्यानंतरच्या दशकात चित्रपटातील स्टार अभिनेत्याला आपल्या पावलांवर थिरकण्यास शिकवू लागली. संतूर ब्रँडला देशातील तिसऱ्या क्रमांकाचा मोठा साबण बनवण्यात या जाहिरातीचा मोठाच वाटा होता.

परंतु तरीही टिकलीचे काय झाले? तो विचार माझ्या मनात तसाच राहिला.

टिकली किंवा बिंदी हा हिंदू संस्कृतीचा अविभाज्य भाग आहे आणि त्याला मोठाच आधार आहे. पुरुष आणि स्त्रियाही कुंकू लावतात. पुरुष लावतात- त्याला 'टिळा' म्हणतात आणि महिला लावतात-त्याला 'बिंदी' म्हणतात.

अलीकडे ती टिकलीच्या स्वरूपात लावली जाते. बिंदी किंवा टिकली या शब्दाचा अर्थच मुळी 'थेंब किंवा ठिपका' असा आहे. विश्वाचे पवित्र प्रतीक म्हणून त्याकडे पाहिले जाते. ठिपका किंवा शून्य असा त्याचा अर्थ होतो. भुवयांमध्ये ती लावली जाते आणि सहाव्या चक्राचे स्थान तिच्यामुळे स्पष्ट होते. कुंडलिनी ऊर्जा या बिंदूतूनच उत्सर्जित होते. तांत्रिक साहित्यात या लाल बिंदूविषयी मोठ्या प्रमाणात स्पष्टीकरण दिल्याचे आढळते. (अग्नी किंवा रक्त यांचे ते प्रतीक आहे.) पांढरा बिंदू हा वीर्याचे प्रतीक आहे. विवाहित स्त्रिया लाल कुंकू किंवा सिंदूर भांगात भरतात. लग्नाच्या दिवशी त्यांचा पती त्यांच्या भांगात पहिल्यांदा अशा प्रकारे कुंकू भरतो. या विधीला 'सिंदूरदान समारंभ' म्हणतात. हिंदू रिवाजाप्रमाणे, फक्त विवाहित महिलांनाच अशा प्रकारे भांगात कुंकू भरता येते. इस्लाममध्ये बिंदी किंवा कुंकू लावण्याचा प्रघात नाही. मात्र, बांगला देशातील बहुतांश मुस्लीम महिला बिंदी लावतात, ही स्वारस्यपूर्ण बाब आहे. बिंदी लावण्याची पद्धत भारतीय आहे, याकडे दुर्लक्ष करून अगदी पाकिस्तानातही काही वेळा महिला बिंदी लावतात. आपल्या शेजारच्या देशातील मुस्लीम महिलांना बिंदी (कुंकू नव्हे) लावणे सहजसुलभ वाटते, मात्र आपल्या देशातील मुस्लीम महिला बिंदी लावत नाहीत. त्यांनी बिंदी लावणे ही बाब अत्यंत दुर्मीळ आहे. मला नेहमीच वाटते, की बिंदीचे धार्मिक महत्त्व आपल्याला माहिती आहे आणि म्हणूनच फक्त एक फॅशनची वस्तू म्हणून आपण बिंदीकडे बघू शकत नाहीत असे बाह्य जगाला दाखवून देण्यासाठीच त्या बिंदी लावणे टाळत असाव्यात का?

छानशा बिंदीची ही सगळी सामाजिक- सांस्कृतिक पार्श्वभूमी कित्येक लोकांना माहिती नसते. भारतीय जाहिरात व्यवसायात उच्चमध्यमवर्गीय कुटुंबांतील व्यक्तींचा मोठाच भरणा आहे. त्यांच्यापैकी बहुतेक मुले-मुली इंग्लिश माध्यमांच्या शाळांमध्ये शिकलेली असतात. हिंदी माध्यमाच्या शाळांतील मुले-मुलीही आता मोठ्या प्रमाणात या क्षेत्राकडे वळू लागल्यामुळे येथील वातावरणही आता मोठ्या प्रमाणात बदलू लागले आहे. परंतु तरीही, इंग्लिश माध्यमाच्या मुला-मुलींचा प्रभाव तसाच शिल्लक आहे. या मुलांना सुरुवातीच्या प्रशिक्षणाच्या काळात असे शिकवले जाते, की त्यांनी कोणाच्याही भावना दुखावल्या जाणार नाहीत याची काळजी घेतली पाहिजे. किमान सर्व भारतीय महिलांच्या भावना तरी दुखावता कामा नयेत. त्यामुळे ज्या

जाहिरातींमध्ये विवाहित महिला दाखवल्या जातात, त्या वेळी त्यांच्या गळ्यांत मंगळसूत्र आणि कपाळावर बिंदी दाखवली गेलीच पाहिजे. (युनिव्हर्सिटी ऑफ न्यू साऊथ वेल्सच्या प्रोफेसर ज्युलिएन कायला यांनी ज्या मुस्लीम महिलांचा बारकाईने अभ्यास केला होता, त्यांवरून असा निष्कर्ष काढला की, बहुतेक भारतीय टेलीव्हिजन जाहिरातींत दिसणाऱ्या या धार्मिक प्रतीकाला मुस्लीम महिलांचा विरोध असतो.)

माझी जिज्ञासा चाळवली गेली आणि बिंदी–मंगळसूत्राच्या सापळ्यातून भारतीय जाहिराती उत्क्रांत झाल्या आहेत का ते पाहावे असे मला वाटले. जाहिरातींच्या संग्रहांमधील सेवांचा अभ्यास करून मी आणि माझ्या सहकाऱ्यांनी टेलीव्हिजनवरच्या सुमारे शंभर व्यावसायिक जाहिरातींचे विश्लेषण केले. या जाहिराती पॅकिंगमधून मिळणाऱ्या उत्पादनांच्या होत्या. त्यांत साबण, टूथपेस्ट, शांपू, चहा इ. चा समावेश होता.) सन १९८७, १९९७ आणि २००७ या कालावधीतील जाहिरातींचा आम्ही अभ्यास केला. आम्ही अभ्यास करत असलेल्या तीस वर्षांच्या कालावधीत भारतीय महिलांची प्रतिमा बदलली आहे का, ते आम्हाला पाहायचे होते.

कंटेंट ॲनालिसीसचे तंत्र वापरून आम्ही कित्येक पैलूंमधून त्या जाहिरातींचे विश्लेषण केले. उदाहरणार्थ, महिलांच्या दाखवल्या जाणाऱ्या भूमिका (जोडीदार, आई, काम करणारी महिला, प्रसिद्ध व्यक्ती), त्यांचे व्यवसाय आणि ठिकाण (घर, कामाची जागा, खरेदी करणे इ.) अशा प्रकारचे पैलू आम्ही तपासले. या काही विशिष्ट आंतरराष्ट्रीय मापनपद्धतींखेरीज आम्ही काही भारतीय मापनपैलूही तपासले. त्यात महिलांचा पोशाख (साडी, इतर भारतीय पोशाख, पाश्चात्त्य पोशाख) आणि त्यांनी कपाळावर बिंदी लावली आहे की नाही आणि इतर धार्मिक प्रतीके (मंगळसूत्र) यांविषयी आम्ही अभ्यास केला.

आमच्या असे लक्षात आले, की गेल्या तीस वर्षांत महिलांची जी प्रतिमा दाखवली जात आहे, तिच्यात फारसा बदल झालेला नाही. सहसा, महिला या 'होम मेकर्स' किंवा 'गृहिणी' म्हणूनच दाखवल्या जातात. त्या घरी असतात आणि कुटुंबाची काळजी घेतात, असेच दाखवले जात आहे. तरीही आणखी एका गोष्टीचा आम्हाला शोध लागला आणि तो आश्चर्यजनक होता. आमच्या असे लक्षात आले, की जाहिरातपटांतून साडी नेसलेल्या महिला दाखवणे कमी

झाले आहे. खरे तर विविध प्रकारच्या उत्पादनांच्या जाहिरातींत दाखवल्या गेलेल्या महिला साडीत दाखवण्याच्या प्रमाणात मोठीच घट झाली होती. याविषयीचा एक सिद्धांत असा की, त्या त्या कंपन्या महिलांना अधिकाधिक आधुनिक प्रकारे दाखवण्याचा प्रयत्न करत आहेत. म्हणूनच, सुंदर परंतु त्रासदायक वाटणारी साडी दाखवणे टाळणे हा त्यातील पहिला भाग होता.

वाढती धार्मिकता समजून घेण्याच्या आमच्या प्रयत्नांत आणखी दोन स्वारस्यपूर्ण गोष्टींचा आम्हाला शोध लागला. टेलीव्हिजनवरच्या जाहिरातींच्या अभ्यासातून असे दिसून आले, की मंगळसूत्र घातलेल्या महिला दाखवण्यातही झपाट्याने घट होत आहे. १९९७ मध्ये मंगळसूत्रे घातलेल्या जाहिरातींतील महिलांचे प्रमाण ७५ टक्के होते. हा आकडा घसरून २००७ मध्ये जाहिरातींमधून मंगळसूत्र घातलेल्या महिलांचे प्रमाण ३५ टक्क्यांहून कमी झाले होते. सर्वांत शेवटी आली टिकली! आमच्या असे लक्षात आले, की साडीपेक्षाही बिंदी लावण्याचे प्रमाण झपाट्याने कमी झाले होते. १९९७ च्या काळात ७५ टक्के जाहिरातींत टिकली असली तरी २००७ च्या दरम्यान केवळ ३० टक्के जाहिरातींमध्ये कपाळांवर टिकल्या किंवा बिंदी दिसल्या होत्या. (पुढच्या वेळी तुम्ही टेलीव्हिजन पाहाल, त्या वेळी किती जाहिरातींत साडी नेसलेल्या, बिंदी लावलेल्या आणि मंगळसूत्र घातलेल्या महिला दिसतात, ते नक्की पाहा. या प्रतीकांमुळे तुमच्या मनात काही गोष्टी उसळून आल्या, तर नक्की त्यावर प्रतिक्रिया व्यक्त करा. अशा महिलेची शैक्षणिक पातळी काय असावी असे तुम्हाला वाटते? ती कोणत्या सामाजिक स्तरातील असावे असे तुम्हाला वाटते? तिचे वय काय असेल? नावीन्यपूर्ण उत्पादने आणि सेवा यांच्याविषयीचा तिचा दृष्टिकोन काय असेल? ती कोणत्या प्रकारची आई असेल? पत्नी म्हणून तिला कशा-कशाची जास्तीत जास्त चिंता वाटत असेल?)

त्यानंतर आम्ही नियतकालिकांतील जाहिरातींकडे लक्ष वळवले.

काही वर्षांपूर्वीच 'फेमिना'चा पन्नासावा वाढदिवस साजरा झाला. त्या वेळी बिंदी न लावल्या जाण्याच्या आमच्या सिद्धांताचे पुनरावलोकन करण्याची संधी आम्हाला मिळाली. आमच्या संशोधकांनी कित्येक दिवस फेमिनाच्या आर्काईव्हजमधून महिला असलेल्या जाहिराती शोधल्या. दर वर्षीच्या दहा जाहिराती आम्ही घेतल्या. काटेकोर पद्धत वापरून परंतु ज्या

जाहिराती सापडतील, त्या आम्ही घेतल्या. अखेरीस, ज्या जाहिरातींमध्ये महिला आहेत, अशा गेल्या पन्नास वर्षांच्या कालावधीतील पाचशे जाहिराती आम्ही मिळवल्या.

टेलीव्हिजनवरच्या जाहिरातींप्रमाणेच याही जाहिरातींचे आम्ही विश्लेषण केले. आमच्या असे लक्षात आले, की १९६० च्या सुमारास दाखवण्यात आलेल्या महिलांमध्ये काम करणाऱ्या महिलांचे प्रमाण जेमतेम ३ टक्के होते. नवीन सहस्त्रकात ही टक्केवारी १६ टक्क्यापर्यंत वाढली होती. १९६० च्या दरम्यान दाखवल्या जाणाऱ्या ५५ टक्के महिला साडी नेसलेल्या होत्या; तर पन्नास वर्षांनंतर हे प्रमाण ९ टक्के एवढे खाली घसरले आहे. बिंदीबद्दल काय? हा ठिपका जवळजवळ अदृश्यच झाला आहे. याच कालावधीत ४५ टक्क्यांवरून हे प्रमाण पाच टक्क्यांपर्यंत खाली घसरले आहे.

देवदत्त पट्टनाईक यांनी भारतीय पुराणकथांचा आणि महाकाव्यांचा सखोल अभ्यास करून प्राचीन कथांचे नवीन अन्वयार्थ लावणारी कित्येक उत्तम खपाची पुस्तके प्रकाशित केली आहेत. त्यांनीही या बिंदीशी संबंधित विरोधाभासाकडे लक्ष वेधले आहे. भारतीय जाहिरातपटांतील या बिंदी नसलेल्या महिलांना त्यांनी 'जाहिरात करणाऱ्या विधवा' असे म्हटले आहे. जाहिरातपटांतील महिला मोठ्या प्रमाणात बिंदीचा त्याग करत असताना टीव्ही मालिकांमधील महिलांमध्ये मात्र अधिकाधिक दिखाऊ प्रकारच्या बिंदींविषयीचे प्रेम वाढीस लागले आहे.

'जेंडर ॲडव्हर्टाईजमेंट्स' या सन १९७९ मधील आपल्या पुस्तकात एर्व्हिंग गॉफमन यांनी अमेरिकन जाहिरातपटांतील महिलांच्या आणि पुरुषांच्या सादरीकरणावरचे दृश्य विश्लेषण सादर केले होते. त्यांनी त्यावरून असा निष्कर्ष काढला होता, की जाहिरातदार आपला संदेश प्रेक्षकांपर्यंत पोहोचवण्यासाठी अतिरंजित अतिरेकी धार्मिक विधींचा वापर करून घेतात. त्यामुळे, ज्या गोष्टी स्त्रैण समजल्या जातात, त्या अधिक स्त्रैण करून आणि पुरुषी समजल्या जाणाऱ्या गोष्टी अधिक पुरुषी बनवून सादर केल्या जातात. आपल्या उत्पादनाचा संदेश लोकांपर्यंत पोहोचवण्यासाठी लिंगभेदावर आधारित साचेबद्ध सादरीकरण करणे हे या लोकांच्या हातातील टेलीव्हिजनवर झळकणाऱ्या जाहिरातपटांतील महत्त्वाचे शस्त्र आहे.

साडी, मंगळसूत्र आणि बिंदी यांपासून झपाट्याने दूर जाताना भारतीय जाहिरातदार आधुनिक भारतीय महिलांचे सादरीकरण करू पाहत आहेत. मग प्रत्यक्षात ती लिंगभेदावर आधारित पारंपरिक गृहिणीची भूमिका पार पाडताना दाखवली जात असेल, तरीही ते तिला आधुनिक वेशभूषेतच दाखवू इच्छितात. याचा अर्थ महिला कमी धार्मिक बनल्या आहेत असा अजिबात नाही. त्या देवाला कमी प्रमाणात घाबरत आहेत किंवा आपल्या पतीविषयीची त्यांची निष्ठा कमी झाली आहे असेही नाही. पुढच्या काही प्रकरणांत आपण ते पाहणारच आहोत. आधुनिक भारतीय उत्पादनांचे विपणनकर्तेही अतिरंजित अतिरेकी धार्मिक विधींचा वापर करून घेत आहेत.

भारतीय जाहिरातींच्या बरोबर विरुद्ध प्रकारचे दृश्य टेलीव्हिजनवरच्या मालिकांमधून दिसते. आपण याचे कसे काय स्पष्टीकरण देऊ शकतो? भारतीय सर्वसामान्य करमणूकप्रधान कार्यक्रमांतून अद्यापही कनिष्ठ मध्यमवर्गीय महिलांच्याच कहाण्या टोलवल्या जात आहेत, असे आपण समजायचे का? की माझ्या एका सहकाऱ्याने सुचवल्याप्रमाणे जाहिरातपटांमधून महत्त्वाकांक्षेचे प्रदर्शन केले जाते; तर टेलीव्हिजनवरच्या करमणूकप्रधान कार्यक्रमांतून ओळख ठसवली जाते आणि ते इतरांच्या खासगी समस्यांतून आनंद मिळवण्याच्या मनोवृत्तीला सुखावणारे; त्या सीमारेषेवरचे कार्यक्रम असतात का?

भारतीय चित्रपटक्षेत्र मात्र 'साडीखेरीज इतर पोशाखांतील आणि बिंदीविरहित' स्त्री प्रदर्शनाच्या वाढत्या लोकप्रिय प्रवाहावर आरूढ होताना दिसत आहे. नायिका उत्साहाने आणि उत्तेजितपणे झाडांभोवती फिरत असताना अत्याधुनिक पोशाखात दाखवली जात आहे. मात्र, आपल्या प्रियकराबरोबर ती विवाहबद्ध झाली की ती साडीत येते आणि तिच्या कपाळावर बिंदीही लावलेली असतेच. घाई-गडबडीने गावातील एखाद्या मंदिरात जरी विवाह होत असल्याचे दाखवले गेले, तरी त्या प्रसंगात कुंकू लावण्याचा किंवा भांगात कुंकू भरण्याचा प्रसंग तरी असतोच.

बिंदी-साडीची कथा आपल्याला वाटते, त्याहून कदाचित खूपच अधिक गुंतागुंतीची असू शकेल. मग हा गुंता आपण कसा काय सोडवू शकू?

एक साधा आणि सहज उपाय सांगतो. ज्या वेळी जाहिरातपटात तुम्ही एखाद्या स्त्रीला साडी आणि बिंदी लावून दाखवता, त्या वेळी तुम्ही ग्राहकाच्या स्मृतीतील पुराणमतवादी, रुढीप्रिय गोष्टींचे बटण दाबत असता. त्यामुळे,

तुम्हाला जर वॉशिंग मशीन किंवा मायक्रोवेव्ह यांसारखे आधुनिक उपकरण विकायचे असेल तर 'तुम्ही आधुनिक वेशातील महिला दाखवा', असा सल्ला तुम्हाला दिला जातो. दशकभरापूर्वी टीव्हीच्या पडद्यावर दिसलेल्या व्हर्लपूलच्या जाहिरातीतील मॉमवर बरीच चर्चा झाली होती. ती फक्त एकदाच साडीत दिसली होती. त्यानंतर नेहमीच ती पाश्चात्त्य कपड्यांतच दाखवली गेली. शर्ट आणि पँट हीच तिची वेशभूषा राहिली आणि तिने कधीच बिंदीही लावली नाही.

तरीही, आपल्या संदेशातून तुम्हाला परंपरावाद दर्शवायचा असेल, तर बिंदी लावलेल्या आणि साडी नेसलेल्या ग्राहक महिलेला दाखवणे अर्थपूर्ण ठरेल. म्हणूनच 'टाटा डोकोमो'च्या जाहिरातीत नव्यानेच टॅटू काढून घेतलेली मुलगी जीन्समध्ये आणि तिची आई साडीत दाखवली गेली आहे. 'चंद्रिका'च्या जाहिरातीतील स्त्रीप्रमाणे आपल्या मुलीच्या मुरमांवर खास आयुर्वेदिक औषध तयार करणारी आई तुम्ही साडीत दाखवू शकता.

आता एका मोठ्या प्रश्नाकडे वळू या. जपानमध्ये किमोनो वापरला जातो, त्याप्रमाणे साडी आणि बिंदी या गोष्टी हळूहळू नाहीशा होऊन फक्त खास सणासुदीच्या प्रसंगीच वापरल्या जातील का? मध्यमवर्गीय भारतीय ग्राहक हा अद्यापही सररास साडी आणि बिंदीचा वापर करताना दिसतो. मुंबईतील उपनगरी रेल्वेतून प्रवास करताना किंवा सरकारी कार्यालयात गेल्यावर आपल्याला हे स्पष्टपणे दिसते. तरीही, खासगी क्षेत्रातील कार्यालयांतून साडी आणि बिंदी हळूहळू नाहीशी होत असल्याचे आपल्याला दिसते.

याच वेळी आपल्याला साडी आणि बिंदीच्या वापराचा आणखी एक कार्यक्रम हमखास पाहायला मिळतो. तो अत्यंत स्वारस्यपूर्ण आहे. कित्येक भारतीय बँकांमध्ये महिला वरिष्ठ पदांवर विराजमान झाल्याचे दिसते. या बँकांच्या अघोषित धोरणाप्रमाणे या महिला साडीतच येतात. बिंदी लावणे ऐच्छिक असते. मात्र, याच महिला अधिकारी परदेशी जाण्यासाठी विमानातून भारताची हद्द ओलांडून निघालेल्या असतात, त्या वेळी मात्र त्या पाश्चात्त्य पोशाखात असतात. मग भारतात असताना त्या न चुकता भारतीय पोशाखात म्हणजे साडीतच का बरे येतात? त्यांच्यापैकी काही जणींनी मला सांगितले, की त्यांच्या सर्वसामान्य ग्राहकाला (सहसा ते पुरुषच असतात.) पाश्चात्त्य वेषातील; पँट-शर्ट किंवा स्कर्ट घातलेल्या महिलेपेक्षा साडीतील महिलेशी

बोलणे अधिक भावते. पँट घातलेली महिला ही सहसा थोडी अधिक 'आक्रमक' स्वभावाची आहे, असे साचेबद्ध भारतीय ग्राहकाला वाटते. भारतीय महिला ग्राहकाला पँटमध्ये दाखवण्याकडे कल असलेले जाहिरातदार मात्र हा दृष्टिकोन मान्य करत नाहीत, हे स्पष्टच आहे.

त्याचप्रमाणे, ताज हॉटेलमध्ये किंवा तनिष्क शोरूममध्ये प्रवेश केल्यानंतर साडीतील महिलाच आपल्याला अभिवादन करेल, अशी तुम्ही अपेक्षा ठेवू शकता. कारण, पुन्हा एकदा साडी हे इथे भारतीय आतिथ्यशील परंपरेचे किंवा शिष्टाचाराचे प्रतीक असते, हे लक्षात घेतले पाहिजे. यासाठी भारतीय सिल्कचा वापर केला जातो हे वेगळे सांगण्याची गरजच नाही. या महिलाही नेहमीच बिंदी लावतात. अगदी अलीकडच्या काळापर्यंत एअर इंडियातील हवाईसुंदऱ्या साड्या नेसून सुंदर, मोठ्या बिंद्या लावून फिरताना पाहण्याची आपल्याला सवयच झाली होती. त्यानंतर खासगी विमान कंपन्या आल्या आणि त्या सर्वांनी हवाईसुंदऱ्यांना स्कर्ट आणि ब्लाऊजमध्ये पाठवण्याचे ठरवले. का? कारण आधुनिक पाश्चात्त्य पोशाखामुळे विमानातून प्रवास करणाऱ्यांपर्यंत व्यावसायिकता आणि कार्यक्षमता यांची नवीन मूल्ये पोहोचतील असे त्यांना वाटत होते. या कंपन्यांची ज्या पद्धतीने वाढ झाली आहे, त्यावरून कदाचित त्यांचे म्हणणे योग्य असावे.

आगामी काही दशकांत आपल्याला चकित करण्यासारख्या कित्येक क्षेत्रांत कित्येक महिला कर्मचारी काम करू लागतील असे मला वाटते. अशा वेळी सध्याच्या स्वरूपातील साडी या ठिकाणी आपले श्रेष्ठत्व टिकवून ठेवणार नाही. कदाचित एकदा महिला पँटमध्येच वावरू लागल्या, की बिंदीसुद्धा एवढ्या ठळकपणे वापरली जाणार नाही. (मात्र तरीही, पँट घातलेल्या महिला कर्मचाऱ्यांनी बिंदी लावल्याचे मी पाहिले आहे.) त्या अर्थाने विचार केला तर, भविष्यकालीन महिलांचे प्रदर्शन करण्याचा प्रयत्न जाहिरातदार करत असल्याचे वाटते.

मुळातच भारताचे महान प्रतीक असलेली साडी मूळची भारतीय नाहीच, हे ऐकून तुम्हाला कदाचित आश्चर्य वाटल्याखेरीज राहणार नाही. बेंजामिन वॉकरच्या म्हणण्यानुसार, आपण भारतात जे कित्येक प्रकारचे कपडे घालतो ते मूळचे पाश्चात्त्य आहेत. विशेषतः साडी तर पाश्चात्त्य भागातून इकडे आली आहे. सहावारी कुठेही न शिवलेली साडी वापरणे मुघल काळात लोकप्रिय ठरले

असे दिसते. संस्कृत भाषेतील 'सती' किंवा पर्शियन भाषेतील 'सर' म्हणजे 'डोके' या अर्थाच्या शब्दावरून 'साडी' हा शब्द आला असावा. वेदकाळात आणि त्यानंतरच्या कित्येक दशकांमध्ये न शिवलेले दोन तुकड्यांतील कापड पोशाख म्हणून वापरले जात होते. त्यांपैकी एक कापड कंबरेभोवती गुंडाळले जात असे आणि दुसरे डोक्यावरून किंवा खांद्यांवरून घेतले जात असे आणि ब्लँकेटप्रमाणे ते खाली लोळत असे. प्राचीन भारतीय चित्रांमध्ये आणि शिल्पांमध्ये हा पोशाख दिसतो. खरे तर प्राचीन भारतातील चित्रांमध्ये साडी नेसलेल्या महिला मुळीच दिसत नाहीत.

श्री सरस्वती देवी.

श्री. चामुंडा देवी

श्री. राजराजेश्वरी देवी

साडी हा प्राचीन काळातील भारतीय देवतांचा पोशाख नसल्याचे दिसते. जुनी चित्रे किंवा शिल्पांमध्ये त्यांनी साडी परिधान केल्याचे दिसत नाही. श्रीनिवास प्रिंट वर्क्सने तयार केलेल्या 'शिवकाशी' या वेदकालीन रोजनिशीत देवांची आणि देवतांची सुमारे दोनशेहून अधिक चित्रे आहेत. परंतु, त्यांच्यापैकी अगदी कमी चित्रांमध्ये साडी नेसलेल्या देवता दिसतात. (परवानगी मिळवून छापलेली चित्रे.)

कित्येक दशकांच्या कालावधीत साडीमध्येही कित्येक बदल झाले. आज आपण जी साडी पाहतो, ती साडेपाच मीटर लांबीची असते. तिचा पदर छातीवरून घेऊन डाव्या खांद्यावरून खाली सोडला जातो. किमान भारतातील शहरी भागांत तरी साडी अशाच प्रकारे नेसली जाते. भारताला स्वातंत्र्य मिळाल्याच्या सुमारास ही साडी सर्वमान्य ठरली. भारताच्या तत्कालीन पंतप्रधान श्रीमती इंदिरा गांधी आणि जयपूरच्या राजमाता गायत्रीदेवी ही कदाचित अभिरुचीपूर्णतेने सुसंस्कृतपणे साडी नेसणारी सर्वांत मोठी उदाहरणे असावीत. साडीसाठी वापरल्या जाणाऱ्या कापडातही कित्येक बदल झाले आहेत. सुती आणि सिल्कच्या कापडापासून ते पॉलिस्टर आणि पॉलिस्टरमध्ये इतर धागेमिश्रित कापडापर्यंतच्या साड्या आज आपल्याला दिसतात.

माझ्या करिअरच्या सुरुवातीच्या काळात मी खटाव साड्यांवर काम करत असल्याचे मला आठवते. नियतकालिकांतील जाहिरातींत या साडीची जाहिरात येत असे : स्त्रीच्या आयुष्यातील काही सर्वांत सुंदर क्षण ती खटावसोबत व्यतीत करते. साडीसाठी वापरले जाणारे कापड आणि प्रिंट यांमध्ये बदल झाला असला, तरी साडीचा डिझाईन जवळजवळ तसाच राहिला आहे. साडीवर घातल्या जाणाऱ्या ब्लाऊजमध्ये तर विविध प्रकार आले आहेत. बॉलीवूडच्या मदतीमुळे ब्लाऊजचा आकार लहान किंवा मोठा बनला. पूर्ण बाह्यांचे ब्लाऊज आपल्याला दिसतात; त्याबरोबरच बाह्या नसलेले ब्लाऊजही दिसतात. काही वेळा तर नायिका ब्लाऊज न घालताही दिसतात. भारतातील साडी डिझायनर्स अद्यापही साडीच्या पुनर्रचनेच्या दिशेने छोटी छोटी पावलेच टाकत आहेत.

पुढच्या काळात तयार, म्हणजेच 'रेडी टू वेअर' साड्यांना मोठीच संधी असल्याचे मला दिसते. फॅबइंडियाने आधीच पुरुषांसाठी अशी रेडी टू वेअर धोतरे बाजारात आणली आहेत. नावीन्यपूर्ण साड्या तयार करण्यातही मोठीच क्षमता दडलेली आहे. महिलांनी ज्या प्रकारे नावीन्यपूर्ण ब्लाऊजचा स्वीकार केला आहे, तो पाहता तर मला हे आणखी पटते. मला वाटते, की आगामी दशकात साडीत आणखी कित्येक बदल केले जातील. इथे मी त्याविषयीच्या काही कल्पना देतो. त्यांच्यापैकी काही कल्पना आधीच वापरल्या गेल्या आहेत. फक्त त्या व्यापक प्रमाणात वापरल्या गेलेल्या नाहीत एवढेच! रेडी टू वेअर साडीची कल्पना करा. तुमच्या साईझप्रमाणे ही साडी आधीच तयार

केलेली असेल. फक्त वरून पदर घ्यायचा की झाले! बाकी सगळी साडी तयारच असेल. स्कर्ट–ब्लाऊज किंवा शर्ट–पँट या आधुनिक पोशाखाप्रमाणे आपल्याला खालच्या अर्ध्या भागाला मागच्या बाजूने बटणांनी किंवा चेनने जोडता येणारा पदर आपण साडीसाठी तयार करू शकू. ब्लाऊज, पदर आणि निऱ्यांसह शिवलेली साडी अशा तीन भागांत ही साडी असेल. विविध प्रसंगांनुरूप तुम्ही या साड्या वापरू शकाल. फक्त एक गोष्ट लक्षात ठेवा. दहा वर्षांपूर्वी चुडीदारबरोबर घातल्या जाणाऱ्या कुडत्यात बदल करून कुर्ती तयार करण्यात आली. ही कुर्ती जीन्स, लेगिन्स, पायजमा आणि चुडीदार या कशावरही वापरली जाते. त्याचप्रमाणे विविध आकार, प्रकार आणि पोत यांमध्ये अनेक प्रकारे वैविध्य आणून साडी तयार करणे, साडीची पुनर्रचना करणे यात नक्कीच प्रचंड क्षमता दडलेली आहे.

□ □ □

३

लग्नसमारंभांचे महान वर्ष

काहीही झाले, तरी निःशंकपणे लग्न करा. तुम्हाला चांगली पत्नी मिळाली तर तुम्ही आनंदात राहता आणि वाईट पत्नी मिळाली तर तुम्ही तत्त्वज्ञ बनता.

– सॉक्रेटिस (ख्रि.पू. ४६९–३९९)

''आगामी २००९ हे वर्ष लग्नकार्यांसाठी चांगलं आहे. त्यामुळे भावनात्मकता वाढेल आणि मोठ्या प्रमाणात विक्री होईल,'' भारतातील पुरुषांच्या 'फॉर्मल' कपड्यांच्या 'रेमंड' या सर्वांत मोठ्या ब्रँडचे अध्यक्ष अनिरुद्ध देशमुख म्हणाले. मला थोडेसे आश्चर्य वाटले आणि मी त्यांना त्यांच्या बोलण्याचा अर्थ विचारला. त्यावर ते म्हणाले, ''आमच्या एकूण विक्रीत लग्नासाठी केल्या जाणाऱ्या कापडखरेदीचा सिंहाचा वाटा असतो. फक्त वरासाठीच नव्हे; तर प्रत्येक लग्नसमारंभात आणखी दहा लोक तरी स्वतःसाठी नवीन सूट शिवून घेतात असं मला आढळलंय. गेलं वर्ष हिंदू आणि ख्रिश्चन अशा दोन्ही कॅलेंडर्सच्या दृष्टीने तसं मंदीचंच होतं. पण यंदा लीप वर्ष आहे.''

लीप वर्षाशी लग्नसमारंभांचा काय संबंध होता?

ख्रि.पू. पहिल्या दशकात ऋतूंशी सुसंगत कॅलेंडर बनावे यासाठी ज्युलियस सीझरने लीप ईयरची निर्मिती केली. सन १५८२ मध्ये पोप ग्रेगरी XII

यांच्यावर ही यंत्रणा परिपूर्ण बनवण्याची जबाबदारी सोपवण्यात आली. म्हणूनच ,या कॅलेंडरला 'ग्रेगोरियन कॅलेंडर' असे नाव दिले गेले आणि आजतागायत ते तसेच आहे. दुर्दैवाने, नवीन बदलांबरोबरच कित्येक अंधश्रद्धाही निर्माण झाल्या. रोमन आणि ग्रीक यांच्या मनात लीप वर्षात कोणताही नवीन वैयक्तिक किंवा व्यावसायिक संबंध सुरू करण्याविषयी शंका असते.

अगदी युक्रेनमध्येही प्रत्येक दिवस हा एकेका संताला वाहिलेला असतो आणि तिथेही लीप वर्ष लग्न करण्यास अशुभ मानले जाते. याविषयी अशी दंतकथा सांगितली जाते, की कॅस्सियनने २९ फेब्रुवारीला चिखलात बैलगाडी रुतलेल्या एका शेतकऱ्याला ती बाहेर काढण्यास मदत करण्यास नकार दिला. सेंट निकोलस त्या गरीब शेतकऱ्याच्या मदतीसाठी आला आणि त्याने योग्य कारण दाखवून देवाकडे आपल्यासाठी दोन दिवस राखून ठेवण्याचे वरदान मागितले आणि त्याचबरोबर चार वर्षांतून एक दिवस कॅस्सियनवर बंदी घालण्याची मागणी केली. कॅस्सियनला या गोष्टीचा संताप आला आणि त्यामुळेच दर लीप वर्षी ज्या वेळी त्याची वेळ येते, त्या वेळी तो सूडबुद्धीने अनारोग्य आणि आजारीपण घेऊन येतो.

हिंदू कॅलेंडरप्रमाणेही, चांगल्या वर्षी कित्येक मुहूर्तांचे दिवस असतात आणि काही वर्षे तितकीशी चांगली नसली की कमी मुहूर्त असतात. चेन्नई येथील सराफी व्यावसायिक जीआरटी थांगा मलिगाई हे वर्षभरातील लग्नकार्यासाठी शुभ असलेल्या दिवसांवर खुणा केलेल्या कॅलेंडर्सचे वाटप करतात. सन २०१३ मध्ये फक्त ९१ दिवस लग्नांसाठी शुभ होते. हिंदू कॅलेंडर्समध्ये तुम्ही ज्या भागातून आलेले असता, त्या भागानुसार एक किंवा दोन महिन्यांचा अपवाद वगळता सर्वत्र समान तारखाच लग्नासाठी शुभ मानल्या जातात. उदाहरणार्थ, तमिळनाडूमध्ये आदी (१५ जून ते १५ जुलै) आणि मार्गझी (१५ डिसेंबर ते १५ जानेवारी) या काळात लग्ने केली जात नाहीत.

मुस्लीम लग्ने वर्षभर होत राहतात. फक्त मोहर्रम हा मुस्लीम वर्षाचा पहिला महिना याला अपवाद असतो. या दिवशी हुसेन हा प्रेषित मुहंमदाचा नातू आणि इतर काही जण मारले गेले होते. रमदान हा उपवासाचा महिना असतो. या महिन्यात लग्न करण्यास परवानगी असते; परंतु ती शांतपणे साजरी करावी लागतात. ख्रिश्चन लोक लेंट हा लग्नासाठी चांगला काळ असल्याचे मानत नाहीत. ईस्टर संडेपर्यंतचे सहा आठवडे किंवा चाळीस

दिवस हे प्रार्थना, पश्चात्ताप, दानधर्म, प्रायश्चित्त आणि स्वसुखत्याग यांसाठी असल्याचे मानले जाते.

याशिवाय, मॉन्सूनसारख्या ऋतूचे काही खरोखरचे ओले दिवस असतात. हिंदू कॅलेंडरमध्ये आषाढ हा असाच एक अशुभ महिना मानला जातो. तो मॉन्सूनमध्येच येतो. आता हे सारे शहाणपणाने केलेले नियोजन आहे की योगायोगाने प्राप्त झालेले सुदैव आहे, हे सांगणे कठीण आहे.

काहीही झाले, तरी भारतीय लग्नसमारंभ मोठ्या प्रमाणात आणि उत्साहात साजरे केले जातात. कोणताही लग्नसमारंभ धार्मिकतेचा भलामोठा डोस दिल्याखेरीज पार पडत नाही. सन १९५५ मध्ये संसदेत हिंदू कोड बिल सादर करताना जवाहरलाल नेहरू यांनी असे म्हटले, की 'हिंदू लग्नसमारंभ हा निःशंकपणे धार्मिक समारंभ असतो.' लग्नाला धार्मिक महत्त्वही असते याविषयी कोणाच्याही मनात शंका नाही.

'हिंदुस्तान टाइम्स'मध्ये एक एप्रिल २०१३ रोजी आलेल्या लेखात लग्नविषयक व्यवसायांची उलाढाल सुमारे दीड लाख कोटी रुपयांची असल्याचे म्हटले होते. भारतातील काळ्या पैशाचा विचार करता, याची खरी आकडेवारी ही कोणत्याही अधिकृत आकडेवारीहून कितीतरी पटीने अधिक असणार हे स्पष्टच आहे. लग्नावर होणाऱ्या खर्चात कपडे, दागदागिने, लग्नातील इतर कार्यक्रम (पूजा, सजावट, मनोरंजन आणि इतर विधी इ.) यांचा समावेश असतो. त्याबरोबरच प्रवास, हॉटेल, वाहतूक आणि इतर संबंधित गोष्टींवरच्या खर्चांचाही यात समावेश असतो. (लग्नात भेटवस्तू किंवा रुखवत म्हणून विकत आणल्या जाणाऱ्या वस्तूंमध्ये कार्स, घरे आणि ग्राहकोपयोगी वस्तू समाविष्ट असतात, हे वेगळे सांगायला नको.) या वृत्तअहवालात पुढे म्हटले होते, की १० टक्के भारतीय लग्नांमध्ये सुमारे एक हजाराहून अधिक पाहुण्यांच्या सरबराईचा विचार करण्यात आलेला असतो. दक्षिण भारतीय लोक पाहुण्यांची सरबराई करण्यासाठी; तर उत्तर भारतीय लोक मोठमोठे खास समारंभ आयोजित करण्यासाठी प्रसिद्ध आहेत. चेन्नईत कित्येक कल्याण मंडप उभारलेले आढळतात. त्यांच्यापैकी कित्येक मंडप हे औद्योगिक आणि चित्रपट क्षेत्रातील लोकांनी उभारलेले असतात. त्या प्रत्येकाची हजारो पाहुण्यांची सरबराई करण्याची क्षमता असते. फक्त विवाहासाठीच काही जागांचा वापर करण्याची प्रक्रिया हे कदाचित दक्षिण भारताचेच वैशिष्ट्य असावे. उर्वरित

भारतात समाजमंदिरे, सभागृहे, शाळांची क्रीडांगणे किंवा अगदी फार्महाउस यांचा वापर 'विवाहस्थळ' म्हणून केला जातो. दक्षिण भारतात शेकडोंच्या घरातील काही निवडक कुटुंबीयांमध्ये लग्नासाठी बुटिक डिझायनर कपडे वापरण्याची प्रथा असली, तरी या परिसरात मोठ्या प्रमाणात विवाहसमारंभ साजरा करण्याची प्रवृत्ती असूनही ती अद्याप सर्वदूर पसरलेली नाही.

इव्हेंट अँड एक्सपिरिअन्स मार्केटिंग असोसिएशन ऑफ इंडिया (ईईएमए) या संस्थेने आपल्या वार्षिक पारितोषिकांच्या वर्गवारीत लग्न हा एक योग्य कार्यक्रम असल्याचे मानले आहे. उत्पादन बाजारात आणणे, त्याचे प्रदर्शन आणि ग्रामीण भागात त्या संदर्भात जागृती करणे याप्रमाणे लग्नसमारंभालाही त्यांनी या सगळ्याचाच एक भाग मानले आहे. काही वर्षांपूर्वी ईईएमएच्या पारितोषिक-निवड-मंडळावर परीक्षक म्हणून काम करण्याची संधी मला मिळाली होती. लग्नसमारंभांचे उपविभाग पाहून मी खरोखरच आश्चर्यचकित झालो होतो. एक कोटीच्या खालचे लग्नसमारंभ, एक ते पाच कोटींचे लग्नसमारंभ, पाच कोटींच्या वरचे लग्नसमारंभ असे ते उपविभाग होते. पारितोषिकासाठी पाठवण्यात आलेल्या प्रत्येक अर्जासोबत फोटोंचे भलेमोठे अल्बम आणि त्यांच्या परिश्रमपूर्वक केलेल्या कामाचा पुरावा दर्शवणाऱ्या डीव्हीडीज होत्या. फक्त लग्नाचे नियोजन करण्यात तज्ज्ञ असलेल्या इव्हेंट मॅनेजमेंट कंपन्याही तिथे आहेत. अगदी तुमच्या स्वतःच्या कॉलनीत जरी तुम्ही आजूबाजूला पाहिले तरी तुमच्या लक्षात येईल, की 'बँड बाजा बारात' या बॉलीवूडमधील लोकप्रिय चित्रपटातील प्रकाराप्रमाणे तिथेही काही तरुण लग्नसमारंभाचे नियोजन करून देत असतात.

काही ब्रँडनी लग्नांचा उपयोग करून आपल्या विक्रीला चालना देण्याचे, ग्राहकांशी संपर्क साधण्याचे आणि त्यांच्याशी समरस होण्याचे प्रयत्न करून पाहिले. गोदरेज स्टोअरवेलने काही संस्मरणीय जाहिराती तयार केल्या. त्यांच्यापैकी एका जाहिरातीत नववधूच्या गृहप्रवेशाचा प्रसंग असतो. (साजन के आंगन में पहेला कदम) या गृहप्रवेशाच्या वेळी नवीन 'गोदरेज' स्टोअरवेलही या नूतन कुटुंबात दाखल होत असल्याचे दाखवण्यात आले होते. 'बजाज'ने नवदांपत्य स्कूटरवरून जात असल्याचे दाखवले होते. तसेच 'टाटा इंडिका'नेही केले होते.

कित्येक नवनवीन प्रकारांनी लग्नसमारंभांचा वापर करून घेणाऱ्या कंपन्या आपल्याला दिसत आहेत. उदाहरणार्थ, मलबार ज्वेलर्सनी 'ब्राईड्स ऑफ इंडिया' नावाचे कॉफी टेबल बुक तयार केले. या पुस्तकांमध्ये वधूला आवश्यक असलेल्या दागिन्यांचे अत्यंत तपशीलवार वर्णन दिले गेले होते. विविध धर्मांतील ग्राहक बनू शकणाऱ्या छोट्या छोट्या समूहांसाठी वेगवेगळे विभागही या पुस्तकात होते. मलबार ज्वेलर्सनी दोन कॅलेंडर्स आणि ब्राईड्स ऑफ इंडियाचे दोन भाग आतापर्यंत प्रकाशित केले होते आणि माझ्या अंदाजाप्रमाणे, भारतात इतके धार्मिक गट आणि समूह आहेत, की आगामी दहा वर्षे किंवा त्याहूनही अधिक वर्षे या पुस्तकाचे विविध भाग ते प्रकाशित करू शकतील.

लग्नसमारंभामुळे प्रोत्साहन मिळालेल्या आणखी एका उद्योगाकडे आता आपण वळू या. तो आहे सौंदर्य-व्यवसाय. ब्युटी पार्लरला भेट किंवा खरे तर भेटी दिल्याखेरीज लग्नसमारंभ पूर्ण होत नव्हते आणि नाहीत. सौंदर्याच्या या वेडापोटी या व्यवसायाला कित्येक पैलू आणि मिती प्राप्त झाल्या आहेत. या क्षेत्रात आता त्वचारोगतज्ज्ञही आपापली खास तंत्रे आणि पॅकेजेस घेऊन उतरले आहेत. त्यात फेशियल पील्ससारख्या उपचारांचाही समावेश आहे. काही वर्षांपूर्वी फक्त ब्युटी पार्लरमध्येच अशा प्रकारच्या ट्रिटमेंट्स दिल्या जात असत. इतर शस्त्रक्रियात्मक उपचारही आता या क्षेत्रात पाय रोवून उभे राहत आहेत. परंतु याविषयी मी इथे बोलणार नाही. सहसा वर आणि वधू यांच्या घरी सौंदर्योपचारतज्ज्ञ येतात. अर्थातच सौंदर्योपचार हे काही फक्त वधूपुरतेच मर्यादित नसतात; तर घरातील इतर तरुण आणि सर्व वयोगटांतील लोकांसाठीही ते केले जातात. यात पुरुष, मुले आणि महिला व मुली यांचा समावेश असतो. सगळेच जण सहसा फेशियल करून घेतात. मॅनिक्युअर, केस रंगवणे आणि अशा अनेक गोष्टी त्यात समाविष्ट असतात.

अगदी अलीकडेच आणखी एक क्षेत्र विकसित झाले आहे. ती आहे डेस्टिनेशन वेडिंगची संकल्पना. राजस्थानमधील नीमराणा किल्ल्यासारखी स्थळे तिथे लग्न केल्यास सर्व सोईसुविधा उपलब्ध करून देण्याची हमी देतात; ते लग्नाचे पूर्ण पॅकेजच देऊ करतात. ईईएमएच्या लग्नविषयक पारितोषिकांच्या वर्गवारीत असे इव्हेंट्स वरिष्ठ वर्गात मोडतात. फक्त गर्भश्रीमंत भारतीयांनाच नव्हे; तर अत्यंत श्रीमंत असलेल्या अनिवासी भारतीयांनाही अशा प्रकारच्या

इव्हेंटसाठी 'संभाव्य ग्राहक' म्हणून लक्ष्य केले जाते. युरोप आणि अमेरिकेतील भारतीयांना यासाठी प्राधान्य असते. अशा प्रकारच्या प्रत्येक लग्नासाठी दहा लाख डॉलर्स किंवा त्याहूनही अधिक खर्च येतो. या विवाहांसाठी तीन ते चार दिवसांचे पॅकेज दिले जाते. मौजमजा आणि विविध खेळ यांचा त्यात समावेश असतो. प्रत्येक दिवसासाठी विविध थीम्स ठेवलेल्या असतात आणि वेगवेगळे मनोरंजनात्मक कार्यक्रम असतात.

बॉलीवूड स्टार्सचे लक्ष या नवीन बाजारपेठेकडे वेधले गेले आहे. त्यांच्यापैकी कित्येक जण लग्नसमारंभात भरपूर पैसा घेऊन नृत्य करतात; तर इतर कित्येक स्टार्स लग्नसमारंभाला फक्त उपस्थित राहण्याची फी आकारतात. तिथे ते फक्त जातात, काही छायाचित्रे काढून घेतात आणि परत येतात.

आपण जगत असलेल्या या अतिभौतिक जगात लग्नांचा धर्माशी काय संबंध आहे? आपल्याला हे माहितीच आहे, की धर्मच लग्नांसाठीचे शुभ आणि अशुभ कालावधी ठरवतो. हिंदुस्तान टाइम्समध्ये आलेल्या वृत्तअहवालानुसार, ७४ टक्के तरुणांना ठरवून केलेले विवाह पसंत असतात आणि ९० टक्क्यांहून अधिक तरुण-तरुणी पालकांची संमती घेऊनच विवाह करतात. भारतीय धार्मिकतेची ही एक महत्त्वाची बाजू अशी आहे, की त्यामुळे आपापल्या समाजाशी किंवा धार्मिक गटांशी संलग्न राहाण्याची गरज लोकांना वाटते. त्याविषयी आपण नंतर पाहणारच आहोत. त्यामुळे, लग्नं जुळवणारी बाजारपेठ नेहमीच उत्साहाने सळसळत असते आणि कुंडली किंवा जन्मपत्रिका पाहणाऱ्या व जुळवणाऱ्या ज्योतिषांचे तिच्यावर वर्चस्व असते. वृत्तपत्रांमधील छोट्या जाहिरातींच्या विभागाला आता विवाहविषयक विशिष्ट सेवा देणाऱ्या वेबसाईट्सशी स्पर्धा करावी लागत आहे. याशिवाय, विशिष्ट भाषिक गटांसाठी काम करणाऱ्या विवाहविषयक साईट्सही आहेत. उदा. gujaratimatrimony.com तसेच खास घटस्फोटितांच्या पुनर्विवाहासाठी काम करणाऱ्या साईट्सही आहेत. उदा. secondmarriage.com.

याखेरीज, ऑनलाइन वेडिंग प्लॅनिंग सॉफ्टवेअर आणि सुरुवातीपासून समारंभ संपेपर्यंतचे सगळे कार्यक्रम ऑनलाइन पार पाडणाऱ्या विवाहविषयक सेवा उपलब्ध आहेत. या सेवांमध्ये हॉल बुक करणे आणि खरेदीसाठी मदत करण्यापासून मधुचंद्रासाठी तयारी करून देण्यापर्यंतच्या सगळ्या सेवांचा

समावेश आहे. लग्नाच्या निमंत्रणपत्रिकांसाठी ई–कॉमर्स साईट्स आहेत आणि विविध सेवा पुरवणाऱ्यांशी दांपत्यांची गाठ घालून देणाऱ्या साईट्सही आहेत. कित्येक जोडपी पालक राहत असलेल्या गावांहून दूरच्या भागांत काम करत असतात आणि त्यांना या कार्यक्रमावर आपले पूर्ण नियंत्रण हवे असते. आपल्या प्रौढ पालकांवर त्याच्या नियोजनाचा भार त्यांना टाकायचा नसतो.

गेल्या काही वर्षांत काही प्रमाणात बदल झाला असला, तरीही पूर्ण भारतभर पत्रिका जुळवणे हा एक भरभराटीला आलेला व्यवसाय आहे. उच्च जातीयांपुरताच मर्यादित असलेला हा प्रकार आता पाहता–पाहता सर्वच जातींचे लोक उत्साहाने पार पाडत आहेत. अगदी अर्धवट प्रशिक्षित असलेले रस्त्याकडेच्या मंदिरातील पुजारीही भरपूर पैसे मिळवण्याचा व्यवसाय म्हणून पत्रिका जमवण्याचा व्यवसाय करतात.

प्राचीन हिंदू रिवाजानुसार लग्नाचे कित्येक प्रकार मानले जातात.

– ब्राह्म विवाह : या प्रकारात वेदविद्यासंपन्न सत्चरित्र विद्वानाला आपली मुलगी बक्षीस म्हणून दिली जाते.
– दैव विवाह : हा ब्राह्म विवाहासारखाच असतो; परंतु इथे वधूचे वडील पुजारी असतात.
– अर्स विवाह : या विवाहात वधुपित्याला बैल आणि गाय दिली जाते.
– प्रजापत्य विवाह : या विवाहात वराकडून लग्नाचा प्रस्ताव आलेला असतो.
– असुर विवाह : इथे पत्नीला विकत घेतले जाते.
– गांधर्व विवाह : इथे आईवडलांची संमती न घेता परस्परांवरील प्रेमासाठी वधू–वर लग्न करतात.
– राक्षस विवाह : या विवाहात रडणाऱ्या वधूला तिच्या घरातून वर पळवून नेतो.
– पैसाका विवाह : या विवाहात स्त्री झोपलेली असताना किंवा नशेत असताना पुरुष गुप्तपणे तिच्याशी संबंध ठेवतो.

या आठ प्रकारच्या विवाहांमध्ये आपण आणखी तीन विवाहांची भर घालू शकतो. एक कोटीपर्यंतच्या खर्चाचा विवाह, एक ते पाच कोटी खर्चापर्यंतचा विवाह आणि पाच कोटींहून अधिक खर्चाचा विवाह–असे ते विवाह होत.

हिंदू विवाहसमारंभांमध्ये कित्येक विधी पार पाडले जातात. हे विधी पिढ्यान्‌पिढ्या चालत आलेले असतात. यांत अर्घ्य, आतिथ्यशीलता (वधूच्या वडलांकडून वराचा केला जाणारा सन्मान), कन्यादान, गर्भादान, मंगलाष्टके यांचा समावेश असतो. आंतरपाट धरून मंगलाष्टके म्हटली जातात. वधूच्या गळ्यात मंगळसूत्र बांधणे, ('टाली' या दक्षिण भारतातील देवदासींच्या प्रथेवरून मंगळसूत्र घालण्याचा विधी आला आहे.) कांतिबंधन, पाणीग्रहण, अस्मारोहण, लज्ञाहोम, अग्नी-प्रदक्षिणा, सप्तपदी असे अनेक विधी असतात. सप्तपदीमध्ये प्रत्येक पावलावर 'विशिष्ट' आशीर्वाद दिला जातो. यात अन्न, सामर्थ्य, वैभव, आनंद, संतती, जनावरे, निष्ठा आदींच्या प्राप्तीचा आशीर्वाद दिला जातो.

मनुने ख्रि.पू. ३०० या कालखंडात मनुस्मृती लिहून काही नियम घालून देण्यापूर्वी (मनु ही एकच व्यक्ती होती की मनुंचा समूह होता आणि त्यांनी ही आचारसंहिता तयार केली, याविषयी वाद आहे.) आंतरजातीय आणि आंतरवर्गीय विवाहाची पद्धती सर्वसामान्यपणे प्रचलित होती. अशा प्रकारच्या संबंधांवर प्रतिबंध घालणारा कोणताही कायदा नव्हता. खरे तर आर्यांच्या टोळ्यांतील लोकांना स्थानिक द्रविड लोकांशी विवाहसंबंध जोडण्यात काहीच गैर वाटत नव्हते. म्हणूनच, उत्तर भारतातही काळ्या रंगाचे आणि दक्षिण भारतात गोऱ्यापान रंगाचे लोक आढळतात. परंतु, मनुच्या संहितेनंतर अशा प्रकारचे विवाह अगदीच दुर्मीळ बनले.

आधुनिक भारतात स्त्री-पुरुष गुणोत्तरात मोठी असमानता आल्यामुळे पंजाबसारख्या राज्यांमध्ये मुलींना मोठीच मागणी आहे. कारण, तिथे मुला-मुलींच्या प्रमाणात मोठाच असमतोल असून मुलींचे प्रमाण कमी आहे. अशा राज्यांमध्ये तथाकथित कनिष्ठ जातीतील किंवा वर्गातील मुलीशी विवाह करण्यावर कसलेच बंधन नाही. फक्त अशी मुलगी विवाह करून लांबच्या राज्यातून आणली जाते. येत्या दशकांमध्ये हा प्रवाह वाढीस लागण्याची शक्यता आहे. कारण, समाजाच्या दीर्घकालीन वाढीचा विचार करता लग्ने हा कठीण विषय बनत चालला आहे. साहजिकच, पुरुषप्रधान समाजांमध्ये त्यामुळेच महिलांना आदर मिळेल.

म्हणूनच या सर्वांचा विचार करता, पारंपरिक हिंदू विवाहांमध्ये भरपूर विधी असतात. तो बराच वेळ चालणारा समारंभ असतो. वाढत्या समृद्धीबरोबरच

असे विवाहसमारंभ पुन्हा एकदा लोकप्रिय बनत चालले आहेत. देशभरच्या विवाहांची व्याप्ती आणि आकारही वाढत चालला आहे. अगदी दक्षिण भारतातही 'संगीत' सारखे कार्यक्रम सररास केले जातात. खरे पाहता या भागात ही पद्धत नव्हतीच. उन्नजल किंवा झोपाळा ही दक्षिण भारतातील प्रथा लवकरच उत्तर भारतातील लग्नसमारंभांचाही अविभाज्य भाग बनेल, याविषयी माझी खात्री आहे.

सध्याच्या दिवसांत कित्येक लग्नसमारंभांत सर्व विधींचा अर्थ परदेशी पाहुण्यांना आणि अलीकडच्या नवीन पिढीला त्यांच्या भाषेत समजावून सांगण्यासाठी भाषांतराची सेवाही पुरवली जाते. काही समारंभांत तर प्रत्येक विधीचे तपशीलवार महत्त्व समजावून सांगणाऱ्या पुस्तिकाही वाटल्या जातात.

त्यांच्या आधीच्या एखाद्या किंवा दोन पिढ्यांप्रमाणे तरुण भारतीय लोकांची या सगळ्या विधींना हरकत नसते, असे माझ्या लक्षात आले आहे. कदाचित, शर्ट काढून आपल्या केसाळ छातीचे सर्वांसमक्ष प्रदर्शन करणे आजच्या तरुणाच्या आजोबांना आवडले नसेल. परंतु, आज त्यांच्या नातवाला आपली केस कापलेली आणि पाच स्नायूंचे प्रदर्शन करणारी छानशी छाती मिरवण्यात आनंद होतो. ते काही का असेना; आपल्या प्राचीन चालीरितींविषयी सध्याच्या काळात लोकांच्या मनात अपार कौतुक आहे. यांपैकी काही चालीरिती तर थेट वेदकालीन आहेत. मला असे वाटते, की आता आपल्या धार्मिकतेविषयी भारतीय लोक आरामात बोलू शकतात आणि ती दडवण्याची गरज त्यांना वाटत नाही. पाश्चात्त्य जगालाही आता चांगलीच जाणीव झाली आहे की हिंदू चालीरिती या कोणत्याही धर्मावर श्रद्धा नसलेल्या लोकांच्या चालीरिती मुळीच नाहीत.

लग्नसमारंभात कित्येक प्रकारच्या उत्पादनांना कित्येक प्रकारे मागण्या असतात. हुशार कंपन्यांना हे समजले आहे आणि आपापल्या विपणन आराखड्यांमध्ये त्यांनी त्यांचा समावेश केला आहे. आपल्या ग्राहकांशी संलग्न कार्यक्रमांचा एक अविभाज्य भाग म्हणून ते लग्नसमारंभांकडे पाहतात.

आता तुमच्या दृष्टीने याचे परिणाम काय आहेत; तर तुम्ही कोणत्याही व्यवसायात असलात तरी तिथे जादू घडवून आणणे कठीण नाही. त्यासाठी सुरुवातीला लग्नसमारंभांचा आपल्या व्यवसायांशी काय संबंध आहे, ते तुम्हाला पाहावे लागेल. तुम्हाला लग्नसमारंभांची माहिती आहे का आणि

तुम्ही जाणीवपूर्वक लक्ष ठेवून लग्नसराईचा मागोवा घेता का? जर नसेल तर या तारखांचा मागोवा घेण्यात अर्थ आहे, असे तुम्हाला वाटते का? आणि लग्नसराईच्या दरम्यान खास कार्यक्रमांचा आराखडा आखणे महत्त्वाचे आहे, असे तुम्हाला वाटते का? यामुळे तुम्हाला लग्नसमारंभांचे महत्त्व समजेल आणि तुम्ही त्याविषयी काहीतरी कराल अशा शक्यता आहेत. जर तसे नसेल, तर तुमच्या पुढच्या मोहिमेचे नियोजन करण्यासाठी तुम्ही या चौकटींकडे पाहाल, त्या वेळी तुम्हाला कदाचित तसे करावेसे वाटेल. कोणताही व्यवसाय घ्या आणि लग्नसमारंभांच्या बाजारपेठेचा या व्यवसायावर कोणता परिणाम होण्याची शक्यता आहे, त्याचा विचार करा. तुम्हाला या बाजारपेठेचा त्यावर परिणाम झाल्याचे आढळेल. मी फक्त सराफी, कापड, हॉटेल किंवा पर्यटन या व्यवसायांविषयीच बोलत नाही. विविध ग्राहकोपयोगी वस्तूंचे व्यापारीही या काळातील बाजारपेठेच्या क्षमतेचा लाभ घेऊ शकतात.

लग्नसमारंभामध्ये जेवणाचा किंवा खाद्यपदार्थांचा पुरवठा करणाऱ्या लोकांसाठी ते खास पॅकेजेस देऊ शकतात. लग्नसराईसाठी सज्ज झालेल्या बाजारपेठेसाठी अमूल कंपनी मोठ्या आकाराचे कंडेन्स्ड मिल्क आणि बटर पॅक्स पुरवू शकेल. शीतपेयांचे उत्पादकही खास ऑफर्स देऊ शकतील. उदाहरणार्थ, पीव्हीआर सिनेमासाठी पेप्सी पुरवली जाते. त्यासाठी प्रेक्षकांना 'पोअरिंग राईट्स' फी भरावी लागते. मोठ्या शहरांतील मोठमोठ्या केटरर्सबरोबर संलग्न होण्यासाठीही ते नक्कीच प्रयत्न करत असतील, असे मला वाटते. टिकाऊ वस्तूंची किरकोळ विक्री करणाऱ्यांचे किंवा डिपार्टमेंटल स्टोअरवाल्यांचे काय?

अमेरिकेत लग्नांकरिता वस्तूंच्या नोंदवहीची मस्त संकल्पना आहे. भारतात मला आलेल्या कित्येक आमंत्रणपत्रिकांपैकी फक्त एकाच पत्रिकेवर मी तशी नोंद पाहिली. त्याचे कामकाज असे चालते : नवपरिणित दांपत्य आपले घर सजवण्यासाठी उत्सुक असते. या नोंदणी कार्यालयात गरजेच्या कित्येक वस्तूंच्या किमती दिलेल्या असतात. ही दांपत्ये तरुण असल्यामुळे आणि आपापल्या करिअर्सची सुरुवात करणार असल्यामुळे त्यांना शक्य तेवढी मदत हवीच असते. म्हणून लग्नापूर्वी हे लोक काही महत्त्वाच्या डिपार्टमेंटल स्टोअर्सना भेट देतात. या स्टोअरमधील कोणत्या उत्पादनांची खरेदी करणे त्यांना आवडेल, त्याविषयी ते सांगतात. दुकानाचे व्यवस्थापन त्यांच्या

लग्नासाठी एक नोंदवही ठेवण्याची योजना त्यांना देऊ करते. कपड्यांपासून ते काचसामानापर्यंत आणि फर्निचरपासून ते विविध उपयुक्त साधनांपर्यंतच्या कोणत्याही गोष्टीची नोंद ते या वहीत करू शकतात. अशा प्रकारे लग्नाळू जोडप्यासाठी वस्तूंची नोंदवही ठेवणाऱ्या दुकानाचे नाव आमंत्रणपत्रिकेवर छापले जाते. निमंत्रित लोक संबंधित दुकानात जाऊन त्यांना आवश्यक असलेल्या वस्तूंपैकी कोणतीही वस्तू भेट देऊ शकतात. जहाजांवरून माल येणार असेल, तर त्यासंबंधीची हमी किंवा इतर गोष्टी यांसंदर्भातील सर्व व्यवहार हे दुकान हाताळते आणि त्या भेटवस्तूसोबत एक कार्डही देते. त्यानुसार तुम्ही ती वस्तू बदलूनही घेऊ शकता. काही दुकाने 'पार्ट गिफ्टिंग'ची सुविधाही उपलब्ध करून देतात. त्यानुसार दोन निमंत्रित एकत्रितपणे एखादी वस्तू खरेदी करू शकतात. अशा प्रकारे मित्र आणि नातेवाईक त्या जोडप्याला उपयोगी ठरणारी वस्तू त्यांना भेट देऊ शकतात. तसेच नको असलेल्या किंवा एकाच प्रकारच्या दोन भेटवस्तू मिळण्याचा धोकाही टाळला जातो.

'लग्नासाठी वस्तूंची वही' किंवा 'वेडिंग रजिस्ट्री'ची संकल्पना भारतात अद्याप रुजायची आहे. त्यासाठी एवढा काळ का लागत आहे याचे मला आश्चर्य वाटते. कदाचित 'आहेर आणू नयेत,' असे पत्रिकांवर छापून श्रीमंत भारतीय ग्राहकांनी आपल्याला नको असलेल्या भेटवस्तूंची विल्हेवाट लावण्याचा प्रतिष्ठित मार्ग शोधून काढला असावा. परंतु, यामुळे चांगल्या विक्रीची संधी नष्ट होत आहे.

एका व्यवसाय-शिक्षणसंस्थेच्या संचालकांबरोबर झालेल्या बैठकीत मी दुसऱ्या आणि तिसऱ्या प्रकारातील व्यवसाय-शिक्षणसंस्थांना तोंड द्याव्या लागणाऱ्या समस्यांविषयी बोललो. मी त्यांना सांगितले, की सध्या दर वर्षी सुमारे ३,००० व्यवसाय-शिक्षणसंस्थांमधून सुमारे चार ते सहा लाख एम.बी.ए. पदव्युत्तर पदवीधर बाहेर पडतात. इतक्या एम.बी.ए. उत्तीर्ण विद्यार्थ्यांना व्यावसायिक जगात सामावून घेतले जाणे अशक्य आहे. आर्थिक वृद्धीचा दर वार्षिक नऊ टक्क्यांहून अधिक असला, तरीही हे अशक्य आहे. शिवाय, सगळेच्या सगळे एम.बी.ए.चे विद्यार्थी स्वतःचा व्यवसाय सुरू करत नाहीत. उच्च पातळीवरच्या ५०-१०० शैक्षणिक संस्थांखेरीज इतर २९०० संस्था खरोखरचे व्यवस्थापन ज्ञान विद्यार्थ्यांना देतही नाहीत. मग व्यवसाय-शिक्षणसंस्थांतील इतर एम.बी.ए. उत्तीर्ण मुलांना नोकऱ्या मिळाल्या, तरीही

पदवी नसलेल्या किंवा पदवीधर व्यक्तीला ज्या नोकऱ्या मिळतात, त्याच नोकऱ्या त्यांनाही मिळतात आणि असे असेल तर आपल्या मुलाला किंवा मुलीला व्यवसाय-शिक्षणसंस्थेत शिकवण्यासाठी लाखो रुपये कशाला खर्च करायचे? असा विचार मी मांडला. त्यांनी दिलेल्या स्पष्टीकरणातील मुद्याचा विचार मी केला नव्हता. त्यांच्या मते, व्यवसाय-शिक्षणसंस्थांतून एम.बी.ए. केल्यामुळे आपल्या मुलाचा किंवा मुलीचा लग्नाच्या बाजारातील भाव वधारतो. मुलाला जास्त हुंडा मिळतो आणि मुलीला साधी नोकरी का मिळेना; परंतु त्यामुळे तिला लग्नासाठी मुलगा मिळतो आणि हुंडाही कमी द्यायला लागतो. यांपैकी कित्येक व्यवसाय-शिक्षणसंस्थांना याची कल्पना असावी आणि ते कदाचित या प्रकारच्या प्रवृत्तीला प्रोत्साहनही देत असावेत. याचा अर्थ व्यवसाय-शिक्षणसंस्था या जोड्या जमवण्याच्या प्रक्रियेची केंद्रेही बनल्या आहेत का?

काही वर्षांपूर्वी सिंगापूरमधील आयटी ट्रेनिंग स्कूलवर आम्ही काम केले होते. ही संस्था भारतात एक केंद्र काढणार होती. आम्हाला असे आढळून आले होते, की देखण्या मुली कोणत्या ट्रेनिंग स्कूलमध्ये जातात, त्यावर त्या केंद्राची आकर्षकता अवलंबून होती. स्कूलमधील प्रशिक्षणाच्या दर्जावर ही आकर्षकता अवलंबून नव्हती. कदाचित, जुन्या आयटी प्रशिक्षणकेंद्रांना आता महागडी व्यवसाय स्कूल्स ही पर्याय बनली असावीत.

लग्नसमारंभांतून मिळणारी संधी साधलेल्या एका भारतीय उद्योजकाचे याहून अधिक चांगले उदाहरण आता मी तुम्हाला देतो. लग्नसमारंभ म्हणजे, सुटात आलेले पुरुष आणि साड्या नेसून आलेल्या महिला असे समीकरण होते. त्याहून अधिक काहीच नव्हते. प्रत्येक विवाहसमारंभात कित्येक विधी आणि कार्यक्रम असत आणि प्रत्येक कार्यक्रमासाठी स्वतंत्र ड्रेस कोड असतो. त्यामुळे, जर लग्नसमारंभ आणि रिसेप्शनमध्ये सुट्स आणि साड्या वापरल्या गेल्या तर इतर कार्यक्रमांचे काय? संगीत कार्यक्रमाचे काय? या कार्यक्रमात महिला डिझायनर घागरा-चोळी वापरतात आणि पुरुष त्याला 'अनुरूप' असा कोणताही पोशाख करतात. आता पुरुषांच्या डिझायनर कुडता-चुडीदारची चलती आहे. प्रत्येक भारतीय शहरात पुरुषांच्या पारंपरिक पोशाखांची दुकाने असतात. आपल्याला पारंपरिक साड्यांच्या दुकानांत जशी वाढ झाल्याची दिसते, तसेच हे आहे. या सगळ्यांत 'मान्यवर' नावाच्या ब्रँडने प्रचंड नफा

कमावल्याचे दिसते. त्यांनी सन २०१२ मध्ये सुमारे ५०० कोटी रुपयांचा माल विकला होता. पुरुषांच्या फक्त मूठभर ब्रँड्सनीच एवढी मोठी विक्री केली होती. यातली आश्चर्याची बाब म्हणजे, मान्यवरने एवढी मोठी विक्री करण्याचा टप्पा केवळ थोड्याच वर्षांत गाठला होता.

वाढत्या समृद्धीबरोबर भारतात लग्नाची बाजारपेठ अशाच प्रकारे यापुढेही सातत्याने भरभराटीला येत राहण्याची शक्यता आहे. मोठ्या शहरांमध्ये आधीच लग्नासाठी कार्यालये मिळण्याची पंचाईत होत आहे. नावीन्यपूर्ण स्थळांच्या पर्यायांमुळे म्हणजेच मंदिरे, शाळांची मैदाने, क्लब्ज, हॉटेल्स.. अशा विविध स्थळांमुळे ही परिस्थिती आणखी वाईट बनत चालली आहे. आता यापुढे आणखी कुठे लग्ने लावता येतील?

काही वर्षांपूर्वी आमच्याकडे ब्रिटिश वंशाचा एक क्रिएटिव्ह डायरेक्टर होता. त्याने आपल्या न्यूझीलंडच्या प्रेयसीबरोबर लग्न केले. अत्यंत वैभवशाली वातावरणात त्याने राजस्थानमधील लग्नांच्या थीमअंतर्गत हे लग्न केले. ''तो एक आगळावेगळा आणि सुंदर लग्नसमारंभ होता; परंतु ते एक अत्यंत तिरस्करणीय लग्न ठरले,'' असे आता तो म्हणतो.

आमेन!

❑ ❑ ❑

४

‘ऑफ सीझन’पासून ‘ऑन सीझन’पर्यंत

देव कोणालातरी दरवाजा बंद करण्याची खूण करण्याच्या अगदी तयारीतच असतो, तेव्हाच काही वेळा मी तिथे पोहोचतो.

– ॲन्सेल ॲडाम्स (१९०२-८४)

प्रदीप्त मोहपात्रा यांनी गोंधळल्यासारखे, संभ्रमित अवस्थेत म्हटले होतेः ''चेन्नईतील नूतन वर्षाच्या (न्यू ईयर) सेलचे हे काय गौडबंगाल आहे? देशात अन्यत्र कुठेही असा प्रकार दिसत नाही, परंतु चेन्नईत मात्र हा सेलचा प्रकार असल्याचे दिसते. आमच्या स्पेन्सर्स स्टोअरमध्ये आम्ही अलीकडेच आणखी काही ऑफर्सही दिल्या आहेत. नूतन वर्षाच्या या विक्रीप्रक्रियेचा लाभ आम्हाला कसा उठवता येईल ते पाहण्यास आम्हाला नक्कीच आवडेल. तुम्ही यासाठी आणखी काही योजना सांगू आणि शोधू शकता का?''

१९९०च्या सुरुवातीच्या कालखंडात आमचे चेन्नईचे कार्यालय स्पेन्सर्सबरोबर काम करत होते आणि हा प्रश्न त्यांनी माझ्यासमोर ठेवला होता. प्रदीप्तांचा संभ्रम मी समजू शकत होतो. टायर उद्योगात अल्प काळात यशस्वी कारकीर्द घडवून ते चेन्नईत आले होते. त्याआधी ते बराचसा काळ कोलकात्यात होते. ते अत्यंत व्यासंगी होते आणि त्यांना या विषयावरच्या चर्चेत मलाही त्यांच्या पद्धतीने सहभागी करून घ्यायचे होते.

आपण ब्रँड्सवर काम करतो, त्या वेळी आपण नेहमीच भूतकाळातील गोष्टींचा बारकाईने विचार करतो. अधिक काव्यात्मक भाषेत बोलायचे, तर ब्रँड्सच्या इतिहासाचे आपण जणू उत्खननच करत असतो आणि त्यांमधून आपण कोणते धडे शिकू शकतो, त्याचा आपण शोध घेतो. म्हणूनच याला आम्ही 'ब्रँड पुरातत्त्वशास्त्र' म्हणतो. या ब्रँडला भूतकाळात कशामुळे यश मिळाले होते आणि त्या काळातील यशाला कारणीभूत ठरलेल्या घटकाच्या 'डीएनए'च्या थोड्याशा अंशाचे आपण पुनरुज्जीवन करून आधुनिक ग्राहकांशी त्याला सुसंगत बनवले तर पुन्हा ते यश आपण मिळवू शकू का, ते आपण शोधू शकतो.

म्हणून, चेन्नईतील नूतन वर्षाच्या सेलच्या प्रक्रियेचे थोडेसे उत्खनन करावे किंवा 'ब्रँड पुरातत्त्वशास्त्र' वापरून याचा शोध घ्यावा असे मी ठरवले. चेन्नईत मी नवखा नव्हतो. माझा जन्मच चेन्नईचा आहे आणि मी तिथेच लहानाचा मोठाही झालो होतो. दर वर्षीच माझे डॅड या नवीन वर्षाच्या सुरुवातीला एखादी छानशी नवीन वस्तू विकत आणत असत, हे मला माहिती होते.

आयुष्यात घडणाऱ्या प्रत्येक गोष्टीच्या बाबतीत वेळेला खूपच महत्त्व असते, असा तमिळ लोकांचा ठाम विश्वास आहे. दिवसातील शुभ आणि अशुभ वेळा ते मानतात. राहू काळ ते मानतात. राहू-काळात कोणत्याही नवीन गोष्टीची सुरुवात ते सहसा करत नाहीत. त्याच प्रकारे शुभ आणि अशुभ महिनेही ते मानतात. मार्गाझी महिना म्हणजे, सर्वसाधारणपणे १५ डिसेंबर ते १५ जानेवारी हा कालावधी ते प्रायश्चित्ताचा महिना मानतात आणि त्या काळात कोणत्याही नवीन उपक्रमाची सुरुवात ते करत नाहीत. लग्ने केली जात नाहीत. नवीन खरेदी वगैरे गोष्टीही केल्या जात नाहीत.

मार्गाझी महिन्याच्या दरम्यान टिकाऊ वस्तूंच्या विक्रीत एकदम घसरण होते. विवेक अँड कंपनी या चेन्नईतील मुत्सद्दीपणाने काम करणाऱ्या किरकोळ विक्रीच्या कंपनीने हा समज बदलण्याचा प्रयत्न केला होता. त्यांनी आघाडीच्या उत्पादकांशी संपर्क साधला. हे सर्व जणच मार्गाझीदरम्यान होणाऱ्या अत्यल्प विक्रीमुळे मेटाकुटीस आले होते. त्यांनी या लोकांना विक्रीवर भरपूर सवलती देण्यासाठी तयार केले. त्यांच्या जाहिरातींसाठी त्यांनी त्यांना पैसा पुरवला. अशा प्रकारे तयारी केल्यावर आता ग्राहकांना आकर्षित करण्याचे मोठे आव्हान

होते. एक जानेवारी १९८५ रोजी विवेक अँड कंपनीने अभूतपूर्व सवलती देणारा महोत्सव आयोजित केला. उत्तम ब्रँड्सच्या वस्तूंवर एवढ्या आकर्षक सवलती दिल्या गेल्याचे चेन्नईतील लोकांनी त्याआधी कधीच पाहिले नव्हते. ग्राहकांनी आपल्या शोरूममध्ये यावे यासाठी त्यांनी काही वस्तूंच्या विक्रीतून होणारा तोटाही सहन केला. यातूनच नवीन वर्षाच्या सेलची प्रक्रिया उदयास आली. कोणत्याही विपणनतज्ज्ञाने कधी कल्पनाही केली नसेल, एवढा या सगळ्या प्रक्रियेला ग्राहकांचा जोरदार प्रतिसाद लाभला. आता मार्गाझी महिन्यातील अशुभाला झुगारून या परंपरावादी शहराने नवीन रेफ्रीजरेटर्स, टीव्ही.संच, मिक्सर्स, वॉशिंग मशिन्स आणि अशा कित्येक वस्तूंची जोरदार खरेदी केली होती.

नूतन वर्षाच्या सेलची ही लाट एकदम यशस्वी ठरली आणि इतर अनेक किरकोळ विक्रेत्यांनीही त्यात भाग घेतला. हीच चळवळ तमिळनाडूच्या इतर भागांत आणि कर्नाटकातही पसरली.

ब्रँड पुरातत्त्वशास्त्राच्या माझ्या मोहिमेतून प्रदिप्तांच्या प्रश्नाचे समाधानकारक उत्तर देणे मला सहजशक्य होते. त्यातूनच, आम्ही नूतन वर्षाच्या खास सेलचेही आयोजन करू शकलो. तिथे आम्ही चेन्नईत प्रथमच 'विक्रीच्या किमतीची हमी' दिली. त्यामुळे जणू काही जादूच झाली. त्या वर्षी नूतन वर्षदिनीची स्पेन्सर्सची विक्री ही संपूर्ण डिसेंबरमधील त्यांच्या विक्रीहून अधिक होती. फक्त एवढेच नव्हे; तर आता स्पेन्सरवरची ब्रिटिश प्रकारच्या विक्रीची छाप पुसली गेली होती आणि तो ब्रँड चेन्नईच्या बाजारपेठेतील खराखुरा खेळाडू बनला होता. टिकाऊ बाजारपेठेतील मोठा स्पर्धक बनला होता.

मग विवेक अँड कंपनीने नक्की काय करण्यात यश मिळवले होते? खरेदी करण्यासाठी कोणती वेळ शुभ असते आणि कोणती अशुभ असते, याविषयीचा आपला विश्वास सोडून देण्यास त्यांनी चेन्नईच्या लोकांना भाग पाडले होते का? मला तसे वाटत नाही. मात्र, तो काळ अशुभ वाटत असला, तरीही काही दिवसांपुरते तरी त्यांच्या जुनाट धार्मिक श्रद्धा गुंडाळून ठेवण्यास त्यांनी त्यांना भाग पाडले होते. या प्रसंगावरून मिळणारा खरा धडा असा आहे की चांगल्या किमतीला एखादी गोष्ट मिळत असेल, तर लोक आपल्या श्रद्धा काही काळापुरत्या मागे घेऊ शकतात.

बहुतांश पारंपरिक घरांमध्ये वापरल्या जाणाऱ्या हिंदू कॅलेंडरला 'पंचांग' असे म्हटले जाते. यात पाच विषयांवर विचार केलेला असतो, म्हणजेच याची पाच अंगे असतात म्हणूनच त्याचे नाव 'पंचांग' असे आहे. सौरदिन, चांद्रदिन, नक्षत्र, करण आणि दिवसाचे खास विभाग, हे खास विभाग एकूण ११ असतात. हिंदू कॅलेंडरनुसार (पंचांगानुसार) या सर्वसामान्य विभागांखेरीज काही दिवस आणि प्रत्येक दिवसातील काही काळही शुभ किंवा अशुभ असतात. शिवाय, प्रत्येकाच्या पत्रिकेनुसार त्या व्यक्तीसाठीही काही शुभ आणि अशुभ दिवस असतात. ग्रीको-रोमन कॅलेंडरप्रमाणेच हिंदू कॅलेंडरमध्येही आठवड्यातील प्रत्येक दिवसाचे नाव ग्रहाच्या नावाशी संलग्न आहे. मंगळवार हा मंगळ ग्रहाच्या नावावरून नाव दिला गेलेला दिवस अशुभ मानला जातो. या दिवसाचे अशुभ परिणाम झटकून टाकण्यासाठी त्याचे नाव मंगळवार असे ठेवले गेले आहे. मंगल म्हणजे शुभ. त्यावरून हे नाव दिले गेले आहे. याचप्रमाणे, शनिवार म्हणजे शनीचा वार. या दिवसाला शनी ग्रहावरून नाव दिले गेले आहे. हा दिवसही चांगला मानला जात नाही. विशेषतः ज्या महिन्यात पाच शनिवार येतात, त्याला अशुभ मानले जाते.

हिंदू वर्षातही बारा महिने असतात, परंतु ग्रेगोरियन वर्षापेक्षा ते वेगळे असतात. काही महिने अशुभ मानले जातात. हिंदू वर्षातील महिन्यांना सौर आणि चांद्र-नावे आहेत. मेष किंवा चैत्र, (मार्च-एप्रिल), वृषभ किंवा वैशाख (एप्रिल-मे), मिथुन किंवा ज्येष्ठ (मे-जून), कर्क किंवा आषाढ (जून-जुलै), सिंह किंवा श्रावण (जुलै-ऑगस्ट), कन्या किंवा भाद्रपद (ऑगस्ट-सप्टेंबर), तूळ किंवा आश्विन (सप्टेंबर-ऑक्टोबर), वृश्चिक किंवा कार्तिक (ऑक्टोबर-नोव्हेंबर), धनू किंवा मार्गशीर्ष (नोव्हेंबर-डिसेंबर), मकर किंवा पौष (डिसेंबर-जानेवारी), कुंभ किंवा माघ (जानेवारी-फेब्रुवारी), मीन किंवा फाल्गुन (फेब्रुवारी-मार्च).

हिंदू वर्षात सहा ऋतू असतात. प्रत्येक ऋतू दोन महिन्यांचा असतो. वसंत (मार्च-एप्रिल), ग्रीष्म (मे-जून), वर्षा (जुलै-ऑगस्ट), शरद (सप्टेंबर-ऑक्टोबर), हेमंत (नोव्हेंबर-डिसेंबर), शिशिर (जानेवारी-फेब्रुवारी). काही भागांत चार महिने पाऊस असतो. आषाढ शुक्ल पक्षापासून कार्तिक शुक्ल पक्षापर्यंत (जून-सप्टेंबर) पाऊस पडतो.

हिंदू पंचांगाप्रमाणे, वर्षाच्या अर्ध्या भागात दक्षिणायन सुरू असते. उन्हाळ्यात आणि हिवाळ्यात सर्वांत लहान किंवा सर्वांत मोठा दिवस असतो. हे दिवस कमी शुभ असतात आणि त्यांच्याकडे 'देवांची रात्र' म्हणून पाहिले जाते. उत्तरायणात सूर्याची उष्णता आणि दिवसाचा कालावधी वाढत जातो. या काळाला 'देवाचा दिवस' असे म्हटले जाते. १५ डिसेंबर ते १४ जानेवारी हा कालावधी धनूचा कडवट कालावधी मानला जातो. तसेच, १३ मार्च ते १३ एप्रिल हा मीनेचा कालावधीही अशुभ मानला जातो. त्याचबरोबर अधिक मास (हा हिंदू वर्षातील लीप महिना मानला पाहिजे.) अशुभ मानला जातो. तीन वर्षांच्या कालावधीत साचलेले प्रदूषण म्हणजे, हा अधिक मास असे मानले जाते. याखेरीज, आषाढाचा महिना (जून-जुलै) अशुभ समजला जातो.

आपल्याला माहितीच आहे, की कोणत्याही कार्यासाठी हिंदू लोक शुभ दिवस पाहतात. साखरपुडा, लग्नसमारंभ, मुलाचे जावळ काढणे या सगळ्या कार्यक्रमांसाठी 'शुभ' दिवस पाहिला जातो. मुहूर्त काढला जातो आणि मगच हे कार्यक्रम पार पडतात. हे सगळे विधी जीवनचक्राशी निगडित विधी आहेत. याखेरीज, गृहप्रवेशासाठी आणि दुकान किंवा व्यवसायाच्या प्रारंभासाठीही मुहूर्त पाहिला जातो. शेतीची कामेही मुहूर्त पाहून केली जातात. पहिली नांगरणी आणि पहिली लावणी ही शुभ दिवशी केली जाते. अगदी घोडा किंवा बैल खरेदी अगर कारच्या खरेदीसाठीही शुभ दिवसाची निवड केली जाते.

वाहन उद्योगातही वर्षअखेरीचा अडथळा दूर करण्यासाठी प्रयत्न केले जात आहेत. (वाहनांच्या मॉडेलचे वर्ष जानेवारीत बदलत असल्यामुळे जानेवारी २०13 मध्ये खरेदी केलेल्या कारला डिसेंबर २०13 मध्ये खरेदी केलेल्या कारपेक्षा पुनर्विक्रीच्या वेळी अधिक पैसे मिळतात.)

आपल्या व्यवसायावर धर्मांचा आणि उत्सवांचा होणारा परिणाम समजून घेण्याचे प्रयत्न बिग बझारसारखे मोठे किरकोळ विक्रेते करत आहेत. यासाठीच त्यांनी देवदत्त पट्टनाईक यांना 'प्रमुख श्रद्धा अधिकारी' म्हणून कामावर घेतले आहे. या श्रद्धांचा वापर ते दोन पद्धतींनी करून घेत आहेत. प्रत्येक राज्य आणि प्रत्येक समाज यांचे स्वतःचे वेगवेगळे उत्सव आणि सण आहेत. उदाहरणार्थ, ओणम हा केरळमधील मोठा सण असला, तरी कोईम्बतूरच्या सीमेच्या पलीकडे त्याला फारसे महत्त्व नाही. कटक आणि विजगमध्येही काही वेगवेगळ्या पद्धती आहेत. त्याचप्रमाणे मुंबईच्या ग्रँट रोडवर आणि अंधेरीतही

एकच सण वेगवेगळ्या पद्धतींनी साजरा केला जाऊ शकतो. म्हणून, सणांसाठी राज्यांचा आणि त्या राज्यातील प्रत्येक जिल्ह्याचा सखोल अभ्यास करण्याची आवश्यकता असते. त्यानंतर या सणानुसार प्रत्येक दुकानातील विक्रीवर होणाऱ्या परिणामाचे मापन केले जाते आणि त्या उत्सवी वातावरणाशी सुसंगत ठरणाऱ्या खास ऑफर्स तयार केल्या जातात. भारतीय लोकांचे बहुधार्मिकत्व विचारात घेता हा प्रकल्प खरोखरच अत्यंत औत्सुक्यपूर्ण ठरतो. म्हणूनच, ठरावीक तारखा आणि दुकानांतून दिल्या जाणाऱ्या ऑफर्स यांचे धार्मिक समाज आणि सण या अनुषंगाने मापन करण्याची आवश्यकता असते. मोठ्या प्रमाणात जैनधर्मीय असलेल्या भागात खाद्यपदार्थांचा पुरवठा करणाऱ्या दुकानांच्या तुलनेत त्याच तारखेला आणि त्याच सणाच्या वेळी जैनधर्मीयांचे कमी प्रमाण असलेल्या भागातील दुकानांच्या ऑफर्स वेगळ्या असतात. राष्ट्रीय स्तरावर बिग बझारने 'सार्वजनिक सुट्ट्यांच्या दिवशी सेल'ची कल्पना प्रथम राबवली. 'सब से सस्ता दिन' ची त्यांची कल्पना यशस्वी ठरली. स्वातंत्र्यदिन, प्रजासत्ताक दिन हे खरेदीचे मोठे दिवस ठरतात. याखेरीज, आपल्या महत्त्वाच्या नेत्यांच्या जयंत्या आणि पुण्यतिथ्याही या दृष्टीने महत्त्वाच्या ठरतात.

विवेक अँड कंपनीच्या प्रयत्नांमुळे एका वेगळ्याच पैलूकडे लक्ष वेधले गेले. विपणनाच्या क्षेत्रातील व्यक्ती म्हणून पारंपरिकदृष्ट्या मंदीचा सीझन मानल्या गेलेल्या काळाला आपण विक्रमी विक्रीचा कालावधी बनवू शकतो. मात्र, त्यासाठी आपल्याला त्या श्रद्धेमागचे 'पुरातत्त्वशास्त्र' समजून घ्यावे लागते आणि श्रद्धेचा तो पूल ओलांडण्यासाठी ग्राहकाला तेवढे सबळ कारणही द्यावे लागते. विवेक अँड कंपनीचे उदाहरण आदर्श मानून आता किरकोळ विक्रेते आषाढ किंवा तमिळ कॅलेंडरमधील आदि महिना हे भरघोस विक्रीचे महिने कसे बनवावेत, यासाठी प्रयत्न करत आहेत. तमिळ वृत्तपत्रांमध्ये आणि टीव्ही वाहिन्यांवर आदि महिन्यातील खरेदीवर दिल्या जाणाऱ्या सवलतींच्या जाहिराती आता सररास दिसतात. ऑगस्ट २०१३ मध्ये ईद आणि आदि महिन्याचा संयुक्त विचार करून केलेल्या जाहिरातीही मला पाहायला मिळाल्या. ते एक एकमेवाद्वितीय एकत्रिकरण होते, असे मला वाटले. दिवाळीच्या महिन्यात सर्वाधिक आणि प्रचंड विक्री होते. त्याआधीच येणाऱ्या आषाढात शिल्लक राहिलेला माल विकून टाकण्यासाठी किरकोळ

विक्रेते सेलचा वापर करतात. मात्र, या काळात केरळमध्ये या प्रकारच्या सवलतीच्या किमतींच्या जाहिराती तुम्हाला दिसणार नाहीत, कारण ऑगस्ट–सप्टेंबरमध्येच मल्याळी लोकांचा खरेदीचा महोत्सव येतो. मुंबईत आणि इतर महानगरांत आपल्याला आषाढात सेल आढळत नाहीत, तर ऋतूंच्या अखेरीस ते सेल आढळतात. कालनिर्णय प्रक्रिया हे एक विपणनाचे संशयातीत यश आहे. जयंत साळगावकर यांच्या संकल्पनेतून ही भन्नाट कल्पना आकाराला आली. ते खरे तर एक कॅलेंडर आणि पंचांग आहे. सन १९७३ मध्ये दहा हजार मराठी वर्गणीदारांसाठी हाताने छापलेले हे पंचांग प्रथम बाजारात आले. मात्र त्यानंतर, देशभरातील एक कोटी ९० लाख लोकांसाठी कालनिर्णय ही एक आवश्यक प्रक्रिया बनली. कारण, या कॅलेंडरमध्ये वर्षातील शुभ दिवस, सणवार, महिने, मुहूर्त या सगळ्यांची माहिती दिली जाऊ लागली. या कॅलेंडरचा महत्त्वाचा ग्राहक मराठी असला, तरीही ते इंग्लिश, हिंदी, गुजराती, तमिळ, तेलगू आणि कन्नड या भाषांत छापले जाते. गेल्या कित्येक वर्षांत या कॅलेंडरच्या आकारांतही लक्षणीय बदल झाले. पॉकेट डायरी, कार कॅलेंडर, वार्षिक प्लॅनर, डेस्कवर ठेवायचे कॅलेंडर आणि अगदी मोबाईल ॲप म्हणूनही हे कॅलेंडर बाजारात आणले गेले. एकूण ३५ प्रकारांत ते सध्या उपलब्ध आहे. कॅलेंडरमधील प्रत्येक महिन्याच्या पानाच्या मागच्या बाजूचा उपयोग ज्या प्रकारे करून घेतला गेला, त्यावरून साळगावकरांची बुद्धिमत्ता दिसून आली. त्यांनी मागच्या बाजूला स्वयंपाकासाठीच्या टिप्स, लघुकथा, रेल्वेची वेळापत्रके, आकर्षक पाककृती, आरोग्यविषयक टिप्स आणि अगदी पैसेबचतीच्या कल्पनाही दिल्या. या उत्पादनाचे विपणन जाहिरातीचे माध्यम म्हणूनही केले गेले आणि मोठमोठ्या जाहिरातदारांनी त्यांना अगदी खुशीने आपल्या जाहिराती दिल्या. २० ऑगस्ट २०१३ रोजी साळगावकरांचे निधन झाले, त्या वेळी महाराष्ट्राच्या राजकारणातील अनेक धुरंधरांनी त्यांना श्रद्धांजली वाहिली.

दुसरीकडे, बऱ्याचदा आपल्या टीममधीलच एखाद्या हात झटकण्याची वृत्ती असणाऱ्या सहकाऱ्याकडून आपल्याला ऐकू येते, की 'छे! हा सीझन चांगला नाही.' परंतु अशा प्रकारे त्या सीझनला वाईट म्हणण्यापेक्षा, त्याने त्याच्या खोलात शिरून त्या सीझनमध्ये किंवा महिन्यात काय वाईट आहे किंवा चांगले नाही, ते शोधण्याचा प्रयत्न केला पाहिजे. जर त्यामागे आर्थिक

कारण असेल, तर सवलती दिल्याने कोणत्याही काळात बऱ्याच गोष्टी साध्य होत असल्या तरी हे कारण दूर करणे थोडेसे अवघड असते. परंतु, फक्त हिंदू पंचांगात तो काळ वाईट असल्याचे म्हटले गेले असेल, तर आपण अगदी सहजगत्या त्यावरचा उपाय शोधू शकतो. अगदी वेगळ्या दृष्टिकोनातून मी तुमच्यासमोर एक उदाहरण मांडू इच्छितो.

चेन्नईमध्ये डिसेंबर–जानेवारीत वार्षिक कर्नाटकी संगीत महोत्सवाचा सीझन असतो. बहुतेक सगळ्या संगीत सभांमध्ये नामवंत गायक, गायिका सहभागी होतात. म्युझिक अकॅडमी आणि नारद गानसभेतील काही संगीत महोत्सवांना मी उपस्थित होतो. अशा संगीत परिषदा आयोजित करणारे दहा आयोजक मला आठवतात. सन २०१२ मध्ये मी चेन्नईत एक आठवडा राहण्याचे ठरवले. Chennaionline.com च्या रवी या माझ्या अगदी जिवलग मित्राने मला त्यासाठी आग्रह केला होता. तो कित्येक वर्षे या संगीत कार्यक्रमांना न चुकता हजेरी लावत होता. पहिल्याच दिवशी मी 'हिंदू'चा अंक उचलला आणि कार्यक्रमांच्या जाहिराती मोजल्या. माझ्या लक्षात आले, की शहरात पन्नासहून अधिक ठिकाणी रोज सुमारे दहा संगीतसभांचे आयोजन करण्यात येत होते. कित्येक महान कलावंत या महोत्सवांमध्ये सहभागी होतात आणि कित्येक ठिकाणी हे कार्यक्रम होतात. त्यामुळे, Chennaionline.com ने आपल्या वेबसाईटवरून संगीतसभा शोधण्याची सेवाही देऊ केली होती. कानांसाठी सुमधुर संगीताची मेजवानी देत असतानाच बहुतेक सर्वच ठिकाणी पोटोबासाठी उत्तम जेवणाची आणि खाद्यपदार्थांची मेजवानीही देण्यात आली होती, असे माझ्या लक्षात आले.

थोडासा शोध घेतल्यावर माझ्या लक्षात आले, की मार्गाझी महिना हा, लग्नसमारंभासाठी अशुभ मानला जात असल्यामुळे लग्नसमारंभासाठी जेवणाची व्यवस्था करणारे बहुतेक केटरर्स या काळात जवळजवळ माशा मारत बसत होते. परंतु, संगीत महोत्सवांच्या या संधीचा त्यांनी चांगलाच फायदा करून घेतला होता. आघाडीच्या संगीत महोत्सवांच्या स्थळी त्यांनी छानसे मंडप टाकले होते आणि लग्नसमारंभात ते जे पदार्थ सहसा तयार करतात, तेच पदार्थ ते आता तिथे विकत होते. त्या ठिकाणी ते आपापली व्हिजिटिंग कार्ड्सही वाटत होते. त्यामुळे त्यांचे स्टॉल्स लगेच लक्षात येत होते. डिसेंबर–जानेवारी या महिन्यांत पश्चिमेकडचा कडक हिवाळा टाळण्यासाठी कित्येक दाक्षिणात्य

अनिवासी भारतीयही मोठ्या संख्येने घरी येतात आणि ख्रिसमसच्या दरम्यान आपले पालक व नातेवाईक यांच्यासमवेत मजेत वेळ घालवतात. म्हणूनच, हा अशुभ कालखंड दैवी संगीत ऐकण्याच्या दृष्टीने चांगलाच शुभ बनतो आणि रोजच स्वादिष्ट जेवण रिचवण्यासाठीही तो उपयुक्त ठरतो. विपणन क्षेत्रातील हा चमत्कार कसा काय वाटतो?

भारताच्या इतर भागांतही ही संकल्पना अद्याप प्रत्यक्षात आलेली नाही, असे मला वाटते. याच काळात मुंबईतही अशा प्रकारच्या संगीतसभांचे आयोजन का केले जात नाही? ज्या वेळी लग्न-कार्यालये ओस पडलेली असतात आणि केटरर्स निष्क्रियतेने बसलेले असतात, त्या वेळी अशा महोत्सवांचे आयोजन केले तर? तुम्ही असा वाद घालाल, की मुंबईकरांना कर्नाटकी किंवा हिंदुस्थानी संगीतात स्वारस्य नाही. मला वाटते, की सर्व प्रकारच्या संगीतासाठी मुंबई ही मोठी बाजारपेठ आहे. अगदी दैवी किंवा भक्तीसंगीतापासून ते सामान्य संगीतापर्यंत सर्व प्रकारचे संगीत महोत्सव इथे चांगलेच बहरतील. कोणीतरी हे शिवधनुष्य पेलले पाहिजे आणि नंतर एका मंदीच्या सीझनचे जोरदार तेजीच्या सीझनमध्ये रूपांतर केले पाहिजे. विवेक अँड कंपनीने नूतन वर्षाच्या सेलचे आयोजन करून नेमके हेच साध्य केले होते.

आगामी दशकात नूतन वर्षाच्या सेलची प्रक्रिया ही एक मोठीच राष्ट्रीय चळवळ बनेल असे मला नक्कीच वाटते, हे मी इथे नमूद करू इच्छितो. देशभरातील किरकोळ विक्रेत्यांना दिवाळीनंतर त्यांच्या विक्रीत मंदी जाणवते. सहसा, ऑक्टोबर किंवा नोव्हेंबरच्या सुरुवातीला दिवाळी असते. नूतन वर्षदिनी ग्राहकांना आपल्या दुकानांकडे आकर्षित करण्यासाठी त्यांनी जर अशी सामुदायिक चळवळ किंवा मोहीम हाती घेतली, तर विक्रीची एक जोरदार संधी ते निर्माण करतील.

देशभरातील वाढत्या धार्मिकतेमुळे नवीन प्रकारचे रीतीरिवाज निर्माण झाल्याचे मी पाहिले आहे. उदाहरणार्थ, चाळीस वर्षांपूर्वी एक जानेवारी हा दिवस 'ख्रिश्चन नववर्षदिन' म्हणून साजरा केला जात होता. तो हिंदू नववर्षदिन नव्हता. देशाच्या विविध भागांत हिंदू नववर्षदिन वेगवेगळ्या दिवशी साजरा केला जातो. (विक्रीसाठी आणखी एक नवीन संधी). त्यामुळे हिंदू नववर्षदिनी हिंदूंनी आपल्या मंदिरांमध्ये जाणे तर्कशुद्ध आहे. परंतु आता

भारतातील कोणत्याही भागात एक जानेवारीला मंदिरांमध्ये जा. तुम्हाला तिथे किमान तासभर तरी रांगेत तिष्ठत उभे राहिल्याखेरीज दर्शन मिळणार नाही.

याखेरीज, आपल्याकडच्या नूतन वर्षाच्या सेलचा उपक्रम आणि अमेरिकेतील ब्लॅक फ्रायडेच्या दिवशी वस्तूंच्या दरात दिल्या जाणाऱ्या अविश्वसनीय सवलती यांच्यातील साधर्म्य अधोरेखित करणे ही स्वारस्यपूर्ण बाब आहे. अमेरिकेत विविध दुकाने या दिवशी विश्वासही बसणार नाही, एवढ्या कमी दरात मालाची विक्री करतात. दर वर्षी नोव्हेंबरच्या चौथ्या गुरुवारी अमेरिकेत थँक्स गिव्हिंगचा दिवस साजरा केला जातो. ही तारीख अमेरिकन सरकार जाहीर करते आणि त्या दिवशी सुट्टी असते. यूकेमध्ये झालेल्या धर्मसुधारणेच्या आणि प्रोटेस्टंट पंथीयांच्या चर्चेसच्या उभारणीच्या चळवळीत थँक्स गिव्हिंगचे मूळ शोधता येते. उत्तम पिके आल्याबद्दल देवाचे आभार मानण्याची ही प्रथा प्रोटेस्टंट्स लोकांमध्ये होती. (चांगली सुगी झाल्याबद्दल देवाचे आभार मानण्याची प्रथा आपल्याकडेही आहे. वेगवेगळे खंड आणि विविध प्रांत येथे पसरलेल्या ठिकठिकाणच्या पद्धतींतील हे साधर्म्य पाहण्याजोगे आहे. उत्तर भारतात यासाठी बैसाखी, तमिळनाडूत पोंगल साजरा केला जातो. अशी अनेक उदाहरणे आहेत. इथे फक्त त्यांपैकी दोन दिली आहेत.) परंतु, आधुनिक काळातील अमेरिकेत थँक्स गिव्हिंग डे हा सर्व धार्मिक गटांमध्ये आणि सांप्रदायांमध्ये साजरा केला जातो. अगदी आपले अनिवासी भारतीयही हा दिवस जोरदार उत्साहाने आणि आनंदाने साजरा करतात. कदाचित, त्या दिवशी आपल्या स्थानिक हरे कृष्ण मंदिरात ते खास पूजाही करत असावेत. थँक्स गिव्हिंग डेनंतर अधिकृतपणे ख्रिसमसच्या खरेदीचा सीझन सुरू होतो. हा सीझन प्रत्यक्षात हळूहळू सुरू होतो, परंतु पहिल्या दिवशीच जोरदार विक्री व्हावी यासाठी किरकोळ विक्रेत्यांनी कित्येक क्लृप्त्या शोधून काढल्या आहेत. हिवाळ्यातील शिल्लक राहिलेल्या मालापासून सुटका मिळवण्यासाठी ते मोठ्या प्रमाणात दरात सवलती देतात. ब्लॅक फ्रायडेची प्रक्रिया एवढी मोठी असते, की त्या दिवशी पहाटे चारपासूनच दुकाने उघडतात आणि चांगला व्यवहार पदरी पडावा यासाठी ग्राहक मध्यरात्रीपासूनच दुकानांबाहेर रांगा लावून उभे असतात.

खरेदीसाठी नूतन प्रसंग शोधत राहणे हा जगभरच्या धार्मिकतेचाच गुणधर्म आहे. त्यामुळे, आपले नवीन रीतीरिवाज आणि सोहळे यांच्याविषयी आपण

वाईट वाटून घेण्याचे काहीच कारण नाही. काही दशकांपूर्वी जे अस्तित्वातच नव्हते, ते आजच्या काळातील रिवाज बनल्याचे दिसते. त्याचप्रमाणे दर एक जानेवारीला काहीतरी नवीन खरेदी करण्याची पद्धत तुम्ही पाळत असण्याचीही शक्यता आहे. एक जानेवारीला घरी आलेल्या तिसऱ्या टोस्टरचे काय करायचे याचा विचार करण्यासाठी माझ्या मॉमला घरीच सोडून माझे डॅड बाहेर जाऊन आमच्यासाठी ख़रेदी करत असत.

तत्त्वतः यामुळे आपल्या शोधाच्या पुढच्या क्षेत्राकडे आपण वळतो. ते आहे; भारतात जोमाने झालेली सण-उत्सवांची वाढ.

❑ ❑ ❑

५

जुन्या सणाला नवीन रूप

भारतात वीस लाख देव-देवता आहेत आणि त्या सगळ्यांची पूजा केली जाते. धर्माचा विचार करता, इतर सर्व देश हे अगदी दरिद्री आहेत आणि भारत मात्र लक्षाधीश आहे.

– मार्क ट्वेन (१८३५-१९२०)

कपड्यांच्या विपणनाच्या क्षेत्रात अग्रेसर असलेल्या आणि युरोपियन बाजारपेठेत मोठीच प्रतिष्ठा मिळवलेल्या एका तज्ज्ञ विपणन कंपनीच्या नूतन मुख्य कार्यकारी अधिकाऱ्याची भेट घेण्यासाठी आम्ही त्यांच्या भपकेबाज कार्यालयात बसलो होतो. तो आत आला आणि आपल्या आणि आमच्या एजन्सीच्या टीमला त्याने अभिवादन केले. त्यानंतर त्याने प्रश्न विचारला, ''आमच्या कर्मचाऱ्यांपैकी कित्येक जणी आज पारंपरिक साड्या नेसल्या आहेत आणि त्याही हिरव्या रंगाच्या आहेत. काय झालंय?''

एका तरुण महिलेने स्पष्टीकरण दिले, ''सर, हिंदूंचा नवरात्रोत्सव सुरू झाला आहे. नऊ दिवस पारंपरिक हिंदू लोक दुर्गा देवीची पूजा करतात. या नऊ दिवशी कार्यालयांमध्ये रोज वेगवेगळ्या रंगांच्या साड्या नेसून जाणं ही आता महिलांमधील फॅशन आहे.''

त्या मुख्य कार्यकारी अधिकाऱ्याने विचारलेला पुढचा प्रश्न अधिक

स्वारस्यपूर्ण होता. त्याने विचारले, ''ही पद्धत कशी काय सुरू झाली? गेल्या हजार वर्षांत अशी प्रथा सुरू होती का? की हुशार साडी कंपन्यांनी आपल्या विपणनासाठी लढवलेली ही क्लृप्ती आहे?''

खोलीतील कोणाकडेही या प्रश्नाचे उत्तर नव्हते. त्यानंतर तिथे झालेल्या थट्टामस्करीला आणि हास्यविनोदालाच बैठकीपेक्षाही अधिक महत्त्व आले. परंतु, आमच्यापैकी काही जणांना हा त्रस्त करणारा मुद्दा तसाच तिथेच सोडून देता आला नाही. माझ्या करिअरला मी सन १९७९ मध्ये मुंबईत सुरुवात केली आणि त्यानंतर सुमारे २५ वर्षे मी शहरात कार्यरत राहिलो. नवरात्रीसाठी रोज वेगवेगळ्या साड्या नेसण्याची ही पद्धत गेल्या दहा वर्षांतच सुरू झाली होती.

या प्रक्रियेची सुरुवात कशी झाली याचा शोध घेणाऱ्या टिमने नंतर याचे एक साधेसुधे स्पष्टीकरण दिले. मला अजूनही तिच्या सत्यतेविषयी शंका आहे. परंतु त्यांनी दिलेले स्पष्टीकरण असे होतेः सुमारे दहा वर्षांपूर्वी 'महाराष्ट्र टाइम्स' या मराठी दैनिकाच्या मुत्सद्दी संपादकांनी नवरात्रीदरम्यान त्या त्या दिवसाचा रंग जाहीर करण्याचे ठरवले. या मोहिमेद्वारे महिला-वाचकांना त्या त्या दिवशी त्या त्या रंगाच्या साड्या नेसण्याचा आग्रह करण्यात आला. फेसबुक, ट्विटर, इन्स्टाग्राम आणि पिन्टेरेस्टच्या आधीचा तो काळ होता. परंतु, तुम्ही मुंबई उपनगरी रेल्वेतून प्रवास केला तर तुम्हाला हे सारे दिसेलच. शिवाय, भजनेही ऐकू येतील.

नवरात्रीत दुर्गामातेची नऊ दिवस पूजा करणाऱ्या महिलांमध्ये अशा प्रकारे सुरू झालेली ही पद्धत लवकरच इतर धर्मीयांमध्येही पसरली. माझी साहाय्यिका जेन्सी प्रवीण आणि माझ्या सहकारी मिन्सी फर्नांडिस या दोघीही मल्याळी ख्रिश्चन होत्या. त्यांनीही नवरात्रीत या नऊ रंगांच्या साड्या नेसण्यास प्रारंभ केला.

उत्तर भारतात रामाने रावणावर मिळवलेला विजय म्हणून नवरात्रोत्सव साजरा केला जातो. देशाच्या इतर भागांत महिषासुरावर दुर्गादेवीने मिळवलेल्या विजयाचा उत्सव म्हणून हा उत्सव साजरा होतो. बंगाली लोक या काळात सुंदररीत्या सजवलेले मंडप उभारतात. या मंडपांमध्येच भारतीय कम्युनिस्ट पक्षाचे लोक मार्क्सवादी साहित्याची विक्रीही करतात. याविषयी कार्ल मार्क्सने काय म्हटले असते-असा विचार माझ्या मनात आल्याखेरीज राहत नाही.

तमिळनाडूमध्ये नवरात्रीत 'कोलु' असे नाव असलेल्या बाहुल्यांचे प्रदर्शन मांडले जाते. दुर्गादेवीच्या विजयाचा आनंद साजरा करण्यासाठी महिला एकमेकींच्या घरी जातात. गाणी म्हणतात आणि नवरात्रोत्सव साजरा करतात. गुजरातमध्ये ठिकठिकाणी गरबा केला जातो. त्या काळात सामाजिक नियम शिथिल केले जातात आणि मुले व मुली, पुरुष आणि स्त्रिया रात्रभर गरबा करत गाणी गात नृत्य करतात. किशोरवयीन मुले-मुली गरब्याच्या रात्री या अधिकृतरीत्या एकमेकांना भेटण्याच्या रात्री मानतात आणि त्यामुळे काही जण याला विरोधही करतात.

मुंबईत आपल्याला नवरात्रीची ही सगळी रूपे अभिव्यक्त झाल्याचे दिसते. चेंबूरसारख्या बंगाली लोकवस्ती असलेल्या भागात आपल्याला दुर्गापूजेचे मंडप घातल्याचे दिसते. शिपिंग कॉर्पोरेशन ऑफ इंडियाचा सभामंडप हा मुंबईतील एक उत्तम सभामंडप असतो. सायन आणि माटुंगा या दक्षिण भारतीयांची जास्त लोकसंख्या असलेल्या भागांत बाहुल्यांचे प्रदर्शन आणि संगीतासह उत्सव साजरा केला जातो. मिठायाही वाटल्या जातात. शिवाय, क्रॉस मैदान, चर्चगेट येथे रावणाची प्रतिमा जाळण्यात येते. याशिवाय, मोठ्या, प्रमाणात रात्रीच्या वेळी गरबानृत्य केले जाते. अशा 'गरबा नाईट्स'चे भव्य आयोजन हे या उत्सवाचे आता तेथील आकर्षण बनले आहे. फाल्गुनी पाठकसारख्या गुजराती गायक-गायिकांना या काळात मोठी मागणी असते आणि उत्साहवर्धक ठेक्यावर सुमारे पाच हजार लोक आनंदाने जल्लोष करत थिरकताना दिसतात. त्यासाठी भलेमोठे मैदान मिळवलेले असते आणि त्या ठिकाणी अशा गरबा नाईट्सचे आयोजन केलेले असते.

आगामी काळात लवकरच जवळपासच्या शहरांतही नऊ दिवशी नऊ रंगांच्या साड्या नेसण्याची ही पद्धत पसरेल, असा माझा अंदाज आहे. देशाच्या कित्येक भागांत आधी माहिती नसलेल्या सण-उत्सवांनी आपापले बस्तान बसवले आहे. त्याप्रमाणेच ही पद्धतही लवकरच रूढ होईल. नवीन सण-उत्सवांचा प्रसार आणि ते साजरे करण्याचे विविध प्रकार यांना फेसबुक, पिन्टेरेस्ट आणि ट्विटर यांसारख्या सोशल मीडियांची मदतच होत आहे.

उदाहरणार्थ, गणेशचतुर्थीच्या दिवशी आपण गणेशोत्सव साजरा करतो. सन १८९३ मध्ये लोकमान्य बाळ गंगाधर टिळक यांनी घरगुती गणेशपूजेला सार्वजनिक उत्सवाचे स्वरूप दिले, हे आपल्याला माहिती आहेच. विविध

जाती-वर्गांच्या लोकांना एकत्र आणण्यासाठी या उत्सवाचे आयोजन त्यांनी केले होते. गणेशोत्सवासाठी मंडप टाकण्याच्या कल्पनेचा जन्म पुण्यात झाला आणि त्यानंतर स्वातंत्र्य मिळण्यापूर्वीच महाराष्ट्रभर या प्रथेने जोर धरला. गेल्या तीसहून अधिक वर्षांच्या काळात भारताच्या कित्येक भागांत विविध समूहांचे मंडप टाकले जात असल्याचे आपल्याला दिसते. यात बंगळुरू आणि हैदराबाद शहरांचाही समावेश आहे.

अशा प्रकारे आपल्याकडे मुळातच नसलेली प्रथा अगदी हर्षोल्हासात साजरी करण्याचा प्रकार अक्षयतृतीयेच्या बाबतीतही आढळतो. खरे पाहता, अगदी काही दशकांपूर्वीपर्यंत भारतात सर्वत्र अक्षयतृतीयेविषयी फारसे ऐकू येत नव्हते. काही भागांत तर या सणाविषयी फारसे काहीच माहिती नव्हते. अक्षयतृतीयेला 'आखा तीज' असेही म्हटले जाते. हा दिवस हिंदू आणि जैन असे दोन्ही धर्मीय लोक शुभ मानतात. ती कशासाठी साजरी केली जाते-याविषयी काही अंदाज बांधता येतो का? परशुराम जयंती म्हणून हा दिवस ओळखला जातो. परशुराम हा विष्णुच्या अवतारांपैकी एक होय. याच दिवसापासून वेद व्यासाने सांगितल्यानुसार गणेशाने महाभारत लिहिण्यास प्रारंभ केला होता. माझ्या आईने मला असे सांगितले होते, की याच दिवशी कौरव द्रौपदी वस्त्रहरण करत असताना कृष्णाने तिला वस्त्र पुरवले होते आणि ते वस्त्र कधीही न संपणारे होते. माझ्या आईच्या मते, अक्षयतृतीया हा सण देण्याचा होता; खरेदी करण्याचा नव्हता.

'इंडियानॉमिक्स' चे लेखक विवेक देहजिया आणि रुपा सुब्रह्मण्यम म्हणतात, की दिवाळीच्या धनत्रयोदशीनंतर अक्षयतृतीया हा सुवर्णखरेदीसाठी अत्यंत शुभ दिवस आहे. त्यांच्या मते, अक्षयतृतीया हा सण संपत्ती आणि समृद्धीच्या कुबेर या देवाशी जोडला गेला आहे. म्हणूनच, त्याच्या सन्मानार्थ दागदागिने आणि जडजवाहीर यांची खरेदी केली जाते. पुढे येणाऱ्या मोठ्या लग्नसराईआधी हा दिवस येत असल्याने या दिवशी सोने खरेदी करण्यास अतिरिक्त अर्थ प्राप्त झाला आहे.

अक्षयतृतीयेच्या पवित्र दिवशी सोने खरेदी करण्याला पौराणिक संदर्भही असावा; परंतु या काळात तयार होणाऱ्या इतर उत्पादनांचे काय? रिअल इस्टेट विकसकाच्या जाहिरातीत असे म्हटले होते की 'सुंदर बगिचा, जिम्नॅशियम आणि दुर्मीळ असलेली शांतता असलेल्या या जागेत या अक्षयतृतीयेच्या

मुहूर्तावर जरूर गुंतवणूक करा.' या खरेदी करण्याच्या वेडापासून झेक कार कंपनीही दूर राहिलेली नाही. ही कंपनी आता वोक्सवॅगनच्या मालकीची आहे. तिने अक्षयतृतीयेला ग्राहकांना आवाहन केले होते, 'स्कोडा फॅबियाबरोबर समृद्धीचं स्वागत करा.' या जाहिरातींमध्ये नेहमीच्या 'तनिष्क' आणि 'गीतांजली'च्या दागदागिन्यांच्या जाहिरातींचा समावेश असतो. अक्षयतृतीयेला तुम्ही सोने, कार, फ्लॅट स्क्रीनचा टीव्ही किंवा अगदी फ्लॅटसुद्धा खरेदी केला नाही, तर तुम्ही हिंदू नाहीच, जवळजवळ असाच विश्वास या जाहिराती तुमच्या मनात निर्माण करतात.

आता करवा चौथ या दुसऱ्या सणाचा विचार करू या. व्हॅलेंटाईन डेला आधीपासूनच दिले गेलेले हे भारतीय उत्तर आहे. या दिवशी पत्नी सूर्योदयापासून चंद्रोदयापर्यंत पतीच्या आरोग्यासाठी आणि व्यावसायिक भरभराटीसाठी उपवास करते. 'दिलवाले दुल्हनिया ले जायेंगे' आणि 'बागबान' यांसारख्या अनेक हिंदी चित्रपटांतून करवा चौथ हा एक मोठा सण बनला आणि आता भारतातील कित्येक नवरे आणि मित्र आपापल्या पत्नी आणि प्रेयसी यांच्यासाठी सहानुभूतिदर्शक उपवासही करू लागले आहेत.

रक्षाबंधन किंवा राखीचा सणही असाच लोकप्रिय बनत चालला आहे. भाऊ-बहिणीमधील बंध दृढ करणाऱ्या या सणाविषयी कित्येक कथा सांगितल्या जातात. एका कथेनुसार, कृष्णाच्या मनगटातून येणारे रक्त थांबवण्यासाठी द्रौपदीने आपल्या शालूचा पदर फाडून ती चिंधी कृष्णाच्या मनगटावर बांधली; तर दुसऱ्या एका कथेनुसार असुरांशी लढण्यासाठी शक्ती प्राप्त व्हावी यासाठी इंद्राची पत्नी शची हिने इंद्राच्या मनगटावर राखी बांधली होती. परंतु, या सर्व कथांमध्ये चित्तोडच्या राणी कर्णावतीची कथा सर्वाधिक सांगितली जाते. या विधवा राणीने तिच्या राज्यावर चाल करून आलेल्या मुघल सम्राट हुमायून याला राखी पाठवली होती. काही वर्षांपूर्वीपर्यंत राखीचा सण फक्त पश्चिम आणि उत्तर भारतातच साजरा केला जात असे. या पार्श्वभूमीवर, ऑगस्ट २०१३ मध्ये द्रविड नेता आणि द्रविड मुन्नेत्र कळघम (डीएमके) चे प्रमुख एम. करुणानिधी यांनी एका उत्तर भारतीय महिलेकडून राखी बांधून घेतल्याचे प्रसिद्ध झालेले छायाचित्र चांगलेच रंजक ठरले होते. येत्या काही वर्षांत राखी हा भारतभरचा महत्त्वपूर्ण सण ठरेल, असे यावरून तरी स्पष्ट दिसते.

मग प्रत्यक्ष काय घडत आहे आणि राखीचे प्रस्थ एवढ्या मोठ्या प्रमाणात कसे काय वाढले? मला वाटते, की प्रसारमाध्यमे आणि तंत्रज्ञानात तज्ज्ञ असलेल्या किरकोळ विक्रेत्यांनी आणि खर्च करण्याची वृत्ती असलेल्या वर्गाने या प्रक्रियेला गतिमान बनवले आहे. त्यामुळेच, आता राखीचा सण हा दिवाळीएवढा मोठा आणि राष्ट्रीय सण बनला आहे.

कोणत्याही देशाच्या कॅलेंडरमध्ये आपल्याकडच्या कॅलेंडरएवढ्या सुट्ट्या नसतात. आपल्याकडे सगळ्या आकारांचे आणि प्रकारांचे उत्सव येतात. त्यांपैकी काही ऋतुनिहाय असतात. सुगीचा काळ साजरा करण्यासाठी, देवांचे जन्म आणि विजय साजरे करण्यासाठी आपण सण साजरे करतो. पुराणांतील काही लक्षणीय घटनांच्या स्मृत्यर्थही काही सण आपण साजरे करतो किंवा चंद्रकला, ग्रहणे, वर्षातील सर्वांत मोठा किंवा सर्वांत लहान दिवस, संपातबिंदू (समान लांबीचा दिवस व रात्र) साजरा करण्यासाठीही आपण काही दिवस पाळतो. कृष्ण, विष्णु, शिव, पार्वती, कार्तिकेय, कामदेव, दत्तात्रेय, गणेश, राम, गौरी, गायत्री, लक्ष्मी, सरस्वती, चित्रगुप्त आणि इतर देव-देवतांचे उत्सव आणि जयंत्या आपण साजऱ्या करतो. यांखेरीज, आपण नागपंचमी आणि हनुमानजयंतीसारखे सणही साजरे करतो. महोत्सवांच्या दिवशी आपण हिंदू लोक विविध प्रकारचे विधी करतो. यांत पूजा, उपवास, जागरण, स्नान, जत्रा, गायन, शपथग्रहण, पणत्या लावणे, पत्ते खेळणे, पेयपान करणे, भिक्षूंना दानधर्म करणे आणि ब्राह्मणांना दान किंवा भेटवस्तू देणे यांसारख्या विधींचा समावेश असतो. राष्ट्रीय स्तरावर साजऱ्या होणाऱ्या सण आणि उत्सवांखेरीज स्थानिक पातळीवरचे उत्सवही असतात. विशिष्ट स्थाननिहाय खास रीतीरिवाजांवर ते आधारित असतात. पुरीच्या जगन्नाथाच्या महोत्सवाप्रमाणे स्थानिक देव-देवतांचे हे उत्सव असतात.

कित्येक हिंदू सणांना देवांच्या किंवा त्या त्या महिन्यांच्या नावांवरून नावे दिली गेली आहेत. शिवरात्री या सणाचे नाव 'शिवाची रात्र' यावरून पडले आहे. श्रावण महिन्यातील पौर्णिमेदिवशी येणारा रक्षाबंधन हा सण 'श्रावणी पौर्णिमा' म्हणूनही ओळखला जातो. द्वितीया, तृतीया, चतुर्थी, पंचमी, षष्ठी, सप्तमी, अष्टमी, नवमी, दशमी, एकादशी हे दिवस तर पौर्णिमेच्या पंधरवड्याच्या अनुक्रमे दुसऱ्या दिवसापासून अकराव्या दिवसापर्यंत येणारे दिवस आहेत. त्यांचा हा क्रम त्यांच्या नावांतून स्पष्ट होतो.

देशात साजऱ्या होणाऱ्या महत्त्वाच्या सणांमध्ये दिवाळी, गणेशचतुर्थी (भाद्रपद महिन्यात शुक्ल पक्षाच्या चौथ्या दिवशी हा सण सुरू होतो.) हे महत्त्वाचे सण आहेत. भाद्रपद महिना ऑगस्ट आणि सप्टेंबर महिन्यांच्या दरम्यान येतो. गणेशाचा जन्मदिवस साजरा करण्याच्या निमित्ताने हा सण साजरा केला जातो. होळी हा फलनाचा महोत्सव मानला जातो. जन्माष्टमी या सणाच्या नावात उल्लेख असल्याप्रमाणे, हा सण श्रावणात कृष्ण पक्षातील अष्टमीला येतो आणि या दिवशी कृष्णजन्म साजरा केला जातो. महाशिवरात्रीचा उल्लेख वर आलाच आहे. याखेरीज, मकरसंक्रांत, नवरात्र आणि रामनवमी (रामाचा जन्मोत्सव) हे सणही येतात. आणखीही कित्येक स्वारस्यपूर्ण सण आहेत. त्यांमध्ये गंगा दसरा, (पृथ्वीवर गंगावतरण झालेला दिवस) श्रावणी पौर्णिमा (मॉन्सूनच्या मध्यावर येते.) श्री पंचमी (माघाच्या पाचव्या दिवशी येते.) यांचा समावेश होतो. माघ महिना जानेवारी-फेब्रुवारीदरम्यान येतो. (हा वसंतोत्सव असतो.) त्रिपुरी पौर्णिमा (कार्तिक महिन्यातील पौर्णिमेचा दिवस.) ऑक्टोबर-नोव्हेंबर महिन्यादरम्यान त्रिपुरी पौर्णिमा येते. ही शैव पंथीयांसाठी महत्त्वाची असते. या सगळ्या सणांचा विचार केला, तरीही देशात साजऱ्या केलेल्या सणांचा विचार करता एक दशांश सणांचा विचारही आपण केलेला नाही.

येत्या काही वर्षांत सणांच्या संख्येत आपल्याला आणखी वाढ झाल्याचे दिसेल. भारतीय लोकांना खाण्या-पिण्याचे आणि चंगळ करण्याचे नवनवीन मार्ग चोखाळायचे आहेत आणि त्यासाठी ते कारणे शोधत आहेत, हेच या सगळ्यांवरून स्पष्ट होते. यासाठी त्यांच्या स्वतःच्या पुराणकथांहून अधिक चांगली कारणे त्यांना अन्यत्र कुठे मिळणार आहेत? विपणन कंपन्या, प्रसारमाध्यमे आणि किरकोळ विक्रेत्यांनी भारतीय ग्राहकांना ओळखले आहे. या ग्राहकांची मुत्सद्देगिरी आणि हुशारी वाढत असली, तरी ते नेहमीच घासाघीस करण्याच्या शोधात असतात. एखाद्या व्यवहाराशी एखाद्या सणाचा किंवा उत्सवाचा संबंध जोडणे हा ग्राहकांची उदासीनता मोडून काढण्याचा मार्ग आहे. भारताच्या प्रत्येक भागात मोठ्या प्रमाणात खरेदी करण्याचा एकेकच सीझन पूर्वी असला, तरी आता आपण अशा अधिक सीझनविषयी विचार करू शकतो. हे सीझन सातत्याने वाढतच राहतील आणि धार्मिक गटांच्या सामाजिक विभागांत ते सगळे सीझन सामावून घेतले जातील.

आपली उत्पादने विकण्यासाठी आपल्याला मिळणाऱ्या या अतिरिक्त संधींविषयी किरकोळ विक्रेते आणि विपणन क्षेत्रातील लोक जागरूक होत आहेत. मला वाटते, की आतापर्यंत या देशातील सांस्कृतिक आणि धार्मिक वैविध्याला त्यांनी कमी लेखले होते. उदाहरणार्थ, ईद-उल्-फित्र हा मुस्लिमांचा मोठा सण आहे. इतर सर्व सणांप्रमाणेच, हा सणही आनंद मिळवण्यासाठी मोठ्या प्रमाणात खरेदी करून साजरा केला जातो. या वेळी कित्येक मुस्लीम घोळक्याने खरेदीसाठी दुकानांत जाताना दिसतात. अनेक जण फक्त विंडो शॉपिंग करताना दिसतात. त्याहून अधिक ते काहीच करत नाहीत. अहमदाबादमधील कित्येक मॉल्सनी सन २०१३मध्ये ग्राहकांवर वीस रुपये प्रवेश शुल्क आकारण्याचा धक्कादायक निर्णय घेतला. मॉलमध्ये ग्राहकांनी कसलीही खरेदी केली, की हे शुल्क त्या वस्तूच्या किमतीतून वळते करून घेतले जाणार होते; म्हणजेच ग्राहकांना ते परत मिळाल्यासारखेच होते. हे शुल्क फक्त मुस्लीम लोकांवरच बसवण्यात आले होते. अशाच प्रकारे अमेरिकेतील काही शॉपिंग सेंटर्समध्ये मुस्लिमांना विशिष्ट पार्किंग क्षेत्रात कार लावू दिल्या जात नाहीत. काही मॉल्समधून मुस्लीम सणांसाठी खरेदी करणाऱ्या लोकांना हुसकावून लावले जाते. काही जण मात्र या सणांच्या दिवशी कव्वाली नाईट्स आणि सुफी इव्हिनिंग्जचे आयोजन करताना दिसतात. आघाडीचे विपणन सल्लागार हरिश बिजूर यांच्या मते, 'विपणन क्षेत्रातील लोक भावनांपेक्षा संख्येकडे अधिक लक्ष देतात. (काही ठिकाणी मुस्लिमांची संख्या अत्यल्प असते.) मात्र, नवीन पिढीतील लोकांनी ईदच्या दरम्यान विक्री करण्याची ही संधी घेतली पाहिजे. उदाहरणार्थ, अमेरिकेत बाजारपेठेतील विक्रेते धार्मिक सण आणि उत्सव साजरे करण्याच्या आपल्या धोरणापासून सुट्ट्या साजऱ्या करण्याच्या (आणि उत्सवी प्रवृत्ती साजऱ्या करण्याच्या) धोरणाकडे वळत आहेत.

या सगळ्यातून विपणन क्षेत्रातील लोकांनी काय घेतले पाहिजे? मला असे वाटते, की धार्मिक सणांकडे फक्त धार्मिक महत्त्व असलेले दिवस म्हणून पाहू नये. त्यांच्याकडे ग्राहकांशी संलग्न होण्याच्या अधिक चांगल्या संधी म्हणून पाहिले पाहिजे. भारत हा बहुधर्मी देश आहे हे आपण समजून घेतले पाहिजे आणि धार्मिक सण हे फक्त त्या त्या धर्माच्या लोकांपुरतेच मर्यादित नसतात. ते आपल्या सगळ्यांसाठीच असतात. हे सण जर सुट्ट्यांच्या दिवशी आले

तर ते अधिक चांगले ठरते. म्हणूनच पहिला प्रश्न असा आहे, की तुम्हाला वर्षातील धार्मिकतेशी संबंधित असलेल्या महत्त्वाच्या सणांच्या तारखा माहिती आहेत का? वर्षात असे सुमारे तीस दिवस असतात, असे मी तुम्हाला सांगू शकतो. मी नेहमीच माझ्याकडच्या वॉलेटमध्ये वर्षभराच्या सणांची यादी घेऊन फिरत असतो. (सेल जाहीर करण्यासाठी नव्हे; तर बैठकांचे नियोजन करण्यासाठी.) हे सण कसे साजरे केले जातात हे समजून घेण्यात काही अर्थ असतो का आणि त्याचे काय महत्त्व असते? सणांचा विक्रीवर विपरीत परिणाम होतो का आणि त्यांचाच वापर विक्री वाढवण्यासाठी करून घेता येतो का? आज मोठे सण म्हणून साजरे होत नसलेल्या, परंतु भविष्यात मोठे सण होण्याची क्षमता असलेल्या सणांचा वापर आपण अक्षयतृतीयेप्रमाणे विक्रीसंवर्धनासाठी करून घेऊ शकू का? हा एक अत्यंत उत्साहजनक प्रयोग होऊ शकतो. फक्त ख्रिश्चन लोकच ख्रिसमस साजरा करत नाहीत आणि फक्त हिंदू लोकच दिवाळी साजरी करत नाहीत. उत्सवाचा उत्साह, खिशात खुळखुळणारा अतिरिक्त पैसा आणि सुट्टी हा एक मोठाच संयोग असतो. चित्रपट-निर्मात्यांना विचारा. त्यांच्यापैकी बहुतेक जण तुम्हाला हेच सांगतील की ईद किंवा दिवाळीच्या काळात प्रदर्शित झालेला चित्रपट मोठ्या प्रमाणात चालतो.

बिग बझार ही खरोखरच एक भारतीय स्वरूपाची प्रक्रिया आहे. किशोर बियाणी यांनी बिग बझारची स्थापना केली. या खेळातील नवीन नियम शोधण्याचे प्रयत्न कसे केले, त्याविषयी बियाणी सांगतात. चेन्नईच्या टी. नगर येथील रंगनाथन स्ट्रीटवरच्या सारावण स्टोअर्सना ते आपल्या बहुतांश कल्पनांचे श्रेय देतात. बहुमजली इमारतीत एक मोठी जत्रा भरते. तिलाच 'सरावणा स्टोअर्स' असे म्हणतात. चेन्नईतील खूप मोठी उलाढाल सुरू असलेल्या बाजारपेठेच्या भागात, अत्यंत दाट लोकवस्तीच्या भागात ही जत्रा भरते. कित्येक प्रकारची उत्पादने इथे मोठ्या संख्येत मांडलेली असतात. त्यामुळे, आपल्या संवेदनांवर हल्ला झाल्यासारखे तुम्हाला वाटले, तरी प्रत्यक्षात या वस्तू तुम्हाला खरेदीचे आवाहन करतात आणि सर्वसामान्य मध्यमवर्गीय ग्राहकांना विक्री करण्याचे जणू काही निमंत्रणच देतात. त्यांच्या किमती एवढ्या स्वस्त ठेवल्या जातात, की त्या ऐकून कोणीही आश्चर्याने तोंडात बोटच घालेल. आपण जेवढी खरेदी करू असा अंदाज बांधून सर्वसामान्य ग्राहक या

मेळ्यात शिरलेला असतो, त्याच्या कितीतरी अधिक पटीने खरेदी करून तो बाहेर पडतो. किशोर बियाणी यांनी आपल्या स्वतःच्या खास पद्धतीने बिग बझारमध्ये भारतीय बाजाराचे वातावरण निर्माण केले. उदाहरणार्थ, जगात पहिल्यांदाच बिग बझारने खुल्या पिशव्यांत ठेवलेल्या धान्यांची विक्री सुरू केली. तांदूळ, गहू विक्रीस ठेवले. भारतीय ग्राहकांना हात लावून पाहून या वस्तूंची खरेदी करता येऊ लागली. सरावणा स्टोअर्सचे वातावरण ग्राहकांना अनुभवता यावे यासाठी जगातील इतर कोणत्याही भागातील अशा प्रकारच्या दुकानांच्या तुलनेत दुकानात वस्तूंमधून फिरण्याच्या मार्गिका अधिक चिंचोळ्या ठेवण्यात आल्या. त्यामुळे जणू काही आपण जत्रेतल्या बाजारात आरामात फिरत आहोत, असे ग्राहकांना वाटते. मात्र बिग बझारने एक नवीनच स्वारस्यपूर्ण शोध या सगळ्यांतून समोर आणला. तो म्हणजे, आधी नमूद केल्याप्रमाणे आपल्या स्थानिक ग्राहकांशी संलग्न होण्यासाठी त्यांच्या धार्मिक आणि उत्सवी उत्साहाला आवाहन करण्यासाठी ग्राहकांसाठी काही खास सवलती, दरात सूट ते देऊ लागले.

वाढते खाणेपिणे आणि खरेदी यांचे समर्थन करण्यासाठी धार्मिक सण, उत्सवांचा वापर करून घेतला जात असेल, तर अशा प्रकारे नवीन मार्ग शोधण्यासाठी भारतीय लोक धर्माचा उपयोग करून घेत असलेली आणखी कोणती क्षेत्रे आहेत का? 'समृद्धीच्या पूजेचे समर्थन' असे मी ज्याला म्हणतो, त्यावर आता आपण एक नजर टाकू या.

□ □ □

६

उद्घाटनाला पूजा करा - भरभराटीचा आनंद लुटा

देव आहे असे समजून मी जगावे आणि तो नसल्याचा शोध लागल्यामुळे मरावे यापेक्षा देव नाही असे समजून मी जगावे आणि तो असल्याचा शोध मला मरताना लागावा.

- अल्बर्ट कामू (१९१३-६०)

चेन्नईतील माझ्या कार्यालयातून नेहमीच्या टॅक्सीतून मी विमानतळाकडे निघालो होतो. सौंदराजन हा माझा नेहमीचाच ड्रायव्हर टॅक्सी चालवत होता. त्या दिवशीचे काम चांगल्या प्रकारे पार पडले होते आणि विमानतळावर वेळेवर पोहोचता यावे म्हणून मी वेळेवर बाहेर पडलो होतो. सौंदराजन नेहमी सहसा फारसे बोलत नसे. परंतु, त्या वेळी त्याने मला अचानकच विचारले, ''सर, चेन्नईतील तुमच्या कार्यालयाची जागा तुम्ही बदलणार आहात का? तुम्ही आता ज्या इमारतीतून बाहेर पडलात, ती फारशी शुभ नाही. काही वर्षांपूर्वीच तिच्या चौथ्या मजल्यावरून कोणीतरी आत्महत्या केली होती आणि तेव्हापासून लोक या इमारतीला दुर्दैवी, अशुभ इमारत मानतात.''

सल्ला दिल्याबद्दल मी सौंदराजनचे आभार मानले आणि 'रसी' व 'रसी नसलेली' म्हणजेच अशुभ आणि शुभ या प्रकारावरच्या त्याच्या श्रद्धेविषयी त्याला प्रश्न विचारण्याचा मी प्रयत्न केला. चेन्नईत प्रत्येक गोष्ट शुभ आणि अशुभ प्रकाराशी जोडली जाते. काही इमारती या सुदैवी ठरणाऱ्या म्हणजेच

शुभ असतात. काही डॉक्टरही शुभ इमारतीतच दवाखाना उघडण्याविषयी दक्ष असतात. शुभ आणि अशुभ गोष्टींच्या निष्फळपणाविषयी सौंदराजनची समजूत पटवून देणे मला शक्य झाले नाही. त्यामुळे, थोड्याच वेळात मी वाचत असलेल्या पुस्तकात मी पुन्हा एकदा डोके खुपसले. परंतु तरीही, माझ्या मनाच्या कुठल्यातरी कोपऱ्यात ही माहिती रेंगाळत राहिलीच होती.

चेन्नईतील माझ्या एजन्सीच्या व्यवहारांच्या पार्श्वभूमीविषयी या ठिकाणी आपण थोडीफार माहिती घेऊ या. एका गॅरेजमध्ये सन १९९० मध्ये मी सुरुवातीला कार्यालय थाटले होते. तिथे आमचा व्यवसाय पाहता-पाहता भरभराटीला आला आणि काही वर्षांतच आम्ही एका छानशा सर्व सुविधांनी युक्त बंगल्यात स्थलांतरित झालो. १९९० च्या दशकाच्या अखेरीला व्यवसायाचा चांगला विस्तार होऊ लागला आणि आमच्या नूतन व्यवस्थापकाने ग्राहकांच्या वाढत्या गरजा भागवण्यासाठी 'ओपन-प्लॅन' कार्यालयाची गरज असल्याचे सांगितले. आमचे उद्दिष्ट साध्य करण्याच्या दृष्टीने आम्ही नंतर ज्या इमारतीत कार्यालयासाठी जागा पाहत होतो, ती आम्हाला अगदी परिपूर्ण वाटली. शिवाय, माफक किमतीत आम्हाला ती जागा मिळाली. त्याच दरम्यान, आत्महत्येची ती कथा अचानकच माझ्यासमोर उभी ठाकली होती.

माझ्या सहकारी महिलेने लगेच ड्रायव्हरच्या सिद्धांताला दुजोरा दिला. तिच्या स्वतःच्या अकाऊंटंटशी चर्चा करून तिने आपला निष्कर्ष काढला होता आणि त्या अकाऊंटंटने शिपायाशी चर्चा केल्यावर त्याला माहिती दिली होती. आम्ही जर त्या सगळ्या दुर्दैवी आणि अशुभ प्रकारांच्या अफवांकडे दुर्लक्ष केले असते, तर आमचा व्यवसाय उत्तम चालला असता हे आम्हाला माहिती होते. परंतु, कार्यालयात येणाऱ्या कित्येक ग्राहकांकडून आम्हाला या इमारतीविषयीच्या 'अशुभ' कथा समजू लागल्या. या कथांनी नंतर जोर धरला आणि त्यामुळे आमच्या टीमचे नैतिक धैर्य खचले.

अशा सगळ्या प्रतिकूल परिस्थितीतही चेन्नईतील व्यवहार आम्ही उभारले होते आणि ते छान चालले होते. आम्हाला ते बंद करायचे नव्हते. आमचे काम आम्हाला पुढे न्यायचे होते आणि या सगळ्या अंधविश्वासाच्या कथांनंतरही आम्ही आमचे काम व्यवस्थित सुरू ठेवले होते. परंतु, आम्हाला या कथांकडे पूर्ण दुर्लक्षही करायचे नव्हते. मग यातून बाहेर पडण्याचा काही मार्ग होता का?

चांगल्या प्रवृत्तीने आपण या वाईट प्रवृत्तीशी लढा देण्याची गरज आहे

असे आमच्या लक्षात आले होते. मग पूजा घालणे हा त्यांवरचा चांगला उपाय नव्हता का? कार्यालयाच्या उद्घाटनाच्या निमित्ताने आम्ही पूजा करण्याचा निर्णय घेतला. त्यामुळे, आमच्या बाजूला चांगल्या शक्ती असल्याची हमी आम्हाला मिळाली असती आणि अफवा पसरवणाऱ्यांची तोंडेही बंद झाली असती.

आमची परिस्थिती आता पास्कलच्या सिद्धांताची पडताळणी करण्यासाठी योग्य होती. पास्कल हा आपल्याला हायड्रोडायनॅमिक्सच्या नियमांमुळे परिचित आहे. परंतु पास्कलचे व्यक्तिमत्त्व त्याच्याही पलीकडे होते. त्याने मेकॅनिकल कॅलक्युलेटरचा शोध लावला. प्रोजेक्टिव्ह भूमितीत त्याने काम केले. याशिवाय, अर्थशास्त्र आणि आकड्यांच्या सिद्धांतावर आणि इतर बाबींवरही काम केले. वैज्ञानिक जगावर आपली अमीट छाप सोडल्यानंतर तो धार्मिक बनला. 'पेन्सीज' (विचार) या आपल्या पुस्तकात पास्कलने देवावर श्रद्धा ठेवण्याविषयी वाद उपस्थित केला आहे. त्याच्या या सिद्धांतालाच सहसा 'पास्कल्स वॅगर' असे म्हटले जाते. हा सिद्धांत असे सांगतो, की देव प्रत्यक्षात अस्तित्वात असतो अशी शक्यता असल्यामुळे देवावर श्रद्धा ठेवण्याचे अमर्याद लाभ किंवा तोटे असतात असे समजून, एखाद्या व्यवहारी माणसाने देव अस्तित्वात आहेच अशा श्रद्धेने जगावे आणि देवावर श्रद्धा ठेवण्याचा प्रयत्न करावा. जर देव खरोखरच अस्तित्वात नसेल, तर जास्तीत जास्त काय होईल? तर अशा व्यक्तीचे काही किरकोळ तोटे होतील. (काही आनंद आणि ऐषाराम इ. संदर्भात.) खरे तर पास्कल्स वॅगरने आता ज्याला 'निर्णयाचा सिद्धांत' (डिसीजन थिअरी) म्हणतात, त्या शोधांच्या जगातील संपूर्ण नवीन क्षेत्राच्या विकासासाठी वातावरणनिर्मिती केली.

त्यामुळेच व्यवसाय-संस्थांतून शिकून बाहेर पडलेल्या तरुणांसोबत आम्ही नवीन युगातील संवाद उद्योगात असलो, तरीही आमच्या कार्यालयाच्या उद्घाटनाच्या वेळी आम्ही पास्कलचा सिद्धांत ग्राह्य धरला आणि पूजा केली.

चेन्नई कार्यालयाचे कामकाज पूर्ण झाले आणि तिथेच एक भव्य पूजा घालून आम्ही कार्यालयाचे उद्घाटन केले. हा प्रसंग अधिक संस्मरणीय ठरावा म्हणून कार्यालयीन टीमला जेवणही देण्यात आले.

आता एकदम २०१३ कडे वळू या. कित्येक एजन्सीजनी आपली दुकाने बंद केली असली, तरी आमचे चेन्नईतील कार्यालय दिवसेंदिवस अधिकाधिक

भरभराटीला येत चालले होते. त्यात काही देखण्या इमारतींमधील कार्यालयांचाही समावेश होता. आम्ही त्या इमारतीत कामकाजाला सुरुवात केल्यानंतर काही महिन्यांतच त्या बहिष्कृत ठरलेल्या इमारतीत आणखी बरेच जण आले. त्यात एका मोठ्या जाहिरात एजन्सीचा आणि एका बहुराष्ट्रीय औषध कंपनीचाही समावेश होता.

इथे घडलेली एक स्वारस्यपूर्ण घटनाही मला आठवते. आम्ही कामकाजाला सुरुवात करून थोडेच महिने उलटले होते. आमच्या व्यवस्थापकाच्या नव्याकोऱ्या कारवर एक मोठी लाल वीट कोसळली. त्यामुळे, त्याच्या कारचे मोठे नुकसान झाले. बांधकाम सुरू असल्यामुळे ते घडले होते. साहजिकच, जागेच्या मालकाने नुकसानभरपाई दिली आणि ती वीट दुष्टात्म्यांनीच गच्चीवरून फेकली, असे समजून कोणीही शिव्याशाप देत बसले नाही.

त्या अशुभ इमारतीत घडलेला हा प्रसंग दुर्मीळ होता की देशभर अशा घटना घडत असतात? स्थित्यंतरातून जात असलेल्या एका देशात आपण राहत आहोत, हे अगदी स्पष्ट आहे. महानगरांमध्ये शुभाशुभ सिद्धांतावर विश्वास ठेवणारा एक मोठा समुदाय राहत असतो. समाजाचा एक भाग शास्त्रीयदृष्ट्या विचार करतो आणि चांगले परिणाम मिळावेत यासाठी तो सतत प्रार्थनाही करत असतो. पण समाजाचा दुसरा भाग या जुन्या समजुती आणि रीतीरिवाज यांत पूर्णपणे बुडालेला आहे. शुभाशुभ वास्तूंची संकल्पना भारतभर सर्वत्र पसरलेली आहे. परंतु, आमचा यावरचा उपाय हा अधिक सुसंस्कृत आणि आकर्षक आहे. आम्ही प्रवाहाबरोबर गेलोही आणि तरीही चांगल्या गोष्टीही केल्या.

परंपरा आणि आधुनिकता यांच्यातून मध्यममार्ग काढण्यात भारतीय ग्राहकांना स्वारस्य आहे. देश म्हणून आपण सगळेच जण पास्कल्स वॅगरचे गुलाम आहोत आणि त्यामुळेच आपण सुरक्षित पैजा लावतो.

पूजेची संकल्पना आर्यांनी द्रविडांकडून घेतली ही गोष्ट लक्षात ठेवणे महत्त्वाचे आहे. तमिळ शब्द 'पु' पासून पूजा हा शब्द निर्माण झाला आहे. 'पु' याचा अर्थ फूल आणि तमिळ भाषेत 'पु–चे' म्हणजे 'फुलांची कृती'. प्राचीन आर्य आणि प्रार्थनेचे वेदकालीन स्वरूप यांतून होमाची पद्धत अस्तित्वात आली होती. होम करण्याच्या विधीचे मूळ भारत–इराणी संस्कृतीत सापडते. या वेळी यज्ञात प्राण्यांचे बळीही दिले जात होते. बौद्ध धर्माच्या उदयानंतर

आणि या धर्माने केलेल्या अहिंसेच्या आवाहनानंतर वेदकालीन होमाचा विधी कालबाह्य झाला आणि पूजा हा अधिक मानवी स्वरूपाचा विधी अस्तित्वात आला.

कोणत्याही नवीन गोष्टीची किंवा व्यवसायाची सुरुवात करण्याआधी पूजा करून दैवी आशीर्वाद मिळवण्याची प्रथा फक्त हिंदूंमध्येच आहे का? नाही. बहुतेक सर्वच धर्मांत ही प्रथा आढळते. हार्ली-डेव्हिडसन या ब्रँडनेही अशा प्रकारे दैवी आशीर्वाद मिळवूनच बाजारपेठेत प्रवेश केला होता. आदर्शवत ठरलेल्या बाईकच्या या ब्रँडने आपल्या ११० व्या वर्धापनदिनी पोप फ्रान्सिस यांचे आशीर्वाद घेतले होते. १६ जून २०१३ रोजी पोप फ्रान्सिस यांनी ही बाईक वापरणाऱ्या हजारो जणांना आशीर्वाद दिले होते. नूतन वृत्त-अहवालांतील माहितीनुसार, व्हॅटिकन सिटीतील सुमारे ३५,००० लोकांकडे ही बाईक आहे. सेंट पीटर्स स्क्वेअरकडे जाणाऱ्या मार्गावर ८०० जणांना बाईक उभ्या करण्यास परवानगी देण्यात आली होती. पोपनी दिलेल्या आशीर्वादाच्या बदल्यात कंपनीने त्यांना दोन मोटरसायकली आणि पाठीवर कंपनीचा गरुडाचा ट्रेडमार्क असलेले लेदरचे जाकिट भेट दिले. त्यांपैकी एका बाईकवर आधीचे पोप बेनेडिक्ट दतख यांची स्वाक्षरी होती. युरोपमधील स्पोर्ट्स बाईक्समुळे हार्लीचा बाजारपेठेतील हिस्सा आता हळूहळू कमी होत चालला आहे आणि विक्रीला गती मिळावी यासाठी बहुधा त्यांना दैवी आशीर्वादाची गरज असावी. योगायोगाने, पोप फ्रान्सिस यांना प्रसारमाध्यमांचा सकारात्मक प्रतिसाद मिळत आहे. निदान कुंपणाच्या उदारमतवादी बाजूकडून आणि तरुणांकडून तरी त्यांना वाढता पाठिंबा मिळत आहे. सन २०१३ मध्ये जागतिक तरुणाईदिनी; २५ जुलै रोजी रिओ डी जानेरो येथील कोपाकाबाना बीचवर जमलेल्या सुमारे तीस लाख तरुणांसमोर त्यांनी भाषण केले. आपल्या प्रतिक्रियांमध्ये 'समलिंगी' हा शब्द वापरणारे ते पहिलेच पोप आहेत. प्रौढ लोकांना आकर्षित करण्यासाठी कदाचित विपणनाच्या क्षेत्रात आणखी मोठा खेळ खेळला जाईल. हा ग्राहक अधिक पुराणमतवादी किंवा रुढीप्रिय असून तोच हार्ली मोटरसायकलचा लक्ष्य ग्राहक आहे. व्हॅटिकनचा विपणन एजंट पोपकडे कसा गेला याविषयी एक जुना विनोद सांगितला जातो. हा एजंट पोपकडे गेला आणि म्हणाला, ''प्रभू, आम्हाला आजचा दिवस आमचा दैनंदिन ब्रेड द्या.'' त्यानंतर त्याने म्हटले, ''प्रभू, आजचा दिवस आम्हाला

वाटीभर सूप द्या.'' पोपनी असा विचार केला, की ही एक महान कल्पना आहे आणि त्यांनी ताबडतोब त्याला ''तथास्तु'' म्हटले. त्यानंतर एजंटने त्यांना विचारले, ''फादर, आम्हाला मोठा प्रायोजक मिळाल्यामुळे आम्ही आता त्यांना दूर करत आहोत असे मॉडर्न ब्रेड कंपनीला कोण बरं सांगेल?''

भारताला १५ ऑगस्ट १९४७ रोजी स्वातंत्र्य मिळाले. परंतु त्यातही एक मेख होती. आपल्याला सर्वांना जवाहरलाल नेहरूंचे 'नियतीशी सांकेतिक भेट' हे प्रसिद्ध भाषण माहितीच आहे. त्यांनी म्हटले होते : ''मध्यरात्रीच्या प्रहरी सारे जग झोपेत असताना भारत मात्र स्वातंत्र्यासाठी आणि जीवनासाठी जागृत झाला आहे. असाही एखादा क्षण येतो, कदाचित इतिहासात असा क्षण क्वचितच येतो - त्या वेळी आपण जुन्या काळातून नवीन काळात पाऊल टाकत असतो. त्या वेळी एका युगाचा अस्त होतो आणि दीर्घ काळापर्यंत दडपल्या गेलेल्या राष्ट्राच्या आत्म्याला शब्द सापडतात; त्याला वाक्शक्तीचा (बोलण्याच्या शक्तीचा) लाभ होतो.''

पंडित नेहरू जुन्या काळातून नवीन काळात पाऊल टाकण्याविषयी बोलले असले, तरीही आपल्या स्वतंत्र देशाचा जन्म जुन्या परंपरांचा विचार करून 'योग्य वेळी' आणि 'योग्य स्थळी'च झाला होता. ब्रिटिश संसदेने १५ ऑगस्ट १९४७ रोजी देश भारतीयांच्या ताब्यात देण्याचा ठराव केला होता. कारण, या दिवशी जपान दोस्तराष्ट्रांना शरण आले होते आणि दुसऱ्या महायुद्धाची अखेर झाली होती. त्याचा तो दुसरा वर्धापनदिन होता. परंतु, यात एक मोठा अडथळा होता. भारतातील ज्योतिषांनी १५ ऑगस्ट १९४७ हा दिवस आणि ती तारीख अशुभ असल्याबद्दल जोरदार आवाज उठवला होता. या दिवशी जन्माला आलेले राष्ट्र मोडून पडेल आणि त्याला अनंत अडचणींना तोंड द्यावे लागेल असे भाकीत त्यांनी केले होते. त्याऐवजी, १४ ऑगस्ट हा दिवस शुभ असल्याचे त्यांचे म्हणणे होते. परंतु ब्रिटिशांना ही तारीख पुढे ढकलायची नव्हती किंवा मागेही घ्यायची नव्हती. सत्तांतराच्या वेळी आपला साम्राज्यवादी अधिकार वापरण्याची संधी सोडून देण्याची त्यांची तयारी नव्हती. ग्रह-नक्षत्रांची शांती तर होईलच; शिवाय ब्रिटिशही संतप्त होणार नाहीत, असे समीकरण बुद्धिमान इतिहासतज्ज्ञ आणि हिंदू ज्योतिषशास्त्रातील तज्ज्ञ के.एम. पण्णीकर यांनी मांडले. त्यांनी असे सुचवले, की मध्यरात्रीच्या आधी अर्धा तास घटना-समितीची बैठक सुरू करावी आणि

प्रक्रियेस सुरुवात करावी. पंडित नेहरूंच्या भाषणावरही १४-१५ ऑगस्ट, १९४७ अशीच तारीख आहे. मध्यरात्रीआधीच ते आपल्या भाषणाची सुरुवात करतील अशी काळजीही घेण्यात आली होती, असेही सांगितले जाते. अशा प्रकारे शुभ आणि अशुभ वेळेच्या प्राचीन श्रद्धांच्या जाळ्यात अडकून एका आधुनिक राष्ट्राचा जन्म झाला. पुन्हा एकदा पास्कल्स वॅगरचा उपयोग झाला. भारत हा देश म्हणून दीर्घ काळपर्यंत अखंड राहूच शकणार नाही असा तत्कालीन बहुतांश पाश्चात्त्य तज्ज्ञांचा होरा असला, तरी तसे घडले नाही. देश इतकी वर्षे अखंड राहिला. लोकशाही फोफावली आणि आपला देश एक 'धर्मनिरपेक्ष देश' म्हणून टिकून राहिला. आपल्या स्वतःच्या पद्धतीने आज हा देश जगातील एक आर्थिक सत्ता बनला आहे. घटना-समितीची बैठक १५ ऑगस्ट १९४७ रोजी सकाळी ९ वाजता झाली असती तर काय झाले असते, असा विचार माझ्या मनात येतो.

आपल्याला दैवाची साथ मिळावी यासाठी फक्त योग्य मुहूर्त गाठण्यावरच आपण भारतीय लोक अवलंबून नसतो; तर आपण त्यासाठी विविध प्रकारच्या प्रतीकांचा आणि चिन्हांचा वापर करतो. त्यांपैकी सर्वाधिक लोकप्रिय चिन्ह आहे, स्वस्तिक. यात चारही भुजा समान असलेल्या एकमेकींना छेदणाऱ्या दोन रेषा आपण काढतो. या रेषा एकमेकींवर काटकोनात लंब असतात. संस्कृत भाषेत 'सु' या शब्दाचा अर्थ 'चांगले' किंवा 'शुभ' असा आहे. 'अस्ति' म्हणजे 'असो.' आणि 'क' हा शब्द त्याला जोडल्यावर 'उच्च स्वाभिमान असलेली व्यक्ती' असा त्याचा अर्थ काढला जातो. मात्र यातील विसंगती म्हणा किंवा उपहासगर्भता म्हणा; अशी आहे की हिटलरच्या नेतृत्वाखालील नाझी जर्मनीनेही आपले चिन्ह म्हणून ४५ अंशांत वळलेल्या स्वस्तिकाचा वापर केला होता.

भारताने स्वातंत्र्य मिळवलेल्या वेळी ज्या गोष्टीची सुरुवात झाली होती, ती आता चांगलीच फोफावली आहे असे दिसते. आपले राजकारणी लोक अद्यापही आपली प्रचारमोहीम कधी सुरू करावी आणि कधी संपवावी यासाठी ज्योतिषांवर अवलंबून असतात. खूप मोठ्या व्यावसायिकांकडे नवीन मोहीम किंवा कार्यक्रम कधी सुरू करावा यासाठी मुहूर्त काढून देणारे खास ज्योतिषी असतात. मग ती नवीन फॅक्टरी सुरू करायची असो किंवा नवीन उत्पादन बाजारपेठेत प्रथमच आणण्याची वेळ असो! ब्रँडची नावे आणि ब्रँडचे

लोगो हेसुद्धा काही वेळा मान्यतेसाठी ज्योतिष्यांकडे पाठवले जातात. आज रंगविषयक तज्ज्ञही आहेत. आकडेतज्ज्ञ आहेत आणि भारतीय व्यावसायिक नेत्यांच्या मदतीला धावून येण्यासाठी फलज्योतिषीही तत्पर आहेत.

के. एम. पण्णीकरांकडून भारतीय ज्योतिषाचार्य काही महत्त्वाचे धडे शिकले आहेत, हे आपण लक्षात घेतले पाहिजे. मोठ्या कार्यक्रमांच्या किंवा घटनांच्या मार्गात ते क्वचितच येतात. त्याऐवजी ते परिस्थितीतून मार्ग काढून देतात. पण्णीकरांनी ज्याप्रमाणे १४ ऑगस्टच्या रात्री साडेअकरा वाजता घटना, समितीची बैठक सुरू व्हावी असे सुचवले होते, त्याप्रमाणे ते उपाय शोधतात.

पाश्चात्त्य व्यवस्थापनशास्त्राचा अभ्यास केलेले बहुतांश तरुण व्यवस्थापक या श्रद्धांना उडवून लावतात. त्यांची ते चेष्टा करतात. यांपैकी कोणत्याही प्रकारच्या श्रद्धेला ते आपल्या मनात थारा देत नाहीत. तरीही ते घरी जाऊन आपल्या बहिणीचे लग्न ठरवू लागतात किंवा लग्नाची तारीख ठरवू लागतात, त्या वेळी तिथे वेगळीच मानांकने वापरतात. या श्रद्धांचे काही पैलू समजून घेणे आणि काही अडथळे असलेच तर त्यांवर उपायही शोधता येतो हे जाणून घेणे ही एक अधिक चांगली कल्पना आहे. ख्रिश्चन आणि मुस्लीम धर्मांनी शुभ आणि अशुभ वेळांविषयी कोणतेच भाष्य केलेले नसले, तरीही या धर्मांचे ग्राहकही शुभ आणि अशुभ दिवसांविषयी आणि वेळांविषयी काळजी घेतात, असे मला दिसून आले आहे. वॅगरच्या चुकीच्या टोकाचा आपल्याला फटका बसू नये याची काळजी ते बहुधा घेत असावेत.

आपण भारतीय लोक या सवयीतून कधीतरी बाहेर पडू शकू का – याविषयी माझ्या मनात शंका आहे. त्यांपैकी बऱ्याच गोष्टी अगदीच निरर्थक आणि निष्फळ आहेत. परंतु यातही एक मेख आहे. ज्योतिष्यांनी बदलत्या काळाशी आपला व्यवसाय सुसंगत बनवला आहे. कोणतीही अडचण किंवा अडथळा असेल, तर त्यातून सुटका करून घेण्याचा उपाय सुचवण्यास ते पहिल्यांदा पुढे येतात.

आता आपण एका दुसऱ्या विषयाकडे वळणार आहोत. त्याची मुळे प्राचीन भारतात असून गेल्या वीस वर्षांत त्याने पुन्हा एकदा भारतात आपले डोके वर काढले आहे. या विषयाला अनुकूल वारे देशात पुन्हा एकदा वाहू लागले आहेत.

❑ ❑ ❑

८

घरखरेदीच्या नियोजनाला दैवी स्पर्श

नरकाचा मार्ग हा सदिच्छांच्या साहाय्याने आखण्यात आलेला नाही. मात्र सदिच्छेपोटीच त्याच्याभोवती भिंती बांधल्या गेल्या आणि त्यावर छप्परही टाकले गेले आणि हो! त्याला सुसज्जही बनवले गेले.

– अल्डस हक्सले (१८९४–१९६३)

नेरोलॅक केन्साय हे भारतातील प्रारंभीच्या प्रमुख रंग उत्पादकांपैकी एक होत. त्यांच्याकडे कित्येक प्रकारचे रंग आहेत आणि 'नेरोलॅक इंप्रेशन्स' या ब्रँड नावाखाली त्यांनी प्राथमिक रंगही बाजारात आणले. नवीन प्रसारमाध्यमांच्या माध्यमातून आपल्या ब्रँडची उभारणी करण्यास कशा प्रकारे त्यांना मदत करता येईल यावर आम्ही चर्चा करत होतो. तो नूतन सहस्रकाचा सुरुवातीचा कालखंड होता. त्या वेळी इंटरनेट आणि वेबसाईट्स हे परवलीचे शब्द बनले होते. तुमच्याकडे छानशी वेबसाईट असेल, तर तुम्ही इंटरनेटवर सर्फ करणाऱ्यांना सहजगत्या आकर्षित करू शकता या विश्वासावर वेबसाईट्सच्या पहिल्या लाटेची उभारणी झाली होती. मात्र यानंतर पुढे आलेल्या एका नवीन सिद्धांतामुळे ही लाट कुठल्याकुठे विरून गेली. 'तुम्हाला आगळ्यावेगळ्या आणि उपयुक्त वेबसाईटची गरज असतेच; परंतु त्याचबरोबर सर्फर्सनी पुनः पुन्हा तुमच्या वेबसाईटला भेट द्यावी यासाठी तुमच्याकडे त्यांना आकर्षित करणारी माहितीही असली पाहिजे. यासाठी तुम्ही वेबसाईटला भेट देणाऱ्यांचा

प्रवाह आपल्याकडे वळवण्यासाठी स्वारस्यपूर्ण युक्त्यांचा अवलंब केला पाहिजे,' हा तो सिद्धांत होता.

नेरोलॅक इम्प्रेशन्ससाठी एक आगळ्यावेगळ्या प्रकारची वेबसाईट तयार करण्यावर विचार करण्याचे काम आमच्या डिजिटल टीमकडे देण्यात आले होते. ती वेबसाईट खूपच आकर्षक आणि छान दिसणे अपेक्षित होतेच, कारण काहीही झाले तरी आम्ही सजावटीच्या उत्पादनाचे विपणन करत होतो. मात्र, भारतीय ग्राहकांच्या दृष्टीने ही वेबसाईट आगळीवेगळी आणि उपयुक्तही असायलाच हवी होती.

वेबसाईट तयार करण्यापूर्वी बाजारपेठेचे सर्वेक्षण करणे आणि जागतिक पातळीवर उत्तम ठरलेली उदाहरणे शोधणे, ही नेहमीचीच गोष्ट आहे. आपण तयार केलेली वेबसाईट ही वेबसाईट्सच्या जगातही चांगलीच तरली पाहिजे आणि त्याहूनही महत्त्वाची गोष्ट म्हणजे, तुलनेने मंद असलेल्या इंटरनेटच्या गतीचा विचार करता, ती सहजगत्या डाऊनलोड करता आली पाहिजे.

आपली घरे कशा प्रकारे रंगवावीत हे ग्राहकांना सांगण्यासाठी वेबसाईट उपयुक्त ठरावी हा हेतू असला, तरी आपल्या स्वतःच्या खोल्या कशा असाव्यात आणि विविध रंग दिल्यावर त्या कशा दिसतील हे त्यांना समजावे यासाठीही ही वेबसाईट उपयुक्त असावी, असा हेतू होता. परंतु हे पुरेसे नव्हते, असे मत होते.

त्यानंतर आमच्या टीममधील कोणीतरी एकदम कल्पना सुचवली, की आपण यासाठी घराच्या दिशा आणि वास्तुशास्त्रानुसार घर कसे असावे त्याविषयीची माहिती वेबसाईटवर टाकावी. 'नेटवर वास्तू' अशा प्रकारची वेबसाईट तयार करावी.

एकदा ही कल्पना सर्वांच्या मनाला भिडल्यावर टीमने वास्तुशास्त्राची माहिती नेटवर गोळा करण्यास सुरुवात केली. वेबसाईट तयार करण्यात आली. ती होती www.ImpressZone.com ... आपल्या घराची वास्तू कशी ठरवावी याविषयी या साईटला भेट देणाऱ्यांना झटकन माहिती मिळत होती. शिवाय, घरातील ऋण-प्रवाह आणि बाबी उदासीन बनवण्यासाठी कोणत्या उपाययोजना कराव्यात याची माहितीही त्यावर होती. (आधीच्या प्रकरणात आपण उद्घाटनाच्या वेळी पूजा करून जशा ऋण-शक्ती उदासीन

बनवण्याविषयी वाचले, तसेच हे होते.)

ही वेबसाईट सन २००१ च्या जूनमध्ये सुरू झाली आणि लवकरच तिला अनेकांनी भेट दिली. उद्यमजगतात या वेबसाईटला मोठीच प्रसिद्धी मिळाली. आम्ही काय केले होते, तर भारतीय श्रद्धेतील भाग अंतर्गत गृहसजावटीच्या वेबसाईटच्या आधुनिक संकल्पनेतून मांडला होता. तशा प्रकारची ती पहिलीच वेबसाईट होती. आज तुम्हाला अंतर्गत गृहसजावटीवरच्या उत्तमोत्तम मासिकांच्या वेबसाईट्सवर वास्तूविषयीचे लेख वाचायला मिळतील. अगदी वास्तूविषयी ऑनलाईन सल्लाही मिळेल.

वास्तू किंवा वास्तुशास्त्र किंवा वास्तुवेद ही संकल्पना मानवी निवासस्थानांवर निसर्गाचे कसे विपरीत परिणाम होतात याविषयीच्या पारंपरिक दृष्टिकोनावर आधारित आहे. मुळात वास्तुशास्त्र हे मंदिरे आणि किल्ले यांच्या बांधणीसाठी सर्वसामान्यपणे वापरले जात होते. वास्तू ही भूमी, जल, वायू, अग्नी आणि आकाश या पंचमहाभूतांनी बनलेली असते, असे म्हटले जाते. ही पाचही तत्त्वे एकत्रितपणे काम करतात. ती कशा प्रकारे आंतरक्रिया करतात हे समजून घेऊन आपण निवासस्थाने बांधू शकतो. कल्याण, समृद्धी, संपत्ती आणि आनंद यांत वाढ होण्यासाठी वास्तूंची उत्तम रचना केली जाते. मानवी निवासस्थानाला 'मनुष्यालय किंवा मानवी मंदिर' असे म्हटले जाते. कुटुंबासाठी बांधण्यात येणाऱ्या घराची रचना ही सहसा ९ बाय ९ च्या चौकटीने बनलेली असते. त्यातही केंद्रभागी असलेला ३ बाय ३ चा चौरस हे खुले अंगण असते. डावीकडची बाजू वरपर्यंत (आकाशाच्या दिशेने) खुली असते. कोपऱ्यातील २ बाय २ ची जागा विशिष्ट हेतूंनी बनवलेली असते. तिथे राहणाऱ्या देवांसाठी ती ठेवलेली असते. ईशान्येकडचा कोपरा घराच्या मंदिरासाठी किंवा पवित्र स्थानासाठी असतो. आग्नेय कोपरा स्वयंपाकघरासाठी, नैऋत्य कोपरा मुख्य शयनगृहासाठी आणि वायव्येकडचा कोपरा धान्याच्या साठवणुकीसाठी (कोठीच्या खोलीसाठी) असतो. मधल्या भागातील जागा ही इतर हेतूंनी मोकळी सोडलेली असते.

अगदी ख्रिश्चन चर्चची रचनाही पूर्वनियोजित आकारातच केली जाते, ही एक स्वारस्यपूर्ण बाब आहे. पारंपरिक चर्च हे मध्यभागी असलेली मोठी जागा (ॲट्रियम), दुतर्फा खांबांची रांग व अर्धवर्तुळाकार घुमट असलेले लांबट आकाराचे सभागृह (बॅसिलिका), बेर्ना, मोठी, भव्य समाधी, आणि

क्युनिफॉर्म अशा रचनेने बनलेले असते. परंतु, ख्रिश्चनजगतात घरांसाठी अशा प्रकारची रचना केली जात नाही.

चीनमधील सांस्कृतिक क्रांतीमुळे दडपले गेले असले, तरीही फेंग शुई अद्यापही जिवंत आहे. आता तर खंडांच्या सीमा ओलांडून जिथे जिथे चिनी वंशाचे लोक राहतात, तिथे सर्वत्र, सर्वदूर त्याचा प्रसार होत आहे. फेंग शुई याचा शब्दशः अर्थ आहे वारा-पाणी. आलिशान थडगी किंवा इतर इमारती बांधण्यासाठी प्राचीन काळी वापरण्यात येणारी ही यंत्रणा होती. फेंग शुई बांबू हा फेंग शुईचा एक स्वारस्यपूर्ण पैलू भारतात आला आणि त्याचा झपाट्याने प्रसार झाला. या वनस्पतीला शुभ वनस्पती मानले जाते. कित्येक घरांत आणि कार्यालयांत हे बांबू दिसू लागले आहेत. घरात वाढणाऱ्या या बांबूच्या वनस्पतीत असे शुभ काय आहे? तिला शुभ का मानली जाते? कारण, ती सर्व पाच फेंग शुई तत्त्वांना एकत्रित करते आणि त्यांचे प्रतिनिधित्व करते. ही तत्त्वे आहेत-लाकूड म्हणजे तो बांबू, पृथ्वी म्हणजे तो बांबू जिच्यावर वाढतो ती, जल म्हणजे ज्यावर बांबू वाढतो ते, अग्नी म्हणजे तो बांबू धारण करणारी कुंडी बनवण्यासाठी वापरली जाणारी आग, धातू म्हणजे सहसा ज्या कुंडीत ही वनस्पती ठेवली जाते, तिच्यात कोणत्या ना कोणत्या धातूचा अंश असतोच. मग ती कुंडी काचेची किंवा मातीची असली तरीही! त्या बांबूला किती अंकुर फुटतात, त्यावर ते घरात किती आनंद आणि शुभ गोष्टी आणते ते अवलंबून असल्याचे मानले जाते. तीन अंकुर फुटले तर आनंद, पाच अंकुर फुटले तर आरोग्य, दोन अंकुर फुटले तर प्रेम आणि लग्न, आठ अंकुर फुटले तर पैसा आणि समृद्धी आणि नऊ अंकुर फुटले तर सुदैव घरात येते, असे मानले जाते. माझ्या खिडकीत उगवलेल्या बांबूच्या वनस्पतीचे अंकुर मी मोजून पाहिले आणि मला आनंद झाला. वर सांगितलेल्या सगळ्या गोष्टी मला मिळणार होत्या असे ते अंकुर मोजून स्पष्ट झाले, असे सांगायला मला आनंद वाटतो.

चिनी लोकांनी ज्याप्रमाणे फेंग शुईचा पुनर्शोध लावला, त्याचप्रमाणे गेल्या दहा वर्षांत भारतात वास्तुशास्त्राचीही मोठीच वाढ झाली आहे. फक्त ग्राहकच या शास्त्राचे चाहते नाहीत. चेन्नईत माझ्या घराचे मी बांधकाम करत असताना 'माझा वास्तुशास्त्रावर विश्वास आहे का?' असे माझ्या वास्तुरचनाकाराने मला विनम्रपणे विचारले. मी त्याला माझा त्यावर अजिबात विश्वास नसल्याचे

सांगितले. परंतु, त्या सद्‌गृहस्थाचा त्यावर विश्वास होता आणि आपण त्यानुसारच घराची रचना केल्याचे त्याने मला सांगितले.

वास्तूचा धर्माशी काय संबंध आहे? कौटिल्याच्या अर्थशास्त्राप्रमाणेच, हिंदूंच्या जीवनशैलीची एक महान योजना म्हणून वास्तुशास्त्राकडे पाहिले जाते. या प्राचीन शास्त्राला आता नव्याने धुमारे फुटले आहेत.

आपण आधीच पाहिल्याप्रमाणे, वास्तुशास्त्र हे वारा, सूर्य, चंद्र आणि अशाच प्रकारच्या नैसर्गिक प्रक्रियांशी संबंधित आहे. परंतु, बहुतेक भारतीयांच्या दृष्टीने लग्नासाठी शुभ मुहूर्त पाहून तारीख ठरवण्याहून ते फारसे भिन्न नाही. त्या सगळ्याचा समावेश ज्योतिषशास्त्रविषयक आणि धार्मिक श्रद्धांमध्ये होतो. जणू काही आपले आयुष्य शांततेत आणि समृद्धपणे व्यतीत व्हावे यासाठी वास्तुशास्त्राच्या दृष्टीने आपण आपल्या घरात विम्याची पॉलिसीच आणलेली असते!

आपण भविष्यावर किंवा ज्योतिषावर ज्याप्रमाणे विश्वास ठेवतो, त्याप्रमाणेच वास्तूचेही स्तोम आहे. आजकाल दैनंदिन राशिभविष्य दिल्याखेरीज कोणतेही वृत्तपत्र तयार होत नाही. कालचेच भविष्य फक्त राशी बदलून एकमेकींसमोर लिहिलेले असते हे आपल्याला माहिती असले, तरीही आपल्यापैकी कित्येक जण ते वाचतात आणि त्याचा आपल्याला लाभ होईल, अशी अपेक्षा बाळगतात. एका तरुण भविष्यकाराने मला सांगितले, की दैनंदिन भविष्यकथनाहूनही ज्योतिषात बरेच काही असते, परंतु याविषयी मी अधिक काही बोलत नाही. तुम्ही स्वतःच तुम्हाला योग्य वाटेल तो निष्कर्ष काढा.

आपण अधिकाधिक श्रीमंत बनत चाललो आहोत. परंतु, हा प्रवाह पुढेही असाच सुरू राहील की तो संपुष्टात येईल, याविषयी मला शंका वाटते. आपण सण आणि उत्सव साजरे करण्याचे नवनवीन प्रकार अवलंबत आहोत. परंतु त्याच वेळी कोणत्याही दुष्ट शक्तीचा कोप ओढवून न घेण्याची काळजीही आपण घेत असतो. आपण योग्य प्रकारे आपल्या घराची रचना केली आहे, याची हमी वास्तुशास्त्र आपल्याला देते. निदान गेल्या अक्षयतृतीयेलाच आपण खरेदी केलेल्या आपल्या कौटुंबिक दागदागिन्यांवर दुष्ट शक्तींची वक्रदृष्टी पडणार नाही एवढी तरी आपली नक्कीच खात्री पटलेली असते.

आता आपण दागदागिने खरेदी केलेले असतात. वास्तुशास्त्राच्या

तत्त्वांनुसार चांगले घर बांधलेले असते. त्यामुळे, देवाचे आभार मानण्यासाठी घराला कुलूप लावून तीर्थाटनाला जाण्याची वेळ आता झालेली असते.

पण एक मिनिट थांबा. तीर्थयात्रेकडे वळण्याआधी मी तुम्हाला मुंबईत फ्लॅट विकत घेण्यासाठी फ्लॅटच्या शोधात असलेल्या माझ्या एका मित्राची स्वारस्यपूर्ण गोष्ट सांगतो. त्याच्या आईने त्याला असा सल्ला दिला होता, की जर तो फ्लॅट वास्तुशास्त्राशी सुसंगत असेल, तर आणि तरच त्याने तो खरेदी करावा. त्याच्याही मनात या प्राचीन शास्त्राविषयी काही प्रमाणात श्रद्धा होतीच. त्याने एका हुशार वास्तुसल्लागाराची भेट घेतली आणि त्याच्यासोबत जाऊन प्रत्येक फ्लॅट पाहण्यासाठी त्याला प्रत्येक भेटीपोटी पाचशे रुपये देण्याचे कबूल केले. त्यानंतर त्याचा शोध सुरू झाला. ज्या ज्या वेळी त्याला एखादा फ्लॅट आवडत असे, त्या त्या वेळी तो या वास्तुतज्ज्ञाला बोलावून घेत असे. तो तत्परतेने आपली पुस्तके, चुंबकसुई वगैरे साहित्य घेऊन येत असे आणि लगेच 'हा फ्लॅट वास्तुशास्त्राशी सुसंगत नाही,' असे त्याला सांगत असे. हे जवळजवळ सहा महिने सुरू होते. त्या काळात त्याने सुमारे दहा फ्लॅट पाहिले. त्याच दरम्यान, हा दुर्दैवी माणूस त्याच्या एका मित्राला भेटला. या मित्राकडे चांगले व्यवहारज्ञान होते. त्याने त्याला यातून एक मार्ग सुचवला. तो म्हणाला की तू वास्तुतज्ज्ञाला वेगळ्या अटीवर येण्यास सांग. तो म्हणाला की त्या सल्लागाराची तू निश्चित फी ठरवून ठेव. म्हणजे सुमारे दोन हजार रुपये वगैरे. मग त्यासाठी त्याला कितीही फ्लॅट तपासावे लागले तरी तो त्याचा प्रश्न असेल, तुझी फी निश्चित असेल. ही युक्ती फळली. पुढच्याच आठवड्यात वास्तुसल्लागाराने पहिलाच पाहिलेला फ्लॅट वास्तुशास्त्रसंमत असल्याचे जाहीर केले. त्याने अर्थातच काही सूचना जरूर केल्या. पूजेसाठीची पारंपरिक मूर्ती कुठे ठेवावी, देव्हारा कुठे असावा वगैरे गोष्टी त्याने सुचवल्या. परंतु वास्तुशास्त्राशी सुसंगत फ्लॅट मिळणे ही वरवर पाहता न सुटण्याजोगी भासणारी समस्या चुटकीसरशी सुटली होती. वास्तुसल्लागाराला ठरावीक रक्कमच फी म्हणून देण्याची युक्ती अशा प्रकारे सफल झाली होती.

❑ ❑ ❑

८

देवाच्या कृपेसाठी प्रवास करू या

विलक्षण प्रवासाच्या सूचना म्हणजे देवाकडून मिळालेले नृत्याचे धडे असतात.

– कर्ट व्हॉनगट (१९२२–२००७)

रिअल इमेज मीडिया टेक्नॉलॉजीज (आर.आय.एम.टी.) ही चित्रपटांच्या डिजिटायझेशनच्या क्षेत्रात मूलभूत काम करणारी चेन्नईतील कंपनी आहे. (आर.आय.एम.टी.च्या मंडळावर स्वतंत्र संचालक म्हणून मी काम करतो.) सन १९९० मध्ये ए.व्ही.आय.डी. हे चित्रपट-संपादनाच्या क्षेत्रातील एक उत्तम तंत्रज्ञान या कंपनीने भारतात आणले आणि चित्रपटांच्या प्रिंट्सचे डिजिटायझेशन करण्याच्या व्यवसायात कंपनी उतरली. चित्रपटगृहांमधील जुन्या प्रकारच्या सेल्युलॉईड प्रक्षेपकांऐवजी (प्रोजेक्टर्सऐवजी) आधुनिक काळातील डिजिटल प्रक्षेपकांचा वापर सुरू करण्याच्या क्षेत्रात ती काम करू लागली. आज भारतातील १०,००० जुन्या पद्धतीच्या पडद्यांपैकी ७५ टक्के पडदे डिजिटल बनले आहेत आणि ही किमया फक्त गेल्या पाच वर्षांत घडली आहे. याबद्दल आर.आय.एम.टी. आणि त्यांची त्याच तोडीची स्पर्धक कंपनी यू.एफ.ओ. यांचे आभार मानले पाहिजेत. त्यामुळेच, आता फक्त काही शेकडो चित्रपटगृहांतच चित्रपट एका वेळी झळकत नाहीत; तर एका वेळी हजारो चित्रपटगृहांत ते झळकतात. प्रिंटची किंमत हा त्यामुळे आता महत्त्वाचा

घटक राहिलेला नाही. (सेल्युलॉईड प्रिंट्सच्या किमतीच्या तुलनेत डिजिटल प्रिंट्सची किंमत अत्यल्प असते.) 'आर.आय.एम.टी.'ने एकमेवाद्वितीय ठरणारे आगळेवेगळे व्यावसायिक मॉडेल आणले. आकर्षक किमतीत डिजिटल चित्रपट तयार होऊ लागले. त्यामुळे, एकच पडदा असलेली चित्रपटगृहे आता जुनाट ठरू लागली आहेत. त्या बदल्यात आर.आय.एम.टी.ला त्या एक-पडदा चित्रपटगृहांमध्ये पडद्यावरच्या जाहिरातींचे समग्र हक्क मिळतात.

१९६० आणि १९७० च्या काळात चित्रपटांच्या दरम्यान दाखवल्या जाणाऱ्या जाहिराती ही जबरदस्त प्रभावी शक्ती होती. ब्लेझ या एकाच कंपनीच्या हातात या जाहिरातींचे संपूर्ण नियंत्रण एकवटलेले होते. जाहिरातदार आणि एजन्सीज यांच्या मनांत या संदर्भात संमिश्र भावना होत्या. कारण, हिशेब ठेवणे आणि देखरेख करणे या दृष्टीने हे अवघड माध्यम होते. परंतु, त्या वेळी त्यांच्याकडे निवडीचे स्वातंत्र्य नव्हते, कारण त्या काळी चित्रपट हेच एकमेव दृक्श्राव्य माध्यम होते. परंतु त्यासाठीची प्रक्रिया आणि चित्रपटगृहांसाठी सेल्युलॉईड सिनेमा प्रिंट्सच्या निर्मितीची किंमत यांचा विचार करून जाहिरातदारांनी जवळजवळ चित्रपटगृहांतील जाहिरातींवर बहिष्कारच टाकला होता. राष्ट्रीय पातळीवर टीव्हीची वाढ होऊ लागली. सुरुवातीला दूरदर्शन आले. त्या वेळी त्याच्या ट्रान्समीटर्सची क्षमता कमी होती. त्यानंतर १९९० पासून सॅटेलाईट टेलीव्हिजनची वाढ झाली आणि दृक्श्राव्य माध्यम म्हणून टेलीव्हिजनमुळे चित्रपटाला पर्याय उपलब्ध झाला.

या पार्श्वभूमीवर, आर.आय.एम.टी.ने एकमेवाद्वितीय चित्रपट जाहिरात उत्पादनाची निर्मिती केली. त्याला त्यांनी 'क्यूब सिनेमा नेटवर्क' (क्यू.सी.एन.) असे नाव दिले. क्यू.सी.एन.च्या माध्यमातून कंपनीने आपल्या दीड हजारांहून अधिक पडद्यांवर 'सीमलेस' जाहिराती दाखवण्यास सुरुवात केली. विशेषतः तमिळनाडू आणि आंध्र प्रदेश या दोन राज्यांत क्यूसीएन अधिक प्रभावी ठरली. खरे तर चित्रपटांचे वेड असलेल्या या दोन राज्यांतील सुमारे ४५ टक्के सिंगल स्क्रीन चित्रपटगृहांसाठी कंपनीने जाहिराती पुरवल्या. परंतु तरीही, या जाहिरातींची विक्री करणे हे माध्यमांचे नियोजक आणि ब्रँड व्यवस्थापक यांच्यासाठी आव्हानात्मक काम होते.

आधुनिक काळातील माध्यम नियोजनकर्त्यांना (मीडिया प्लॅनर) आणि ब्रँड व्यवस्थापकांना टेलीव्हिजन जाहिरातींचा साधेपणा भावला आणि

जाहिराती पाहणाऱ्या प्रेक्षकांच्या आणि घरगुती लोकांच्या टक्केवारीचे मापन करणाऱ्या टेलीव्हिजन रेटिंग पॉइंट्स (टी.आर.पी.) पद्धतीचीही त्यांना भुरळ पडली. त्यानुसार योग्य जाहिरातींचा स्लॉट विकत घेणे त्यांना सहजशक्य होऊ लागले. या तुलनेत चित्रपटगृहांमध्ये जाहिराती करणे ही मोठीच गुंतागुंतीची प्रक्रिया होती. तेथील मापनपद्धती मंद गतीची होती. त्याचा परिणाम असा झाला, की मुंबई आणि दिल्ली ही दोन्ही महानगरे असूनसुद्धा तिथपर्यंत जाहिराती पोहोचवणे आणि तिथे दाखवणे अत्यंत महागडे आणि त्रासदायक भासू लागले.

क्यू.सी.एन.ने या बहुविध आव्हानांचा सामना केला. सिंगल-स्क्रीन चित्रपटगृहांमध्ये त्यांचे वर्चस्व होते. परंतु, माध्यमांतील व्यावसायिकांमध्ये मल्टिप्लेक्सविषयी गैरसमज होते. भारत हा मल्टिप्लेक्सचा देश बनला, असे सर्वसामान्य मत होते. परंतु यातील वास्तविकता ही आहे, की चित्रपटांसाठी उपलब्ध असलेल्या एकूण १०,००० पडद्यांपैकी फक्त दहा टक्के पडदेच मल्टिप्लेक्समध्ये आहेत. सिंगल स्क्रिन चित्रपटगृहे तोपर्यंत लोकप्रिय होती आणि आता त्या घाणेरड्या, अंधाऱ्या जागा उरल्या नव्हत्या. चित्रपटगृहांचे स्वरूप झपाट्याने बदलले होते. बरीचशी चित्रपटगृहे वातानुकूलित बनली होती आणि डिजिटल सिनेमामध्ये त्यांचे रूपांतर होत होते.

दिल्लीच्या आणि मुंबईच्या फारसा प्रतिसाद न मिळणाऱ्या परंतु मोठ्या असलेल्या बाजारपेठेत कसा प्रवेश करता येईल यावर आर.आय.एम.टी.च्या विपणन टिमने संपूर्ण एक दिवस विचारविनिमय केला. या चर्चेच्या नियमनासाठी मलाही बोलावण्यात आले होते.

आम्ही ही समस्या तीन पदरी असल्याचा निष्कर्ष काढला. डिजिटल चित्रपट कशा प्रकारे काम करतो याची माध्यमांच्या नियोजनकर्त्यांना स्पष्ट कल्पना नव्हती. सिंगल-स्क्रीन चित्रपटगृहांविषयी त्यांच्या मनात गैरसमज होते, चुकीच्या कल्पना होत्या. सिंगल स्क्रीन चित्रपटगृहात दाखवल्या जाणाऱ्या जाहिरातीच्या परिणामांविषयी त्यांना खात्री वाटत नव्हती. माध्यम नियोजकांना शिक्षित करण्याचा एकच मार्ग होता आणि तो म्हणजे, दुसऱ्या दर्जाच्या काही शहरांमध्ये नेऊन तेथील डिजिटल चित्रपटगृहे प्रत्यक्ष दाखवणे. यामुळे चित्रपटगृहांतील जाहिरातींच्या संपूर्ण क्षमतेची कल्पना त्यांना आली असती. तमिळनाडूतील सालेम किंवा आंध्र प्रदेशातील नेल्लोर येथील

परिस्थितीचा अभ्यास त्यांनी केला असता, तर त्यांच्या हे लगेच लक्षात आले असते. मात्र यातही एक अडचण होती. त्यांच्या भरगच्च वेळापत्रकातून वेळ काढून तीन दिवस प्रवास करायला आणि अभ्यास करायला आम्ही त्यांना कसे काय भाग पाडू शकलो असतो?

त्याच वेळी उपस्थितांपैकी कोणीतरी पुढे आले. त्याच्याकडे अक्षरशः दैवी म्हणावी अशीच कल्पना होती. त्याने सांगितले, की आंध्र प्रदेशाच्या तीन दिवसांच्या सहलीत तिरुपतीच्या मंदिराला भेटीचा कार्यक्रम समाविष्ट करावा.

तिरुपतीच्या मंदिरात जाण्यास कोणता माध्यम–नियोजनकर्ता नकार देणार होता? तिरुपती शहर आणि परिसरातील चित्रपटगृहांना भेटींचा कार्यक्रम जर आम्ही ठेवला असता तर आमची पाचही बोटे तुपातच राहिली असती! माध्यम–नियोजनकर्त्यांना सिंगल स्क्रीन चित्रपटगृहे पाहता आली असती. डिजिटल चित्रपट जाहिराती त्यांना प्रत्यक्ष दाखवल्या जात असताना पाहता आल्या असत्या आणि तिरुपतीच्या मंदिरात भगवान वेंकटेश्वरासमोर प्रार्थना केल्यावर आपली प्रार्थना फळल्याचा अनुभवही आल्यासारखे त्यांना वाटले असते आणि आमचीही तीच अपेक्षा होती.

भारताचा धार्मिक पर्यटन नकाशा

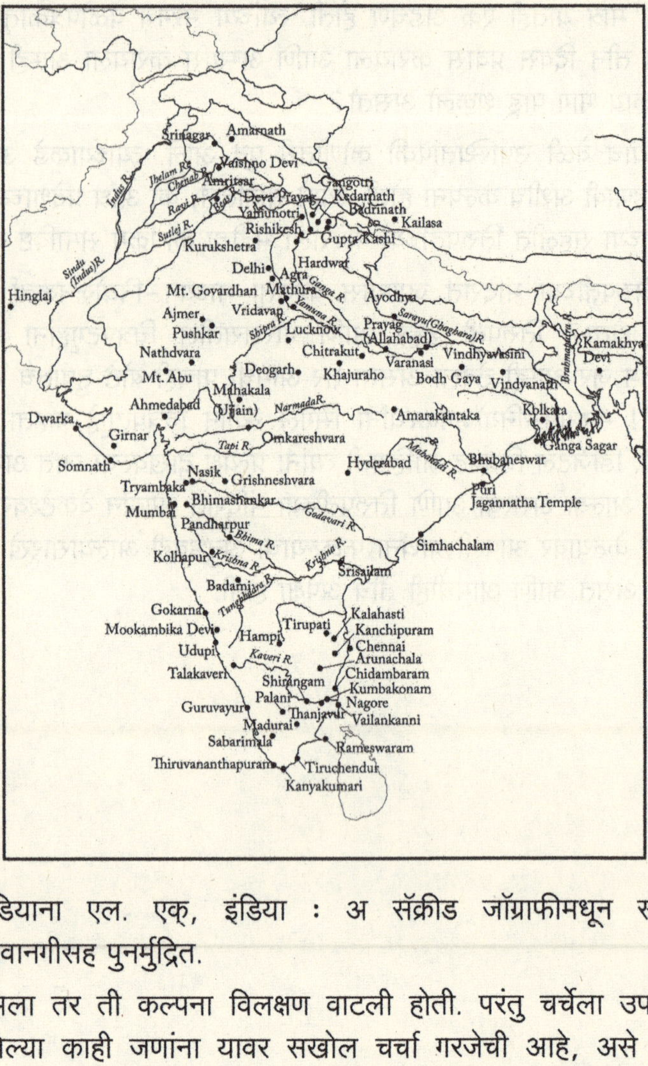

डियाना एल. एक्, इंडिया : अ सॅक्रीड जॉग्राफीमधून साभार. पूर्वपरवानगीसह पुनर्मुद्रित.

मला तर ती कल्पना विलक्षण वाटली होती. परंतु चर्चेला उपस्थित असलेल्या काही जणांना यावर सखोल चर्चा गरजेची आहे, असे वाटत होते. परंतु, ग्राहकांना आणि माध्यमातील व्यावसायिकांनाही ज्या वेळी बाजारपेठांच्या भेटींसाठी नेण्यात आले होते, त्या वेळी अशाच प्रकारच्या सर्वसामान्य स्वारस्याच्या स्थळांच्या भेटींचा समावेश करण्यात आला होता, असे सांगून आम्ही झटकन या हरकती दूर केल्या. उदाहरणार्थ,

जयपूर किंवा जोधपूरला जाण्यासाठी रणथंबोर अभयारण्याला भेट देण्याचा समावेश केला गेला होता आणि उत्तर प्रदेशला भेट द्यायची असेल, तर तिथे ताजमहालच्या भेटीचा पॅकेजमध्ये समावेश होता. मग तिरुपतीचा पॅकेजमध्ये समावेश करण्यास काय हरकत होती?

यातील सत्य असे आहे, की प्राचीन काळापासून भारतीय लोकांनी मुक्ती मिळवण्यासाठी या भूमीत प्रवास केला होता. आता गेल्या वीस वर्षांत हा कल पुन्हा एकदा वाढला आहे.

दर वर्षी सुमारे ८५ कोटी १० लाख लोक प्रवास करतात. यात व्यावसायिक हेतूने आणि कौटुंबीक कार्यक्रमांसाठी केलेल्या प्रवासांचा समावेश असतो. सन २०११ मध्ये आपल्या देशात ६२ लाख ९० हजार आंतरराष्ट्रीय पर्यटक आले होते. पर्यटन उद्योगाकडच्या आकडेवारीनुसार, एकूण पर्यटन सहलींपैकी १९ टक्के पर्यटन सहली धार्मिक पर्यटनाच्या वर्गवारीत मोडतात. खरे तर आघाडीच्या पर्यटन व्यावसायिकाने भारतातील पर्यटनापैकी ७० टक्के पर्यटन धार्मिक सहलींच्या स्वरूपातील असते, असे सांगितले. द नॅशनल कौन्सिल ऑफ ॲप्लाईड इकनॉमिक रिसर्च (एन.सी.ए.ई.आर.) च्या आकडेवारीनुसार, सर्व पॅकेज सहलींच्या तुलनेत धार्मिक सहलींचे प्रमाण ५० टक्के असते. गमतीखातर केला जाणारा प्रवास सुमारे २८ टक्के असतो.

'गॉड मार्केट' या आपल्या पुस्तकात मीरा नंदा यांनी असे नमूद केले आहे, की सन २००४ मध्ये एन.सी.ए.ई.आर.ने दिलेल्या आकडेवारीनुसार, धार्मिक सहलींसाठी येणाऱ्या पर्यटकांमध्ये तिरुपतीच्या दर्शनाला येणाऱ्या पर्यटकांचे प्रमाण सर्वाधिक असते. दर वर्षी अडीच कोटींहून अधिक पर्यटक तिरुपतीच्या दर्शनासाठी आणि त्या खालोखाल सुमारे एक कोटी ७० लाख पर्यटक वैष्णवदेवीच्या दर्शनासाठी येतात. दोन जून २०१२ रोजी तिरुपती मंदिरात विक्रमी संख्येने भक्त आले होते. दर्शनासाठी सरासरी १९ तास एवढा वेळ त्यांना रांगेत थांबावे लागले होते. फक्त काही महिनेच (आणि महिन्यातील काही ठरावीक दिवसच) उघडे राहणाऱ्या शबरीमळा मंदिरात तीस वर्षांपूर्वी ५०,००० भक्त येत असत. परंतु सन २०१२ पर्यंत हा आकडा नाट्यमयरीत्या वाढला. 'बिझनेस स्टँडर्ड'च्या ४ ऑगस्ट, २०१३ रोजी प्रसिद्ध झालेल्या वृत्तअहवालानुसार, तिरुपतीमध्ये साडेपाच कोटी, वैष्णवदेवीला एक कोटी पाच लाख आणि शबरीमळा येथे तीन कोटी भक्त आले होते. अगदी

महाराष्ट्रातील शिर्डीनेसुद्धा सन २०१२ मध्ये एक कोटी भक्तांचा आकडा ओलांडला होता.

'द इंडियन्स' मध्ये सुधीर कक्कर म्हणतात, 'विविध मंदिरांना आणि तीर्थस्थळांना भेटी देणे, नियमित उपवास करणे आणि पारंपरिक धार्मिक रीतीरिवाजांकडे वळणे किंवा गुरूंकडे जाणे या गोष्टींच्या प्रमाणात जागतिकीकरणामुळे मुळीच घट झालेली नाही. ती एक ऐहिक पातळीवरची भुरळ आहे. खरे तर या वृत्तीत सन १९८० पासून वाढ झाली आहे आणि अगदी नेमकेपणाने सांगायचे झाले तर मध्यमवर्गीयांमध्ये ही वाढ झाली आहे.'

अशोकाच्या आज्ञापत्रांमध्ये पृथ्वीच्या चारही दिशा पादाक्रांत करण्याविषयी म्हटले गेले आहे. अर्थातच याचा मूळ अर्थ लढाईसाठी केलेले आवाहन आहे. लवकरच हीच गोष्ट भारतातील महान तीर्थस्थळांपासून ते कित्येक मंदिरांपर्यंत सर्वच धार्मिक स्थळांना लागू पडेल.

सध्या नवनवीन हॉटेल्स निर्माण होत आहेत आणि जेवणाच्या व खाण्याच्या नवीन सुविधा निर्माण होत आहेत. मात्र, मंदिरे असलेल्या गावांमध्ये याआधी कधीच चांगल्या सुविधा नव्हत्या. धार्मिक हिंदू पर्यटनाच्या एकूणच स्वरूपाविषयी आपल्यापैकी काही जण काहीसे गोंधळात पडले असतील, तर त्यांनी डियाना एल. एक्क यांचे 'इंडिया : अ सॅक्रीड जॉग्राफी' जरूर वाचावे. वास्तविक, या देशातील धार्मिक पर्यटनात सहभागी असलेल्या प्रत्येकासाठीच या पुस्तकाचे वाचन सक्तीचे केले पाहिजे. एक्कने हिंदू धार्मिक पर्यटनाची तीन वर्गांत वर्गवारी केली आहे. तीर्थे, पीठे आणि धाम. ज्यांना भारतातली चार धाम यात्रा करायची असेल, त्यांच्यासाठी व्हिडिओ कोचची सुविधा आहे. उत्तरेकडे बद्रिनाथ, पूर्वेकडे पुरी, दक्षिणेकडे रामेश्वर आणि पश्चिमेकडे द्वारका अशी ही चारी धाम यात्रा आरामात करता येते. एक्कच्या पुस्तकातील माहितीनुसार, भारतात एकूण १०,००० तीर्थे आहेत. 'द हिंदूज' मध्ये वेंडी डॉनिजर म्हणतो की तीर्थक्षेत्री कोणती ना कोणती नदी पार केली जाते आणि पुनर्जन्माच्या फेऱ्यातून सुटका होते.

बेंजामिन वॉकरने 'हिंदू वर्ल्ड' मध्ये भारतातील हजारो पवित्र क्षेत्रांविषयी माहिती दिली आहे. यात्रा म्हणजे जाणे आणि तीर्थ म्हणजे ओलांडणे. तीर्थांमध्ये अयोध्या, मथुरा, गया, बनारस, उज्जैन, हरिद्वार आणि द्वारका येथील सात पवित्र स्थळांचा समावेश होतो. हिंदू धर्मग्रंथांनुसार, गंगा, जमुना,

सरस्वती, गोदावरी, नर्मदा, सिंधु आणि कावेरी या पवित्र सप्तनद्या आहेत. पवित्र टेकड्या आणि पर्वतांमध्ये कैलास, पारनाथ, गिरनार, माऊंट अबु आणि पालानी यांचा; तर पवित्र सरोवरांमध्ये सिद्धपूर(गुजरात) मधील बिंदु, हंपी(कर्नाटक) जवळचे पंपा, कच्छ(गुजरात) मधील नारायण, कैलास पर्वताच्या पायथ्याशी असलेले मानसरोवर आणि अजमेर(राजस्थान) येथील पुष्कर यांचा समावेश होतो. ब्रह्मदेवाचे मंदिर असलेले पुष्कर हे एकमेव स्थळ आहे. एका पायावर उड्या मारत जाणे, रांगणे यांसारख्या अवघड किंवा दुष्कर पद्धतीने जर भक्ताने प्रवास करण्याचे योजले तर तीर्थस्थळांची शक्ती आणखी वाढते, असे हिंदू धर्मग्रंथांत म्हटल्याचे आढळते. कदाचित, धाडसी पर्यटन आणि तीर्थक्षेत्रे यांचा संयोग अद्याप घडून आलेला नसावा! वॉकर म्हणतो, की शैव आणि वैष्णव–पंथीयांची पवित्र स्थळे वेगवेगळी असली, तरीही विरुद्ध पंथीयांच्या मार्गावरच्या मंदिरांमध्ये दर्शन घेण्यासाठी ते अवश्य थांबतात. काही जण मुस्लीम संतांच्या मशिदींना भेटी देण्यासाठी थांबतात. अजमेरला हे दृश्य सर्वसामान्यपणे दिसतेच. हिंदू लोक ब्रह्मदेवाच्या मंदिरात दर्शन घेतात आणि तसेच पुढे अजमेर शरीफच्या दर्ग्यातही जाऊन येतात.

विन्स्टन चर्चिलने असे म्हटले होते की, 'भारत म्हणजे फक्त एक भौगोलिक अभिव्यक्ती आहे. विषुववृत्तापलीकडे तिथे दुसरे तिसरे काहीही नाही. तो एक देश नाही.' मात्र त्या वेळी चर्चिलला हे माहिती नव्हते आणि त्याला ते समजलेही नव्हते, की आपण ज्या भौगोलिक क्षेत्राला भारत म्हणतो, तो लाखो वर्षांपासून पौराणिक कथा आणि धार्मिक पर्यटनाने जोडला गेलेला आहे.

यासाठी आपण नवव्या शतकात शंकराचार्यांनी केलेल्या भारतभ्रमणाचे उदाहरण आपण पाहू या. 'वीक' मासिकाने २५ डिसेंबर, २०११ च्या अंकात या पर्यटकाच्या प्रवासाचा वेध घेतला आहे. आपले जन्मस्थान असलेल्या केरळमधील कलाडीपासून त्यांनी प्रवासास सुरुवात केली होती. तिथून नर्मदेच्या तीरांवरील ओंकारेश्वरला ते गेले. त्याचप्रमाणे, वाराणसी, बद्रिनाथ, प्रयाग व महिष्मती येथेही त्यांनी भेटी दिल्या. त्यांच्या प्रवासादरम्यान त्यांनी संपूर्ण भारताचा प्रवास केला. त्यात श्रीशैलम, शृंगेरी, रामेश्वरम,आणि तिरुपती या दक्षिणेकडच्या, गोकर्ण आणि द्वारका या पश्चिमेकडच्या, पुरी आणि कामरूप या पूर्वेकडच्या आणि काश्मीर या उत्तरेकडच्या भागांचा

समावेश होता.

एकोणिसाव्या शतकाच्या उत्तरार्धात स्वामी विवेकानंदांनी केलेला प्रवास पाहा. शंकराचार्यांनंतर सुमारे एक हजार वर्षांनी त्यांनी हा प्रवास केला होता. त्याविषयी 'वीक'ने ३० डिसेंबर २०१२ रोजी वृत्तअहवाल प्रसिद्ध केला आहे. त्यांनीही भारताच्या विविध कोपऱ्यांपर्यंत प्रवास केला होता. कोलकाता, वाराणसी, अल्मोरा, ऋषिकेश यांबरोबरच अल्वार, अहमदाबाद, महाबळेश्वर, खांडवा, बेळगाव, गोवा, तिरुअनंतपुरम, कन्याकुमारी, चेन्नई आणि हैदराबाद असा त्यांचा हा प्रवास होता.

अगदी अलीकडच्या काळात भारतीय जनता पक्षाचे नेते लालकृष्ण अडवानी यांनी 'स्वर्ण जयंती रथ यात्रा' काढली होती. ती १८ मे १९९७ रोजी सुरू झाली होती आणि ५९ दिवस चालली होती. अडवानींनी या काळात १५ हजार किलोमीटरचा पायी प्रवास केला होता. या काळात २१ राज्ये आणि केंद्रशासित प्रदेशांमधून त्यांचा प्रवास पार पडला होता. मुंबईतील ऑगस्ट क्रांती मैदानापासून सुरू झालेल्या त्यांच्या यात्रेत त्यांनी ईशान्य राज्यांचा अपवाद वगळता इतर सर्व राज्यांमधून प्रवास केला. यात्रेच्या दुसऱ्या टप्प्यात त्यांनी ईशान्य राज्यांमधून प्रवास केला. या राजकीय नेत्याने तथाकथित मागास समाजाच्या ७५० सार्वजनिक बैठकांत भाषणे केली. याखेरीज, ठिकठिकाणच्या महत्त्वाच्या ठिकाणी जमलेल्या जनसमुदायासमोरही त्यांनी भाषणे केली. फक्त तुलना करण्यासाठी म्हणून त्यांच्या या प्रवासाचा मागोवा घेऊ या. त्यांनी महाराष्ट्रातून सुरुवात केली आणि नंतर गोवा, कर्नाटक, केरळ, तमिळनाडू, अंदमान-निकोबार बेटे, आंध्र प्रदेश, गुजरात, राजस्थान, मध्य प्रदेश, ओडिसा, प. बंगाल, बिहार, उत्तर प्रदेश, हिमाचल प्रदेश, जम्मू आणि काश्मीर, पंजाब, हरयाणा आणि अखेरीस दिल्ली असा प्रवास केला. 'माय कंट्री माय लाईफ' या पुस्तकात भाषणे केलेल्या शहरांची यादी अडवानींनी दिली आहे. परंतु मार्गावर त्यांनी ज्या प्रसिद्ध मंदिरांना भेटी दिल्या असाव्यात, त्यांचा उल्लेख नसल्याचे पाहून मी थोडासा निराश झालो.

शंकराचार्यांची यात्रा ही पूर्णपणे धार्मिक होती. कर्मकांडाच्या अपकीर्तीतून हिंदुत्वाची मुक्तता करणे हा त्यांच्या यात्रेमागचा हेतू होता. स्वामी विवेकानंदांच्या यात्रेचा हेतू हा प्राचीन भारताची आणि भारतातील संस्कृतींमधील सातत्यपूर्ण एकतेची माहिती देणे हा होता. पाश्चात्त्य संस्कृती आणि तिच्या आवाहनांच्या

प्रेमात पडलेल्या भारतीयांना त्यामधून सोडवणे यासाठी त्यांनी ही यात्रा हाती घेतली होती.

भारतीयांनी खाण्यापिण्याच्या नवीन सवयी आत्मसात केल्या असल्या, तरीही प्रार्थना आणि तीर्थयात्रेचे आपले प्राचीन रिवाज त्यांनी सोडून दिलेले नाहीत. आघाडीच्या दोन वृत्तपत्रांनी प्रसिद्ध केलेल्या सर्वेक्षणानुसार, सर्वेक्षण केलेल्या भारतीयांपैकी ४९ आणि ६२ टक्के भारतीयांनी सन २०१० मध्ये आपण धार्मिक पर्यटनासाठी म्हणजेच यात्रेसाठी आपण प्रवास केल्याचे सांगितले. हॉटेलच्या कंपन्यांच्या कार्यक्रमपत्रिकांवर धार्मिक पर्यटन हा सर्वांत महत्त्वाचा विषय असतो, यात नवल वाटण्याजोगे काहीच नाही. कार्ल्सन हॉटेल्स वर्ल्डवाईडने कात्रा, हरिद्वार, शिर्डी आणि बद्रिनाथ येथे हॉटेले उघडली आहेत. आयटीसीच्या फॉर्च्युन हॉटेल्सतर्फे शिर्डी, मदुराई आणि तिरुपती येथे हॉटेल्स उघडण्यात आली आहेत. या ठिकाणी पर्यटकांची वाढती गर्दी होत आहे. त्याचा लाभ घेण्यासाठी ही हॉटेल्स सुरू करण्यात आली आहेत, हे वेगळे सांगण्याची गरज नाही. काही हॉटेले ऐषारामी धार्मिक पॅकेजेसच्या जाहिराती करतात. दिल्लीच्या लेझर हॉटेल्सने केलेली जाहिरात पाहा : 'कित्येक जन्मांचा अनुभव म्हणून एकदाच प्रवास करा. चारधाम यात्रा, यमुनोत्री, गंगोत्री, केदारनाथ, बद्रिनाथ....संध्याकाळची आरती करा, आमच्या आयुर्वेदिक स्पामध्ये तणावमुक्त व्हा किंवा सरळ खासगी स्नान घाटांवर स्नान करून पापमुक्त व्हा.' धार्मिक पर्यटनालाही आता पंचतारांकित सुविधांचा स्पर्श झाला आहे खरा!

याचाच एक भाग म्हणून 'मुखिया मंत्री तीर्थ दर्शन' योजनेचे उदाहरण पाहू या. मध्य प्रदेश सरकारने ही योजना सुरू केली आहे. धार्मिक स्थळांना भेट देण्याची आपल्या मनातील स्वप्नवत वाटणारी इच्छा प्रौढांना पूर्ण करता यावी यासाठी ही योजना सुरू केल्याचा दावा राज्य सरकारने केला आहे. या खास योजनेअंतर्गत कार्यरत असलेल्या १०१ ट्रेन्सची यादी या जाहिरातीत देण्यात आली आहे.

पारंपरिक मंदिरांच्या शहरांखेरीज आपल्याकडे आता मोठ्या प्रमाणात नवीन मंदिरे बांधली जात आहेत. बोछसंवासी अक्षर पुरुषोत्तम स्वामीनारायण संस्थान (बी.ए.पी.एस.) ने गेल्या दशकभरात जगभर ७०० मंदिरांची आणि ३३०० केंद्रांची उभारणी केली आहे. दिल्लीतील अक्षरधाम मंदिराची गिनेस

बुक ऑफ वर्ल्ड रेकॉर्डस्‌मध्ये हिंदूंचे भव्य मंदिर म्हणून नोंद झाली आहे. एकूण १०० एकरांत २०० कोटी रुपये खर्चून हे मंदिर उभारण्यात आले आहे. रोज लाखो भाविक या मंदिराला भेट देतात. 'हिंदुस्तान टाइम्स'ने सन २००८ प्रसिद्ध केलेल्या एका वृत्तअहवालानुसार, गेल्या दहा वर्षांत एकट्या गुजरातमध्ये जोमाने ३०० हून अधिक मंदिरे बांधली गेली आहेत.

पूर्वजांचे गाव आणि पूर्वजांचे मंदिर या संकल्पनेअंतर्गत भारतातील कित्येक हिंदू कुटुंबांना एकत्र आणण्यात आले आहे. नागरीकरण वाढत चालले आहे आणि हिंदू लोक नवीन कुलदैवतांचा स्वीकार करत आहेत. त्यांत तिरुपती, वैष्णवदेवी यांचा त्यात समावेश आहे. त्यामुळे, तेथील भाविकांच्या गर्दीत प्रचंड वाढ होत आहे.

तीर्थयात्रा फक्त हिंदूच करतात; असे नाही.

बौद्ध-धर्मीयांची आठपैकी सात श्रद्धास्थाने भारतात आहेत. त्यांत गया (इथेच बुद्धाला ज्ञानप्राप्ती झाली होती.), सारनाथ (इथे बुद्धाने आपला पहिला उपदेश केला होता आणि प्रवचन दिले होते.), कुशीनगर (इथे बुद्धाचा मृत्यू झाला.) यांचा समावेश आहे. सांची येथे बौद्ध स्तूप आहे. सम्राट अशोकाने उभारलेला हा स्तूप ख्रि.पू. तिसऱ्या शतकातील आहे.

भारतातील हिमालयाच्या पायथ्याशी कित्येक तिबेटी बौद्ध पवित्र स्थळे आहेत. सिक्कीम आणि धरमशाला येथील रुमटेक मठही यात समाविष्ट आहे. सध्या तिथे दलाई लामा राहतात. या सर्व क्षेत्रांना मोठेच धार्मिक महत्त्व आहे.

मुस्लिमांच्या दृष्टीने सुफी संत ख्वाजा मोईनुद्दीन चिश्ती यांचा अजमेर येथील दर्गा हे प्रमुख पवित्र स्थळ आहे. अजमेरचा दर्गा आणि शेख सलीम चिश्ती यांचा फत्तेहपूर सिक्री येथील दर्गा ही हजारो भाविकांची श्रद्धास्थाने आहेत. तिथे फक्त मुस्लीमच नव्हे; तर सर्वच जाती-धर्मांचे लोक जातात. इतर इस्लामी पवित्र स्थळांमध्ये दिल्लीची जामा मशीद आणि मुंबईचा हाजी अली दर्गा समाविष्ट आहेत. बहाईंचे श्रद्धास्थान म्हणून दिल्लीतील लोटस मंदिराला महत्त्व आहे.

जैन-धर्मीयांचा विचार करता माऊंट अबु येथील दिलवारा मंदिर आणि पैताना, पावापुरी, गिरनार आणि श्रवणबेळगोळ ही तीर्थस्थळे उल्लेखनीय आहेत.

अमृतसरमधील हरमंदिर साहिब, सुवर्णमंदिर हा शिखांचा अत्यंत पवित्र गुरुद्वारा आहे.

अँग्लीकान्स लोकांचा अपवाद वगळता प्रोटेस्टंट ख्रिश्चन लोक तीर्थयात्रेला जात नाहीत. मात्र, कॅथलिक आणि पुराणमतवादी लोक तीर्थस्थळांना भेटी देतात. विशेषतः मोठ्या उत्सवांच्या आणि सणांच्या वेळी ते तीर्थयात्रा करतात. चेन्नईतील सेंट थॉमस कॅथेड्रल, गोव्यातील सेंट झेविअर्स श्राईन, मुंबईतील बॅसिलिका ऑफ अवर लेडी ऑफ द माऊंट आणि तमिळनाडूतील वैलांकण्णी येथील श्राईन बॅसिलिका ऑफ अवर लेडी ऑफ हेल्थ ही त्यांची महत्त्वाची तीर्थस्थळे आहेत.

गेल्या शंभर वर्षांत तुलनेने नवीन असलेली काही श्रद्धास्थानेही उदयास आली आहेत. त्यांमध्ये मेहेराबाद येथील मेहेरबाबांची समाधी, शिर्डीच्या साईबाबांचे मंदिर आणि तमिळनाडूतील तिरुवण्णमलाई येथील रामणाश्रमम् यांचा समावेश आहे.

गंगा नदीकाठी भरणारा कुंभमेळा हे या सर्व तीर्थस्थळांपेक्षा सर्वाधिक मोठे तीर्थस्थान आहे, यात कसलीच शंका नाही. सन १९७७ मध्ये गंगास्नानासाठी सुमारे दीड कोटी भाविकांनी गर्दी केली होती. सन २०१३ मध्ये भाविकांची ही संख्या सुमारे पाचपटीहून अधिक वाढून आठ कोटी एवढी झाली होती. अलाहाबादमध्ये दर बारा वर्षांनी एकदा भरणाऱ्या या धार्मिक मेळ्याला जागतिक प्रसारमाध्यमांनी 'पृथ्वीवरचा सर्वाधिक मोठा मेळा' असे म्हटले आहे. 'टाइम' मासिकाने दिलेल्या माहितीनुसार, सन २०१२ मध्ये हज यात्रेला जाणाऱ्या भाविकांची संख्या सुमारे तीस लाख होती. कुंभमेळ्याच्या काळात ५५ दिवसांहून अधिक काळ रोज ५६ टनांहून अधिक प्रमाणात निर्माण होणाऱ्या कचऱ्याची विल्हेवाट लावण्याची जबाबदारी स्थानिक प्रशासनावर असते. त्यासाठी १.३ लाख कनेक्शन्सची तात्पुरती विजेची ग्रीड बसवावी लागते. याखेरीज, या भागात २५० डॉक्टर, १५ क्षेत्रीय रुग्णालये आणि १४,००० पोलीस अधिकारी तैनात केले जातात. भाविक आणि इथे भेट देणाऱ्या सर्वांना उत्तम सुविधा मिळाव्यात, यासाठी ही दक्षता घेतली जाते.

कित्येक ब्रँड्स या धार्मिक पर्यटनाच्या लाभदायक रथावर स्वार होण्याचा प्रयत्न करताना दिसतात. उदाहरणार्थ, सन २०१३ मध्ये झालेल्या कुंभमेळ्यात

'लाईफबॉय' आणि 'टाटा स्वच्छ' यांची खास मोहीम पाहावयास मिळाली. 'चपात्या खाण्यापूर्वी आपले हात धुवा' हा संदेश देणारी लाईफबॉयची आधीची जाहिरात अत्यंत लोकप्रिय ठरली. 'टाटा स्वच्छ'ने दहा ठिकाणी शुद्ध पाणी वितरण केंद्रे स्थापन केली. व्होडाफोन, एअरटेल आणि आयडिया यांनी 'कुंभ टॅरिफ प्लॅन्स' जाहीर केले. रीव्हायटल व्हिटॅमिन कॅप्सूल्सतर्फे 'हनुमान चालिसा'च्या पुस्तिका वाटण्यात आल्या.

धार्मिक पर्यटनात वाढत्या प्रस्थावर टीका करणारे लोकही आहेतच. उत्तराखंड येथे जून २०१३ मध्ये प्रचंड मोठी उलथापालथ करणारी दुर्घटना घडली. त्या वर्षीच्या महापुरातील मृत्यूचा आकडा सहाशे ते पाच हजारांपर्यंत आहे. 'बिझनेस स्टँडर्ड' ने वैष्णवदेवी, पुरी, तिरुपती आणि शबरीमळा या चार प्रमुख यात्रास्थळी असलेल्या आपत्ती व्यवस्थापनाच्या तयारीचे मूल्यमापन केले. या तीर्थस्थळी लाखो यात्रेकरू येत असले आणि या देवस्थानांचे वार्षिक उत्पन्न शेकडो कोटी रुपयांत असले, तरीही त्यांच्यापैकी कित्येकांकडे योग्य प्रकारच्या भक्कम विमा योजना नाहीत.

उत्तराखंडमधील आपत्ती हा एक सावधगिरीचा इशारा आहे. केदारनाथ आणि बद्रिनाथ यांसारख्या तीर्थक्षेत्री येणाऱ्या यात्रेकरूंच्या संख्येत गेल्या दशकात सुमारे चौपट वाढ झाल्याचे 'हिंदुस्तान टाइम्स'ने जून २०१३ मध्ये दिलेल्या वृत्तअहवालात म्हटले आहे. अशा प्रकारच्या दुर्घटना हाताळण्यासाठी सर्वच तीर्थस्थळे सक्षम नसल्याचे दिसून आले आहे. त्यांच्याकडे त्यासाठीची परिपूर्ण तयारी नाही. आवश्यक सुविधा नाहीत. धार्मिक पर्यटनावर कसलेच निर्बंध नसल्यामुळे अशा प्रकारच्या दुर्घटना हाताळणे अधिकच बिकट बनेल. या दृष्टिकोनातून विचार करता, सन २०१३ चा कुंभमेळा प्रशंसनीय वाटतो. हार्वर्ड बिझनेस स्कूलतर्फे त्याचा अभ्यासही करण्यात आला आहे. त्याविषयी आपण नंतरच्या प्रकरणात विचार करणार आहोतच.

भारतीय लोक अधिकाधिक श्रीमंत बनू लागल्यामुळे ते अधिकाधिक प्रमाणात पर्यटनाकडे वळत आहेत. पर्यटन करणाऱ्या विविध समूहांच्या पर्यटनाच्या गरजा पूर्ण करण्यासाठी पर्यटन उद्योग कित्येक दिशांनी वाढत चालला आहे. आतापर्यंत 'यात्रेकरूंच्या या गर्दी'त कनिष्ठवर्गीय आणि कनिष्ठ मध्यमवर्गीयांचा भरणा असे. परंतु, आता मध्यमवर्गीय आणि उच्च मध्यमवर्गीयांचा कलही तीर्थाटनाकडे आहे. मंदिरे असलेल्या शहरांमध्ये चतुर्थ

आणि पंचतारांकित सुविधांची मागणी करणाऱ्या पर्यटकांच्या संख्येत वाढ होत चालली आहे. त्यांना अधिक आलिशान सुविधांचा अनुभव हवा असतो. त्यांना घाईगडबडीत फक्त दर्शन घेण्यात स्वारस्य नसते. म्हणूनच, या श्रीमंत यात्रेकरूंसाठी तीर्थक्षेत्री आणखी दोन दिवस मुक्कामाची सोय करून 'खास अनुभव केंद्रे' स्थापन करण्याची गरज आहे. मुख्य मंदिरातील दर्शनाखेरीज जवळपासच्या गावांची आणि खेड्यांची सहल या लोकांसाठी आयोजित करता येईल. आता तर 'धार्मिक मनोरंजन पार्क्स'ची कल्पनाही पुढे येईल असा अंदाज या क्षेत्रातील तज्ज्ञ व्यक्त करत आहेत. या पार्क्समुळे दर्शनाबरोबरच ही सहल संस्मरणीय होण्याजोग्या आणखी बऱ्याच गोष्टी केल्या जातील.

धार्मिक पर्यटन उद्योगाच्या वाढीबरोबरच विविध प्रकारचे कित्येक उद्योग फोफावतील. आपण सण-उत्सवांच्या वेळी पाहतो, त्याप्रमाणे ब्रँड्ससाठीही ही प्रचंड मोठी संधी असेल. खास रचना केलेली हॉटेल्स, बसेस आणि बॅग्ज हे फक्त याचे काही पैलू आहेत. धार्मिक पर्यटनाच्या ग्राहकांसाठी मोबाईल फर्म्स आणि ग्राहकोपयोगी उत्पादन कंपन्या काही खास उत्पादने तयार करू शकतील. कुंभमेळ्याच्या वेळी मोबाईल कंपन्यांनी काही टॅरिफ प्लॅन्स तयार केले होते, हे आपल्याला माहितीच आहे. तिरुपती टॅरिफ प्लॅन किंवा केदारनाथ टॅरिफ प्लॅन तयार झाले तर? या वाढीच्या अनुषंगाने तयार झालेल्या लाटेचा फायदा घेत यात्रेकरूंसाठी खास 'तयार अन्न' पुरवता येईल.

याच धर्तीवर, आपण 'भासमान धार्मिक पर्यटनाची' होत असलेली वाढही पाहू शकतो. ऑनलाईन कंपन्या आज विविध धार्मिक केंद्रांवर पूजा आणि प्रार्थना देऊ करत आहेत.

भारतीय लोकांचा तीर्थयात्रांकडे असलेला मोठा ओढा लक्षात घेता श्रीलंकेसारखे देश आपल्या पॅकेजेसची पुनर्रचना करत आहेत. सन २००७ मध्ये श्रीलंका उद्योग मंत्रालयाने 'रामायणाच्या खुणा' असा कार्यक्रम सुरू केला. मे २००९ मध्ये संपलेल्या नागरी युद्धाच्या पार्श्वभूमीवर हा कार्यक्रम तिथे खूपच लोकप्रिय ठरला. श्रीलंकेचे अधिकारी पर्यटकांसाठी 'रामकथा' आणि 'भजन' कार्यक्रम आयोजित करण्यात व्यग्र असतानाच शैक्षणिक क्षेत्रातील विद्वान आणि इतिहासतज्ज्ञ असे कित्येक लोक या पर्यटनावर टीका करत होते. ते त्यांना 'काल्पनिक' आणि 'दिखाऊ' म्हणत होते. या कार्यक्रमाच्या यादीत दिलेली सर्वच्या सर्व साठ स्थळे धार्मिक किंवा अगदी

पौराणिकदृष्ट्याही महत्त्वाची नव्हती. परंतु तरीही, त्यांपैकी मुन्नेश्वरमसारखी काही तीर्थस्थळे महत्त्वपूर्ण होती. या ठिकाणी रावण आणि दिवुरुम्पोला यांना ठार मारण्यासाठी रामाने शिवलिंगाची स्थापना केली होती, असे मानले जाते. याच ठिकाणी सीतेने अग्निपरीक्षा दिली होती, असेही सांगितले जाते.

माझ्या शालेय जीवनातील कथेने मी हे प्रकरण संपवतो. मायलापूर, चेन्नई येथील विद्या मंदिर या आमच्या शाळेने दहावीच्या मुलांसाठी सहल आयोजित केली होती. आमचे मुख्याध्यापक आर. श्रीनिवासन यांनी खास बसमधून ही सात दिवसांची सहल आयोजित केली होती. आम्ही त्या अंतर्गत कन्याकुमारी, मदुराई, तिरुची, चिदंबरम, तिरुचेंदूर...इ. ठिकाणी भेटी दिल्या आणि त्या दरम्यान एका मुलाने याविषयी तक्रारीचा सूर लावला. तो म्हणाला, की ही सहल केवळ मंदिरांची सहल बनली होती. हे ऐकल्यावर लगेच घाईगडबडीने काही बदल केले गेले आणि ‘आरएस’नी (आर. श्रीनिवासन यांना आम्ही ‘आरएस’ म्हणत असू.) आम्हाला थेक्काडी येथील हत्तींचे अभयारण्य पाहायला नेले. अलीकडेच माझ्या शालेय जीवनातील मित्रांबरोबर या घटनेची सत्यता मी पारखून पाहात असताना एका मित्राने मला आठवण करून दिली, की त्या वेळी थेक्काडीमध्ये पाच जणांसाठी असलेल्या खोलीत आम्हा तीस जणांना राहावे लागले होते.

आमच्या मुख्याध्यापकांनी आयोजित केलेली सहल ही खरोखरच भारतीय सहल होती, असे माझ्या लक्षात आले. विविध मंदिरांना, तीर्थस्थळांना आणि धामांना भेटी देण्याची ती ‘धार्मिक’ सहल होती. खरे तर ती परिपूर्ण सहल होती. मग त्यात हत्तींची भर पडली असती तरी आणि नसती तरीही!

□□□

१

महिला अधिक प्रार्थना का करतात?

ॲरिस्टॉटलने असे म्हणणे लावून धरले होते, की महिलांना पुरुषांच्या तुलनेत कमी दात असतात. खरे तर त्याने दोनदा लग्न केले होते. परंतु तरीही, आपल्या पत्नींच्या तोंडातील दात मोजून आपल्या म्हणण्याची सत्यता पडताळून पाहावी असे काही त्याला वाटले नव्हते.

– बर्ट्रांड रसेल (१८७२–१९७०)

पारंपरिक साडी नेसलेल्या महिलेने न्हाल्यामुळे ओले असलेले आपले केस पंचात गुंडाळलेले असतात. पार्श्वभूमीवर प्रार्थनेचे संगीत सुरू असते. तिची सुंदर किशोरवयीन मुलगी म्हणते, ''अम्मा, मला तुला काहीतरी दाखवायचं आहे,'' त्यानंतर आपला टॉप वर करून कमरेच्या थोड्याशा वरच्या बाजूलाच काढलेला ड्रॅगनचा टॅटू ती तिला दाखवते. त्यावर ती धार्मिक दिसणारी स्त्री प्रेक्षकांना आश्चर्याचा धक्का देत म्हणते ''नाईस, व्हेरी नाईस!''

टाटा डोकोमोची ही जाहिरात आमच्या एजन्सीने केली होती. दोन पिढ्यांमधील संघर्षाची परिस्थिती निवळलेली दाखवण्यासाठी धार्मिक संगीताच्या पार्श्वभूमीवर जीन्स घातलेली, ड्रॅगनचा टॅटू काढून घेतलेली किशोरवयीन मुलगी दाखवली गेली होती.

परंपरावादी तमिळ ब्राह्मणांच्या भावना या जाहिरातीमुळे दुखावल्या जातील, अशी हरकत कोणीतरी घेतली होती. म्हणून अशा प्रकारचा धोका

आहे का ते तपासण्यासाठी आम्ही ग्राहक संशोधनाचा कार्यक्रम हाती घेतला. ही जाहिरात तरुण आणि प्रौढ स्त्री-पुरुषांना, तमिळ ब्राह्मणांना आणि तमिळ नसलेल्या लोकांनाही दाखवली गेली. परंतु आम्हाला साश्चर्य आनंदाचा धक्का बसला. कोणालाही यात काहीही वावगे वाटले नव्हते. आमच्या अपेक्षेप्रमाणे तरुण महिलांना ही जाहिरात आवडली होती. परंतु त्याहूनही आनंदाची गोष्ट म्हणजे, प्रौढ स्त्रियांनाही ही परिस्थिती निरुपद्रवी आणि विनोदी वाटली होती. पार्श्वभूमीवर धार्मिक संगीत वाजत असल्याचे त्यांना माहिती होते आणि तरीही त्यांनी कोणत्याही प्रकारची हरकत घेतली नव्हती. आपण रोजच प्रार्थना करत असतो आणि आम्ही प्रार्थना करायला सुरुवात केली, की आपली मुले त्यांच्या कोणत्या ना कोणत्या समस्या घेऊन आपल्याकडे येतात.

आता पुन्हा एक प्रश्न तसाच उरतो : सकाळ दाखवणे आणि प्रार्थनेसाठी तयार होणारी पारंपरिक वेशातील स्त्री दाखवणे, पार्श्वभूमीवर धार्मिक संगीत वाजवणे या गोष्टी आवश्यक होत्या का? पुरुषांच्या तुलनेत महिला अधिक प्रमाणात प्रार्थना करतात का?

पुरुषांच्या तुलनेत महिला अधिक प्रार्थना करतात असा एक सर्वसामान्य समज आहे. आपले चित्रपट आणि जाहिरातींनी ही दंतकथा आणखी फोफावण्यास मदत केली आहे. बॉलीवूडमधील चित्रपटांतील आई तर सहसा नेहमीच आपल्या घरातील देवघरात दाखवली जाते. तिच्या प्रार्थना नेहमीच तळमळीच्या आणि भक्तिपूर्ण असतात. महिला कर्तव्यदक्षतेने आपल्या कुटुंबासाठी प्रार्थना करते. चांगली स्त्री, चांगली पत्नी आणि चांगली माता अशी महिलेची प्रतिमा दाखवण्यासाठी सहसा ती पूजा करताना किंवा प्रार्थना करताना दाखवली जाते. त्याउलट, नायक प्रार्थना करतात त्या वेळी चित्रपटाचा तो नाट्यमय उत्कर्षबिंदू असतो. कदाचित, तो विरुद्ध उत्कर्षबिंदू (अँटि क्लायमॅक्स) असतो. तो प्रार्थना करण्यापेक्षाही देवाशी संवादच अधिक साधतो. मग तो हिंदी चित्रपट असो आणि त्यामध्ये अमिताभसारखा आदर्श नायक असो; किंवा तमिळ नायकांचा आदर्श शिवाजी गणेशन असो! हा नायक एक तर देवाकडे तक्रार तरी करत असतो किंवा त्याच्याकडे दया करण्याची याचना करत असतो किंवा त्याची मदत मागत असतो. याला अपवाद असलेला नायक अगदी जोशात समूहनृत्य करत असतो. त्या वेळी तो प्रचंड जोशात प्रार्थना करतो. एक तर ती गणेशपूजा असते किंवा गोविंदा

म्हणजे दहीहंडीचा कार्यक्रम असतो. काही वेळा स्थानिक देवाचा उत्सव साजरा करण्यासाठी तो गावाच्या कार्यक्रमात सहभागी झालेला असतो.

काही अभ्यासांनुसार, भारतात महिला आणि पुरुष समान चैतन्यपूर्णतेने, उत्साहाने प्रार्थना करतात. 'टाइम्स ऑफ इंडिया'ने केलेल्या धार्मिकतेविषयक सर्वेक्षणाच्या २६ नोव्हेंबर, २००६ रोजी प्रसिद्ध झालेल्या अहवालातून असे मांडण्यात आले, की २९ टक्के पुरुष आणि ३० टक्के महिला रोज प्रार्थना करतात. 'हिंदुस्तान टाइम्स'मध्ये २५ जानेवारी २००७ रोजी प्रसिद्ध झालेल्या सर्वेक्षणाच्या अहवालानुसार, महिला थोड्या अधिक प्रमाणात धार्मिक असतात. सुमारे ४२ टक्के महिला आणि ३७ टक्के पुरुष धार्मिक असतात. परंतु दोहोंमधील फरक फारसा लक्षणीय नाही. मग खरोखरच महिला अधिक प्रमाणात पूजा किंवा प्रार्थना करतात का? आणि जर तसे असेलच तर तसे का असते?

भारतीय समाजातील महिलांची भूमिका काय आहे आणि तिच्याशी प्रार्थना करण्याच्या त्यांच्या नैसर्गिक कलाचा काय संबंध आहे? भारतात महिलांना दुय्यम वागणूक दिली जाते याबाबत कोणताच वाद नाही. त्यामुळेच त्यांनी अधिक प्रार्थना केली, तर मला आश्चर्य वाटणार नाही. परंतु, अशा प्रकारे आपण महिलांना वागणूक देण्यास कशी आणि कधीपासून सुरुवात केली?

वेदकाळात, म्हणजे ख्रि.पू. २००० ते ५०० पर्यंत सर्वाधिक धार्मिक विधी आणि उत्सवांत महिला भाग घेत होत्या आणि त्यांना समान हक्क होते. त्या सगळ्या कार्यक्रमांत भाग घेत होत्या आणि काही यज्ञ तर फक्त महिलांसाठीच राखीव होते. सीता सुगी यज्ञ, जनावरांची जननक्षमता वाढवण्यासाठी केला जाणारा रुद्रबळी यज्ञ, चांगला पती मिळावा यासाठी केला जाणारा रुद्रयाग ही याची काही उदाहरणे आहेत. वेदकाळात प्रसिद्ध विदुषीही होऊन गेल्या. त्यांच्यापैकी काही कवयित्री आणि शिक्षिका होत्या. पुराण कालखंडानंतर मनुचे नियम आणि कायदे अस्तित्वात आले. त्यामध्ये महिलांना वेद-वाचनाचा किंवा अभ्यासाचा हक्क नाकारण्यात आला. मनुने विवाहपद्धती निश्चित केल्या. जातिव्यवस्था आणि इतर अनेक गोष्टी अस्तित्वात आल्या. त्यामुळेच, आर्य आणि द्रविड यांच्यातील 'रोटी-बेटी' व्यवहार संपुष्टात आला. मनुस्मृतीतील विवाहविषयक प्रकरणात आपण हे वाचू शकतो. मनुच्या कायद्यांनी सगळी

व्यवस्थाच आमूलाग्र आणि कायमस्वरूपी बदलून गेली. शतकानुशतके पूज्य मानल्या जाणाऱ्या आणि संदर्भ दिल्या जाणाऱ्या गीतेतही म्हटले गेले आहे की, 'पार्थाच्या पुत्रा, मला शरण येणारे कोणीही असोत – जन्माने कनिष्ठ असलेल्यांना, महिलांना, वैश्यांना आणि शूद्रांनाही मला शरण आल्यावर परमात्म्याचा लाभ होतो.' यावरून हिंदू धर्माचे काही अभ्यासक असे म्हणतात की गीतेने महिलांना कमी लेखले आहे. त्यांचे अवमूल्यन केले आहे आणि त्यांना पापी व बहिष्कृत ठरवले आहे. 'तैत्तिरिय संहिता' हा आणखी एक पवित्र ग्रंथ मानला जातो. त्यात असे म्हटले आहे, की चांगली स्त्री ही अगदी वाईट व हीन पुरुषापेक्षाही वाईट असते. परंतु, मनुच्या नियमांमुळेच जास्तीत जास्त हानी झाली असावी. अशा प्रकारच्या अनादरपूर्ण आणि निंद्य रीतीरिवाजांमुळे हिंदू महिलांच्या मनावर अपराधाचा जड बोजा निर्माण झाला. त्यामुळे त्या शरणागती पत्करणाऱ्या आणि म्हणूनच कदाचित अधिकाधिक प्रमाणात तीव्रतेने प्रार्थना करणाऱ्या बनल्या.

महात्मा गांधींनी म्हटले होते, ''हिंदू संस्कृतीने पत्नीला पतीच्या तुलनेत नको इतका दुय्यम दर्जा दिला आहे आणि इथेच या संस्कृतीचे चुकले आहे. यामुळे पती अधिकाधिक हक्क बळकावणारे झाले आणि पत्नींना जास्तीत जास्त दुय्यम दर्जा मिळत गेला. आपल्याला मिळालेल्या इतक्या अधिकारांमुळे दुष्ट आणि पशुतुल्य वर्तन करण्याएवढे त्यांचे अधःपतन झाले.''

इस्लामनेही महिलांना अशा प्रकारची वागणूक दिली नाही, ही यातली स्वारस्यपूर्ण गोष्ट आहे. सर्वसामान्य हिंदूंचा असा समज असतो की हिंदू महिलांएवढ्या चांगल्या पद्धतीने मुस्लीम महिलांना वागवले जात नाही. बुरख्याची सक्ती, इस्लाममध्ये पुरुषांना चार लग्ने करण्याचा मिळालेला तथाकथित अधिकार, फक्त तीन वेळा 'तलाक' हा शब्द उच्चारून आपल्या पत्नीपासून सुटका करून घेण्याचा पुरुषाला मिळालेला अधिकार या सर्वांमुळे हा समज पसरला आहे. परंतु वास्तव थोडे वेगळे आहे. यासाठी देशभरातील एक महत्त्वाची चाचणी असते, ती स्त्री-पुरुष सापेक्ष गुणोत्तराची. मुस्लिमांमध्ये हिंदूंच्या तुलनेत स्त्री-पुरुष सापेक्ष प्रमाणाचे गुणोत्तर अधिक चांगले आहे. स्त्रीभ्रूणहत्येच्या संदर्भात अशा प्रकारे स्त्री-पुरुष संख्येचे गुणोत्तर तपासले जाते. परंतु, समाजाच्या काही भागांतील हिंदू कुटुंबांत सहसा मुलांचे लाड करणे आणि मुलींची उपासमार करणे असे प्रकार केले जातात. मुस्लिमांमध्ये

भ्रूणलिंग तपासणी फार मोठ्या प्रमाणात करून घेतली जात नाही. मात्र ,अलीकडे या समाजातही काही लोकांमध्ये या प्रकाराची आवड निर्माण झाल्याचे दिसत आहे.

आपल्याला न्याय्यपणे न वागवणाऱ्या जगापासून सुटका करून घेण्याचा मार्ग म्हणून हिंदू महिला अधिक प्रमाणात, अधिक तळमळीने पूजा, प्रार्थना करत असण्याची शक्यता आहे. प्रार्थनेतून त्या मुक्ती मागत असाव्यात आणि आजतागायत काही प्रमाणात का होईना; परंतु हा प्रकार तसाच सुरू आहे.

जर स्त्री-पुरुष सम प्रमाणात प्रार्थना करत असतील, तर तरुणांचे काय? पाश्चात्त्य जगाच्या कित्येक भागांत आणि विशेषतः युरोपमध्ये असे आढळले आहे, की किशोरवयीन मुले-मुली चर्चच्या जवळपासही फिरकत नाहीत. अमेरिका आणि लॅटिन अमेरिकेत मात्र असा प्रकार आढळत नाही. भारतात करण्यात आलेल्या सर्वेक्षणांतूनही असे आढळले आहे, की तरुण लोक अत्यंत धार्मिक आहेत. ते कदाचित आपल्या पालकांहून कमी श्रद्धाळू असू शकतील; परंतु कित्येक धार्मिक रीतीरिवाजांवर त्यांचा विश्वास आहे. त्यात देवळांत जाणे, प्रार्थना करणे आणि तीर्थयात्रांना जाणे या गोष्टींचा समावेश आहे. खरे तर ही मुले स्वयंसाहाय्यता/आरोग्य/आध्यामिक पुस्तके यांचे अधिक वाचन करतात. त्यांच्या पुस्तक, वाचनातील पुस्तकांमध्ये सुमारे ३७ टक्के पुस्तके ही या विषयांवरची असतात. त्या खालोखाल इतिहास/ चालू घडामोडी या विषयांवरची पुस्तके ती वाचतात. आत्मचरित्रे/प्रवासवर्णन यांवरच्या पुस्तकांचा त्याखालोखाल क्रमांक लागतो. या पुस्तकांच्या वाचनाचे प्रमाण २१ टक्के असून व्यवसाय, व्यवस्थापनावरच्या पुस्तकांच्या वाचनाचे प्रमाण १४ टक्के आहे.

मी भारतभर सर्वत्र संशोधन केले. परंतु, मला महिला आणि पुरुष किंवा तरुण आणि वृद्ध यांच्या धार्मिक आकलनात फारसा फरक आढळला नाही. तसेच ते किती प्रमाणात प्रार्थना करतात याचा अभ्यास केला असता या प्रमाणातही फारसा फरक आढळला नाही. याचबरोबर जास्त शिकलेले आणि कमी शिकलेले लोक अशा गटांतही मला धार्मिक आकलनात तफावत आढळली नाही. मुस्लीम, हिंदू आणि ख्रिश्चन या धर्मीयांचा विचार केला, तरीही त्यांच्यामध्ये या संदर्भात खरोखरचा फरक जाणवत नाही. हिंदू आणि ख्रिश्चनांच्या तुलनेत मुस्लीम खूपच धार्मिक असतात, ही दंतकथा आहे.

भारतीय समाजातील महिलांची भूमिका हा आपला प्रश्न अद्यापही तसाच आहे. मनुच्या काळापासून ते शाहबानो प्रकरणापर्यंत भारतीय महिलांमध्ये किती प्रमाणात बदल झाला आहे?

मानववंशाचा तपशीलवार अभ्यास करून समाजशास्त्रज्ञांनी महिलांच्या बदलत्या भूमिकेचा अभ्यास करण्याचा प्रयत्न केला. यातील बदलांचा मागोवा घेण्यात आला, परंतु गेल्या वीस वर्षांत याविषयीच्या गतीमध्ये नाट्यमय बदल घडला आहे. भारतीय (हिंदू) महिलेच्या भूमिकेत घरात आणि घराबाहेरही नाट्यमय बदल घडत चालला आहे. ड्राफ्ट एफसीबी उल्काने भारतीय महिलांमध्ये झालेल्या बदलांचा मागोवा घेण्यासाठी गेल्या दशकात महत्त्वाचे ठरणारे दोन अभ्यास केले. 'वुमन मूड I' आणि 'वूमन मूड II' अशी या अभ्यासांची शीर्षके आहेत. हे अभ्यास अनुक्रमे सन २००० आणि २०१० मध्ये केले गेले. त्यांत महिलांच्या आशा व महत्त्वाकांक्षा, तसेच भीती व इच्छा आणि इतर बऱ्याच गोष्टी समजून घेण्यासाठी भारतभरच्या शेकडो महिलांशी साधलेल्या संवादांचा आणि चर्चांचा समावेश होता. गृहिणी आणि काळजीवाहक या आपल्या भूमिका असल्याचे महिला समजत असल्याच्या काळानंतर भारतीय महिला आता घरात आणि घराबाहेर आपली भूमिका महत्त्वाची असल्याचे मानू लागल्या आहेत. उदाहरणार्थ, सन २००० मध्ये 'वुमन मूड I' अंतर्गत करण्यात आलेल्या अभ्यासाद्वारे आपल्याला असे दिसून येते, की महिला आता आपल्या पतीला आपण पाठबळ देत असल्याचे समजू लागल्या आहेत. शिवाय, आपण मुलांची काळजी घेणारी माता आणि आज्ञाधारक सून असल्याचे त्या मानत आहेत. अगदी बाहेर काम करणाऱ्या ज्या महिलांशीही आम्ही बोललो, त्यांनीही घरातील आपल्या भूमिकेवरून आपले मूल्यमापन केले. त्या चांगल्या प्रकारे स्वयंपाक करू शकतात का? त्या आपल्या मुलांची चांगल्या प्रकारे काळजी घेऊ शकतात का? त्यांचे घर चांगले दिसते का? वगैरे मुद्दे त्यांच्या दृष्टीने अधिक महत्त्वाचे होते. नंतर सन २०१० मध्ये पुन्हा हाच अभ्यास केला गेला. 'वुमन मूड II' हा तो अभ्यास होय. या वेळी मात्र आम्हाला कित्येक लक्षणीय बदल घडल्याचे आढळले. आपल्या मुलांना अधिक चांगले आयुष्य देण्यासाठी ज्या दिवसापासून महिला काम करू लागल्या, तेव्हापासून त्यांच्या दृष्टिकोनात नाट्यमय बदल घडून आला. (अति धाडसी आशेतून मध्यमवर्गीय महिला अमेरिकेत कामाला जातात, असे

बराक ओबामा यांनी म्हटले आहे.) मोठ्या आणि लहान गावांतील जवळजवळ सर्वच महिलांना आपल्या मुलींनी शिकावे आणि चांगले करिअर घडवावे, असे वाटते. त्या स्वतःला 'गृहिणी' नव्हे; तर 'गृह व्यवस्थापिका' मानतात. आपल्या पतींनीही आपल्या पालकांची काळजी घेतली पाहिजे, असे त्यांना वाटते. प्रौढांची काळजी घेणे ही फक्त त्यांची एकटीचीच जबाबदारी आहे असे त्यांना वाटत नाही. कित्येक प्रकरणांत महिला बाहेर काम करत नसल्या, तरी घरातील आर्थिक व्यवस्थापनात त्यांनी मोलाचा वाटा उचलल्याचे दिसत आहे. त्या बँकेची कामे करतात. विजेची, टेलीफोनची बिले भरणे, ट्युशन फी भरणे, शाळा आणि शिक्षक इ. शी संपर्क राखणे इ. कामे त्या करतात. जवळजवळ रोजच त्या आपल्या 'कामासाठी' बाहेर पडतात.

या दोन्ही अभ्यास-प्रकल्पांतून महिलांमध्ये झालेले बदल स्पष्टपणे दृग्गोचर झाले असले, तरी हे बदल फक्त गेल्या दहा वर्षांतच घडून आलेले नाहीत. हे बदल दीर्घ काळापासून घडत आलेले आहेत. परंतु, आमचे हे अभ्यास-प्रकल्प हे स्थित्यंतर घडण्याच्या दरम्यान हाती घेतले होते. त्यामुळे, ते दहा वर्षांतील बदल असल्यासारखे वाटते.

हा बदल कशामुळे घडून आला? भारतातील हिंदू महिलांनी अखेरीस तेवीसशे वर्षांनंतर मनुच्या कायद्यांचे जोखड फेकून दिले का? भविष्यकाळात हा बदल कोणता आकार धारण करेल?

गेल्या पन्नास वर्षांत भारतीय महिलांना शिक्षणाचा हक्क मिळाला. महिलांमध्ये घडून आलेल्या या बदलाला गती देणारा हा मोठा घटक आहे. महिलांमधील शिक्षणाचे वाढते प्रमाण, पदवीपर्यंतचे शिक्षण पूर्ण करणाऱ्या महिलांचे मोठे प्रमाण या गोष्टींमुळे हा बदल प्रामुख्याने घडून आला आहे. टेलीव्हिजनचा प्रसार वाढत्या प्रमाणात होत आहे. सॅटेलाइट टेलीव्हिजनचा आणि त्याच्या विविध वाहिन्यांचाही या बदलावर मोठा परिणाम झाला आहे. याखेरीज मला वाटते, की मोबाईलचा सर्वव्यापी, सर्वदूर झालेला प्रसार हासुद्धा या उदारमतवादी विचारसरणीला कारणीभूत ठरलेला महत्त्वाचा घटक आहे.

आपण संपूर्ण देशाचा विचार केला, तर एकूण कर्मचाऱ्यांमध्ये महिला कर्मचारी फक्त वीस टक्के आहेत. जर उच्च उत्पन्न गटातील महिलांचा विचार केला, तर हे प्रमाण आणखी दहा टक्क्यांनी कमी आहे. म्हणजे, फक्त दहा

टक्केच आहे. मात्र येत्या दशकात हे प्रमाण आणखी बदलेल. महिलांसाठी कित्येक 'सॉफ्ट' व्यवसाय खुले होत आहेत आणि उच्चशिक्षणातील महिलांचे प्रमाण सातत्याने वाढत चालले आहे. इंडियन इन्स्टिट्यूट्स ऑफ टेक्नॉलॉजी (आय.आय.टी.) आणि इंडियन इन्स्टिट्यूट ऑफ मॅनेजमेंट यांसारख्या आघाडीच्या शैक्षणिक संस्थांमधील महिलांचे प्रमाण गेल्या तीस वर्षांत नाट्यमयरीत्या बदलले आहे. मी आय.आय.टी मद्रासमध्ये असताना, म्हणजे १९७० च्या सुरुवातीच्या काळात माझ्या वर्गात २५० विद्यार्थी होते आणि त्यांत फक्त तीन महिला होत्या. आता मला समजले, की आता एकूण विद्यार्थिसंख्येच्या दहा टक्के विद्यार्थिनी असतात. माझ्या आय.आय.एम.-सी वर्गात महिलांचा आठ टक्के सहभाग होता, तो आता पंधरा टक्क्यांवर पोहोचला आहे. परंतु, इतर अभियांत्रिकी आणि औद्योगिक शिक्षण-संस्थांमध्ये तुलनेत ही आकडेवारी अधिक चांगली आहे. एस.पी.जैन आणि इंडियन स्कूल ऑफ बिझनेस यांसारख्या मी अध्यापन करत असलेल्या व्यवसाय-शिक्षण संस्थांमध्ये वर्गातील मुलींची संख्या सुमारे चाळीस टक्के असते, असे माझ्या निदर्शनास आले आहे. ही बाब स्वागतार्ह आहे आणि प्रगतीची निदर्शक आहे. याचा अर्थ महिला आता उच्चतर शिक्षण मिळवण्यासाठी जास्तीत जास्त प्रयत्न करत आहेत. यात त्यांच्या पालकांचा महत्त्वाचा सहभाग आहे, असे मला वाटते. व्यवसाय-शिक्षणसंस्थेत शिकणाऱ्या मुलीला तिच्या आईचा पूर्ण पाठिंबा असण्याची शक्यता असते. आपल्या मुलीने दुसऱ्या शहरात जाऊन वसतिगृहात राहून शिक्षण घेण्यासाठी खर्च करण्यासाठी तिची आई आपल्या पतीशी वाद घालत असेल.

आपण आधी पाहिल्याप्रमाणे याविषयी आणखी एक असा दावा केला जातो, की मुलींना उच्चशिक्षण दिल्यामुळे त्यांना लग्नासाठी कमी हुंडा द्यावा लागेल असे लोकांना वाटते आणि म्हणूनच ते मुलींना उच्चशिक्षण देतात. मला हा दृष्टिकोन स्वीकारार्ह वाटत नाही.

येत्या काही वर्षांत समाजात महिला मोठी भूमिका पार पाडत असल्याचे आपल्याला पाहावयास मिळेल. फक्त 'काळजीवाहक' म्हणूनच त्या काम करणार नाहीत; तर कामगार, व्यवस्थापिका, डॉक्टर, इंजिनिअर, तंत्रज्ञ, लेखिका, चित्रपट, निर्मात्या आणि यांसारख्या इतर अनेक भूमिका त्या पार पाडत असल्याचे आपल्याला दिसून येईल. यामुळे ज्या समाजाने महिलांना

कित्येक वर्षे दडपून ठेवले आणि लिहायला-वाचायला शिकण्यापासून त्यांना रोखले त्या समाजात नवीन ऊर्जा निर्माण होईल. देशातील स्त्री-पुरुष संख्येच्या गुणोत्तरातही यामुळे सुधारणा होईल, असे मला वाटते.

आपण प्रार्थना करणाऱ्या महिलेपासून सुरुवात केली होती. आता आपल्याला प्रार्थना करत असलेल्या आणखी एका महिलेकडे पाहायचे आहे.

महाराष्ट्रात गणेशोत्सवात गणेशपूजेसाठी कुटुंबातील सर्व सदस्यांनी एकत्र येण्याची प्रथा आहे. घरापासून दूरच्या ठिकाणी नोकरी करणारी मुलेही गणेशोत्सवाच्या पहिल्या दिवसाच्या आरतीसाठी आवर्जून घरी येतात. 'टेलीकॉम ब्रँड'च्या या जाहिरातीची सुरुवात गणेशपूजेने होते. आपला मुलगा आला का ते पाहण्यासाठी आई सारखी चिंतातुरपणे खिडकीतून बाहेर पाहात असते. तेवढ्यात फोन वाजतो आणि त्याचे वडील सांगतात, की त्यांचा मुलगा विमानतळावरच अडकला आहे. ते सांगण्यासाठीच त्याने हा फोन केला आहे. तेवढ्यात मुलगा गणेशाची आरती म्हणण्यास सुरुवात करतो. त्याचा आवाज फोनवरून घरात घुमू लागतो (टेलीकॉम नेटवर्क एवढे स्वच्छ असल्याबद्दल खरोखरच आभारं मानले पाहिजेत.) आणि सगळे कुटुंबीय त्याच्या सुरात सूर मिसळून आरती म्हणू लागतात. आईच्या चेहऱ्यावर भलेमोठे स्मित पसरते. समजा, इतर कोणतेही स्नेहसंमेलन असते तर या दृश्यामुळे निर्माण झालेल्या भावनाच तेव्हाही निर्माण होऊ शकल्या असत्या का? की आई आणि मुलगा यांच्यातील बंध दाखवण्यासाठी प्रार्थनेची किंवा आरतीची गरज होती? तुम्ही यावरून काय ते ठरवा.

अखेरीस, महिलांना कसे वागवायचे हे भारतीय समाजाला ठरवावेच लागेल. त्याउलट, कशा प्रकारे मागण्या करून आणखी हक्क मिळवायचे, ते महिलांनी ठरवले पाहिजे. दिल्लीतील आमच्या कार्यालयाकडे नवीन 'हिरो १०० सीसी गिअरलेस स्कूटर'च्या जाहिरातीचे काम सोपवण्यात आले. त्या वेळी त्यांच्या लक्षात आले, की बाजारात आधीच कित्येक गिअरलेस स्कूटर आलेल्या आहेत आणि 'हिरो प्लेझर' ही आणखी एक कमी वजनाची महिलांसाठी बनवण्यात आलेली स्कूटर आहे. परंतु, आधुनिक काळातील महिलांशी बोलण्यास त्यांनी सुरुवात केल्यावर अठराहून अधिक वयाच्या महिलांनी त्यांना असे सांगितले की स्कूटर ही फक्त एक वापरातील वाहन नाही; तर तिच्यामुळे आम्हाला बाहेर जाण्याचे स्वातंत्र्य प्राप्त होते. ज्या महिलांकडे

दुचाकी आहे, त्यांना आपण पुरुषांशी बरोबरीने वागत असल्यासारखे वाटते हे आमच्या टिमच्या लक्षात आले. पुरुषांच्या तुलनेत त्या यत्किंचितही दुय्यम नाहीत, हे बाह्य जगाला दाखवून देण्याचे ते एक साधन आहे. त्यांचा हा नेमका मूड टिपणारी ओळ आणि संकल्पना अखेरीस आकाराला आली. ती अशी होती : 'व्हाय शुड बॉईज हॅव ऑल द फन?' योगायोगाने, हे वाक्यही एका महिला क्रिएटिव्ह संचालिकेनेच लिहिले होते. तिचे नाव आहे – इंदु पिल्लाई. आधुनिक, मुक्त भारतीय महिलांचे एक उदाहरण.

महिलांना शिकण्यापासून रोखण्याचा मनुचा काळ आता संपुष्टात आला आहे. त्यामुळेच आता आपल्यासमोर असलेल्या या प्रचंड क्रीडांगणावर पुरुषांबरोबर सहभागी होण्यासाठी भारतीय महिलांचेही स्वागत करू या.

❑ ❑ ❑

१०

आहार सहिष्णुता आणि बरेच काही

आपण जर खरोखरच कशाविषयी गांभीर्याने विचार करत असू; तर तो फक्त अन्नाचाच करतो. धर्माचा अगर अध्ययनाचा विचार आपण एवढ्या गांभीर्याने बिलकूल करत नाही.

– लिन युटांग (१८९५–१९७६)

डग्लस ॲडम्स यांची मी मनापासून क्षमा मागतो. परंतु, आपण भारतीय भरपूर मासे खातो.

ते १९९८ साल होते आणि त्या वेळी त्या कंपनीकडे विक्रीसाठी एक आगळेवेगळे उत्पादन होते. जिवंत सोनेरी मासे. या खास माशांची पैदास चेन्नईबाहेरच्या पैदास केंद्रात करण्यात आली होती आणि शहरात विक्री केंद्रे स्थापन करण्याचा कंपनीचा विचार होता. हे खरोखरच स्वारस्यपूर्ण व्यवसाय मॉडेल होते आणि भारतात ते प्रथमच आले होते. मासे पैदास केंद्र हे दारू, उत्पादन–प्रकल्पाशी संलग्न होते. या माशांना दारू, उत्पादन–प्रकल्पातून बाहेर पडणाऱ्या टाकाऊ पदार्थांवर वाढवले जात होते. हे व्यवसाय मॉडेल स्वारस्यपूर्ण दिसत होते. माशांच्या विक्रीविषयी सल्ला विचारण्यासाठी कंपनी आमच्या कंपनीकडे आली होती. परंतु, अद्यापही माझ्या मनात या संकल्पनेविषयी साशंकता होती. पहिली गोष्ट म्हणजे, चेन्नईत मोठ्या प्रमाणात शाकाहारी लोक राहतात. शिवाय, या उत्पादनाच्या क्षमतेविषयीही शंका होती.

दुसरी गोष्ट म्हणजे, जिवंत मासे विकत घेण्यात लोकांना स्वारस्य वाटले असते का?

परंतु आम्ही तीनशे घरांचे नमुना सर्वेक्षण केले, त्या वेळी त्यातून आम्ही असा निष्कर्ष काढला होता, की ८० टक्के लोक मांसाहार करत होते आणि ते सगळे मासे खात होते. सर्वेक्षण केलेल्या त्या दिवशी जाळ्यातून काढलेले ताजे मासे आणि त्याचबरोबर बाजारात विकले जाणारे वाळवलेले मासेही ते खात होते. ज्या ग्राहकांच्या मुलाखती घेण्यात आल्या होत्या, त्यांना असे वाटले होते, की जिवंत मासे ही एक स्वारस्यपूर्ण संकल्पना आहे आणि त्यांना ते घेऊन पाहायचे होते. त्यामुळे, टेलीव्हिजनवर हा ब्रँड नेण्याचा आत्मविश्वास आम्हाला लाभला. आम्ही एक भव्य मोहीम हाती घेतली. (विक्री वाढत असतानाच हव्या तेवढ्या प्रमाणात व्यवसाय वाढत नसल्यामुळे अखेरीस कंपनीने हा व्यवसाय गुंडाळला.) योगायोगाने, त्या वेळी 'दिलीपकुमार' म्हणून ओळखल्या जाणाऱ्या तरुण संगीतकाराने याची आकर्षक ओळ तयार केली. याच संगीतकाराला पुढे जागतिक स्तरावर मानसन्मान प्राप्त झाला. ते आजचे आघाडीचे संगीतकार ए.आर. रहेमान होत.

जागतिक पातळीवर अन्न आणि धर्म हातात हात घालून वाटचाल करत राहतात. मुस्लीम ग्राहकांवरच्या प्रकरणात आपण याविषयी आणखी माहिती घेऊच. आपल्यापैकी बहुतेकांचा असा विश्वास असतो, की भारत हा धार्मिक आणि शाकाहारी देश आहे. वास्तव मात्र या आकलनाहून खूपच भिन्न आहे. १० डिसेंबर २००७ च्या 'बिझनेस टुडे'च्या अंकातील वृत्तअहवालात असे म्हटले होते की, '८० टक्के दक्षिण भारतीय आणि ४४ टक्के उत्तर भारतीय लोक मांसाहारी आहेत.' दक्षिण भारतीय लोक शाकाहारी असतात, असा समज प्रामुख्याने तेथील इडली-डोसा संस्कृतीवरून आणि विशेषतः सर्वत्र आढळणाऱ्या शाकाहारी उडुपी रेस्टॉरंट्समुळे झालेला आहे. परंतु बिझनेस टुडेच्या वृत्तअहवालात उल्लेख केलेल्या या सर्वेक्षणावरून भारतीयांच्या मनातील या समजाला धक्का बसला असावा.

सर्वसामान्यपणे असा समज प्रचलित असतो, की सगळे ब्राह्मण शाकाहारी असतात. गौड सारस्वत आणि बंगाली ब्राह्मण बहुतेक वेळा जेवणात मासे खातातच. खरे तर गौड सारस्वत असा दावा करतात, की महाराष्ट्राला भीषण दुष्काळाचा तडाखा बसला होता, त्या वेळी सागरी अन्न खाण्यास त्यांना

देवानेच संमती दिली होती.

उत्तरेकडे शाकाहार टिकून राहणे ही गोष्टही खरोखरच स्वारस्यपूर्ण आहे. कारण, खरे तर आर्य लोक हे मांसाहारीच होते. कित्येक वेदकालीन यज्ञांमध्ये बैलांचे बळी दिले जात होते आणि यज्ञ करणारा स्वतः मांसाचे तुकडे खात असे. वेदकाळात वासराचे मांस हा अगदी ऋषीमुनी आणि ब्राह्मण लोकांच्या आहाराचाही भाग होता. महाराष्ट्रात नायकांना हरिणाचे आणि इतर प्राण्यांचे मांस स्वयंपाकी वाढत असल्याचे अनेक प्रसंग सांगितले जातात. रंतिदेवाच्या राजवाड्यात रोज प्राणी मारले जात होते आणि ब्राह्मणांना व भिक्षूंना त्यांचे मांस वाटले जात होते. द्रौपदीच्या विवाहप्रसंगी शिजवण्यात आलेल्या जेवणात म्हैस, बकरी, हरीण आणि पक्ष्यांचे मांस यांचा समावेश होता. वाल्मिकी रामायणात असे म्हटले आहे, की दशरथाच्या कुटुंबात नियमितपणे मांसभक्षण केले जात होते. रामाला प्राण्यांचे आणि पक्ष्यांचे मांस आवडत होते; तर सीतेला भाताबरोबर शिजवलेले मांस आवडत होते. पाहुण्यांना गोमांस देण्यासाठी गोवध करण्यास संमती होती आणि शिवाय या पद्धतीला प्रोत्साहन दिले जात होते. अशा पाहुण्याला 'गोघ्न किंवा गाईंचा वध करणारा' असे म्हटले जात होते. बायबलमध्ये आपल्या उधळ्या मुलाचे स्वागत करण्यासाठी एका पोसलेल्या जाडजूड वासराची हत्या करून त्याच्या पित्याने ते मांस आपल्या मुलाला देऊन त्याचे स्वागत केल्याचा उल्लेख आहे, ही गोष्टही स्वारस्यपूर्ण आहे.

ख्रि.पू. ५०० नंतर बौद्ध आणि जैन धर्मांचा उदय झाला आणि अहिंसा या त्यांच्या तत्त्वामुळे पारंपरिक हिंदूंच्या या कृत्याविषयी त्यांनी जोरदार आक्षेप घेतला. उच्चवर्णीय हिंदू वासरू खाण्याच्या आपल्या मार्गाला सुरुवातीच्या काळात चिकटून राहिले आणि यज्ञात या प्राण्यांचा बळी देण्याची पद्धत असल्यामुळे ते योग्य असल्याचे समर्थनही करत राहिले. पाहुण्यांचे स्वागत करण्याचा तो एक सन्माननीय, प्रतिष्ठित मार्ग असल्याचाही त्यांचा दावा होता. परंतु तरीही हळूहळू अहिंसेने येथील भूमीत मूळ धरले. फा हाएन याने पाचव्या शतकाच्या सुरुवातीच्या कालखंडात भारताला भेट दिली होती. तोपर्यंत उच्चवर्णीयांनी मांसभक्षण करणे बंद केले होते. पौराणिक काळ सुरू होईपर्यंत (ख्रि.पू. तिसरे शतक) गाईकडे 'देव' म्हणून पाहिले जात होते. ब्रह्मदेवाच्या जन्माच्या वेळीच गाईचीही निर्मिती केली गेली, असे मानले

जात होते. याच दरम्यान, गोहत्या म्हणजे ब्रह्महत्येसमान पातक मानले जाऊ लागले. चौथ्या शतकापर्यंत गुप्त राजांनी गोहत्या हा मोठाच गुन्हा मानला. तमिळ चोला साहित्यात एका राजाची कथा सांगितली गेली आहे. या राजाने चुकून; होय, चुकूनच गोहत्या समजून आपल्या मुलाचीच हत्या केली होती. सन १९४७पर्यंत जम्मू–काश्मीरमध्ये गोहत्येला मृत्युदंडाची शिक्षा होती. काही तात्त्विक कारणांमुळे मांसाहाराकडे पाहण्याच्या दृष्टिकोनात बदल घडून आला असावा. पशुपालन, जनावरांना चरायला नेणे आणि त्यांची पैदास यांमध्ये घडून आलेल्या बदलांमुळेही हे घडले असावे. चरणे आणि पर्यावरण यांमधील संबंध लक्षात आल्यामुळे हे घडले असेल. या बदलांमुळे गंगेच्या पठारावरील नागरी जीवनात बदल घडून आले. मोठमोठ्या समारंभांत मोठमोठ्या संख्येने मारल्या जाणाऱ्या प्राण्यांमुळेही या अस्वस्थतेत वाढ झाली असावी. त्यामुळे, उपनिषदांमध्ये आणि अगदी महाभारतातही मांसभक्षणाचा निषेध केल्याचे दिसते.

म्हणूनच, कट्टर मांसाहारापासून भारतीय हिंदू शाकाहारी होण्याकडे वळला किंवा त्याला वासराच्या मांसाविषयी किळस उत्पन्न झाली. वासराचे मांस खाण्याविरोधात निदर्शने करणाऱ्या लोकांना आपल्या जीन्समध्ये वासरू खाण्याचा पुरावा असलेले काही जीन्सही आहेत याची जाणीव तरी असते का याविषयी माझ्या मनात शंका आहे.

अथर्ववेदात आणि छांदोग्य उपनिषदात वस्तूच्या त्रिगुणांविषयी भाष्य आहे. सत्त्व म्हणजे चांगुलपणा किंवा सुबोधता किंवा बुद्धिमत्ता. रज म्हणजे ऊर्जा किंवा सक्रियता किंवा तळमळ आणि तम म्हणजे अंधार किंवा उदासीनता. कित्येक इतर संकल्पनांच्या साहाय्याने अभिजात सांख्य तत्त्वज्ञानाने इतर तत्त्वज्ञानांना झाकोळून टाकले आणि या तत्त्वज्ञानानुसार, सत्त्व हे तत्त्व ब्राह्मण आणि गाईंमध्ये असते. रज हे तत्त्व क्षत्रिय आणि घोड्यांमध्ये असते; तर तम हे तत्त्व कुत्री आणि इतर तथाकथित कनिष्ठ वर्गीयांमध्ये असते, असे मांडले गेले. अगदी आजही योगशिक्षक आणि आयुर्वेदाचे वैद्य तीन प्रकारच्या अन्नाविषयी बोलतात. सात्त्विक अन्नाला 'योगिक अन्न' असेही म्हटले जाते. त्यात पाणी, धान्ये, द्विदल धान्ये, दूध, तूप, भाज्या आणि फळे यांचा समावेश होतो. मानसिक स्पष्टता आणि शांतता आणि समतोलपणा यांसाठी सात्त्विक अन्न उपयुक्त ठरते. 'राजसी अन्ना' त उत्तेजित करणाऱ्या अन्नाचा समावेश

होतो. यामुळे मानसिक अस्वस्थता वाढते. यात मसालेदार अन्न आणि मादक पेयांचा समावेश होतो. तिसऱ्या प्रकारच्या अन्नाला 'तामसी' अन्न म्हणतात. यालाच उपशामक (सेडेटिव्ह) अन्न असेही म्हणतात. यामुळे मानसिक जडत्व निर्माण होते. मांस, मासे, कांदा, लसूण, मसालेदार अन्न यांचा यात समावेश होतो. हिंदू साहित्यात अन्नाचे आणखीही एका प्रकारे वर्गीकरण केले जाते. शीत आणि उष्ण असे हे प्रकार होत. काही अन्नामुळे उष्णता निर्माण होते आणि काहींमुळे शीतलता निर्माण होते. उदाहरणार्थ, बीन्स, टोमॅटो, रताळी, काकडी, यॅम (सुरणासारखा उकडून खाण्याचा कंद) आणि भोपळा यांचा शीत अन्नामध्ये; तर पांढरी मिरी, कांदा आणि लसूण यांचा उष्ण अन्नामध्ये समावेश होतो. अननस, पपई, केळी आणि लिंबू जातीची फळे शीत; तर आंब्याला उष्ण मानले जाते. हे वर्गीकरण धान्यांच्या बाबतीतही केले जाते. त्यानुसार भात, मसूर, मका आणि कठीण कवचाची फळे शीत आहेत; तर गहू आणि बाजरी उष्ण आहेत.

आपल्याला माहिती आहे, की मॅकडोनाल्डने भारतात प्रवेश करायचे निश्चित केल्यावर गांभीर्याने आपल्या खाद्यपदार्थांचे पुनर्निरीक्षण केले. त्यांनी आपल्या पदार्थांमधून वासराचे मांस पूर्णपणे काढून टाकले. अगदी कोकरू किंवा मटणही रेस्टॉरंटमधून हद्दपार करण्यात आले. मुंबईत प्रथमच मॅकडोनाल्डने जगातील आपले पूर्ण शाकाहारी रेस्टॉरंट उघडले.

आय.टी.सेवा उद्योगावर प्रामुख्याने उच्चवर्णीयांचे वर्चस्व आहे. त्यांच्या कँटीनमध्ये त्यांना शाकाहारी विरुद्ध मांसाहारी अशा वर्गीकरणाचा सामना करावा लागला. फॅक्टरीच्या कँटीन्समध्ये नेहमीच शाकाहारी आणि मांसाहारी विभाग असतात. सन १९८० मध्ये मुंबईत सायन येथील बूट्स फार्मास्युटिकल फॅक्टरीत शुक्रवारी दुपारच्या जेवणासाठी चिकन दिले जात होते. परंतु, आय. टी. फर्म्समध्ये कित्येक वर्षे संपूर्ण शाकाहारी मेन्यूच पुरवला जात असे. अगदी अलीकडेच त्यांच्याकडेही मांसाहारी पदार्थ दिले जात आहेत.

'इंटरनॅशनल जर्नल ऑफ कंझ्युमर स्टडिज'च्या अहवालानुसार, भारतात सागरी अन्न खाण्यावर धर्म, कुटुंबाचा आकार आणि कुटुंबातील सदस्यांची चव आणि वये यांमुळे प्रतिबंध आला आहे. आपण शाकाहारी किंवा मांसाहारी बनण्यात आपले धर्म आणि जाती यांचीही महत्त्वाची भूमिका असते. काही दिवस आपण मांसाहार पूर्णपणे वर्ज्य करतो आणि गमतीची गोष्ट म्हणजे, हे

धर्मामुळे ठरते. उदाहरणार्थ, संशोधनातून असे सिद्ध झाले आहे, की अधिक धार्मिक असलेला ग्राहक रविवारी, बुधवारी आणि शुक्रवारी मांसाहारी पदार्थ आणि सागरी अन्नपदार्थ खातो. मात्र, मांस खाण्यापासून धर्म त्यांना रोखत नाही. मंगळवारी आणि गुरुवारीही कित्येक हिंदू लोक मांसाहार टाळतात.

समजा, तुम्ही विमान उद्योगात किंवा रेस्टॉरंट उद्योगात आहात किंवा तुम्ही एखाद्या कार्यालयातील कँटीन चालवत आहात. या वर्तनाचा मेन्यू ठरवण्यावर कसा परिणाम होईल? जसजसा काळ जाईल, तसतसे आपले ग्राहक केव्हा मांसाहार घेत नाहीत हे तुमच्या लक्षात येईल, याविषयी माझी खात्रीच आहे.

उपवासाच्या दिवसांशी शाकाहारी आणि मांसाहारी पदार्थांचा मेळ घाला आणि मग तुमच्याकडे कित्येक पर्यायी मेन्यू तयार होतील. तुम्ही ज्या देवाची पूजा करत असाल, त्यानुसार तुम्ही उपवास करत असलेली तारीख बदलेल. आमचा एक सहकारी विविध कारणांपोटी आठवड्यात दोन दिवस उपवास करतो.

करवा चौथ, महाशिवरात्र, लेंट, रमजान यांसारखे उपवासाचे काही मोठे दिवसही असतात.

समाजशास्त्रज्ञांच्या मते, पोशाखाच्या सवयी जलद बदलू शकतात; परंतु, आहारविषयक सवयी अत्यंत हळूहळू बदलतात. आपल्या देशात नवीन अन्नप्रकार जलद गतीने वाढत असल्याचे आपल्याला दिसते. देशाच्या आहारविषयक कल्पनेवर पहिल्यांदा पकड मिळवणारा बाह्य खाद्यपदार्थ होता नूडल्स. मॅगी नूडल्स हे नाव घरोघरी पोहोचले होते. बीफ बर्गर भारतीयांच्या चवीनुसार वडा-पावप्रमाणे चिकन आणि पोटॅटो बर्गरमध्ये रूपांतरित करण्यात आला. त्यानंतर पिझ्झा या परदेशी अन्नप्रकाराने इथे आपले बस्तान बसवले. येत्या काही दशकांत रॅप्स, रोल्स आणि टॅकोजही इथे स्थिरस्थावर होतील अशा शक्यता आहेत.

पारंपरिक शाकाहारी लोकांनी मांसाहारी अन्नाचा स्वीकार करणे ही एक मोठी गोष्ट असेल. अगदी वीस वर्षांपूर्वी परंपरावादी, पुराणमतवादी शाकाहारी व्यक्ती मांसाहारी रेस्टॉरंटमध्ये प्रवेशसुद्धा करत नव्हत्या. किमानपक्षी, दक्षिण भारतातील अनेक भागांत तरी अशी परिस्थिती होती. त्यामुळे रेस्टॉरंट्समध्ये

काय आहे ते स्पष्टपणे लिहावे लागत होते. चेन्नईमध्ये मांसाहारी रेस्टॉरंट्सना 'मिलिटरी हॉटेल' म्हटले जात असे. प्रत्येक शहरात काही पूर्णपणे शाकाहारी जेवणाची रेस्टॉरंट्स असतातच. परंतु आता मांसाहारी रेस्टॉरंट्समध्येच शाकाहारी अन्नही तयार केले जाते आणि शाकाहारी लोक या रेस्टॉरंट्समध्येही आवडीने जातात. या प्रमाणात वाढ होत राहील, असे दिसते. काही किरकोळ विक्रीची आधुनिक दुकानेही आता मांसाहारी पदार्थांची विक्री करू लागली आहेत. आपल्या रेफ्रीजरेटर्समध्ये किंवा शीत विभागात ते सगळेच्या सगळे मांसाहारी पदार्थ ठेवत नाहीत. जर कापलेल्या मांसाच्या शेजारीच फ्रोझन मटारचे पाकीट ठेवले गेले असेल, तर पुराणमतवादी ग्राहक ते स्वीकारेलच याची खात्री दुकानदारांना नसते. माझा असा अंदाज आहे, की हेसुद्धा लवकरच बदलेल. उदाहरणार्थ, 'स्टार बझार'ची मालिका आपल्या फ्रीझर विभागात सर्व प्रकारचे मांसाहारी पदार्थ ठेवते.

माझ्या मते, देश म्हणून भारत वाढत्या प्रमाणात मांसाहारी पदार्थांशी जुळवून घेत आहे. सुरुवातीला अंडी घरा-घरांत शिरतील. विशेषतः मुलांसाठी खास सप्लीमेंट म्हणून ती आणली जातील. त्यापाठोपाठ इतर मांसाहारी पदार्थही हळूच घरात शिरतील. कदाचित, 'शिजवण्यास सोप्या' किंवा 'इझी टू कूक' पद्धतीचा बुरखा घेऊन ते शिरतील. मात्र पाश्चात्य ग्राहकांप्रमाणे प्रत्येक वेळी जेवताना मांसाहारी पदार्थ खाणे आपण कधीच मान्य करणार नाही. अगदी भारतातील मुस्लीम आणि ख्रिश्चन कुटुंबांमध्येही रोजच्या प्रत्येक जेवणात मांसाहार केला जात नाही. कार्यालयांत विविधांगी रितीरिवाज बाजूला सारले जातात. त्याप्रमाणेच आहारविषयक सवयींमध्येही बदल घडतील आणि शाकाहारी व मांसाहारी सहग्राहक एकत्र बसून जेवण्यास शिकतील. चेन्नईमध्ये मिलिटरी हॉटेलची संकल्पना जलद गतीने नाहीशी होत चालली असून मांसाहारी हॉटेल्सना मिलिटरी हॉटेल्स म्हणणेही झपाट्याने कमी होत चालले आहे. काही दशकांपूर्वी 'मिलिटरी हॉटेल्स'साठी राखीव ठेवलेली हॉटेल्स आता हळूहळू नाहीशी होत आहेत.

(फूड सेफ्टी अँडी स्टँडर्डस ॲक्ट, २००६ आणि फूड सेफ्टी अँडी स्टँडर्डस (पॅकेजिंग अँड लेबलिंग) ॲक्ट २०११) नुसार शाकाहारी पदार्थांवर हिरवा आणि मांसाहारी पदार्थांवर तपकिरी ठिपका दाखवणे सक्तीचे करण्यात आले आहे. दूध असलेल्या पदार्थांवर हिरवा आणि अगदी अंडी जरी

असतील, तरी त्या पदार्थावर तपकिरी ठिपका दाखवावा लागतो. आपल्या प्रिय गुरूचे समाधान करण्यासाठी एका अतिउत्साही मंत्र्याने हा कायदा लागू केला असावा असे मला वाटते. मात्र, या हिरव्या किंवा तपकिरी ठिपक्यांची ग्राहक चिंता करतातच असे मी खात्रीने सांगू शकणार नाही. खरे पाहता, काही जणांना असे वाटू शकेल, की अंड्यांखेरीज आणखीही काहीतरी उत्पादनात असल्याचे दाखवण्यासाठी हा तपकिरी लालसर ठिपका दाखवला गेला आहे. मला तर असे वाटते, की पॅकिंगच्या मागच्या बाजूला ज्याप्रमाणे व्हिटॅमिन्ससारख्या घटकांच्या उल्लेखाकडे ग्राहक दुर्लक्ष करतात, त्याप्रमाणेच हळूहळू या ठिपक्यांकडेही ग्राहक दुर्लक्ष करतील. त्याऐवजी ग्लुटेन फ्री, शुगर फ्री, फॅट फ्री असा उल्लेख करणे सक्तीचे केले जावे. हे ठिपके काढले जाऊन प्राणिजन्य पदार्थ असल्याचा उल्लेख केला जावा.

भारत अधिकाधिक श्रीमंत होण्याच्या दिशेने जसजसा चालला आहे, तसतसे मला दोन प्रवाह निर्माण झाल्याचे आणि ते इथे मूळ धरू लागल्याचे दिसत आहे. मांस खाणे न परवडणारे गरीब आता आपल्या आहारात थोड्या प्रमाणात का होईना; परंतु मांसाचा आणि माशांचा समावेश करू लागले आहेत. त्यांच्यासाठी हे अन्न म्हणजे प्रथिनांचा स्वस्त स्रोत आहे. श्रीमंत लोक आरोग्याविषयी अधिकाधिक जागरूक बनत चालले आहेत आणि ते जास्तीत जास्त शाकाहाराकडे झुकू लागतील. बहुतांश हिंदू आणि अगदी मुस्लीमसुद्धा रोजच्या रोज मांसाहार करत नाहीत. हे बदलणार नाही. परंतु आपल्या आहारविषयक सवयी अधिक एकजिनसी बनत चालल्याचे मला दिसत आहे. शाकाहारी लोक थोड्या प्रमाणात तरी मांसाहारी अन्न खाण्याकडे वळतील आणि मांसाहारी लोक फक्त आरोग्याच्या कारणासाठी अधिक काळ शाकाहाराचे सेवन करतील. प्राणिजन्य नसलेले अन्नपदार्थच खाण्याची संकल्पना संपूर्ण पाश्चात्त्य जगात पसरत आहे. मात्र, अद्यापही भारतात ही संकल्पना रुजलेली नाही ही गोष्ट मोठीच स्वारस्यपूर्ण आहे. भारतीय लोक दुधापासून दूर राहू शकणार नाहीत आणि म्हणूनच प्राणिजन्य पदार्थांचा संपूर्ण त्याग करण्याचा प्रवाह नजीकच्या भविष्यकाळात तरी फार मोठ्या प्रमाणात पसरणार नाही.

आय.आय.टी मद्रासमध्ये मी होतो, त्या काळात शाकाहारी आणि मांसाहारी पदार्थांविषयी मोठा वाद होता. आमच्या वसतिगृहाच्या (गोदावरी)

मेसमध्ये 'खास थाळी' म्हणून मांसाहारी अन्न उपलब्ध होते आणि त्यासाठी अतिरिक्त पैसे भरावे लागत होते. दुपारचे जेवण पूर्णपणे शाकाहारी असे; आणि माझ्या आठवणीप्रमाणे रात्रीच्या जेवणात आम्हाला दोन दिवस मासे मिळत असत. एक दिवस चिकन आणि दोन दिवस वासराचे मांस मिळत असे. तो १९७२-१९७७च्या दरम्यानचा काळ होता. तोपर्यंत संपूर्ण देशभर हिंदुत्वाची लाट पसरलेली नव्हती. सगळ्याच टेबलांवर या खास थाळ्या वाढल्या जात असत. त्यामुळे, आपल्या थाळीत चिकन किंवा वासराचे मांस घेऊन तुमचा एखादा मित्र बसलेला असताना शेजारीच दुसरा एखादा मित्र पूर्ण शाकाहारी जेवण जेवत असे. 'गोदावरी'मध्ये आमच्याकडे शाकाहारी आणि मांसाहारी जनतेत शांततापूर्ण साहचर्य होते. मात्र त्याच वेळी 'ताप्ती' या आमच्या शेजारच्याच वसतिगृहात विचित्र आणि आश्चर्यजनक गोष्टी घडत होत्या. शाकाहारी आणि मांसाहारी लोकांमध्ये संघर्ष होता आणि त्यांच्या मेसमध्ये या दोन्ही मंडळींच्या मध्ये पडदा असे. आम्हा सगळ्यांनाच या गोष्टीची गंमत वाटत असे. हे सगळे सुरू असताना मी गोदावरीचा मेस सेक्रेटरी होतो आणि माझ्यासमोर अशा प्रकारची समस्या नव्हती. त्यानंतर बऱ्याच दिवसांनी माझ्या लक्षात आले, की मांसाहारी आणि शाकाहारी असण्याच्या मुद्याला राजकीय रंग चढला होता. म्हणूनच पडदे लावणे ही आवश्यक बाब ठरली होती. किंवा ती हिंदुत्वाच्या लाटेची सुरुवातीची चिन्हे तर नव्हती ना? मला खात्रीने काहीच सांगता येणार नाही.

सुदैवाने, आता भारतभर सर्वत्रच हे पडदे दूर केले गेले आहेत असे मला वाटते आणि मोठ्या उत्साहाने आपण आहारविषयक सवयींमधील भिन्नत्वाचे स्वागत करत आहोत.

❑ ❑ ❑

११

'टेलीरामा'पासून 'टेलीड्रामा'पर्यंत

महान कथांमध्ये कोण जिवंत राहाते, कोण मरण पावते, कोणाला प्रेमाचा लाभ होतो आणि कोणाला तो होत नाही हे तुम्हाला माहिती असते. परंतु तरीही तुम्हाला ते पुन्हा एकदा जाणून घ्यायचे असते. हेच तर त्यांच्यातील गूढ आहे आणि त्यांची जादू आहे.

– अरुंधती रॉय (जन्म : १९६१)

आठवड्यातील सातही दिवस २४ तास हिंदी भाषेतील करमणुकीचे कार्यक्रम सादर करण्यास सुरुवात करून झी टीव्हीने भारतातील टेलीव्हिजनच्या क्षेत्रात इतिहास रचला. याच लाटेवर स्वार होत बॉलीवूडमधील लोकप्रिय गाणी आणि चित्रपट व सोप ऑपेराजचा वापर करून 'झी'ने कार्यक्रम तयार केले आणि करमणुकीच्या क्षेत्रातील नवीन युगाला सुरुवात केली. स्टार प्लसही त्यामुळे इंग्लिशमधून हिंदीकडे वळले. त्यानंतर काही वर्षांनी स्टार प्लसने पुन्हा एकदा आपल्या सर्वोच्च स्थानाकडे प्रयाण केले. त्यासाठी त्यांनी 'कौन बनेगा करोडपती' कार्यक्रम सुरू केला. बॉलीवूडचे 'आयकॉन' म्हणून प्रसिद्ध असलेल्या अमिताभ बच्चन या मोठ्या कलाकाराला या कार्यक्रमाचा 'अँकर' म्हणून घेण्याची कल्पना हळुवार, विनम्रपणे संभाषण करणाऱ्या केरळच्या समीर नायर या तरुणाची होती.

लवकरच, 'झी'ला 'सोनी'कडूनही आवेशपूर्ण आव्हान मिळाले. मुत्सद्दीपणाने काही धोरणे आखून आणि काही प्रमाणात चुकांची दुरुस्ती करून झी टीव्हीने टेलीव्हिजन रेटिंग्जच्या खेळात स्टार प्लस आणि सोनीच्या जोरदार स्पर्धेत वरचे स्थान पटकावण्याचे काम केले. दहा वर्षांच्या कालखंडात भारतातील टेलीव्हिजन करमणुकीच्या क्षेत्रात 'झी'ने अनेक मूलभूत शैली आणल्या आणि भारताचे पहिल्या क्रमांकाचे टेलीव्हिजन नेटवर्क म्हणून स्थान पटकावले.

अपेक्षेप्रमाणेच, भारतीय टेलीव्हिजन बाजारपेठेत दर पाच ते सात वर्षांनी मोठी उलथापालथ होते. एन.डी.टीव्ही ही अत्यंत यशस्वी वृत्तवाहिनी होती. त्यांनी जानेवारी २००८ मध्ये 'एन.डी.टीव्ही इमॅजिन'च्या माध्यमातून हिंदी भाषेतील सर्वसाधारण करमणूक क्षेत्रात प्रवेश केला. 'एन.डी.टीव्ही इमॅजिन'च्या प्रमुखपदी त्यांनी वर उल्लेख केलेल्या समीर नायर यांची नेमणूक केली.

या पार्श्वभूमीवरच झीटीव्हीचे तरुण मुख्य कार्यकारी अधिकारी पुनीत गोएंका यांनी आमच्या एजन्सीबरोबरची बैठक बोलावली. आमच्यासमोरचा प्रश्न होता : समीर नायर पुन्हा एकदा चमकू शकतील का? सर्वसाधारणपणे फोफावलेल्या हिंदी करमणूक क्षेत्राच्या प्रेक्षकांना आकर्षित करण्याच्या नायर यांच्या खेळीवर आमची चर्चा सुरू होती. नायर पुन्हा एकदा टेलीव्हिजनवर रामायण आणणार होते. फक्त रविवारी सकाळी एकदाच दाखवण्याऐवजी या वेळी एखाद्या सोप ऑपेराप्रमाणे ते आठवड्यातून चार वेळा दाखवले जाणार होते.

यावरच्या चर्चेच्या वेळी आमच्या मतांचे विभाजन झाले होते. आमच्यापैकी काही जणांना वाटत होते, की माहिती नसलेल्या नवीन वाहिनीकडे प्रेक्षकांना आकर्षित करण्याची ही एक स्वारस्यपूर्ण खेळी होती. इतर लोकांच्या मते, एका विशिष्ट कालखंडात रामायण लोकप्रिय ठरले होते. सध्याच्या पिढीला रामायणाचे एवढे आकर्षण वाटणार नाही. काहींच्या मते, धार्मिक पुराणकथा या नेहमीच भारतात लोकप्रिय ठरतात. कारण, इथे मोठ्या प्रमाणात धार्मिकता आहे. श्रीमंतीचे आणि शिक्षणाचे प्रमाण वाढत आहे; मात्र त्यामुळे मंदिरातील गर्दी कमी झालेली नाही. त्यामुळे, भारतीयांच्या नवीन पिढीसाठी रामायणाची वेगळ्या प्रकारे हाताळणी झालेली कथा आवृत्ती आवश्यक आहे. रामानंद सागर यांनी सन १९८० मध्ये प्रेक्षकांपुढे मांडलेल्या प्रकारेच आपणही रामायण

मांडण्यात काहीच अर्थ नाही.

धार्मिकतेच्या लाटेवर स्वार होण्यासाठी उडी मारणे सुज्ञपणाचे ठरणार नाही असे धोरणाविषयी नियोजन करणाऱ्यांचे मत होते. 'एन.डी.टीव्ही इमॅजिन'चे उद्घाटन झाले आणि त्यात काही स्वारस्यपूर्ण कार्यक्रम सादर करण्यात आले आणि रामायण नक्कीच लोकप्रिय ठरेल अशी त्यांची अपेक्षाही होती. रामायण सुरू झाले. मात्र लोकप्रियतेचा विचार करता ते आधीच्या रामायणाच्या जवळपासही फिरकू शकले नाही.

याचा अर्थ टेलीव्हिजनवरच्या धार्मिकतेला भारतीय प्रेक्षक कंटाळून गेले होते का? समीर नायर यांचे म्हणणे पूर्णतः चुकीचे होते का?

याचे उत्तर बरेचसे गुंतागुंतीचे असल्याचे स्पष्ट झाले. स्टार प्लसने 'लाईफ ओके' ही आपली दुसरी वाहिनी सुरू केली, (सर्वसामान्य करमणूक वाहिनी म्हणून स्टार वन वाहिनी सुरू करण्याचा त्यांचा त्याआधीचा प्रयोग फसला होता.) त्या वेळी त्यांनीही धार्मिकतेचेच पत्ते फेकले होते. परंतु, त्यांनी वेगळ्या देवावर आधारित मालिका प्रसारित केली होती. ती होती शिवावरची मालिका... आणि त्यांना अभूतपूर्व यश प्राप्त झाले'

'देवों के देव महादेव' या मालिकेची सुरुवात ११ डिसेंबर २०११ रोजी झाली आणि लवकरच तिने आबालवृद्ध प्रेक्षकांचे लक्ष वेधून घेतले. शिव पुराणावर सर्वसाधारणपणे बेतलेल्या मालिकेतून प्राचीन पौराणिक कथांना आधुनिक स्वरूप देण्याचा प्रयत्न करण्यात आला होता. हिंदू पूर्णपुरुषत्वाचे प्रतीक असलेली देवता म्हणून शिवाकडे पाहिले जाते. त्याला या मालिकेत मानवी स्वरूपातच अधिक प्रमाणात दाखवले गेले होते. परिणामी, या मालिकेला ब्लॉगच्या जगतातही कित्येक फॉलोअर्स लाभले.

आता विचार करता असे वाटते, की एन.डी.टीव्ही इमॅजिनकडेही अशीच स्वारस्यपूर्ण कल्पना होती, परंतु ती त्यांनी योग्य प्रकारे राबवली नाही किंवा शो बिझनेसमध्ये म्हटले जाते त्याप्रमाणे प्रेक्षक ज्याच्या शोधात होते, त्याचा 'लाईफ ओके'ला नशिबाने नेमका लाभ झाला होता.

इंग्लिश पुस्तकांच्या वाचकांच्या सामूहिक जाणिवेत आधुनिक शिवाला बसवण्याचे मोठेच श्रेय शिवा ट्रिलजीचे (शिवावरच्या तीन पुस्तकांची मालिका) लेखक अमिश त्रिपाठी यांना जाते. आता या तीन कादंबऱ्या विविध भारतीय भाषांमध्ये अनुवादितही झाल्या आहेत. त्यांनी आधुनिक भारतीयांसाठी

शिवाचा शोध लावला. त्रिपाठी यांनी निर्माण केलेल्या या संवेगाचा लाभ 'देवों के देव महादेव'ने घेतला आणि शिवाला सर्वसामान्यांपर्यंत पोहोचवले. शिव हे दैवत टेलीव्हिजनच्या प्रेक्षकांसाठी नवीन नव्हते. 'ओम नमः शिवाय' ही मालिका सन १९९७ मध्ये दूरदर्शनवरून प्रसारित करण्यात आली होती. कित्येक भाषांतून ही मालिका नंतर कित्येक महिने सुरू होती. म्हणूनच, शिवाला पुन्हा एकदा सादर करताना 'लाईफ ओके'ने कोणती ना कोणती अधिक योग्य गोष्ट केली होती.

'देवों के देव महादेव' सारख्या कार्यक्रमांच्या यशाने आजच्या तरुण भारतीयांच्या दृष्टीने धर्म ही काहीशी सौम्य, शांत, सहज संकल्पना ठरते. काही लोकांनी याला 'डोळ्यांत भरणारा शिव' असे म्हटले. शिव तत्त्वप्रणालीची वाढ एवढ्या मोठ्या प्रमाणात झाली, की तिचा परिणाम संगीत, टी शर्ट आणि अगदी टॅटूंवरही दिसून आला. महादेवाची भूमिका करणाऱ्या मोहित रैना या अभिनेत्याने असे म्हटले, की 'मी दैवी दिसतो असं लोकांनी मला सांगितलं नाही. त्यांनी मला सांगितलं, की मी मादक (सेक्सी) दिसतो. मी सादर केलेल्या महादेवाला भक्त लाभले नाहीत; तर त्याचे चाहते लाभले.' सर्व वयोगटांतील प्रेक्षकांशी तो जोडला गेला. प्रत्येकालाच आपापल्या पद्धतीने त्याच्याशी स्वतःला जोडून घ्यायचे होते. तो त्यांना आपला म्हणून हवा होता.

'बिईंग इंडियन'मध्ये पवन वर्मांनी पुराणकथांच्या समृद्ध परंपरेविषयी आणि कथाकारांना कथा सांगण्यासाठी हिंदुत्वाने दिलेले देव यांविषयी भाष्य केले आहे. वेदाने ३३ देव आणि पुराणांनी ३३ कोटी देव असल्याचे म्हटले आहे. वर्मा असे म्हणतात, की जोपर्यंत देव त्याची इच्छा पूर्ण करत आहेत, तोपर्यंत हिंदू व्यक्तीला गुंतवून ठेवण्यासाठी देवांची कमतरता नाही. वास्तवाच्या तत्त्वज्ञानाच्या सिद्धांताशी सर्वसामान्य हिंदूला कसलेच देणेघेणे नसते.

खरे पाहता, वेद हे कथांचे प्राचीन ज्ञात, स्रोत आहेत. ते आर्यांनी लिहिलेले आहेत. रामायण आणि महाभारताने आर्य आणि स्थानिक दंतकथांचे जतन केले. स्थानिक परंपरांमधून पुराणांचेही जतन झाले आहे. आपल्या स्वतःच्या मौजमजेसाठी किंवा करमणुकीसाठी आदिम लोक पोकळ गोष्टींतून कथा तयार करत नव्हते. परंतु, नेहमीच एखाद्या प्रक्रियेचे स्पष्टीकरण देण्यासाठी, परंपरेचे जतन करण्यासाठी किंवा प्राचीन परंपरेचे समर्थन करण्यासाठी या कथा गुंफल्या जात होत्या. एका सिद्धांतानुसार, सत्य

घटनांची विपर्यस्त रूपे म्हणजेच दंतकथा असतात असे स्पष्टीकरण दिले जाते. म्हणूनच, दंतकथांची मुळे इतिहासात सापडतात. या कथांतील नायक हे प्रत्यक्षात सांस्कृतिक आदर्श असतात आणि प्राचीन काळातील राजे असतात. दुसऱ्या एका सिद्धांतानुसार, दंतकथा या मानवी मनाच्या बाह्य भागातून निर्माण झालेल्या कथा असतात आणि विशाल अंतर्मनाचे आणि भूतकाळातून पाझरलेल्या विचारांचे त्या प्रतिनिधित्व करतात.

याविषयी इतरही काही श्रद्धा आहेत. प्राचीन देव म्हणजे स्वर्गीय ग्रहगोलांचे किंवा नैसर्गिक शक्तींचे केलेले मानवीकरण होय. सूर्य, रुद्र, ध्रुव ही याची काही उदाहरणे आहेत. पृथ्वीवरच्या काही नैसर्गिक प्रक्रियांचे ते प्रतिनिधित्व करतात. उदा. रुद्र हा ढगांच्या गडगडाटाचे तर राहू हा ग्रहणाचे प्रतिनिधित्व करतो. नैसर्गिक शक्तींचा विचार करता प्रजोत्पादन आणि प्रजननशक्ती ही याची उदाहरणे आहेत. (शक्ती म्हणजे वाढीची ताकद, शिव ही उत्पादकशक्ती आहे. सीता ही नांगरणी आणि शेतीची शक्ती आहे.) अशा प्रकारे कित्येक उदाहरणे देता येतील. प्रामुख्याने भारतीय पुराणकथांमध्ये अनेक कथा सांगितल्या जातात. कित्येक पात्रे, देव आणि राक्षस यांमध्ये येतात. त्यांची पुनर्कल्पना करता येते. त्यांच्या पुनर्कल्पनांतून, पुनर्रचनांतून आणि पुनर्कथनातून टेलीव्हिजनच्या हजारो मालिका आणि चित्रपट बनू शकतील.

मूळ रामायणापासून ते 'देवों के देव...' पर्यंतच्या धार्मिक पुराणकथा नेहमीच भारतीय टेलीव्हिजनवर लोकप्रिय बनत राहिल्या आहेत, यात आश्चर्य वाटण्याजोगे काहीच नाही. विविध भाषांमधून कित्येक पात्रे टेलीव्हिजनच्या पडद्यावर अवतरली आहेत आणि अद्यापही हा प्रवाह तसाच पुढे सुरू राहील. टेलीव्हिजन करमणूक क्षेत्रात म्हटले जाते त्याप्रमाणे, नवीन सर्वसामान्य करमणूक वाहिनीची निर्मिती करण्यासाठी तुम्हाला एका मोठ्या स्टार अभिनेत्याला घेऊन एक रिॲलिटी शो तयार करावा लागतो... आणि मोठ्या प्रमाणात नशिबाची साथ लागते.

पुराणकथांवर आधारित असलेल्या मालिका हाच टेलीव्हिजनवर दाखवला जाणारा धार्मिकतेवर आधारित एकमेव मनोरंजनाचा प्रकार आहे का?

एक्सचेंज ४ मीडिया ग्रूपचे चेअरमन असलेले अनुराग बत्रा यांनी सन २००५ पासून टेलीव्हिजनवर उदय पावलेल्या नवीन शैलींचा मागोवा घेतला. २४ तास सुरू असलेल्या वाहिन्या, कित्येक भाषांमधून होत असलेले

टेलीव्हिजनवरील प्रसारण, यांच्यामधून ठरावीक प्रेक्षकांसाठी योग, आयुर्वेद, कीर्तन, ज्योतिषशास्त्र आणि धार्मिक हितोपदेश यांविषयीच्या कार्यक्रमांचे थेट प्रसारण केले जाते. आस्था, गॉड, झी जागरण आणि संस्कार या वाहिन्या सुरू झाल्या आहेत. आज आपल्याकडे ५० हून अधिक धार्मिक वाहिन्या आहेत. सन २०११ ते २०१३ या काळात अशा प्रकारच्या मालिकांमध्ये ३० टक्क्यांनी वाढ झाल्याचे दिसते. विविध धार्मिक संघटनांना आपला 'टाइम स्लॉट' देऊन या वाहिन्या त्यांचे उत्पन्न मिळवतात. वीस मिनिटांच्या वेळेसाठी गुरूंना सुमारे मासिक दोन लाख ते दहा लाख रुपये आकारले जातात. गुरूंच्या लोकप्रियतेनुसार हा दर ठरतो. अन्नपदार्थ, उदबत्त्या, प्रवास किंवा सहली यांसारख्या उत्पादनांसाठी धार्मिक वाहिन्या परिणामकारक ठरतात आणि या कंपन्यांच्या दृष्टीने गुंतवणुकीसाठी या वाहिन्या योग्य ठरतात.

भारतीय धार्मिक टेलीव्हिजनची बाजारपेठ किती वाढू शकेल याची कल्पना येण्यासाठी जगातील सर्वांधिक मोठ्या धार्मिक प्रसारमाध्यमांच्या बाजारपेठेवर म्हणजेच अमेरिकेवर एक नजर टाकूया. ट्रिनिटी ब्रॉडकास्टिंग कॉर्पोरेशन ही जगातील सर्वांधिक मोठी ख्रिश्चन टेलीव्हिजन वाहिनी आहे. तिची किंमत ८० कोटी अमेरिकन डॉलर आहे. या वाहिनीच्या मालकीचे ७८ उपग्रह असून तिच्याद्वारे अंटार्क्टिका वगळता जगातील प्रत्येक खंडात धार्मिक कार्यक्रम प्रसारित केले जातात. अमेरिकेतील ख्रिश्चन रेडिओ वाहिन्यांची एकूण संख्या दीड हजारांहून अधिक आहे आणि धार्मिक संदेश प्रसारणाचे कार्यक्रम करणाऱ्या सुमारे २५० हून अधिक टीव्ही वाहिन्या आहेत. या खेळात अमेरिका आघाडीवर असली तरीही भारतही आघाडीवर पोहोचण्यासाठी बरीच धडपड करत आहे. सन २००५ ते २०१३ या कालखंडात आपल्याकडच्या टीव्ही वाहिन्यांची संख्या शून्यावरून पन्नासपर्यंत पोहोचली आहे आणि लवकरच आपण २५० पर्यंतची संख्याही गाठण्याची शक्यता आहे. एफ.एम. परवाने अत्यंत मंद गतीने दिले जात असल्यामुळे रेडिओ स्टेशन सुरू करणे ही अवघड बाब आहे. जर ही बाब अधिक खुली बनली, तर भारतातील प्रत्येक मोठ्या शहरातील प्रत्येक मोठ्या मंदिरात एफ.एम. स्टेशन असेल.

भारतातील टेलीव्हिजनवर मोठ्या प्रमाणात धार्मिक घटकात वाढ होत चालल्याचे आपल्याला दिसून येते. फक्त खास वाहिन्यांवरच नव्हे; तर सर्वसामान्य करमणूकप्रधान वाहिन्यांवरही ही गोष्ट दिसून येते. त्या अर्थाने या दोन्ही प्रकारच्या वाहिन्या एकमेकींना पूरक ठरतात. मग इंटरनेट यात फार

मागे राहू शकते का?

एप्रिल २०१३मध्ये कार्मेलाईट्स मेरी इम्मॅक्युलेट (सी.एम.आय.) च्या धर्मगुरूंनी २४ तास सुरू असलेली कॅथलिक वेब वाहिनी सुरू केली. याच लोकांनी सन १८८७ मध्ये 'दीपिका' हे मल्याळी दैनिक सुरू केले होते. या वाहिनीचा पत्ता आहे : www.livingfaithchannel.com.

हे सर्व पाहता, बिग ब्रदर सिनेमा या सर्व मेजवानीपासून मागे राहणे शक्य तरी होते का? 'राजा हरिश्चंद्र' हा भारतात निर्माण झालेला पहिला चित्रपट होता. पौराणिक काळातील राजाच्या चरित्रावर हा चित्रपट आधारित होता. हा चित्रपट सन १९१३मध्ये तयार करण्यात आला. तेव्हापासून बॉलीवूड आणि प्रादेशिक चित्रपटांनी प्रेक्षकांना कित्येक धार्मिक चित्रपटांचा नजराणा सादर केला. यात लो बजेट चित्रपट असूनही आतापर्यंतचा सर्वांत लोकप्रिय ठरलेला चित्रपट आहे : जय संतोषी माता. हा चित्रपट १९७५ मध्ये प्रदर्शित झाला. फारशा माहिती नसलेल्या देवीचा महिमा यात सांगितला गेला आणि कर्नाटकातील कारवारपासून चार किलोमीटरवर या देवीचे मंदिरही बांधण्यात आले. चित्रपट प्रदर्शित झाल्यानंतर लगेच भाविकांचे ते एक श्रद्धास्थान बनले आणि तिथे भेट देणे अनिवार्य मानले जाऊ लागले. अलीकडच्या काळात 'हनुमान' आणि 'बाल गणेश' या संगणकावर ॲनिमेशनच्या साहाय्याने तयार करण्यात आलेल्या दोन्ही चित्रपटांनी शहरी बालकांचे लक्ष वेधून घेण्यात यश मिळवले. पौराणिक पात्रांचे आधुनिक संगणकीय ग्राफिक अवतार तयार करून हे यश मिळवण्यात आले.

आपण आधीच पाहिले आहे, त्याप्रमाणे रामानंद सागर यांनी ज्या प्रकारे धार्मिक पुराणकथांना सादर केले होते, त्या प्रकारे त्या सादर केल्या तर चालू शकणार नाहीत. मात्र, जर नवीन काळातील स्क्रिप्ट-लेखकांनी याच कथांना कलाटणी दिली आणि आधुनिक प्रेक्षकांशी संलग्न होणारी देवसदृश पात्रे तयार केली तर यश मिळण्याची प्रचंड शक्यता आहे. वैयक्तिक पात्रांच्या गुंफलेल्या कथांवर आधारित महाभारत पुन्हा येण्याची शक्यताही आहे. या संदर्भात मला 'छोटा भीम'कडे लक्ष वेधायचे आहे. 'पोगो' या वाहिनीवर ते दाखवले जाते. प्रत्येकी तीस मिनिटांचा असे १४८ भाग या वाहिनीवरून दाखवण्यात आले. याच्या डी.व्ही.डीं.च्या साहाय्याने मोठे उत्पन्न मिळवण्याची संधीही त्यांना लाभली आहे. याशिवाय, टी शर्ट, पाण्याच्या बाटल्या, खेळणी आणि

अगदी अन्नोत्पादने यांवरही यातील चित्रे छापून उत्पन्न मिळवले जात आहे. याच प्रकारे अर्जुन, कर्ण किंवा पांचाली ही पात्रे मध्यवर्ती ठेवून कथा सांगणे शक्य आहे. मग यानंतर कोणत्या पात्रावर ॲनिमेटेडपट काढला जाईल? महाभारताच्या युद्धाचा उपयोग करून छोट्यांसाठी आणि युवकांसाठी व्हिडिओ गेम्स तयार करता येतील का? तुम्हाला कोण होऊन लढाई करायची आहे? अर्जुन? अभिमन्यू? की कर्ण?

अलीकडच्या काळात मल्याळी टेलीव्हिजनवर 'श्री गुरुवायुरप्पन'ला प्रचंड लोकप्रियता लाभली. ही मालिका 'गुरुवायुर' या देवतेच्या दंतकथेवर आधारित होती. याच धर्तीवर, मराठी टेलीव्हिजनवर शिर्डीच्या साईबाबांवर आधारित टेलीव्हिजन मालिका आणि चित्रपटही यशस्वी ठरले आहेत.

हे सारे जिथून घेतले जात आहे, तिथे अद्यापही भरपूर काही शिल्लक आहे. काही हुशार, चलाख लेखक आपल्यासाठी तिथून बरेच काही आणतही आहेत. आधुनिक काळातील साच्यात पौराणिक कथांना बसवून त्यांचे पुनर्लेखन करण्याचा हा प्रवाह बहुधा अशोक बँकर यांनी आणला असावा. शंभर भागांच्या पुढे जाणे अपेक्षित असलेली अशा प्रकारची पहिली मालिका रामायणावर आधारित होती. सन २००३ मध्ये 'द प्रिन्स ऑफ अयोध्या' प्रसिद्ध झाली. बँकरना विपुल प्रसिद्धी आणि प्रशंसा लाभली. त्यांनी सुमारे बारा पुस्तके लिहिली होती. परंतु, सर्वांचेच तेवढ्याच उत्साहाने स्वागत झाले नाही. आपल्या पुस्तकांच्या १८ लाखांहून अधिक प्रतींचा खप झाल्याचा दावा त्यांनी केला होता.

प्रत्येक काळातील प्रमुख विचारवंतांनी आपापल्या पिढ्यांसाठी रामायणाचा अन्वयार्थ लावला आहे, ही स्वारस्यपूर्ण बाब आहे. सी.राजगोपालाचारी (राजाजी) यांनी स्वातंत्र्यासाठी लढणाऱ्या पिढीसाठी रामायण आणि महाभारताला साध्या, वाचनीय स्वरूपात इंग्लिश आणि तमिळमध्ये मांडले. महात्मा गांधींनी भगवद्‌गीतेवर टीका लिहिली. स्वामी विवेकानंदांनीही शतकापूर्वी अशीच टीका लिहिली होती.

अशोक बँकर यांच्यापाठोपाठ धार्मिक विचारांचा समकालीन कल्पनांशी मेळ घालणाऱ्या लेखकांची एक नवीन पिढीच उदयास आली. अमिश त्रिपाठी यांचे पहिले पुस्तक 'द इम्मॉरटल्स ऑफ मेलुहा' प्रसिद्ध करण्यास सुरुवातीला कोणीच तयार नव्हते, कारण प्रकाशकांना या पुस्तकाची वर्गवारी कशी करावी

आणि कोणत्या गटात त्याला बसवावे, तेच समजत नव्हते. ते काल्पनिक कथेवर आधारित पुस्तक होते का? ते धार्मिक पुस्तक होते का? ते रहस्यप्रधान पुस्तक होते का? मात्र या पुस्तकाचे यश हे अक्षरशः थक्क करणारे होते आणि या पुस्तकाच्या कथाकथनाच्या विलक्षण हातोटीचा तो पुरावा होता. भारतीय मध्यवर्ती कल्पनांवर भारतीय लोकांनी लिहिण्याची भारतीय वाचकांची भूक यातून भागवली गेली होती. याच्या जोडीला अत्यंत मुत्सद्दीपणाने आणि हुशारीने या पुस्तकाचे विपणन केले गेले. आश्विन संघी हे असेच आणखी एक लेखक. त्यांनीही 'कृष्णा की'सारख्या रहस्यकथेला धार्मिक कल्पनांची जोड दिली. देवदत्त पट्टनाईक यांनीही भारतीय पुराणकथांची ही भूक शमवली. 'बिझनेस सूत्राज' या त्यांच्या उत्तम खपाच्या पुस्तकात त्यांनी पारंपरिक हिंदू संकल्पनांची व्यावसायिक धोरणांशी सांगड घातली आहे.

या खेळात कॉमिक्सही सहभागी झाली आहेत. 'अमर चित्रकथा'ने आधुनिक काळाचा विचार करून पुनर्शोध घेतलेला नाही आणि एके काळी ते ज्या प्रकारे निघत होते, त्याचीच एक फिकट सावली अशा स्वरूपात ते आजही प्रकाशित होत आहे. परंतु, विमानिका कॉमिक्स यांनी काही शिवावरची पुस्तके प्रकाशित केली आणि या कॉमिक्सचे युरोपमध्ये प्रकाशन करण्यासाठी फ्रेंच आणि जर्मनमध्ये प्रकाशन करण्याच्या हक्काचा परवाना त्यांनी झाम्पांगो कॉमिक्स या स्विस प्रकाशनसंस्थेला दिला. मँगा (हे नॉन-ॲनिमेटेड कार्टून असलेले कॉमिक असते. सहसा ते जपानी शैलीत तयार केले जाते.) कलाकार असलेल्या महिलांचा 'क्लँप' हा गट १९८० मध्ये स्थापन झाला. त्यांनी दहा कोटींहून अधिक पुस्तके किंवा टँकोबोनची विक्री केली. 'आरजी वेद' हे त्यांचे पहिले मँगा होते, ही बाब अत्यंत स्वारस्यपूर्ण आहे. ते १९८९ मध्ये प्रसिद्ध झाले आणि पुढे त्याचे एकूण दहा भाग निघाले. वेदकालीन पुराणकथांतील घटकांवर ही कथा तयार करण्यात आली होती. त्यामुळे जे.के.रौलिंगच्या आगामी मालिकेचा पाया भारतीय पुराणकथांवर आधारित असेल, तर आश्चर्य वाटायला नको.

पुस्तके आणि कॉमिक्स विपुल संख्येने असल्यामुळे धार्मिक वृत्तीच्या ग्राहकांसाठी परिपूर्ण 'ऑफर' आपण तयार करू शकतो. दुर्गम गावातील एका मंदिरावर आधारित एका टीव्ही. मालिकेची कल्पना करा. त्याच्याशी त्या गावाच्या सहलीचे पॅकेज जोडा. त्यातच एक पुस्तक, संगीताची सीडी आणि

टी शर्टची भर टाका. 'संपूर्ण मुक्ती'चा जोड देऊन तुम्ही ही ऑफर पूर्ण करू शकता. आता यासाठी एखादे पात्र आपण घेऊ शकतो का? आपण एखादी व्यक्ती (पात्र) घेऊन तिला जादुई सुपरमॅन बनवू शकतो का? समजा, सुपर अर्जुन वगैरे? महिला पात्र घेऊन तिला खास शक्ती आणि अत्यंत मादक सौंदर्यवती बनवून आपण द्रौपदी मॅक्स तयार करू शकतो का?

समजा, मी पुढेमागे कधी चुकून एखाद्या धार्मिक मध्यवर्ती कल्पनेवर किंवा मंदिरावर आधारित टेलीव्हिजन मालिका किंवा चित्रपट बनवलाच, तर मला या स्वारस्यपूर्ण कल्पना प्रत्यक्षात आणायला आवडतील. अशा वेळी पर्यटन सेवा पुरवणाऱ्यांपैकी कोणीतरी माझा आदर्श भागीदार असेल. या मध्यवर्ती कल्पनेवर आधारित उत्पादन देऊ करायलाही मला आवडेल. त्यामुळे एखादा विक्रेता यात सहभागी होऊ शकेल. जर सर्वसमावेशक माहिती देण्याची हमी दिली गेली, तर एखादे रेडिओ केंद्रही माझे भागीदार बनू शकेल आणि अशाच प्रकारे टीव्ही. वाहिन्याही माझ्या भागीदार असू शकतील. 'देवाच्या बाजारपेठे'च्या या सगळ्या खेळाडूंना एकत्र आणून माझ्या आमिषाला मी बंदिस्त करू शकता. तुम्ही हे पुस्तक वाचले तरी अशा कित्येक योजना तुम्ही तयार करू शकाल, याविषयी माझी खात्री आहे.

अशा प्रकारच्या अगणित जुळण्या करता येतील आणि त्या सर्व अत्यंत सुंदर, आकर्षकही ठरतील.

टेलीव्हिजन आणि चित्रपट यांवरचे हे प्रकरण संपवताना बालाजी टेलीफिल्म्स या टेलीव्हिजनवरच्या अत्यंत यशस्वी निर्मितीसंस्थेचा उल्लेख करणे आवश्यक आहे. 'मॅटिनी आयडॉल' म्हणून ओळखल्या जाणाऱ्या एकता कपूर या जितेंद्र आणि शोभा कपूर यांच्या कन्येची ही संस्था आहे. त्यांच्या कार्यालयात प्रवेश करण्याआधी आपल्याला कार्यालयाच्या बाहेरच उभारण्यात आलेला बालाजीचा एक भव्य पुतळा दिसतो. अर्थातच, तिरुपतीच्या भगवान वेंकटेश्वराचा हा पुतळा आहे. इथे सकाळी होणाऱ्या प्रार्थनेच्या आणि आरतीच्या वेळी शोभा कपूर उपस्थित असतात. बालाजी टेलीफिल्म्सने एकापाठोपाठ एक प्रचंड लोकप्रिय मालिका बनवण्याची परंपरा गेली काही वर्षे कायम ठेवली आहे. याचा अर्थ स्पष्टच आहे, नाही का? त्यांच्या या प्रार्थना फळल्या आहेत!

□□□

१२

पूजेच्या लाटेवर स्वार होताना

प्रार्थना ही प्रौढ स्त्रीची आदर्श करमणूक नाही. जर योग्य प्रकारे समजून घेऊन वापर केला गेला, तर प्रार्थना हे कृतीचे एक सर्वाधिक सक्षम साधन आहे.

– महात्मा गांधी (१८६९-१९४८)

पुण्यातील आमच्या ग्राहकाच्या कॉन्फरन्स रूममध्ये आम्ही जमलो होतो. घराची देखभाल आणि कीटकांपासून घरे मुक्त करण्यासाठी जगभर प्रसिद्ध असलेल्या एका प्रमुख कंपनीला भारतीय बाजारपेठेत आपला जम बसवणे अवघड झाले होते. त्यांचे प्रमुख कार्यकारी अधिकारी, टीमचे प्रमुख सदस्य यांच्यासमवेत आमच्या टीमनेही बसून ब्रेन स्टॉर्मिंगमध्ये सहभाग घ्यावा, असे कंपनीच्या तरुण विपणन प्रमुखाला वाटत होते. हवेचे शुद्धीकरण हा त्या दिवशीचा चर्चेचा विषय होता. भारतीय बाजारपेठेत कंपनीने कीटकनाशकांचे फवारे (स्प्रे) आणि एअर फ्रेशनर्स आणले होते. मात्र कीटकनाशकांच्या किमतीमुळे या उत्पादनाची फारशी खरेदी केली जात नव्हती.

एअर फ्रेशनिंगच्या क्षेत्रात कंपनीने जगभरात कित्येक नावीन्यपूर्ण कल्पना प्रथमच राबवल्या होत्या. अमेरिकेत त्यांनी सुवासिक मेणबत्तीच्या प्रकाराचा पुनर्शोध लावला होता. या मेणबत्त्यांना त्यांनी मॉम आणि पॉपच्या हौसेच्या खरेदीच्या दुकानातून बाहेर काढून चक्क वॉलमार्ट या मुख्य प्रवाहातील दुकानात

आणले होते. इलेक्ट्रिकल लिक्विड एअर प्युरिफायर्सही (हवा शुद्धीकरणाची विद्युत द्रवरूप साधने) त्यांनीच प्रथम बाजारात आणले होते. परंतु, त्यांची कित्येक उत्पादने ही अधिक श्रीमंत असलेल्या पाश्चात्त्य घरांसाठी तयार करण्यात आली होती. हवामानाची परिस्थिती आणि वातानुकूलन किंवा हवा गरम बनवणे या गोष्टींमुळे त्यांची उत्पादने पाश्चात्त्य बाजारपेठेत मोठ्या प्रमाणात विकली जात होती.

पण भारताचे काय?

कंपनीने भारतात भरपूर संशोधन केले होते आणि त्यांच्या लक्षात आले होते, की येथील थोड्याच घरांमध्ये वातानुकूलन यंत्रणा कार्यरत होत्या. देशाच्या उत्तर भागात हिवाळा वगळता खिडक्या उघड्या टाकल्या जात होत्या. त्यामुळे वातानुकूलनाची आवश्यकताच भासत नव्हती. कौटुंबिक उत्पन्न पातळ्यांचा विचार करता सुवासिक मेणबत्त्या आणि द्रवरूप हवा शुद्धीकरणाची साधने परवडण्याजोगी नव्हती. आता असा प्रश्न निर्माण झाला होता की 'आपल्या घरांत सुवास यावा यासाठी ग्राहक काय करतात?'

भारतीय लोक रोज सकाळी आणि संध्याकाळी उदबत्त्या लावतात, असे पुढे आले. हा पूजेतील धार्मिक विधी होता आणि त्याचा परिणाम म्हणून घरात सुगंध दरवळत असे. कंपनीच्या मुख्य कार्यकारी अधिकाऱ्याने अतिपूर्वेकडच्या भागात बराच काळ घालवला होता आणि या प्रक्रियेमुळे तो चक्रावून गेला होता. त्याचा अनुभव असा होता, की अतिपूर्वेकडचे बौद्ध लोक प्रार्थनेच्या वेळी तीन उदबत्त्या वापरत असत. परंतु त्यांना सुवास नव्हता. त्या फक्त धूर सोडत असत. त्यांची त्याविषयीची अशी समजूत होती की हवेत वरपर्यंत पसरणाऱ्या धुरामुळे मानवी आत्मा बुद्धापर्यंत पोहोचतो. भारतीय लोक घरात वापरत असलेल्या सुगंधी उदबत्त्यांमुळे तो चक्रावून गेला होता.

जाळण्यासाठी आणि सुवासासाठी वापरल्या गेलेल्या उदबत्त्यांचे संच विपणन टीमने गोळा केले. त्यांच्या किमतीवर चर्चा झाली आणि कंपनीला असे वाटले, की आपण सर्वोच्च पातळीवरून या उत्पादनांशी स्पर्धा करावी. थायलंडमध्ये वापरल्या जाणाऱ्या उदबत्त्यांचेच तंत्रज्ञान वापरून उदबत्त्या तयार कराव्यात आणि त्या तीव्र सुगंधी बनवाव्यात, अशी कल्पना मांडण्यात आली.

त्यांची जाहिरात कशी करावी हा मुद्दा आल्यावर आम्हाला धार्मिक ध्वन्यर्थांपासून दूर राहण्यास सांगण्यात आले. आमच्या क्रिएटिव्ह टीमने जी कल्पना सुचवली, ती माझ्या मते विलक्षण होती. ती कल्पना नास्तिकांना धर्मनिरपेक्ष वाटली असती आणि धार्मिक आणि श्रद्धाळू लोकांना धार्मिक वाटली असती. त्यांनी असे सुचवले होतेः स्टार्ट अ डे विथ पॉझिटिव्ह वे विथ एबीसी इनसेन्स स्टिक्स. (एबीसी उदबत्त्यांच्या साहाय्याने दिवसाची सकारात्मक सुरुवात करा.)

या ब्रँडचे वितरण आकर्षक विंडो पॅक्समधून आणि पाऊचेसमधून करण्यात आले. सुरुवातीलाच या उदबत्त्यांच्या विक्रीला मिळालेला प्रतिसाद उत्साहवर्धक होता. दुर्दैवाने, जागतिक आर्थिक मंदीमुळे कंपनीने भारतातून काढता पाय घेतला.

वृत्तपत्रीय अहवालांच्या आकडेवारीनुसार, उदबत्त्यांची जागतिक बाजारपेठ ४२०० कोटी रुपयांची असून भारतीय सुगंधी द्रव्ये आणि कुटीरोद्योग यांचा त्यांमध्ये जेमतेम ४० टक्के वाटा आहे. जवळजवळ सर्वच घरांमध्ये रोज उदबत्त्या लावल्या जातात असे वाचल्याचे मला स्मरते. त्यामुळे, ही बाजारपेठ आणखी मोठी असली पाहिजे. विशेषतः ग्राहक अधिक चांगल्या दर्जाच्या उदबत्त्यांच्या वापराकडे वळलेले असताना तर हे असलेच पाहिजे.

भारतातील उदबत्त्यांच्या बाजारपेठेवर काही कुटुंबांच्या मालकीच्या फर्म्सचे वर्चस्व आहे. काही दशकांपूर्वी या फर्म्सना रेडिओवर जाहिराती करण्याचा अनुभव होता. सुगंध श्रीनगरसारख्या काही ब्रँड्सचा यांमध्ये समावेश होता. सायकल ब्रँडनेही आपल्या ब्रँडची काही प्रमाणात उभारणी केली होती. अगदी अलीकडे आय.टी.सी.ने स्वतःचा 'मंगलदीप' हा ब्रँड बाजारात आणला. व्यावसायिक विपणनाच्या साहाय्याने त्यांनी या ब्रँडला यशस्वीही बनवले. मंगलदीपने पॅकवर सुवर्णमंदिराचे चित्र छापून 'फ्रॅगरन्स ऑफ टेंपल-गोल्ड ट्रॅडिशन'ची सुरुवात केली. 'सोन्याच्या स्पर्शाची भर घाला. परंपरेच्या स्पर्शाची भर घाला. मंगलदीप फ्रॅगरन्स ऑफ टेंपल गोल्ड ट्रॅडिशन उदबत्तीच्या बरोबर भारताच्या कालातील परंपरा समोर येतील. अत्यंत कौशल्यपूर्वक तयार करण्यात आलेल्या या उदबत्त्या मंत्रमुग्ध बनवणारा सुगंध देतात आणि तुमच्या प्रार्थनेत प्रसन्नतेची भर घालतात.'

हिंदूंच्या षोडषोपचार पूजेत देवाला सोळा गोष्टी अर्पण कराव्या लागतात. त्यांमध्ये उदबत्त्यांचा समावेश होतो. पूजेसाठी नेहमीच उदबत्त्या लावल्या जातात. इस्लाममध्ये नेहमीच्या नमाजाच्या वेळी उदबत्त्या लावल्या जातात. मात्र, वातावरणात सुगंध दरवळत ठेवण्याखेरीज त्याला धार्मिक महत्त्व नाही.

बहुतांश भारतीय लोक ब्रँडेड नसणाऱ्या उदबत्त्या खरेदी करतात आणि त्यातच मोठी संधी असते. जर अधिक चांगला दर्जा आणि कमी किमतीत उत्पादन विकले गेले, तर हे ग्राहक ब्रँडेड मालाकडे नक्कीच वळतील.

'द वंडर दॅट वॉज इंडिया' या पुस्तकात ए.एल. बाशाम यांनी असे स्पष्ट केले आहे, की यज्ञ हा वेदकालीन धर्माचा अविभाज्य भाग होता आणि पूजा हा हिंदुत्वाचा अविभाज्य भाग आहे. सर्वसाधारणपणे मूर्तीच्या स्वरूपात देवाची पूजा केली जाते आणि त्यासाठी खास विधी केले जातात. विशेषतः प्राणप्रतिष्ठापनेसारखे विधी केले जातात. त्यामुळे, मूर्तीमध्ये देवत्व वास करू लागते असे मानले जाते. वेदकालीन साहित्यात वेदिक यज्ञांची बारीकसारीक तपशिलांसह माहिती दिली गेली आहे. मात्र, यात पूजेविषयी चर्चा करण्यात आलेली नाही.

पूजेच्या विधींमध्ये मूर्ती ही महत्त्वाची बाब असते. सर्वसामान्यपणे पूजा करण्याच्या पद्धतीत देवतेला आवाहन केले जाते. मूर्तीला स्नान घातले जाते आणि नवीन कपडे घातले जातात. चंदनाचा तिलक लावून इतर हळद, कुंकू वगैरे लावले जाते. त्यानंतर हार, फुले वाहून उदबत्त्या ओवाळल्या जातात. निरांजनांनी मूर्तीला ओवाळले जाते. नैवेद्य दाखवला जातो आणि याशिवाय इतरही काही सामग्री वाहिली जाते.

पूजेच्या साहित्याच्या बाजारपेठेत कित्येक संधी दडलेल्या आहेत. त्या ओळखणे आणि साधणे महत्त्वाचे आहे, कारण या विधींत कित्येक वस्तू वापरल्या जातात आणि त्या सगळ्या ब्रँडच्या नावाने बाजारात आणणे शक्य आहे.

जर उदबत्त्यांचा ब्रँड बाजारात आणणे तुम्हाला फारसे चांगले वाटत नसेल, तर रुद्राक्षांच्या माळा बाजारात आणणे कसे वाटेल? रुद्राक्षांच्या फळांच्या बिया सुरुवातीला फक्त नेपाळ आणि आग्नेय आशियातच सापडत असत. भारतातील मंदिरांच्या बाहेर वेगवेगळ्या किमतीत बनावट रुद्राक्ष

माळा विकल्या जातात. इथेच एका कंपनीला व्यवसायाची संधी दिसली आणि त्यांनी अधिकृत रुद्राक्ष माळा देण्यास सुरुवात केली. 'रुद्र लाईफ' या ब्रँडने आपल्याकडची रुद्राक्षे अधिकृत असल्याच्या जोरदार जाहिराती केल्या आहेत. कंपनीने भारत, अमेरिका, इंग्लंड, सिंगापूर आणि मलेशिया या ठिकाणी ५०० हून अधिक प्रदर्शनांचे आयोजन केल्याचे समजते. या ब्रँडभोवती वलय निर्माण करण्यासाठी कंपनीने मूळच्या नेपाळमधील, परंतु आता भारतातील त्र्यंबकेश्वर येथे असलेल्या रुद्राक्षाच्या वृक्षांचे संगोपन कंपनी करत असल्याचे जाहीर केले. त्याचबरोबर लोकांना रुद्राक्षाच्या विविध पैलूंविषयी आणि गुणधर्मांविषयी शिक्षित करण्यासाठी त्र्यंबकेश्वर येथे कंपनी वस्तुसंग्रहालय उघडत आहे. रुद्र शक्ती या त्यांच्या स्पर्धक कंपनीने रुद्राक्षाच्या ज्योतिषविषयक सुसंगतीबद्दल माहिती दिली आणि तुमच्या जन्मतारखेशी जुळणारे रुद्राक्ष देण्याचा दावा केला. मी सूर्यराशीशी संबंधित रत्नांविषयी ऐकले आहे, परंतु आपल्या जन्मतारखेशी रुद्राक्ष जुळवण्याविषयी मी प्रथमच ऐकले.

धार्मिक लोकांच्या गरजांमधून निर्माण झालेल्या अशा कित्येक संधी अद्याप साधल्या गेलेल्या नाहीत. पूजेची पुस्तके आणि सी.डीजना आधीच मोठी मागणी आहे. फॅबइंडिया आधीपासूनच विविध पूजा आणि सण यांच्यासाठी उपयुक्त ठरणाऱ्या तयार धोतरांची विक्री करत आहे. योग्य प्रमाणात तांबे किंवा चांदी वापरून तयार केलेली पूजेची भांडी बाजारात आणणारे उत्पादकही लवकरच उदयास येतील, याची मला खात्री वाटते. घरात आरती करण्यासाठी तुम्हाला लागत असलेली सगळी सामग्री असलेले संपूर्ण किट मिळाले तर? नवीन घरात राहायला जाणाऱ्या दांपत्यासाठी ती एक उत्तम भेटवस्तू ठरणार नाही का? पारंपरिक काटकसरीच्या पद्धतीतून बाहेर पडून आणखी साग्रसंगीत, खर्चिक पद्धतीने परंपरा जपण्याची इच्छा असलेल्या भारतीयांकडून अशा प्रकारच्या कित्येक संधी व्यावसायिकांना मिळणार आहेत.

काही वर्षांपूर्वीपर्यंत गुरुजींना किंवा पुरोहिताला बोलावणे आणि त्यांच्याकडून मंत्रांसह विधीवत पूजा करून घेणे हा घरी साग्रसंगीत पूजा करायची असेल, तर त्यासाठीचा एकमेव मार्ग होता. त्यानंतर पूजा कशी करावी याविषयी टप्प्याटप्प्याने सूचना देणारी पुस्तके आली. त्यानंतर व्हिडिओ

सी.डीज आल्या. आता आलेल्या सी.डीजमधून नेमके काय काय कशा प्रकारे केले जावे हे प्रत्यक्षात पाहता येऊ लागले. लवकरच, याच गोष्टी तुम्हाला स्मार्टफोन ॲप्सच्या माध्यमातूनही करता येऊ लागतील. भविष्यकाळात व्हिडिओ स्काईपच्या माध्यमातून आपल्याला पूजेसाठी पुरोहित मिळू शकेल, असे मला वाटते. भारतातील मोठ्या शहरांतील पुरोहितांचा वेळ यामुळे मोठ्या प्रमाणात वाचू शकेल. मुंबईत बसूनच न्यू जर्सी येथील ग्राहकाला पुरोहित पूजेच्या सूचना देऊ शकेल. आपण अधिकाधिक तंत्रज्ञानाचा वापर करू लागलो, की होलोग्रामच्या स्वरूपात आपल्याला पंडित उपलब्ध होऊ शकेल आणि आपण पूजा पार पाडू शकू.

सध्या झपाट्याने पसरणाऱ्या भारतीय समाजात धार्मिकतेचा जलद डोस मिळवण्याची तळमळ आहे. ऑनलाईन पूजा आणि ऑनलाईन दर्शन या गोष्टींची वाढती लोकप्रियता लक्षात घेता ऑनलाईन वेद आणि ऑनलाईन गीताही वाचता येतील. हिंदुस्थानी आणि कर्नाटकी संगीत शिकणाऱ्यांना आधीच ऑनलाईन सूचना देऊन शिकवण्याची पद्धत आली आहे. मासिव्हली ओपन ऑनलाईन कोर्सवेअर्स (एम.ओ.ओ.सीज) मुळे जगभर दिल्या जाणाऱ्या शिक्षणाच्या अध्यापनपद्धतीत बदल होत आहे. याच धर्तीवर मासिव्हली ओपन ऑनलाईन पूजाज, म्हणजेच एम.ओ.ओ.पीजही लोकप्रिय झाल्याचे आपल्याला दिसेल.

एके दिवशी मी मुंबईतील माटुंगा येथील अय्यप्पा समाज, मंदिरातून बाहेर पडत होतो. तेवढ्यात मंदिराभोवतीच्या दुकानांत मांडलेल्या उत्पादनांकडे माझे लक्ष गेले. त्यांत सुती धोतरे, रुद्राक्षांच्या चेन, धार्मिक सी.डीज, ट्रे इ वस्तूंचा समावेश होता. या दुकानातून केरळमधील त्रिसुर येथील पी.ए.अय्यर यांच्या कमला व्हिलाज येथे तयार करण्यात आलेली चंदनपूडही विकली जात होती, असेही माझ्या लक्षात आले. मी स्मित केले. पी.ए. अय्यर हे माझ्या वडलांचे काका होते. पारंपरिक आयुर्वेदिक औषधे आणि सौंदर्यप्रसाधने तयार करण्यासाठी त्यांनी कमला व्हिलाज बांधले होते. त्याला जवळजवळ ऐंशी वर्षे उलटून गेली होती. सोळाव्या वर्षी त्यांचे मन आयुर्वेदाकडे ओढले गेले आणि आयुर्वेदिक पुस्तकांच्या वाचनातून त्यांनी पारंपरिक पद्धतीने अधिकृत आयुर्वेदिक उत्पादने कशी बनवावीत ते शिकून घेतले. त्यानंतर, त्यांनी पारंपरिक भारतीय काजळ तयार केले. केसांसाठी तेल आणि इतर उत्पादनेही

तयार केली. याच धर्तीवर, त्यांनी प्रार्थना आणि पूजेसाठी वापरली जाणारी उत्पादनेही तयार करण्यास सुरुवात केली. चंदनपूड हे त्यांपैकीच एक उत्पादन होय. वीस वर्षांपूर्वी ते मरण पावले. पूर्ण शंभर वर्षांचे आयुष्य ते जगले होते. कदाचित त्यांनी तयार केलेली उत्पादने वापरून त्यांना तोंड भरून आशीर्वाद देणाऱ्या कित्येक लोकांमुळे त्यांना एवढे दीर्घायु, लाभले असावे. त्यांची कंपनी तशीच भरभराटीला येत गेली. आता त्यांची तिसरी पिढी कार्यरत होती. आता ते विपणनातील तज्ज्ञ बनले असते का आणि त्यांनी जागतिक पातळीवर आपली उत्पादने नेली असती का? त्यांनी तसेच करावे अशी प्रार्थना मी नेहमीच करत असतो.

❑ ❑ ❑

१३

देव ठीक आहे; पण गांधी नको

देवाची धूळसुद्धा तुमच्या मूर्तींपेक्षा महान आहे हे सिद्ध करण्यासाठी तुमच्या मातीच्या मूर्ती धुळीत इतस्ततः विखरून पडतात.

– रविंद्रनाथ टागोर (१८६१–१९४१)

माझ्या कार्यालयात चहा घेण्यासाठी अजयकुमार (नाव बदलले आहे) थोड्या वेळासाठी आला होता. आम्ही त्या वेळी आखाती प्रदेशातील बाजारपेठेविषयी बोलत होतो. तसेच, त्याच्या कंपनीचे कसे काय चालले आहे, त्यावरही आमच्या गप्पा झाल्या. मॉंट ब्लॅंक या पेनांच्या प्रसिद्ध स्विस ब्रॅंडच्या कंपनीत तो प्रादेशिक प्रमुख म्हणून काम करत होता. फाऊंटन पेनांविषयीचे माझे प्रेम त्याला चांगलेच माहिती होते. कंपनी बाजारात आणत असलेल्या पेनांच्या नवीन श्रेणीविषयी तो मला भरभरून माहिती सांगत होता. तो अगदी रंगात आलेला असतानाच मी त्याला थांबवले आणि त्याच्या कंपनीविषयी माझ्याकडे मोठी माहिती असल्याचे मी त्याला सांगितले. मॉंट ब्लॅंकने आदल्याच वर्षी म्हणजे, सन २००९ मध्ये मर्यादित प्रमाणात महात्मा गांधी पेने विकली होती. त्या पेनाची किमती सुमारे एक लाख रुपये होती. ते पूर्णपणे चांदीचे होते आणि खादीच्या पोतासारखा त्याचा पोत बनवण्यात आला होता. गांधींच्या एका नातवाची कंपनीने त्यावर सही घेतली होती आणि प्रत्येक पेनाच्या विक्रीमागे १०,००० रुपये गांधींच्या धर्मादाय कामासाठी दान

देण्याचे मान्य केले होते. अशा प्रकारच्या सवंग जाहिरातबाजीने कंपनीची बाजारपेठेतील उरलीसुरली प्रतिष्ठाही धुळीला मिळाली होती, असे मला वाटत होते. त्यांनी या विक्रीतून मिळणारे सर्वच्या सर्व पैसे एक तर दान म्हणून धर्मादाय कामासाठी द्यावयास हवे होते किंवा या धर्मादाय पैलूविषयी मौन बाळगायला हवे होते. फक्त ऐषारामासाठी; श्रीमंती राहणी असलेल्या लोकांसाठी आणलेले हे उत्पादन एका बाजूला आणि साधेपणा आणि सर्वसामान्यांच्या भल्यासाठी काम करणारा महात्मा दुसऱ्या बाजूला होता. या दोहोंमधील दरी सांधणे मला कठीण जात होते. याविषयीचे माझे निंदाव्यंजक बोलणे मी आटोपते घेत असतानाच माझा प्रिय मित्र आणि सहकारी दोराब सोपारीवाला आत आला. तो 'मार्ग'चा (मार्केटिंग अँड रीसर्च ग्रूप) संस्थापक, व्यवस्थापकीय संचालक होता. त्या वेळी तो स्वतंत्रपणे 'सल्लागार' म्हणून काम करत होता. मी अजयची मॉँट ब्लँकमध्ये काम करणारी व्यक्ती म्हणून त्याच्याशी ओळख करून दिली. मात्र त्याबरोबर क्षणाचीही वाट न पाहता तो येण्याआधी मी बोलत असलेल्या मुद्यावरच दोराबनेही तोफ डागली.

बिचारा अजय! त्याने आमच्या जोरदार हल्ल्यांचा आघात फक्त स्मिताने झेलला आणि या मॉँट ब्लँकला या पेनाची कल्पना एका भारतीय वितरकाने कशी सुचवली होती, ते त्याने आम्हाला सांगितले. दुर्दैवाने, मॉँट ब्लँकला यामुळे मोठ्या प्रमाणात नकारात्मक प्रसिद्धीला तोंड द्यावे लागले. त्यात 'इकनॉमिक टाइम्स'मध्ये प्रसिद्ध झालेल्या विक्रम डॉक्टर या हुशार, मुत्सद्दी व्यक्तीच्या कठोर टीका असलेल्या लेखाचाही समावेश होता. या संदर्भात जनहितार्थ याचिका दाखल करण्यात आली होती आणि न्यायालयाने या पेनांच्या भारतातील विक्रीवर बंदी घातली होती. मध्यपूर्वेच्या भागात ही पेने आकर्षक दरात उपलब्ध असल्याचे मला सांगण्यात आले.

या मुद्द्यावर मी नंतर मनन केल्यावर माझ्या मनात एक वेगळाच विचार आला. मॉँट ब्लँक गांधी पेनाच्या बाबतीत आम्ही भारतीयांनी एवढी हिंसक प्रतिक्रिया का व्यक्त केली होती? तशीच प्रतिक्रिया स्वरोव्हस्की क्रिस्टल स्टडेड लक्ष्मीसाठी किंवा लॅलड्रो गणेशाच्या बाबतीत आम्ही का व्यक्त केली नव्हती?

भारतात ही व्यक्तिपूजा करण्याची साथ कधी आली होती? अशा प्रकारची व्यक्तिपूजा हा कायमच हिंदू धर्माचा एक भाग असल्याचे काही

तज्ज्ञांचे म्हणणे आहे. काही जणांचा असा विश्वास आहे की वेदकालीन आर्य व्यक्तिपूजक नव्हते. जाबाला उपनिषदात असे म्हटले आहे की, 'फक्त अज्ञानी लोकांसाठीच ध्यानाच्या वेळी मूर्ती साहाय्यभूत ठरू शकतात.' वेदांमधील ऋचांमध्ये देवांच्या मूर्ती किंवा प्रतिमांचा उल्लेख असल्याचा दावा काही तज्ज्ञ करतात. कदाचित वेदकालीन आर्यांनी भारतीयांकडून मूर्तिपूजेची प्रथा घेतली असावी आणि नंतरच्या काळात पूर्णपणे मूर्तिपूजक बनले असावेत. रामायणात मूर्तिपूजेचा उल्लेख आहे. मात्र, बौद्धवादाच्या सुरुवातीच्या काळात मूर्तिपूजेविषयी उल्लेख नसला, तरीही लवकरच या धर्माच्या अनुयायांनीही बुद्धाच्या मूर्तीचा पूजेसाठी वापर करण्यास सुरुवात केली. आधी वर्णन केलेल्या हिंदूंच्या साग्रसंगीत पूजाविधीप्रमाणे त्यांचे विधी नसतात. मात्र तरीही पूजा केली जाते. उत्तर भारतात मोठ्या प्रमाणात बुद्धाच्या प्रतिमा निर्माण झाल्या, त्यासाठी ग्रीक संस्कृतीचा प्रभाव कारणीभूत ठरला. हिंदू ग्रंथांमध्ये मूर्ती तयार करण्यासाठी वापरावयाच्या साहित्याच्या खास गुणधर्मांविषयी भाष्य केले गेले आहे. मूर्ती निर्माण करण्यापूर्वी तिच्यासाठी वापरण्यात येणारे लाकूड, दगड किंवा धातू किंवा खनिज पदार्थ यांवर खास संस्कार केले पाहिजेत आणि खास विधींनी त्यांची पूजा करून मगच त्यांचा वापर केला पाहिजे, असे याविषयी म्हटले गेले आहे.

अनेक धर्मसुधारकांनी सातत्याने मूर्तिपूजेचा निषेध केला आहे. त्यात द्रविड कझाघमचे पेरियार यांचाही समावेश आहे. याच द्रविड कझाघममधून आघाडीच्या दोन राजकीय पक्षांचा जन्म झाला. परंतु तरीही बुद्धिवाद्यांमध्येही मूर्तिपूजेचे चाहते आहेत. गांधी हे हिंदुत्वाचे खरे उपासक होते. मूर्तिपूजेविषयी त्यांना किंचितशी नावड होती. परंतु, पूजेचे आणि भक्तीचे एक निरुपद्रवी साधन म्हणून त्यांनी मूर्तिपूजेचे समर्थनच केले आहे. स्वामी विवेकानंदांनीही मूर्तिपूजेचे समर्थन केले आहे. त्यांनी म्हटले आहे, की 'माणसांना ज्ञानेंद्रियांच्या माध्यमातून बोध होण्याची आवश्यकता असते.'

इस्लामने मूर्तिपूजेविषयी तिटकारा व्यक्त केला आहे. ख्रिश्चन लोकांना प्रतिमा आणि मूर्ती यांच्याविषयी तीव्र आवड आहे. परंतु, त्यांच्या हिंदू बांधवांपेक्षा त्यांच्यामध्ये ती कमी प्रमाणात आहे.

वाढत्या श्रीमंतीमुळे भारतीय लोकांना महागड्या आणि श्रीमंतीचे प्रदर्शन करणाऱ्या मूर्ती आणण्याची इच्छा असणे स्वाभाविक आहे. पवित्र धर्मग्रंथांमध्ये

दिलेल्या प्रकारेच त्या मूर्ती तयार केलेल्या असल्या पाहिजेत असा मात्र त्यांचा आग्रह नसतो.

'लीबर' या फॅशनच्या क्षेत्रातील ब्रँडने नुकताच भारतात प्रवेश केला. त्यांनी १२ हजार स्फटिकांत तयार केलेली गणेशमूर्ती जडवलेली हँडबॅग बाजारात आणली आणि तिची किमत सर्वसामान्यांचे डोळे पांढरे करणारी होती. ती चक्क दोन लाख साठ हजार रुपये किमतीची होती. स्पॅनिश पोर्से लिन लक्झरी ब्रँड ल्लॅड्रोने असा दावा केला, की भारतातील त्यांच्या एकूण विक्रीमध्ये धार्मिक बाबींचा समावेश असलेल्या वस्तूंच्या विक्रीचा तीस टक्के वाटा होता. 'स्पिरीट ऑफ इंडिया' या नावाच्या त्यांच्या कलेक्शनमध्ये लक्ष्मी देवी, वीणा गणेश, बन्सुरी गणेश, नृत्य गणेश आणि राधा-कृष्ण यांचा समावेश होता. याची किंमत ५५ हजार ते अडीच लाख रुपयांपर्यंत होती. 'मा पॅशन' हा ब्रँड रत्ने जडवलेल्या मूर्ती बनवतो. त्यांनी पाचूची गणेशमूर्ती तयार केली. तिची किंमत किती असेल? श्वास रोखून धरा! तिची किंमत होती, तब्बल २५ लाख रुपये! भारतीय जवाहिऱ्यांना देवाच्या सोन्याच्या आणि चांदीच्या मूर्तींच्या किंमती किती चढ्या राखणे शक्य असते हे चांगलेच माहिती असते. या मूर्तींच्या विक्रीची क्षमता ते चांगलेच ओळखून असतात. आता आंतरराष्ट्रीय ब्रँड्सही या बाजारपेठेत उडी घेत असल्याचे आपल्याला दिसते. त्यांनाही धार्मिक बाजारपेठेत उतरायचे आहे. मात्र फक्त सोने किंवा चांदीच्या मूर्तींवरच त्यांचे समाधान झालेले नाही. धार्मिक मूर्तींना सजवण्यात तरबेज असलेल्या कारागिरांसाठी 'स्वारोव्हस्की' या ऑस्ट्रियन ब्रँडने आपले स्फटिक देऊ केले आहेत.

धार्मिक भेटवस्तूंच्या बाजारपेठेत गीतांजली लाईफस्टाईल ग्रूप अत्यंत प्रामाणिकपणे उतरल्याचे दिसते. ॲडलेर ॲंड रॉथ या परदेशी भासणाऱ्या नावानेही त्यांनी एक ब्रँड तयार केला आहे. मूर्तींच्या विक्रीची वाढती बाजारपेठ लक्षात घेऊन त्याचा लाभ मिळवण्यासाठी त्यांचे जोरदार प्रयत्न सुरू आहेत. ॲडलेर ॲंड रॉथ यांच्याकडे देव-देवतांच्या मूर्तींचा संग्रह आहे. त्यांच्या जाहिरातीत असे म्हटले आहे, की 'कलाकुसरीची परंपरा असलेल्या कुशल कारागिरांनी या मूर्तींची हाताने कलाकुसर केली आहे. पवित्र गंगेच्या पात्रातील बारीक माती, राळ, अतिशुद्ध चांदी आणि पितळ यांपासून या मूर्ती तयार करण्यात आल्या आहेत. देवतांच्या संग्रहाद्वारे आपल्या घराच्या सौंदर्यात तुम्ही

पारंपरिक लावण्याची आणि समृद्ध परंपरेची भर टाकावी.' हे आवाहन थोडेसे पीटर इंग्लंड ब्रँडच्या आवाहनासारखेच आहे. मदुरा कोट्सने बंगळुरूमध्ये हा ब्रँड तयार केला. इंग्लंडपासून बंगळुरू सुमारे १०,००० किलोमीटरवर आहे. या विलक्षण कल्पनेवर आपल्याकडचे जवाहिरे आणि सराफी व्यावसायिकही भराभर उड्या मारतील, अशा मोठ्याच शक्यता आहेत.

आणखी एक नावीन्यपूर्ण कल्पना राबवून गीतांजली जेम्सने मुंबईच्या सिद्धिविनायक मंदिरात एटीएमसारखे व्हेंडिंग बूथ बसवले आहे. या व्हेंडिंग मशीनमधून आपल्याला विविध आकारांच्या सिद्धिविनायकाच्या प्रतिमा असलेली सोन्या-चांदीची नाणी मिळू शकतात. हा एक स्वारस्यपूर्ण प्रयोग आहे. कारण, या नाण्यांद्वारे महागड्या सोन्या-चांदीच्या प्रतिमा खरेदी केल्यामुळे मंदिराला दिलेली भेट भाविकाच्या कायमची स्मरणात राहते. गणेशाची प्रतिमा असलेले अशा प्रकारचे मशीन हे पहिल्यांदाच बसवले गेले आहे. व्हेंडिंग मशीनमधून देवाची प्रतिमा असलेले सोन्याचे किंवा चांदीचे नाणे खरेदी करण्याचा आणि ईश्वरनिष्ठेचा अर्थाअर्थी काही संबंध आहे का, असा विचार माझ्या मनात येतो. परंतु, एटीएमसदृश अचेतन व्हेंडिंग मशीनमधून दर आठवड्याला आपण सोने-चांदी गोळा करत राहतो; मग त्यावर लक्ष्मीचे चित्र का असू नये? तुमच्यापैकी जे कोणी लास व्हेगासला गेले असतील त्यांना विमानतळावरच्या स्लॉट मशीनचे आकर्षण वाटले असेल. मग मी एक सूचना करतो. अशाच प्रकारे तिरुपती विमानतळावर वेंकटेश्वराचे नाणे देणारे व्हेंडिंग मशीन बसवले, तर काय होईल? म्हणजे समजा, जर मंदिरात आपल्या मित्र-मैत्रिणींसाठी तुम्ही अशा प्रकारचे नाणे घ्यायला विसरला असाल, तर विमानतळावर तुम्ही ते घेऊ शकाल. बरोबर आहे ना?

जर स्फटिक आधीच इथे असतील, तर अशा प्रकारची ऐषारामी घड्याळे बनवणारे कशाला मागे राहतील? रोडिओ ड्राईव्हचा असाच चैनीसाठी बनवण्यात आलेला ब्रँड म्हणजे सेंच्युरी. त्यांनी लॉर्ड वेंकटेश्वरा घड्याळ बाजारात आणले. ते कसे आहे, ते मी तुम्हाला सांगतो. १८ कॅरेटच्या लालसर सोन्यात ते बनवले गेले आहे. हिरे, पाचू आणि माणिक या रत्नांच्या प्रभावळीत त्याची पांढरी डायल चमचमते. स्विस मूव्हमेंट/ऑटोमॅटिक, चामड्याचा पट्टा, सोन्याचे घट्ट आवरण आणि फक्त ३३३ च घड्याळे. ज्याची किंमत ग्राहकांच्या विनंतीवर उपलब्ध होते.

बहुधा व्हॅलेंटाईन डे च्या विरोधात लाल झेंडा फडकावण्यास तत्पर असलेल्या हिंदुत्ववाद्यांना वासराचे मांस खाणाऱ्या स्पॅनिश लोकांनी हस्तकौशल्याने घडवलेल्या गणेशमूर्तीविषयी किळस वाटत नाही.

धार्मिकतेच्या मध्यवर्ती कल्पनेभोवती फिरणाऱ्या ऐषारामी वस्तूंच्या मालाने काठोकाठ भरलेल्या बाजारपेठेचा भारतात स्फोट होऊ घातला आहे. भारतीय लोकांना अशा प्रकारच्या चैनीच्या, ऐषारामी वस्तू हव्या आहेत. मात्र, त्यांच्या किमतीकडेही त्यांचे लक्ष असतेच. परंतु तरीही, चांदीचे किंवा १८ कॅरेट सोन्यात मढवलेले घड्याळ अधिक चांगल्या प्रकारे स्वीकारार्ह ठरते. यातही धार्मिकतेची बाजू आणून ऐषारामी वस्तूंच्या प्रचंड किमतीविषयी भारतीय ग्राहकांच्या मनात निर्माण झालेली दरी भरून काढण्याचा प्रयत्न कंपन्या करत आहेत. उदाहरणार्थ, चांदीच्या जडावाची लक्ष्मी जडवलेल्या एखाद्या महागड्या हँडबॅगेमुळे चमत्कार घडू शकतो. त्याचप्रमाणे, चांदीचा वापर करून बनवलेल्या महागड्या चांदीच्या वस्तूंचे ब्रँड भारतीय पुराणकथांवर आधारित मूर्तींचा संग्रह, सादर करून भारतीय बाजारपेठ काबीज करू शकतात.

धार्मिक कल्पनांवर आधारित भेटवस्तूंची ही बाजारपेठ आणखी फोफावण्याची एक मोठीच संधी आहे. सत्तेत असलेल्या लोकांना कित्येक महागड्या भेटवस्तू दिल्या जातात. भारतात स्विस ब्रँडच्या घड्याळांच्या विक्रीचा व्यवसाय करणाऱ्या माझ्या एका मित्राने कित्येक लोकांना खूश ठेवावे लागणाऱ्या कंत्राटदारांना आपण किती मोठ्या प्रमाणात या ब्रँडच्या घड्याळांची विक्री केली, ते सांगितले. मान्सूनने झोडपून काढलेल्या मुंबईतील खड्डे पडलेल्या रस्त्यावरून तुम्ही जात असाल, तर एक गोष्ट लक्षात ठेवा, की कदाचित तो खड्डा महागड्या स्विस घड्याळांमुळे 'झाकला' गेलेला असावा! परंतु घड्याळांची विक्री अशाच प्रकारे पुढेही सुरू राहते. सरकारी नोकरीतील खालच्या पातळीवरचा बाबू आपल्या मोठ्या बाबूला हे घड्याळ भेट देऊ शकतो आणि हीच परंपरा पुढे सुरू राहते. धार्मिक मूर्ती किंवा प्रतिमा फेकून देणे अत्यंत कठीण असते ही बाब स्वारस्यपूर्ण आहे. म्हणूनच तुमच्या लक्षात येईल, की कित्येक घरांमध्ये गणेशाच्या कित्येक मूर्ती आणि प्रतिमा दिसतात. त्यांच्यापैकी अर्ध्या त्यांच्या मित्रांनी आणि नातेवाइकांनी त्यांना भेट म्हणून दिलेल्या असू शकतात. अगदी औद्योगिक जगतातही धार्मिक मध्यवर्ती कल्पनेवर आधारित असलेल्या भेटवस्तू देणे ही स्वागतार्ह गोष्ट ठरते. त्यामुळे

गणेश किंवा सरस्वतीच्या मूर्ती सररास दिल्या जातात. पूर्वी कधी अशा प्रकारच्या भेटवस्तू दिल्या गेल्याचे मी पाहिलेले नाही. त्या काळात छान बॉक्समध्ये पॅक केलेल्या मिठाया आणि पेने देण्याची पद्धत होती.

आता पुन्हा एकदा आपण माझ्या मूळच्या प्रश्नाकडे वळू या : माँट ब्लँक गांधी पेनाविषयी समाजाने एवढी हिंसक प्रतिक्रिया का व्यक्त केली? माँट ब्लँकने अशा प्रकारे गणेश पेन किंवा सरस्वती पेन बाजारात आणले असते, तर आपण अशीच हिंसक प्रतिक्रिया व्यक्त केली असती का, याविषयी माझ्या मनात शंका आहे.

माँट ब्लँकने आंधळेपणाने घोड्यावर स्वार होण्याची निवड केली आणि नंतर तो घोडा जंगली असल्याचे त्यांच्या लक्षात आल्यावर त्यांचा हिरमोड झाला असावा आणि त्यांना क्लेश सहन करावे लागले असावेत. त्यांनी जर भारतीय देव-देवतांच्यावर आधारित पेने बाजारात आणली असती, तर त्यांना कदाचित यश मिळाले असते आणि त्यांच्या हाताला लाल शाई लागली नसती.

□ □ □

१४

प्रत्येक पाचवा भारतीय मुस्लीम असेल

आपला वंश नामशेष होईल याविषयी मुस्लिमांमध्ये असलेली जाणीव ही इस्लामची एक असामान्य उपलब्धी आहे आणि सध्याच्या जगात ती इस्लामसाठी अत्यंत निकडीची बाबही बनली आहे.

– अर्नोल्ड जे. टोयन्बी (१८८९–१९७५)

''मि. रफी आता तुम्हाला भेटतील,'' रवी म्हणाला. तो एम.एम. रफींचा साहाय्यक म्हणून प्रदीर्घ काळ काम करत होता. रफी हे लाईट रूफिंग्ज लि.चे संस्थापक अध्यक्ष होते. कमी किमतीच्या घरांवर, पोल्ट्री शेड्सवर, गोठ्यांवर आणि लघुउद्योगांच्या जागांवर स्वस्त पत्र्यांची छते तयार करणे हे चेन्नईतील त्यांच्या कंपनीचे वैशिष्ट्य होते. मी दरवाजावर हळुवारपणे टकटक केली आणि आत गेलो. तीन महिन्यांतून किमान एकदा तरी वरिष्ठ ग्राहक अधिकाऱ्याची भेट घेण्याची पद्धत मी सुरू ठेवली होती. मि. रफींनी स्मित केले आणि ते म्हणाले, ''सर, कृपा करून बसा. मी थोड्याच वेळात आपल्याशी बोलतो.'' त्यानंतर ते आपल्या हातातील कामाकडे वळले. ते कॅलक्युलेटवर काम करत होते आणि छोट्याशा काळ्या वहीत काही गोष्टींची नोंद करत होते. काही मिनिटांनी आपल्या हातातील वही त्यांनी बंद केली आणि स्मित केले. त्यानंतर नेहमीप्रमाणेच त्यांनी मला कपभर चहा दिला. मी तो घेतला आणि तो घेत-घेतच सर्वसाधारण अर्थकारण आणि उद्योगाची परिस्थिती

याविषयी आम्ही बोलू लागलो. आम्ही बाजारपेठेला गतिमान बनवणारे घटक, त्यांच्या इतर वेगळ्या योजना यांविषयी गप्पा मारल्या. त्यानंतर मी निघणारच होतो, परंतु मी स्वतःला रोखू शकलो नाही. मी त्यांना विचारलेच, ''सर, मी आत आलो, त्या वेळी तुम्ही एवढे कोणत्या कामात गर्क झाला होतात? जर ते गुप्त स्वरूपाचे असेल तर विचारल्याबद्दल मी तुमची माफी मागतो.'' 'इस्लाम या त्यांच्या धर्माविषयी मला काय माहिती आहे' असा प्रश्न मला रफी यांनी विचारला. माझ्या कंपनीचा हैदराबादचा शाखाप्रमुख मुस्लीम होता. चेन्नईत माझा शेजारी मुस्लीम होता; परंतु तरीही मला त्यांच्या धर्माविषयी फारशी माहिती नव्हती हे मी जाणून होतो. मुस्लीम लोक दिवसातून पाच वेळा नमाज पढतात आणि रमजान हा त्यांचा सण आहे या पलीकडे मला काहीच माहिती नव्हते. मि. रफी मला शांतपणे 'झकाह किंवा झकत' या संकल्पनेविषयी सांगू लागले. या संकल्पनेचा अर्थ आहे, पैशाचे किंवा संपत्तीचे शुद्धीकरण. वैभवशाली, श्रीमंत मुस्लीम हा रिवाज पाळतात. ते म्हणाले की आमच्या धर्माने असे सांगितले आहे, की आपल्या वार्षिक संपत्तीच्या अडीच टक्के संपत्ती प्रत्येक मुस्लिमाने गरिबांमध्ये आणि गरजू लोकांमध्ये वाटली पाहिजे. आपल्या वार्षिक कराशी त्यांनी याची सांगड घातली होती आणि त्यांचे हिशेबनीस करपात्र उत्पन्न मोजत असे, त्या वेळी ते अडीच टक्के झकत म्हणजे किती तो आकडा काढत असत आणि तेवढा पैसा ते गरिबांमध्ये आणि धर्मादाय कामांसाठी वापरत असत. दर वर्षी त्या छोट्या काळ्या वहीत ते त्याची नोंद करून ठेवत होते.

झकतची संकल्पना ऐकून मी मोहित झालो. मीही असे ठरवले की आपल्या उत्पन्नाचा अडीच टक्के वाटा माझी पत्नी ठरवेल त्या धर्मादाय कामांवर खर्च करून टाकायचा.

असेच काही महिने गेले आणि मला पुन्हा एकदा तो प्रसंग आठवला आणि माझ्या लक्षात आले की आपल्या मुस्लीम बांधवांच्या चालीरितींविषयी मला अत्यल्प माहिती होती. सन २००१च्या जनगणनेनुसार, मुस्लीम लोकांची संख्या १६ कोटी आहे. भारताच्या एकूण लोकसंख्येच्या १३.४ टक्के एवढी ही लोकसंख्या आहे. मुस्लिमांची लोकसंख्या सन १९६१ मध्ये एकूण लोकसंख्येच्या १०.७ टक्के होती. ती सन २००१ मध्ये १३.४ टक्क्यांपर्यंत पोहोचली होती. सन २०११ मध्ये ती १४.६ टक्क्यावर गेली होती. कोगिटो

इंडिया २०१६ या अहवालात हे नमूद करण्यात आले आहे. या अहवालात असे म्हटले गेले आहे की सन २०६१ पर्यंत मुस्लिमांची लोकसंख्या १९.३ टक्के होईल. 'इकनॉमिक अँड पॉलिटिकल वीकली'च्या १० मार्च २००७ च्या अंकात असे म्हटले आहे, की हे शतक उलटेपर्यंत मुस्लिमांची लोकसंख्या २० टक्क्यांपर्यंत पोहोचेल. राज्यांचा विचार करता, जम्मू आणि काश्मीरमध्ये मुस्लिमांची लोकसंख्या सुमारे ६० टक्के आहे. सन २००१ च्या जनगणनेनुसार उत्तर प्रदेश, आसाम, बिहार आणि केरळ या राज्यांच्या लोकसंख्येतील मुस्लिमांचे प्रमाण वीस टक्क्यांहून अधिक आहे किंवा जलद गतीने ते या प्रमाणापर्यंत पोहचत आहेत. म्हणूनच, कोणत्याही व्यवसायाने इस्लामविषयी थोडे अधिक जाणून घेण्याची आवश्यकता आहे.

आठव्या शतकात मुस्लीम पहिल्यांदा मलबारच्या किनाऱ्यावर आले आणि तिथे व्यापारी व धर्मांतर करणारे लोक म्हणून स्थायिक झाले. अकराव्या शतकात तुर्कांनी पंजाब पादाक्रांत केला. दिल्लीच्या पहिल्या सुलतानाचा कारभार तेराव्या शतकात सुरू झाला. परंतु, १५२६ मध्ये बाबर आल्यानंतर मुघल साम्राज्याचा पाया घातला गेला आणि बहुधा त्यानंतरच मुस्लीम धर्म इथे रुजला. मुस्लिमेतर पुरुषांवर लादल्या गेलेल्या जिझिया करामुळेही इस्लामच्या वाढीला प्रोत्साहन मिळाले.

इस्लाम धर्म पाच स्तंभांवर आधारित आहे. शाहदा म्हणजे श्रद्धा जाहीर करणे म्हणजेच देव नाही, तर अल्ला आहे असे समजणे आणि मुहंमद हा त्याचा प्रेषित आहे, हा पहिला खांब होय. सलत किंवा रोज पाच वेळा नमाज पढणे, हा दुसरा खांब; सौम म्हणजे रमदानच्या महिन्यात उपवास करणे हा तिसरा खांब; तर झकत म्हणजे मि. रफींनी मला ज्याचा अर्थ स्पष्ट करून सांगितला होता ती संकल्पना होय. झकत हा चौथा खांब आहे. हज म्हणजे मक्केची यात्रा करणे. जर आर्थिकदृष्ट्या आणि शारीरिकदृष्ट्या त्यांना परवडले, तर प्रत्येक मुस्लिमाने आयुष्यात एकदा तरी ही यात्रा करावी, असे मानले गेले आहे. हा पाचवा खांब आहे.

लोकसंख्येचा विचार करता, मुस्लीम लोकसंख्या असलेल्या जगातील देशांमध्ये भारताचा तिसरा क्रमांक आहे. इंडोनेशिया पहिल्या क्रमांकावर आणि पाकिस्तान दुसऱ्या क्रमांकावर आहे. भारतातील सुमारे ८० टक्के मुस्लीम सुन्नीपंथीय आहेत. परंतु, इराणमध्ये शियापंथीय मुस्लिमांची मोठी लोकसंख्या

आहे. म्हणजे याचा अर्थ फक्त आपला देशच बहुसांस्कृतिक, बहुधर्मीय नाही; तर प्रत्येक धर्मातच वेगवेगळ्या गटांचे लोक साहचर्याने नांदत आहेत.

जगातील मुस्लिमांच्या लोकसंख्येत होत असलेली वाढ आणि त्यांच्याकडच्या संपत्तीत होणारी वाढ हा पाश्चात्त्य माध्यमांमधील वादाचा विषय आहे. जागतिक आकडेवारीनुसार, मुस्लिमांची संख्या एक अब्ज ८० कोटी एवढी आहे. त्यांच्या वाढीचा दर पाहता, जागतिक जाहिरात एजन्सी 'ऑगिल्व्ही'ने असा अंदाज व्यक्त केला आहे, की सन २०५० पर्यंत जगातील निम्मी लोकसंख्या मुस्लीम असेल.

विपणनकर्ते मुस्लीम ग्राहकांची प्रक्रिया समजून घेण्याचा प्रयत्न करत आहेत. तसेच, त्यांच्या बाजारपेठांचे आकारमान आणि क्षमता यावरही कित्येक अहवाल सादर केले जात आहेत. ऑगिल्व्हीने अत्यंत आकर्षक अभ्यास केला आहे. ऑगिल्व्ही नूरने जागतिक विपणन संशोधन फर्म असलेल्या टीएनएसच्या भागीदारीत हा अभ्यास केला. या अभ्यासात त्यांनी मलेशिया, इजिप्त, सौदी अरेबिया आणि पाकिस्तान या चार प्रमुख मुस्लीम बाजारपेठांचा अभ्यास केला. मुस्लीम ग्राहकांच्या वाढत्या आत्मविश्वासावर आणि वैयक्तिक गरजांसाठी धर्माचा स्वीकार करण्याच्या त्यांच्या इच्छेवर त्यांनी भर दिला.

इस्लामिक बँकिंगच्या भोवती आर्थिक बाजारपेठा आपला विळखा घालत आहेत. शरिया कायद्यांतर्गत अर्थकारणातील मूलभूत तत्त्वांनुसार व्याज देण्यासारख्या कोणत्याही व्यवहारांवर; तसेच जुगार आणि अश्लील साहित्य किंवा चित्रफिती वगैरे संदर्भांतील क्षेत्रांत पैसा गुंतवण्यासही बंदी घालण्यात आली आहे. या कायद्यानुसार, गुंतवणूकदार आणि गुंतवणूक स्वीकारणारे या दोघांनीही कोणतीही जोखीम वाटून घेतली पाहिजे. ठोस मालमत्तेच्या आधारावर व्यवहार पार पडले पाहिजेत. 'न्यूजवीक' ने दोन नोव्हेंबर, २००९ रोजी प्रसिद्ध केलेल्या वृत्तअहवालात म्हटले आहे, की ७५ हून अधिक देशांत सुमारे ३०० इस्लामी बँका आणि गुंतवणूक फर्म्स कार्यरत आहेत. एकूण बँकिंग सेवांची किंमत सुमारे ५०० अब्ज डॉलर म्हणजे एकूण जागतिक बाजारपेठेच्या एक टक्का आहे. परंतु, इस्लामिक अर्थ उद्योगाची किंमत वार्षिक सुमारे १५ टक्के एवढ्या दराने वाढत आहे. येत्या पाच वर्षांत ती चार ट्रिलियन डॉलरवर पोहोचेल, असा अंदाज मूडीज इन्व्हेस्टर सर्व्हिसेसने सन २००८ मध्ये व्यक्त केला होता. तीन डिसेंबर २००७च्या इकनॉमिक टाइम्समधील

वृत्तअहवालातील माहितीनुसार, इस्लामिक बँकिंगचे जनक समजले जाणारे डॉ. हुसेन हमीद हसन यांनी इस्लाममधील बँकिंगविषयक दिवाळखोरीच्या कायद्यावर भाष्य करताना इजिप्तमधील म्हणीचा वापर केला. ते म्हणाले, की 'पारंपरिक बँकिंग हे अन्नाच्या दुकानाची चावी मांजराच्या हातात देण्यासारखे आहे. इस्लामिक बँकिंगमध्ये कर्ज घेणारा तुमच्या किंवा तुमच्या पत्नीच्या नावावर समभाग विकत घेण्यासाठी तुम्हाला पैसा पुरवत नाही. त्याऐवजी, तो विमान विकत घेईल आणि ते तुम्हाला दहा वर्षांच्या भाडेपट्टीने देईल. त्या बदल्यात तुम्हाला निश्चित भाडे मिळेल आणि नफ्यातील ठरावीक टक्केवारीही मिळेल.' किंगफिशर एअरलाईन्सच्या उडालेल्या फज्ज्यापासून भारतीय बँकांना हा दृष्टिकोन वाचवू शकेल का, असा विचार हे ऐकल्यावर माझ्या मनात येऊन गेला.

इस्लामी बँकिंगची संकल्पना अद्यापही भारतात रुजलेली नाही. काही तज्ज्ञांच्या मते, या संकल्पनेला उत्तेजनही दिले जाऊ नये, कारण त्यामुळे मुस्लीम लोकसंख्या मुख्य प्रवाहापासून आणखी लांब जाईल. 'मुंबई उपनगरातील जैन आणि बोहरा मुस्लीम (हे लोक शिया पंथाचे होते.) यांचे अर्थविषयक वर्तन' या विषयावर प्रो.आर.के. श्रीवास्तव यांच्यासह मी अभ्यास केला. या दोन्ही समाजांनी ज्या आर्थिक साधनांमध्ये पैसा गुंतवला होता, त्यांमध्ये फरक असल्याचे आम्हाला आढळून आले. आपल्या आर्थिक व्यवहारांवरील धार्मिक बंधनांविषयी मुस्लीम अधिक प्रमाणात जागरूक होते, मात्र तरीही, बहुतेकांनी आर्थिक व्यवहारांसाठी पारंपरिक बँकांचाच वापर करून घेतला होता. त्यांनी बँकांमध्ये ठेवीही ठेवल्या होत्या आणि इतर सेवांचाही लाभ घेतला होता. मात्र विम्याच्या क्षेत्रात आम्हाला लक्षणीय फरक जाणवला. आम्ही अभ्यास केलेल्या मुस्लिमांपैकी फक्त ३० टक्के मुस्लिमांकडेच आयुर्विमा होता. आम्ही सर्वेक्षण केलेल्यांपैकी ८५ टक्के जैन धर्मीयांकडे आयुर्विमा होता. ही एक आश्चर्याची बाब होती. आमची ग्राहक असलेल्या एल.आय.सी.कडून याची खातरजमा करून घेण्याचे मी ठरवले आणि त्यांनीही ही बाब सत्य असल्याचे सांगितले.

इंग्लंडमधील सलाम हलाल इन्शुरन्स इस्लामिक कार विमा देऊ करते. हा विमा शरिया कायद्यांनुसार दिला जातो. यात विमाधारकांमध्ये जोखीम विभागली जाते आणि अतिरिक्त रक्कम ग्राहकांना त्यांच्या पुढच्या

हप्त्यांत सूट म्हणून परत दिली जाते. (दोन ऑगस्ट, २००९च्या हिंदुस्तान टाइम्समध्ये ही माहिती दिली गेली आहे.) प्रमुख विमा कंपन्यांनी जर मुस्लीम देऊ करत असलेली १५ टक्के क्षमता खुली करण्याचे ठरवले, तर त्यांना आपल्या धोरणांचा पुनर्विचार करावा लागेल आणि या समाजाला भुरळ पाडण्याजोगी उत्पादने तयार करावी लागतील. यासाठी आधुनिक काळाशी सुसंगत ठरण्याजोग्या नियमांची पुनर्व्याख्या करण्यासाठी धार्मिक नेत्यांशी संधान साधावे लागेल. आपल्या कृतींचे फळ हे अल्लाहच्या इच्छेवर अवलंबून असते, असा सर्वसामान्य मुस्लिमांचा विश्वास असतो. विम्याला असलेल्या या विरोधाचा संबंध कदाचित या विश्वासाशी संबंधित असू शकेल. मॉरिशस आणि अमेरिकेत करण्यात आलेल्या अभ्यासांनुसार दुकानदार म्हणून मुस्लीम अधिक जोखीम पत्करणारे आणि नवकल्पना लढवणारे असल्याचे दिसून आले आहे. अमेरिकेतील अभ्यासांनुसार असे दिसून आले, की नवीन आणि नावीन्यपूर्ण उत्पादनांचा प्रयोग करण्यास ज्यू आणि मुस्लीम लोक अधिक उत्सुक असतात. मी भारतात केलेल्या अभ्यासात मात्र मला हिंदू, मुस्लीम आणि ख्रिश्चन ग्राहकांमध्ये फारसा फरक असल्याचे आढळले नाही.

अगदी अलीकडेच माझ्या वाचनात 'इस्लामिक तिजारा' नावाचे मासिक आले. भारताचे महत्त्वाचे इस्लामिक अर्थकारणविषयक मासिक असल्याचा दावा या मासिकाने केला होता. या मासिकाच्या जानेवारी २०१३ च्या अंकात शरीयानुसार वागणाऱ्या भारतातील एकूण २११ कंपन्यांची यादी करण्यात आली होती. त्यांच्या प्राथमिक गाळणीतून वगळण्यात आलेल्या उद्योग आणि व्यवसायांमध्ये बँका, दारू आणि लिकर उद्योग, डुक्कर आणि हलालरहित उत्पादने, जाहिरात, प्रसारमाध्यमे आणि कॅसिनो व चित्रपट- निर्मिती कंपन्या यांचा समावेश होता. दुसऱ्या टप्प्यातील गाळणीच्या घटकांमध्ये दिवाळखोरी आणि व्याजातून मिळणारे उत्पन्न यांचा समावेश होता. जाहिरात आणि प्रसारमाध्यमांना त्यांनी का वगळले होते, ते मला समजू शकले नाही.

'सेबी'चे माजी सल्लागार डॉ. एम.वाय.खान म्हणतात, ''इस्लामी शरिया घरार किंवा अनिश्चितता दूर करण्याची शिफारस करते. आर्थिक कार्यक्षमता, न्याय्य व समान वितरण आणि व्यावसायिक कृती आणि सामाजिक व नैतिक मूल्यांविषयीचा जबाबदारपणा यांसह सर्व मानवी कृतींचे चांगले प्रशासन या गोष्टी प्रस्थापित करते.''

इस्लामी बँकिंगच्या कल्पनेला भारतात मोठ्या प्रमाणात सहमती मिळण्यासाठी बराच काळ जावा लागेल, असे दिसते. मात्र हलाल उत्पादने भारतात अधिक मोठ्या मार्गांनी शिरकाव करत असल्याचे दिसून येते. सोप्या भाषेत सांगायचे झाले, तर 'हलाल' या शब्दाचा अरेबिक भाषेतील अर्थ आहे नियम किंवा कायद्यानुसार परवानगी असलेले किंवा अनुज्ञेय. हलालच्या विरुद्धार्थी शब्द आहे हराम. त्याचा अर्थ 'त्रासदायक किंवा हानिकारक' असा आहे. इस्लामी कायद्यांनुसार, सर्व उत्पादने आणि विशेषतः अन्नोत्पादने ही हलालच असली पाहिजेत. म्हणजे कायदेशीर मार्गाचा अवलंब करत असलेल्या दुकानदाराकडून अन्नपदार्थ आले पाहिजेत. विशेषतः प्राण्याची कत्तल करण्याआधी अल्लाचा धावा करून प्राण्याला ठार मारणाऱ्या मुस्लीम व्यक्तीकडूनच मांसाची खरेदी केली जावी. बिस्मिलाह (अल्लाचे एक नाव) असे म्हणून विशेषतः प्राण्याला ठार मारले जाते आणि नंतर तीनदा 'अल्लाह हु अकबर' असे म्हटले जाते. (अल्लाह महान आहे, असा याचा अर्थ आहे.) तीक्ष्ण, धारदार चाकूनेच प्राण्याला ठार मारले पाहिजे. (त्यामुळे त्याला जास्त यातना होत नाहीत.) त्याचा गळा, श्वासनलिका आणि गळ्याची रक्तवाहिनी कापली गेली पाहिजे. त्याच्या पाठीचा कणा न कापता त्याला मृत्यू दिला पाहिजे. अखेरीस रक्तवाहिन्यांतील रक्त वाहू दिले गेले पाहिजे. ही अखेरची पायरी पार पाडण्यामागे एक कारण आहे. ते म्हणजे रक्तामुळे हानिकारक बॅक्टेरियांची जोमाने वाढ होते. शिवाय, रक्ताच्या गुठळ्या राहू न देता प्राण्याचे संपूर्ण शरीर खाण्यासाठी सुरक्षित आणि स्वच्छ राहिले पाहिजे. सर्व प्रकारचे अन्नपदार्थ (विशेषतः प्रक्रियायुक्त अन्नपदार्थ) आणि सौंदर्यप्रसाधने आणि औषधे यांसारख्या अन्नपदार्थ नसलेल्या गोष्टी हलालच आहेत, याची मुस्लिमांनी खात्री करून घेतलीच पाहिजे. सहसा अनेकदा या उत्पादनांमध्ये प्राणिजन्य उपपदार्थ असतात किंवा मुस्लिमांना खाण्यास किंवा शरीरावर वापरण्यास परवानगी नसलेले घटक असतात. अल्कोहोल, डुकराचे मांस आणि कठीण कवचाचे जलचर प्राणी खाणे ही गोष्ट हराम मानली जाते.

जगभरात हलाल उत्पादनांची विस्मयजनक वाढ झाल्याचे दिसते. 'टाइम' मासिकाने २५ मे २००९ च्या अंकात दिलेल्या आकडेवारीनुसार, जगभरच्या हलाल अन्नपदार्थांच्या बाजारपेठेची उलाढाल ६३२ अब्ज डॉलर होती. खरे तर जागतिक अन्न उत्पादन बाजारपेठेतील प्रमुख कंपनी असलेल्या 'नेस्ले'ने

सन १९८०पासूनच या वाढत्या बाजारपेठेला माल पुरवण्यास सुरुवात केली आहे. त्यांनी हलाल असलेल्या आणि हलाल नसलेल्या अशा दोन्ही प्रकारच्या उत्पादनांची निर्मिती स्वतंत्रपणे करण्यास सुरुवात केली आहे. त्यांच्या ४५६ फॅक्टऱ्यांपैकी ७५ फॅक्टऱ्या या फक्त हलाल उत्पादनांसाठीच स्थापन करण्यात आल्या आहेत. मॅकडोनाल्ड्स, केएफसी आणि डॉमिनोज या कंपन्या इस्लामी बाजारपेठांना हलाल अन्नपदार्थांचाच पुरवठा करतात. याखेरीज, या पदार्थांना पाश्चात्त्य बाजारपेठांतही पाठवले जाते. एप्रिल २००७ मध्ये मॅकडोनाल्ड्सने आपल्या साऊथहॉल येथील दुकानात हलाल चिकन मॅकनगेट्स कसे खपतात याचा अंदाज घेतला. केएफसीने आणखी एक पाऊल पुढे टाकले आणि त्यांनी इंग्लंडमधील मुस्लीमबहुल भागात फक्त हलाल उत्पादनांची विक्री करणारी दुकाने काढली. सबवे सँडविच मालिकेच्या दुकानांच्या ब्रिटन आणि आयर्लंडमध्ये हलाल फ्रँचायझी आहेत.

जागतिक अन्नपदार्थांच्या बाजारपेठांतच फक्त ही हलाल अन्नपदार्थांची लाट उसळलेली नाही; तर श्रद्धाळू मुस्लीम ग्राहकांना आपल्याकडे आकर्षित करण्यासाठी कित्येक इतर उत्पादनेही हलाल पद्धतीने तयार केली जात आहेत. उदाहरणार्थ, विप्रो उंझा ही मलेशियातील एक सर्वांत मोठी सौंदर्यप्रसाधने बनवणारी कंपनी आहे. तिने 'साफी' नावाचा हलाल उत्पादने तयार करणारा ब्रँड निर्माण केला आहे. गेल्या पाच वर्षांत या ब्रँडची जोरदार वाढ झाली आहे. या ब्रँडतर्फे त्वचेची काळजी घेणाऱ्या क्रीम आणि लोशनपासून कित्येक प्रकारची उत्पादने तयार केली जातात.

'इंडिगो' ही भारतातील एक उत्तम चालणारी विमान कंपनी आहे. त्यांनी आपल्या विमानांच्या फेऱ्यांदरम्यान विमानात पुरवले जाणारे मांसाहारी अन्न हे हलाल प्रकारचे असेल, याची खात्री दिली. या मेन्युत लहान टाइपात असे लिहिलेले असते : इंडिगोच्या सर्व उड्डाणांमध्ये पुरवले जाणारे सर्व मांसाहारी जेवण हलाल असल्याचे प्रमाणित करण्यात आले आहे. मध्यपूर्व /आफ्रिका /आशिया भागात कार्यरत असलेल्या बहुतांश आंतरराष्ट्रीय विमान कंपन्याही आता यापुढे हलाल प्रकारचे अन्न देत असल्याची ओळ टाकण्याची शक्यता आहे. कोणत्याही भारतीय मेन्युकार्डावर मी अशा प्रकारचे अन्न असल्याचे लिहिल्याचे पाहिलेले नाही. म्हणूनच, इंडिगोने दिलेल्या या ओळीकडे माझे झटकन लक्ष वेधले गेले.

विपणन व्यावसायिकांच्या दृष्टीने हे सारे सुसंगत कसे आहे? भारतातील मुस्लीम ग्राहक हा वाढता विभाग असल्याचा माझा विश्वास आहे. हे लोक अधिक प्रमाणात शिकू लागले आहेत. त्यामुळे, पुढच्या दशकापर्यंत त्यांची समृद्धीची पातळी वाढेल. जर विपणनतज्ज्ञांना त्यांच्या इच्छा-आकांक्षा समजल्या आणि त्यानुसार त्यांनी त्यांच्यासाठी उत्पादने तयार केली, तर ते त्यापासून मोठा लाभ मिळवू शकतील.

सध्या जगभर सुरू झालेला एक प्रवाह भारतातही रुजू पाहतो आहे आणि कदाचित तुमच्याही तो लक्षात आला असेल. 'जेडब्ल्यूटी' या जागतिक जाहिरात एजन्सीने मुस्लीम बाजारपेठेचे वर्णन असे केले आहे : ती तरुण, मोठी आहे आणि अधिक मोठी बनत चालली आहे. इतर अभ्यासांनुसार असे दिसून आले, आहे की ६२ टक्के मुस्लिमांना आपल्या धर्माचा अभिमान वाटतो. पारंपरिक विचारांच्या लोकांपेक्षा (म्हणजे धर्म माझ्याशी संलग्न आहे, धर्म माझ्या केंद्रस्थानी आहे आणि धर्म माझे शुद्धीकरण करतो.) नवमतवादी लोकांची (म्हणजे. धर्म मला इतरांपासून वेगळा बनवतो, धर्म मला समर्थ बनवतो, धर्म माझी ओळख बनवतो) संख्या अधिक आहे. हे लोक धर्माकडे अधिक सकारात्मक दृष्टिकोनातून पाहतात. ऑॅट्टिकस २०११ अहवालानुसार, नवमतवादी आपले स्वतःचे सांस्कृतिक संदर्भ निर्माण करतात. त्यांनी ज्याप्रमाणे जगण्याची निवड केलेली असते, त्यानुसार ते विविध जगांची आणि मतांची निर्मिती करतात. एकंदरीत, हे नवीन मुस्लीम ग्राहक आहेत. ते एकदम स्वीकारार्हता दर्शवतात आणि आव्हानही देतात. म्हणूनच, माहितीच्या आधारे आणि लवचिकतेने त्यांच्याशी काळजीपूर्वक संपर्क साधण्याची गरज आहे.

अजूनही एक मोठा प्रश्न शिल्लक आहेच : इतर देशांतील मुस्लिमांपेक्षा भारतीय मुस्लीम वेगळे आहेत का? थॉमस फ्रेडमनचा असा विश्वास आहे की, होय, ते वेगळे आहेत. त्याच्या मते, भारतीय मुस्लीम मुख्य प्रवाहात मिसळून गेले आहेत. दहशतवादाला हौतात्म्य म्हणून आदर्श मानण्याची त्यांची इच्छा नाही किंवा असलीच तर अगदीच अत्यल्प प्रमाणात आहे. पत्रकार आणि स्तंभलेखक आकार पटेल यांनीही ठासून सांगितले आहे, की उपखंडातील मुस्लिमांवर इस्लामपेक्षा हिंदुत्वाचा अधिक प्रभाव आहे. रमा बिजापूरकर या विपणन आणि ग्राहक धोरणविषयक तज्ज्ञाने असे म्हटले आहे, की भारतातील मुस्लीम एकसंध नाहीत. तमिळ मुस्लीम हे उत्तर

प्रदेशमधील मुस्लिमांच्या तुलनेत अधिक प्रमाणात तमिळ हिंदूंसारखेच आहेत. मदुराई कमलाक्षी मंदिराच्या बाहेर तुम्हाला मुस्लीम फूलविक्रेते दिसतील. दोराब सोपारीवाला यांच्या मते, मुंबईत मुस्लीम महिला अधिक प्रमाणात दिसतात, कारण शिया महिलांवर (बोहरी आणि इतर) त्यांच्या धार्मिक नेत्यांनी बुरख्याची सक्ती केली. या एकाच गोष्टीमुळे दहा वर्षांपूर्वी किंवा त्याहून थोड्याशा आधीच अचानक मुस्लीम महिला झटपट सर्वसामान्य लोकांमध्ये मिसळून गेल्या. कदाचित तसे असेलही किंवा नसेलही; परंतु भारतीय मुस्लिमांमध्ये प्रचंड आत्मविश्वास आल्याचे आपल्याला दिसते. पांढरपेशा व्यवसायांतील मुस्लीम तरुण आत्मविश्वासाने दाढी राखत आहेत. भारतीय तरुण मुस्लीम नवमतवादी बनत असल्याचे हे चिन्ह आहे.

जाहिरात आणि विपणन क्षेत्रातील व्यक्ती म्हणून आपल्यासमोर खुल्या झालेल्या भविष्यातील क्षेत्रामुळे मी उत्साहित झालो आहे. या अभिमानी, तरुण ग्राहकांसाठी कित्येक नूतन उत्पादने आणि सेवा आपण तयार करू शकू. याची सुरुवात म्हणून या लोकांना आपण थोडे अधिक समजून घेण्याची गरज आहे. या वाढत्या ग्राहक समूहाला आपल्याकडे वळवून घ्यावे असे या प्रकरणामुळे तुम्हाला वाटेल, असे मला वाटते.

भारतीय चित्रपटांतून मुस्लिमांचे जे चित्र रंगवले गेले आहे, त्यामुळे सर्वसामान्य हिंदूंच्या मनात त्यांच्याविषयी कित्येक गैरसमज आहेत. राचेल वायेर या चित्रपटांतील तज्ज्ञ आहेत. लंडनच्या स्कूल ऑफ ओरिएंटल अँड आफ्रिकन स्टडिजशी त्या संबंधित आहेत. पूर्वीच्या काळी बॉलीवूड चित्रपटांमध्ये करण्यात आलेल्या मुस्लिमांच्या साचेबद्ध चित्रणाकडे त्यांनी लक्ष वेधले आहे. अशा दहा चित्रपटांची त्यांनी यादी दिली आहे. बुरख्यातील सौंदर्य या संकल्पनेभोवती बरेचसे चित्रपट गुंफले गेले आहेत. चौदहवी का चाँद, मेरे मेहबूब ही याची काही उदाहरणे आहेत. तवायफ आणि नवाब (पाकिजा, मुकद्दर का सिकंदर, मेरे हुजूर, निकाह), एखाद्या साहसी कृत्यात साथ देणारा एकनिष्ठ मित्र किंवा कनिष्ठ सेवक (जंजीरमधील प्राण), कवी आणि कव्वालीगायक (मेरे महेबूब, अमर अकबर अँथनी), असहिष्णू मुस्लीम (गदर, एक प्रेमकथा), गँगस्टर (अग्नीपथ), पाकिस्तानी (एक था टायगर, कुर्बान, सरफरोश), दहशतवादी (फना) क्वचितच आधुनिक मुस्लीम (चक दे इंडिया) अशा स्वरूपांत हे चित्रण केल्याचे दिसते.

रुपेरी पडद्यावर साचेबद्ध नसलेली मुस्लीम पात्रे क्वचितच रंगवण्यात आली. याशिवाय, सर्वच मुस्लीम लोक बहुपत्नीक असतात असाही एक गैरसमज आहे. 'इंडियन सोसायटी' या आपल्या सुंदर पुस्तकात एस.सी. दुबे यांनी म्हटले आहे, की सगळ्याच मुस्लीम लोकांच्या चार-चार पत्नी नसतात. १९३१-४० च्या दरम्यान भारतातील बहुपत्नीक मुस्लिमांचे प्रमाण ७.२९ टक्के होते. १९४१-५० या काळात ते ७.०६ टक्के होते. सन १९५१-६० च्या दरम्यान त्यात घसरण झाली आणि ते ४.३१ टक्क्यांवर पोहोचले. याच काळात हिंदूंमधील बहुपत्नीकत्वाचे प्रमाण अनुक्रमे ६.७९, ७.१५ आणि ५.०६ टक्के एवढे होते. महिलांना मुस्लीम पुरुषांकडून दिल्या जाणाऱ्या वागणुकीविषयीही गैरसमज आहेत. याआधी हिंदू पवित्र ग्रंथांमध्ये महिलांना दिली जाणारी दुय्यम भूमिका आपण पाहिली. इस्लामने मात्र पुरुष आणि महिला असा भेदभाव केलेला नाही. बुरखापद्धती पुरातन असल्यासारखे वाटत असले, तरीही भारतातील मुस्लीम महिलांना समान दर्जाने वागवले जाते. हिंदू आणि मुस्लीम यांच्यातील स्त्री-पुरुष यांच्या प्रमाणाचे गुणोत्तर ही याची महत्त्वाची चाचणी आहे. देशातील प्रत्येक राज्यात आपल्याला मुस्लिमांमध्ये हिंदूंच्या तुलनेत हे प्रमाण अधिक चांगले असल्याचे आढळते.

भारतातील मुख्य प्रवाहातून हळूहळू मुस्लिमांना बाजूला केले जात आहे. मुस्लीम व्यक्तीकडे कितीही गडगंज पैसा असला, तरीही दक्षिण मुंबईत तो अपार्टमेंट घेऊ शकत नाही, असे सांगितले जाते. मुंबईच्या इतर अनेक भागांत फक्त 'शाकाहारी लोकांसाठीच' किंवा 'मांसाहारी लोकांसाठी जागा दिली जाणार नाही' असे सांगून मुस्लिमांना पद्धतशीरपणे बाजूला ठेवले जाते. ग्रामीण भारतातील मुस्लिमांचे अलगीकरण हे मोठ्या प्रमाणात भौगोलिक स्वरूपाचे आहे. उत्तर प्रदेशात काही गावे आणि गावसमूह हे मुस्लीमबहुल आहेत आणि काही गावांमध्ये मुस्लिमांना प्रवेशही दिला जात नाही. इस्लाम हा जातिविरहित धर्म असल्यामुळे कित्येक गरीब मुस्लीम अनेक देणग्या आणि खैरातींपासून वंचित राहतात. त्यांना राखीव जागांचे हक्कही मिळत नाहीत. त्यामुळे या समस्येकडे आपण निःपक्षपातीपणे पाहिले, तर ही समस्या कशी सोडवता येईल याविषयी आपल्याला चिंता वाटेल. देशातील उर्वरित लोकसंख्येने मुस्लिमांचे खुलेपणाने स्वागत केल्याखेरीज आपल्याला सातत्याने कोणत्या ना कोणत्या प्रकारचा त्रास जाणवतच राहील. त्यातून मुक्तता मिळणार नाही.

अखेरीस आर्थिक वाढ हा समता आणणारा मोठा घटक आहे. परंपरावादी हिंदू आपल्या घरात मुस्लीम इलेक्ट्रिशियनला येऊ देतो आणि आपल्या पूजेच्या उपकरणाची दुरुस्ती करू देतो. रेस्टॉरंटमध्ये जेवताना आपल्याला हिंदू वेटर वाढतो आहे की मुस्लीम याची ब्राह्मण ग्राहकाला कसलीच कल्पना नसते.

(२००९-१०) सालच्या नॅशनल सँपल सर्व्हेच्या अहवालातून असे स्पष्ट झाले आहे, की भारताच्या शहरी भागातील ४६ टक्के मुस्लीम हे स्वयंरोजगारीत आहेत. (कारागीर, कुशल आणि अकुशल रोजंदारीवरील कामगार इ. साठी हा 'स्वयंरोजगारीत' हा शब्द वापरला जातो.) कोणत्याही धार्मिक गटाच्या तुलनेत स्वयंरोजगारितांची ही टक्केवारी सर्वोच्च आहे. या अहवालात असे म्हटले आहे, की यावरून असे दिसते, की भारतीय मुस्लीम इतर धार्मिक गटांतील संघटित कामगारांमध्ये मिसळून जाऊन काम करू शकत नाहीत. विशेषतः ख्रिश्चन लोकांबरोबर ते काम करू शकत नाहीत. तीन गोष्टींमुळे येत्या तीस वर्षांत यात बदल घडून येईल, अशी माझी अपेक्षा आहे. पहिली गोष्ट म्हणजे, भारतीय मुस्लिमांमध्ये शिक्षणाचा प्रसार होत आहे. कामगार म्हणून मुस्लीम महिलांचे प्रमाण वाढत आहे आणि सर्वच क्षेत्रांमध्ये कुशल मनुष्यबळाची कमतरता जाणवत आहे. मुस्लिमांचा तंत्रज्ञानाकडे असलेला कल लक्षात घेता, हे लोक तंत्रज्ञानाच्या क्षेत्रात नावीन्यपूर्ण कंपन्यांची स्थापना करतील, असे मला वाटते.

विपणन कंपन्यांसमोर आता स्वारस्यपूर्ण आव्हान आहे. मुस्लीमपूरक उत्पादने आणि सेवा निर्माण केल्यामुळे हिंदू किंवा ख्रिश्चन ग्राहक त्यांच्यापासून दुरावतील का? हलाल अन्न देऊ करून हिंदू किंवा ख्रिश्चन लोकांना मांसाहारी अन्नाची ऑर्डर देण्यापासून इंडिगो परावृत्त करत आहे काय? त्याचप्रमाणे, एखाद्या बँकेने शरिया मान्यताप्राप्त उत्पादन किंवा सेवा देऊ केली आणि आपल्या भिंतींवर तसे लिहिले, तर बिगरमुस्लीम ग्राहकांपर्यंत त्यामुळे नकारात्मक संदेश पोहोचेल का? येत्या काही दशकांत अशी आव्हाने भारतातील कित्येक क्षेत्रांत निर्माण झाल्याचे आपल्याला पाहायला मिळतील.

बहुराष्ट्रीय कंपन्यांकडे बहुसंख्य लोकसंख्येला रुचणारे संदेश तयार करण्याचे कित्येक मार्ग आहेत. परंतु, भारतातील आणि युरोपमधील अल्पसंख्याकांची लोकसंख्या जर गतीने वाढत राहिली, तर आपल्याला

नावीन्यपूर्ण विचार करण्याची गरज भासेल. यामुळे, विविध सामाजिक गटांवर आपल्या स्थानांचा पुनर्विचार करण्याचा दबाव येईल. उदाहरणार्थ, बिगरमुस्लीम लोकांना आपल्या देवाला 'अल्लाह' म्हणण्याची परवानगी देता येईल का? 'नाही.' असा निर्णय मलेशियन न्यायालयाने २१ ऑगस्ट २०१३ रोजी दिला होता. एका कॅथलिक वृत्तपत्राने देवाऐवजी 'अल्लाह' ही संज्ञा वापरली होती. त्याबद्दल खटला दाखल करण्यात आला होता. त्याचा हा निकाल होता. जागतिक ब्रँड्सनी जाहिरातीत धार्मिक सणांचा वापर करून लोकांच्या आणखी जवळ जाण्याचा प्रयत्न केला आहे. उदाहरणार्थ, कोका कोलाने साजऱ्या केल्या जाणाऱ्या सणांचा आणि उत्सवांचा आपल्या उत्पादनांच्या जाहिरातींसाठी चांगला उपयोग करून घेतला. अन्न वाटून घेण्याच्या इफ्तारच्या संकल्पनेवरची त्यांची जाहिरातही चांगलीच लोकप्रिय ठरली. परंतु, याविषयी कोकच्या प्रवक्त्याने 'द इकनॉमिस्ट' ला (४ ऑगस्ट, २००७) असे सांगितले, की धर्माच्या आधारावर आम्ही आमच्या ग्राहकांचे विभाजन करत नाही.

मला त्याचे हे 'शेवटचे शब्द' पुन्हा एकदा सांगायला खरोखरच आवडेल.

□□□

१५

'थँक गॉड, ही क्रिएटेड नथिंग.'

वचन – मोठे वचन – हा जाहिरातीचा आत्मा आहे.

– सॅम्युएल जॉन्सन (१७०९–८४)

'बंगाराम आयलंड रिझॉर्ट' या त्या वेळच्या त्यांच्या अगदी नवीन असलेल्या रिझॉर्टचे विपणन कसे करावे यावर चर्चा करण्यासाठी सन १९९९ मध्ये कोची येथील कॅसिनो ग्रूपच्या जोझ डॉमिनिकने मला बोलावले होते. कॅसिनो ग्रूपने त्या बेटावर दीर्घ काळासाठी भाडेपट्ट्याने जमीन मिळवली होती आणि तिथे पर्यावरणपूरक पर्यटन रिझॉर्ट बांधण्याचा त्यांचा विचार होता. जोझने आपल्या योजना खुलेपणाने मांडल्यावर आमच्या लक्षात आले, की ते एक आगळेवेगळे रिझॉर्ट बनणार होते. तिथे टेलीफोन असणार नव्हते, टेलीव्हिजन संच असणार नव्हते, फसफसणारी थंड पेये असणार नव्हती. या रिझॉर्टमध्ये तुम्ही स्वतःच्याच आणि निसर्गाच्याही शक्य तेवढे निकट येणार होतात. श्रीमंत आंतरराष्ट्रीय पर्यटकांना आकर्षित करणे हे मुख्य धोरण होते. पर्यटन एजंट्स नेमणे, आंतरराष्ट्रीय मासिके आणि टीव्ही वाहिन्या यांच्यावर जाहिराती देणे या माध्यमांतून आपल्याला ते साध्य करता येईल, असे जोझला वाटत होते.

तरीही, भारतीय ग्राहकांना आकर्षित करण्याची खरी गरज होती. कारण आंतरराष्ट्रीय पर्यटक वर्षातील फक्त काही महिनेच आले असते. जाहिरातीचे

बजेट अगदी मर्यादित होते आणि त्यामुळे आम्हाला जास्त काळ जाहिरात करणे शक्य होणार नव्हते. दिल्ली, मुंबई, बंगळुरू, कोलकाता आणि चेन्नई एवढ्या भागांतील प्रेक्षक हेच लक्ष्य प्रेक्षक होते. त्याच्या वार्षिक बजेटचा विचार करता, आम्ही फक्त इकनॉमिक टाइम्समध्ये अर्धा पानी रंगीत जाहिरात देऊ शकत होतो. परंतु, जाहिरातीचे सगळे बजेट फक्त एकाच जाहिरातीवर खर्च करणे धोकादायक होते. परंतु तसे करण्याची जोझची तयारी होती. टीमला असे वाटत होते, की ते आयलंड रिझॉर्ट अगदी पाहत राहावे इतके सुंदर वाटले पाहिजे आणि वाचकांना त्याचे तपशील मागवण्याची इच्छा व्हावी, एवढे ते मनाला भिडणारे दिसले पाहिजे. ईमेल, गूगल आणि यू ट्यूबच्या आधीचे ते थेट मेल पाठवण्याचे दिवस होते. लिहिणाऱ्या प्रत्येक ग्राहकाला रिझॉर्टची व्ही.एच.एस. टेप मिळणार होती. धोरण निश्चित करण्यात आले. आता हा चमत्कार घडवून आणणे सर्वस्वी क्रिएटिव्ह टीमच्या हाती होते. कॉपी-रायटरने छानशी ओळ लिहिली होती. 'थँक गॉड, ही क्रिएटेड नथिंग.' मुख्य कॉपीमध्ये रिझॉर्टचे आकर्षक पैलू स्पष्ट करण्यात आले होते.

या जाहिरातीने सुमारे २,००० जणांचे लक्ष वेधून घेतले आणि रिझॉर्टचे संपूर्ण वर्षाचे बुकिंग संपून गेले. देव खरोखरच आमच्या मदतीला धावून आला होता.

जाहिरातीच्या जगात देव आणि निसर्ग यांच्यामध्ये एक आगळेवेगळे नाते आहे. ज्या वेळी केरळला आपल्याकडे 'निसर्गसौंदर्याचा स्वर्ग' म्हणून पाहिले जावे असे वाटले, त्या वेळी त्यांनी 'गॉड्स ओन कंट्री' या ओळीचा वापर केला होता. केरळ पर्यटन विभागाचे तत्कालीन सचिव अमिताभ कांत यांनी ती ओळ तयार केली होती. देशातील पर्यटन क्षेत्रातील बहुधा ती सर्वाधिक गाजलेली ओळ असावी. ज्या वेळी आश्चर्याची भावना दाखवायची असेल, त्या वेळीही जाहिरातींमध्ये देव येतोच. 'बजाज ॲव्हेंजर'साठी या रूपकाचा उत्तम उपयोग करून घेण्यात आला होता. या बाईकसाठी एक सुंदर परिसर दाखवला गेला होता (पुन्हा इथे निसर्ग आलाच) लेहचे भीतिदायक रस्ते दाखवले गेले होते आणि त्याला ओळ देण्यात आली होती, 'फील लाईक गॉड!'

अमेरिकेतील सन २०१३च्या सुपरबाऊल ॲड्समध्ये लक्षात ठेवण्याजोगी एक जाहिरात डॉज राम यांनी केली होती. या जाहिरातीत रेडिओवरचा होस्ट पॉल हार्वे याच्या प्रसिद्ध भाषणाचा अंश वापरण्यात आला होता.

‘थँक गॉड, हि क्रिएटेड नथिंग.’

‘अँड गॉड मेड अ फार्मर’ (आणि देवाने शेतकऱ्याला निर्माण केले.) १९७८ मध्ये फ्युचर फार्मर्स ऑफ अमेरिका (एफ.एफ.ए) परिषदेच्या वेळी त्याने हे भाषण केले होते. टेलीव्हिजनवरच्या या जाहिरातीत काम करणाऱ्या शेतकऱ्यांचे शॉट्स दाखवले गेले होते आणि त्याला हार्वेच्या या अमर शब्दांची जोड दिली गेली होती. या शब्दांतून व्यक्त होणाऱ्या भावना आणि आश्चर्य यांमुळे खरोखरच देवाने आपल्याला जगता यावे म्हणून शेतकऱ्याला तयार केले, असे वाटत होते. अगदी आवर्जून पाहिलीच पाहिजे अशी ही जाहिरात. एफ.एफ.ए.च्या सहकार्याने ती तयार करण्यात आली होती. या जाहिरातीच्या यू ट्यूब व्हिडिओला मिळणाऱ्या प्रत्येक दहा लाख प्रतिसादांसाठी एक लाख डॉलर देण्याचे डॉजने मान्य केले होते. तसेच, एकूण दहा लाख डॉलर्सची मर्यादाही घालून घेतली होती. पाच दिवसांतच हे उद्दिष्ट पूर्ण झाले. पुन्हा एकदा या जाहिरातीतही देव निसर्गाच्या जवळ आला होता.

आपण भारतीयच आहोत असा संदेश देऊ इच्छिणारे ब्रँड देव किंवा धर्म यांचा वापर करून जाहिराती तयार करतात. १९८९ मध्ये चित्रपटगृहे आणि टीव्हीवर दाखवल्या गेलेल्या ‘हमारा बजाज’ या प्रसिद्ध जाहिरातपटात कित्येक धार्मिक समूह आणि त्यांच्या प्रार्थना दाखवल्या गेल्या होत्या. त्यात शीख, पारशी, हिंदू आणि मुस्लीम यांचा समावेश होता. या जाहिरातीच्या निर्मात्याच्या शब्दांत सांगायचे झाले, तर या जाहिरातीत तीन भारत दाखवले गेले होते. पारंपरिक, आधुनिक आणि मध्यममार्गी. २००१ साली मात्र कंपनीत नाट्यमय बदल झाले. आता त्यांची उत्पादनेही अगदीच वेगळी होती. त्यामुळे, कंपनीने ‘हमारा बजाज’ ची पुढची आवृत्ती तयार केली, त्या वेळी नवीन भारत दाखवण्याचा प्रयत्न होता. बदलाच्या नवीन झुळकीवर झुलणारा भारत ‘नया है कल’ म्हणू लागला. एका दृष्टीने जाहिरातपट निर्मात्याने आधुनिक आणि पारंपरिक भारत एकमेकांत मिसळून जात असल्याचे दाखवले होते. त्याने पारंपरिक पूजेची चिन्हे हातात घेतलेले, मोटरसायकलवर बसलेले तरुण आणि तरुणी दाखवल्या होत्या. हातात गिटार घेतलेला एक तरुण रस्त्यावरच्या एका मंदिरासमोर प्रार्थना करण्यासाठी थांबतो. रस्त्यावर काढलेली रांगोळी पायांखाली तुडवली जाऊ नये याची काळजी घेत एक तरुण जोडपे तिथून जाते.

‘विडॉल ल्युब्रिकंट्स’च्या जाहिरातीत विपणनतज्ज्ञाने जाता-जाता देवांना नमस्कार करण्याच्या भारतातील कित्येक धर्मांच्या ट्रकचालकांच्या

सवयीचा वापर करून घेतला होता. हे खरोखरच छान होते, कारण भारतातील महामार्गांवर जवळजवळ दर शंभर किलोमीटरवर एखादे देऊळ किंवा प्रार्थनास्थळ असते.

देव आणि धर्म एकत्र येतात असे तिसरे क्षेत्र म्हणजे, उत्सव. तनिष्क ज्वेलरीच्या जाहिरातीसाठी 'टायटन' ही कंपनी आणि 'लोवे' या त्यांच्या जाहिरात एजन्सीने बहुधर्मीय सेटिंगचा प्रयोग केला होता. दिवाळीमुळे सवलत मिळाल्याने एका मुस्लीम व्यक्तीला झालेला अत्यानंद या जाहिरातीत दाखवण्यात आला होता. 'ह्युंदाई कार'च्या जाहिरातीत करवा चौथसाठी एक प्रेमळ पती आपल्या पत्नीच्या चंद्रदर्शनाच्या सोहळ्यासाठी आपली नवीकोरी ॲक्सेंट कार घाईगडबडीने घेऊन निघाल्याचे दाखवण्यात आले होते.

यापैकी चौथ्या क्षेत्राविषयी आता सांगतो. यामध्ये सांस्कृतिक साचेबद्ध प्रतीकांसाठी धार्मिक गटांचा वापर करून घेण्यात येतो. उदाहरणार्थ, एखादा चर्चचा मुख्य धर्मोपदेशक दाखवणे म्हणजे अधिकार दाखवल्यासारखे असते. डिटर्जंट पावडरच्या जाहिरातीत अमिताभ बच्चनने शाळेच्या प्रिन्सिपलची किंवा फादरची भूमिका पार पाडली होती. त्यात त्याने चमकता पांढराशुभ्र झगा घातल्याचे दाखवले होते. आता चर्चमध्ये उत्तम डिटर्जंट पावडरच वापरली जाणार हे उघड आहे. जुन्या गोष्टींविषयीचे प्रेम दाखवायचे असेल, तर पारशी लोक दाखवले जातात. हिंदू गुरूंचा वापर कित्येक जाहिरातींमध्ये करून घेण्यात आला आहे. एका जाहिरातीत पंख्यांमुळे ते अधांतरी तरंगताना दाखवले आहेत; तर दुसऱ्या एका जाहिरातीत गोड पदार्थांमुळे ते गमतीशीर भाषेत बोलू लागल्याचे दाखवले आहे.

पाचवे क्षेत्र म्हणजे, जाहिरातींमध्ये पौराणिक कथांमधील पात्रांचा वापर करणे आणि त्यांच्याकरवी एखादा संदेश देणे. एखाद्या सुंदर दिसणाऱ्या घराला नुकताच रंग दिला गेला आहे, अशी कल्पना करा. तिथे यमराज ही हिंदू धर्मीयांची मृत्युदेवता येते. घरमालकाचा आत्मा घेऊन त्याला परतायचे असते. त्या बदल्यात मालकाला त्याची अखेरची इच्छा विचारली जाते. त्यावर तो उत्तरतो, ''मी तुझ्याबरोबर यायला तयार आहे. फक्त या घराचा रंग उडाला रे उडाला की मी लगेच येईन.'' यात कोणतीतरी युक्ती आहे असा संशय न आल्यामुळे यम ते मान्य करतो. परंतु, त्या धूर्त घरमालकाने नेरोलॅक एक्सेलने घर रंगवलेले असते. त्यामुळे उन्हाळा, पावसाळा, हिमवर्षाव,

गारपीट या कशालाच तो रंग दाद देत नाही आणि तसाच्या तसा राहतो. त्यामुळे, यमराज कित्येक वर्षे फक्त वाटच पाहत राहतो आणि अखेरीस त्या घरमालकाचा नाद सोडून देऊन अदृश्य होतो. 'नेरोलॅक'साठी तयार करण्यात आलेली ही जाहिरात खूपच लोकप्रिय ठरली आणि यमदेवतेला क्षुद्र समजले गेले, असा आरोप करत निषेधाच्या घोषणा देणाऱ्या लोकांचा मोर्चाही आमच्या घरावर आला नाही.

प्रेक्षकांशी संवाद साधण्यासाठी अशा प्रकारे धर्म, देव आणि पौराणिक कथांमधील पात्रे यांचा वापर करून घेणाऱ्या कित्येक भारतीय एजन्सीज आणि विपणनकर्ते यांच्या अशा अनेक जाहिराती असतील, याविषयी माझी खात्री आहे. दर दहा जाहिरातींपैकी एका जाहिरातीत धर्म, देव आणि पौराणिक कथांमधील पात्रे या तीन घटकांपैकी कोणता ना कोणता घटक असावा, असा माझा अंदाज आहे.

इतर कोणत्या देशात जाहिरातींना धर्म आणि देवाचे एवढे समर्थ पाठबळ मिळत असेल का, याविषयी माझ्या मनात साशंकता आहे. अमेरिकन जाहिरात क्षेत्राचा विचार करता 'डॉज राम ॲड' हा एक अपवाद आहे. जर पुढेमागे कधी पाश्चात्त्य जगात जाहिरातींसाठी सणाचा वापर केला गेलाच, तर तो ख्रिसमसचा असू शकेल आणि त्यात कोणताही धार्मिक गर्भितार्थ असणार नाही. त्याउलट, भारतीय जाहिरातींमध्ये सण, उत्सव दाखवले जातात, त्या वेळी पूजा किंवा आरती दाखवताना त्यांना कोणताच संकोच वाटत नाही. युरोपमध्ये धार्मिक प्रतीके किंवा प्रार्थना वगैरे दाखवणे यांविषयी बहुधा त्यांना तिरस्कार वाटत असावा. मध्यपूर्वेत सर्वच सांस्कृतिक बाबी इस्लामिक आहेत. परंतु तिथे सुद्धा धर्म पार्श्वभूमीवरच राहतो.

इथे आणखी एक स्वारस्यपूर्ण बाब आहे. पाकिस्तानी टेलीव्हिजनवर भारतात बनवलेल्या जाहिराती दाखवण्यास मज्जाव आहे. आपल्याला फक्त देवाविषयी किंवा देव आणि धर्माविषयी अतीव आकर्षण आहे म्हणूनच नव्हे; तर त्यांच्या जाहिरातदारांचा पैसा भारतात आणि भारतीय मॉडेल्सकडे वळावा हे त्यांना आवडत नाही, हेसुद्धा त्यामागचे आणखी एक कारण आहे. जाहिरातीतील कलाकारांपैकी एकही भारतीय वंशाचा असता कामा नये, यावर पाकिस्तानातील टेलीव्हिजन अधिकाऱ्यांचा कटाक्ष असतो. आपल्या पाकिस्तानी भागीदारांसाठी भारतीय एजन्सीज जाहिराती बनवतात, त्या

वेळी त्यांच्या जाहिरातीतील कलाकारांकडे आभारतीय पासपोर्ट असल्याची खात्री त्यांना करून घ्यावी लागते. पाकिस्तानमध्ये या कलाकारांना आपल्या पासपोर्टच्या प्रती पाठवाव्या लागतात.

जाहिरातीत धर्म आणि प्रार्थना, पूजा दाखवणे ही गोष्ट आपल्याला इथे भारतात सहजसुलभ का वाटते? मला असे वाटते, की ही एक साधी गोष्ट आहे. आपल्या श्रद्धा आणि रीतीरिवाज यांविषयी आपण अत्यंत खुलेपणाने वागतो. धर्म आणि धार्मिक रीतीरिवाजांचे हे खुले प्रदर्शन म्हणजे, आपल्या स्वतःच्या धार्मिकतेच्या नवीन ब्रँडचे प्रदर्शन आहे आणि ही उत्सवी गोष्ट आहे; ती बहिष्कृत करण्याची बाब नाही असे आपण मानतो. आगामी वर्षांतही आपल्याकडे हा प्रवाह असाच सुरू राहील, असे मला वाटते. फक्त त्यात आणखी इतर धर्मांचे संदेशही येत राहतील, असाही माझा विश्वास आहे. चित्रपट आणि टेलीव्हिजन क्षेत्रांप्रमाणेच जाहिरात क्षेत्रातूनही आपली बहुधार्मिक संस्कृती आपण अधिक खुलेपणाने अशीच साजरी करत राहू.

अगदी अलीकडेच 'हिंदुस्थान युनिलिव्हर'ने 'लोवे' या आपल्या एजन्सीला एक माहितीपटासारखा चित्रपट तयार करायला लावला आणि तो यू-ट्यूबवर दाखवला गेला. एक ग्रामीण तरुण आपल्या छोट्याशा घरातून धावत बाहेर पडतो या दृश्याने चित्रपटाची सुरुवात होते. आपल्या घराच्या बाहेर त्याला पाऊलखुणा दिसतात. त्यांवरून जाण्याचा तो प्रयत्न करू लागतो. त्याला थोड्याच अंतरावर हातांवर चालण्याचा प्रयत्न करत असलेले आपले वडील दिसतात. तो त्यांच्या पाठोपाठ जाऊ लागतो. तो माणूस हातांवर चालण्याचे जोरदार प्रयत्न करत असल्याचे पाहिल्यावर ग्रामस्थ अचंब्याने त्याच्याकडे पाहत राहतात आणि नंतर त्यांच्यापैकी काही जण त्याच्या पाठोपाठ जाऊ लागतात. या मिरवणुकीत स्थानिक बँडपथकही सहभागी होते आणि काही प्रौढ लोकही त्यांच्याबरोबर जातात. बस थांबते आणि एक तरुण शहरी स्त्री तिच्यातून उतरते. तिच्या गळ्यात कॅमेरा अडकवलेला असतो. तीसुद्धा हातावर चालणाऱ्या त्या माणसाचा पाठलाग करू लागते. त्याला घाम येत असतो आणि पुढे जाण्यासाठी त्याला नेटाने प्रयत्न करावे लागतात. परंतु तरीही, तो उतारावरून, शेतातील चिखलातून आणि दगडगोट्यांतून मार्ग काढत पुढे जात राहतो. त्यानंतर तो आपल्या ईप्सित स्थळी पोहोचतो. ते असते, खेड्यातील मंदिर. पुजारी स्मित करतो आणि देवाची आरती करून त्याचे स्वागत करतो.

‘थँक गॉड, हि क्रिएटेड नथिंग.’

शहरातील ती मुलगी अवाक् होते आणि एका प्रौढ व्यक्तीला विचारते, की त्याने स्वतःला एवढी शिक्षा का करून घेतली? तो प्रौढ गृहस्थ उत्तरतो, ‘‘त्याचं कोणतंच मूल पाच वर्षांहून अधिक काळ जगलं नाही. सगळीच मुलं लहानपणीच मरण पावली.’’ ती तरुणी आणखी चकित होते. तिच्या तोंडून शब्दही फुटत नाही. त्यानंतर कंपनीचा संदेश झळकू लागतो, ‘ग्रामीण भारतात लाखो मुलं अस्वच्छतेमुळे मरण पावतात. आपले हात जंतुनाशक वॉश सोपने नियमित धुतल्यामुळे कित्येक आजारांना प्रतिबंध होतो.’

आता ही फिल्म मंदिर न दाखवता योग्य परिणाम साधू शकली असती का? मला तरी वाटते, की ते शक्यच नव्हते.

यापुढेही धर्म आणि विविध रूपके आणि तत्त्वप्रणाली यांचा वापर करून जाहिरातदार भारतीय ग्राहकांच्या भावनांना हात घालणार, हे निश्चित!

या जाहिरातपटात आपण पाहिले त्याप्रमाणे कदाचित कथा बदलतील; परंतु धार्मिक प्रेरणा तशाच राहतील. कदाचित त्या अधिकच वाढतीलही. भारतीय प्रसारमाध्यमे आता अकारणच बेगडी धर्मनिरपेक्षता दाखवण्याचा प्रयत्न करणार नाहीत. कित्येक धर्म आणि कित्येक सण पुढे येत असताना त्यांचा जाहिरातींमध्ये वापर करून घेण्याचे प्रमाणही साहजिकच वाढते राहील. उदाहरणार्थ, तीस वर्षांपूर्वी गणेशोत्सवावर जाहिरात केली गेली असती, तर कदाचित ती महाराष्ट्रापुरतीच मर्यादित राहिली असती. आता गणेशोत्सव हा भारतभरचा उत्सव बनला आहे. त्याचप्रमाणे, दुर्गापूजा हा प्रारंभीच्या काळात फक्त कोलकात्यापुरताच मर्यादित असलेला उत्सव होता. तो इतरत्र कुठे दिसत नव्हता. आधी उल्लेख केल्याप्रमाणे, एका तमिळ वृत्तपत्रात ईद आणि आदि या दोन्हींसाठी सवलती देणारी जाहिराती आली होती. सेंट व्हॅलेंटाईन्स डे हा गुजराती सराफी व्यावसायिकांसाठी मोठमोठ्या जाहिराती देण्याचा खास दिवस बनला आहे.

वाढती धार्मिकता आणि वाढता उत्सवी उत्साह यांमधून नवीन भारतीयांच्या मनात रुंजी घालणाऱ्या जाहिरातींच्या निर्मितींच्या संधी समोर आल्या पाहिजेत. तुमचा खिसा खाली करणे हे जाहिरातींचे काम असल्यामुळे आता या जाहिरातींमध्ये आधुनिक काळातील उत्सववेड्या भारतीय ग्राहकांचे प्रतिबिंब दिसणार आहे.

❑ ❑ ❑

१६

बुरखे के पीछे क्या है?

महिलेचा पोशाख हा काटेरी तारांच्या कुंपणासारखा असला पाहिजे. त्यातून कुंपणाचा हेतू तर साध्य झाला पाहिजेच; परंतु समोरच्या दृश्यालाही अडथळा होता कामा नये.

– सोफिया लॉरेन (जन्म : १९३४)

माझे मार्गदर्शक आणि जाहिरात क्षेत्रातील दिग्गज व ग्राहक वर्तनाचे सूक्ष्म निरीक्षक सुभाष चक्रवर्ती यांच्याबरोबर मी कोलकात्यात रेस्टॉरंटमध्ये जेवत होतो. कुठे? आणखी कुठे असणार? 'कलकत्ता' नावाचेच ते रेस्टॉरंट होते. श्रीमंती आणि धार्मिक निष्ठा या दोन्ही डगरींवर पाय ठेवून पुढे चाललेल्या आधुनिक ग्राहकांच्या कोणत्या गोष्टीचे त्यांना सर्वाधिक आश्चर्य वाटते, असे मी त्यांना विचारले.

सुभाष यांच्याकडे सांगण्यासारखी बांगला देशातील एक मोठी गोष्ट होती. ढाक्यात कित्येक जाहिरात संस्थांकडे सल्लागार म्हणून त्यांना वारंवार जावे लागत असल्यामुळे ते वरचेवर बांगला देशात जातात. तो इस्लामी देश असल्यामुळे तिथे बुरखा घेणे ही सर्वसामान्य गोष्ट आहे. परंतु, कामाच्या ठिकाणी प्रवेश केल्याबरोबर महिला बुरखा काढून ठेवतात, याचे त्यांना आश्चर्य वाटत होते. म्हणजे ज्या वेळी ती महिला कारमध्ये असते, स्कूटरवर असते किंवा बसमध्ये असते, त्या वेळी बुरखा घेते. परंतु, एकदा का तिने

फॅक्टरीत किंवा कार्यालयात प्रवेश केला, की ती तो काढून ठेवते. बुरख्याच्या आत बांगला देशातील महिला अत्यंत सुंदर कपडे घालतात. कदाचित, या कपड्यांचा कोलकात्यातील मुलींना हेवासुद्धा वाटू शकेल. बांगला देशातील महिलांना निवड करण्यासाठी कित्येक प्रकारचे कपडे उपलब्ध असतात. याचा विचार करा : बांगला देशातील परवानाधारक कपड्यांच्या फॅक्टऱ्यांचा आकडा ५५०० आहे. चीननंतर बांगला देश हा जगातील दुसऱ्या क्रमांकाचा मोठा कपड्यांचा उत्पादक देश आहे. या फॅक्टरींमधील ८० टक्के कामगार महिला आहेत. त्यांचा आकडा सुमारे चाळीस लाख आहे. एकूण निर्यातीच्या उत्पन्नातील ७८ टक्के वाटा कपड्यांच्या उद्योगाचा आहे आणि तो सुमारे १८ अब्ज डॉलर आहे.

या स्थित्यंतरामागच्या कारणावर आम्ही चर्चा केली. महिलांनी सदा सर्वकाळ बुरखा घेतला पाहिजे, असे मानले जात नाही का? परक्या लोकांपासून आपला चेहरा आणि संपूर्ण शरीर लपवण्याचा एक मार्ग म्हणजे बुरखा, असा आधुनिक काळातील महिलांनी बुरख्याच्या सक्तीचा अर्थ काढला आहे. परंतु, एकदा त्या सुरक्षित ठिकाणी पोहोचल्या किंवा आपल्या स्वतःच्या कार्यालयात अगर कामाच्या ठिकाणी त्या गेल्या, की त्या बुरखा काढून ठेवतात. मग त्या आपले डिझायनर कपडे आणि अत्यंत फॅशनेबल केशरचनेचे तिथे प्रदर्शन करतात.

टर्कीमध्ये मुस्तफा केमाल अतातुर्क यांनी इस्लामचे प्रतीक असलेल्या बुरख्यावर आणि पडदा पद्धतीवर सन १९३४ मध्ये बंदी घातली. त्यानंतरच्या सरकारांनीही त्यांचा हा निर्णय उचलून धरला. युरोपमध्ये मुस्लिमांची लोकसंख्या वाढत चालल्यामुळे बुरख्याविषयी आणि चेहऱ्यावर पडदा घेण्याच्या पद्धतीविषयीची चिंता वाढीस लागली आहे. यामुळे, महिलांचा अवमान होतो का आणि त्यांचे हक्क त्यांच्यापासून हिरावून घेतले जातात का, यांविषयीही तिथे चिंता पसरली आहे. फ्रेंच पब्लिक स्कूल्समध्ये सन २००४पासून बुरखा घालून येण्यास परवानगी नाकारण्यात आली आहे. शिवाय, कोणत्याही प्रकारच्या धार्मिक प्रतीकाचे प्रदर्शनही तिथे करता येत नाही. ख्रिश्चनांनासुद्धा स्पष्टपणे दिसणारी धार्मिक प्रतीके फ्रेंच स्कूल्समध्ये वापरता येत नाहीत. निकोलस सार्कोझी याने फ्रान्समध्ये सन२०१० मध्ये बुरख्यावर बंदी घातली. वरचेवर निदर्शने झाली, तरीही सरकारने या निर्णयाची

ठामपणे पाठराखण केली. सार्कोझी म्हणाले, ''आमच्या देशात महिलांना बुरख्याआड बंदी बनवण्याची पद्धती आम्ही मान्य करणार नाही. बुरख्याच्या माध्यमातून स्त्रियांना सामाजिक जीवनापासून पारखे करणे आणि त्यांची सर्व प्रकारची ओळख पुसून टाकणे या गोष्टींना आम्ही परवानगी देणार नाही.'' इंग्लंडमध्येही बुरख्याविषयी काही प्रमाणात सार्वजनिक निषेधाची भावना व्यक्त होत आहे आणि मतचाचणींच्या निकालानुसार, बुरख्यावरील बंदीला ६५ टक्के ब्रिटिशांनी पाठिंबा दिल्याचेही स्पष्ट झाले आहे.

बेल्जियम आणि इटली येथेही बुरखापद्धतीवर बंदी आहे. मात्र या ठिकाणी धार्मिकतेच्या किंवा महिलांच्या अधिकाराच्या दृष्टिकोनापेक्षाही सुरक्षिततेच्या दृष्टिकोनातून व्यक्तीला आपली ओळख लपवण्यासाठी बुरख्याचा वापर करता येऊ नये यासाठी ही बंदी घालण्यात आली आहे. इटलीत १९७५मध्ये, बेल्जियममध्ये २०१०मध्ये आणि नेदरलँड्समध्ये २०१२मध्ये बुरख्यावर बंदी घालण्यात आली.

इस्लामी देशांमध्ये पोशाखविषयक विविध प्रकारचे नियम आहेत. सौदी अरेबियासारख्या काही देशांनी धर्म किंवा राष्ट्रीयत्व यांचा विचार न करता त्यांच्या देशातील सर्वच महिलांवर बुरख्याची सक्ती केली आहे. काही देशांनी याविषयी उदारमतवादी दृष्टिकोन स्वीकारला आहे. तिथे त्यांनी फक्त डोक्याला रुमाल बांधण्याची, म्हणजे हिजाबचीच सक्ती केली आहे. 'रिलीजन अँड ग्लोबलायझेशन' या आपल्या पुस्तकात जॉन एस्पोसिटो आणि इतरांनी असे म्हटले आहे, की कुराणात महिलांवर बुरखा घेण्याची आणि एकांतवासात राहाण्याची सक्ती करण्यात आलेली नाही. मात्र प्रेषितांच्या पत्नींनी पडद्याच्या आडूनच पुरुषांशी बोलावे असे त्यात म्हटले गेले आहे, असेही त्यांनी स्पष्ट केले आहे. विविध प्रकारच्या विद्वानांनी हिजाबच्या गरजेविषयी वेगवेगळी मते मांडली आहेत. जुन्या दिल्लीतही एके काळी तरुणींनी, अविवाहितांनी किंवा विवाहितांनीही लग्नानंतर सुरुवातीची काही वर्षे बुरखा घेण्याची पद्धत होती. पाकिस्तानात उत्तरेकडच्या पश्तुन सीमेवरच्या भागात बुरख्याची पद्धत अधिक प्रमाणात प्रचलित आहे. पूर्वीच्या काळी पाकिस्तानात हिंदू आणि ख्रिश्चन महिलांमध्येही बुरख्याची पद्धत पाळली जात होती. इस्त्रायलमध्ये पुराणमतवादी ज्यू महिला एके काळी बुरखा घेत होत्या.

गेल्या वीस वर्षांत भारतात बुरखा घेणाऱ्या मुस्लीम महिलांच्या संख्येत वाढ झाली आहे. केरळमधील मलबार जिल्ह्यांमध्ये मोठ्या प्रमाणात मुस्लीम लोकसंख्या आहे. या भागातील बुरखा घेणाऱ्या मुस्लीम महिलांचे प्रमाण १९९०मध्ये जेमतेम पाच टक्के होते, मात्र तीस वर्षांनी सन २०१०मध्ये ते ३० टक्क्यांवर पोहोचले होते. मुंबईत बोहरी मुस्लिम महिला काही वर्षांपूर्वीपर्यंत बुरखा घेत नव्हत्या. परंतु, आज त्या पारंपरिक पोशाख घालतात. या पोशाखाला 'रिडा' असे म्हणतात आणि तो बुरख्यासारखाच असतो. रिडा विविध फिक्या रंगांत येतो आणि त्याला लेस लावलेली असते. रिडा घातलेल्या बोहरी मुस्लीम स्त्रियांनी सतत आपला चेहरा झाकण्याची आवश्यकता नसते.

मग बुरखा घालणाऱ्या स्त्रियांच्या संख्येत एवढी वाढ का झाली आहे? यामागे काही धार्मिक कारणे आहेत. त्यात स्थानिक नेत्यांकडून काढल्या गेलेल्या फर्मानांचा समावेश आहे. परंतु, एका स्त्रीवादी चळवळीतील कार्यकर्तीने ब्लॉगमध्ये दिलेले एक स्वारस्यपूर्ण स्पष्टीकरण माझ्या वाचनात आले. तिने लिहिले होते की, आज अधिकाधिक महिला घरातून बाहेर पडून महाविद्यालयांत जातात. रोजगार वगैरे कामे करतात. त्यामुळे साहजिकच काही परंपरावादी मुस्लीम घरांमध्ये कर्त्या पुरुषावर बराच दबाव येतो. महाविद्यालयात जाण्यास किंवा उच्चशिक्षण घेण्यास त्याच्या मुलींना त्यांच्या आईकडून मोठ्या कौशल्यपूर्वक ठामपणे पाठिंबा दिला जातो. अशा वेळी रस्त्यांवर आणि बसमध्ये घडणाऱ्या छळाच्या प्रकारांमुळे या मुलींना आणि त्यांच्या पालकांनाही बुरखा घालणे ही दिलासादायक गोष्ट वाटते.

पूर्वीपेक्षा अलीकडे कित्येक मुस्लीम महिला आज बुरखा घेत आहेत ही खरी गोष्ट आहे. पारंपरिक काळ्या बुरख्यापेक्षा त्यांचा बुरखा कितीतरी वेगळा असतो. आधुनिक बुरखा कित्येक रंगछटांमध्ये येतो. यातूनही व्यवसायाची चांगली संधी निर्माण झाली आहे. डिझायनर बुरखे मोठ्या प्रमाणात भारतात प्रवेश करत आहेत. मध्य पूर्वेत गेली कित्येक वर्षे डिझायनर हिजाबप्रमाणेच डिझायनर बुरखेही वापरले जात आहेत. पाटण्यासारख्या शहरात मुस्लीम स्त्रिया एका डिझायनर बुरख्यासाठी सुमारे आठ हजार रुपये मोजतात. झार्कन वर्क केलेल्या बुरख्यांप्रमाणेच अमेरिकन डायमंड जडवलेले बुरखेही बाजारात उपलब्ध आहेत.

बॉम्बे सेंट्रल या मुस्लीमबहुल भागात बिग बझारने आपले स्टोअर उघडले, त्या वेळी तेथील स्थानिक लोकांच्या गरजा आपल्याला माहिती आहेत, हे त्यांना पटवून देणे त्यांना अतिशय अवघड गेले होते. स्थानिक व्यवस्थापनाने असे ठरवले, की आपण त्यांना समजून घेतले आहे हे दाखवण्यासाठीचा एकतर्फी मार्ग म्हणजे विक्रीसाठी बुरखे ठेवणे. परंतु त्याचा काहीच उपयोग झाला नाही. स्टोअरला आपल्या धोरणाचा पुनर्विचार करावाच लागला आणि अधिक चांगल्या दर्जाचे बुरखे आणावे लागले. ते छानशा तलम धाग्यांचे होते आणि त्यांच्यावर नाजूक एम्ब्रॉयडरी करण्यात आली होती. त्यानंतर हळूहळू बदल घडू लागला. त्या भागातील श्रीमंत मुस्लिमांना आपला अवमान केला जात आहे असे वाटणे बंद झाले आणि मग तिथे जाऊन ते वस्तूंची खरेदी करू लागले. मुस्लीम ग्राहक अधिकाधिक श्रीमंत बनत चालले असल्यामुळे त्यांच्या निवडीत आणि क्रयशक्तीत वाढ झाली होती. त्यामुळेच, सर्व एकसारखे बुरखे आणण्यात स्टोअरची चूक झाली होती.

हेमा विश्वनाथन या दिग्गज ग्राहक संशोधिकेने असे म्हटले आहे, की मुस्लीम लोक अधिक नावीन्यपूर्ण विचारांचे असतात आणि नवनवीन उत्पादने वापरून पाहण्यास अधिक उत्सुक असतात. आमच्या अभ्यासाप्रमाणेच आंतरराष्ट्रीय स्तरावर करण्यात आलेल्या याविषयीच्या अभ्यासांतूनही हेच दिसून आले आहे. भारतीय मुस्लीम मध्यपूर्वेतील देशांशी बळकट धाग्यांनी जोडलेले असतात आणि ते नेहमीच आयात केलेल्या उत्पादनांचा वापर करतात, या वस्तुस्थितीवर त्यांचे हे गृहीतक आधारित आहे. हीच बाब बुरख्यांनाही लागू पडते. दुबई आणि मस्कतसारख्या ठिकाणी आणि श्रीमंत मुस्लिमांच्या बायकांकडे नेहमीच इंपोर्टेड बुरखा असतो. काही वेळा तर त्यांच्या कपाटात असे महागडे दोन-दोन बुरखेही असतात. काही दशकांपूर्वी प्रत्येक तरुणीला आपल्याकडे इंपोर्टेड जीन्स असावी, असे वाटत असे. अमेरिकेहून आपल्याकडे आलेल्या आपल्या चुलत किंवा मावस भावंडाकडून मिळालेली लेव्हीची जीन्स आपणही खजिना मिळाल्याप्रमाणे घेत होतो. आता ही बुरख्यांची पाळी आहे.

श्रीमंत मुस्लीम महिलांच्या गरजांनुरूप अधिकाधिक उत्पादने तयार करण्याचा प्रयत्न आपण करत आहोत. श्रद्धाळू मुस्लीम महिला दिवसातून पाच वेळा नमाज पढतात. त्या प्रत्येक वेळी त्यांना आपले हात धुवावे लागतात.

मॅनिक्युअर करून घेण्यात काही वेळा धार्मिक अडचण येते. पारंपरिक नेल पॉलिशना त्यांच्या काही मर्यादा आहेत. पाण्याच्या संपर्कात आल्यानंतर ती निघतात. यावर श्वासोच्छवासाबरोबर शरीरात गेले तरी चालण्याजोगे नेल पॉलिश 'इनग्लॉट' या कंपनीने बाजारात आणले आणि त्यामुळे ही परिस्थिती बदलत आहे. इस्लामने नेल पॉलिशवर बंदी घातलेली नसली, तरी काही विद्वानांच्या मते, हात धुताना स्वच्छतेचा एक भाग म्हणून नखांपर्यंत पाणी पोहोचले पाहिजे. काही महिला दिवसाअखेरीच्या नमाजानंतर नेल पॉलिश लावतात आणि पहिल्या नमाजाआधी ते काढतात. अमेरिकेतील इस्लामी विद्वानाने चाचणी घेतलेल्या नवीन नेल पॉलिशमुळे आता हा प्रश्न सुटला आहे. फॅशनेबल मुस्लीम महिला आपल्या नखांना पॉलिश लावू शकतात आणि धार्मिक ग्रंथांत दिल्याप्रमाणे नमाजही पढू शकतात. आधुनिक मुस्लीम महिलांच्या गरजा या फक्त बुरखा आणि सौंदर्यप्रसाधनांपुरत्याच मर्यादित नाहीत. चार ऑगस्ट २००७च्या 'द इकनॉमिस्ट'च्या अंकात शरीर पूर्णपणे झाकणाऱ्या पोहण्याच्या पोशाखाची माहिती देण्यात आली आहे. 'अहिडा' या ऑस्ट्रेलियन कंपनीची स्थापना लेबेनॉनहून स्थलांतरित झालेल्या व्यक्तीने केली आहे. त्यानेच 'बुरकिनी' तयार केली आहे. नावातून सूचित होत असलेल्या अर्थाप्रमाणेच बुरखा आणि बिकिनी यांमधील हे उत्पादन आहे. ते सिन्थेटिक मटेरिअलपासून बनवण्यात आले आहे. मुस्लीम महिलांनी विनयशील पोशाख घातला पाहिजे, असे इस्लामी कायदा सांगतो. त्यानुसार हा पोशाख बनवण्यात आला आहे. लेडी गागा ही गायनक्षेत्रातील महिला 'फॅशन आयकॉन' म्हणूनही प्रसिद्धीच्या झोतात आली आहे. विविध प्रकारच्या इस्लामी पोशाखांमध्येही ती सध्या दिसत आहे. तिच्या गुलाबी बुरख्याने आणि 'बुरखा' या सनसनाटी गाण्याने मोठीच खळबळ उडवून दिली होती.

येत्या दहा वर्षांत आपल्याला श्रीमंत मुस्लीम महिलांसाठी बनवल्या जाणाऱ्या हलाल सौंदर्यप्रसाधनांमध्ये, नवीन प्रकारच्या बुरख्यांमध्ये आणि इतर अनेक नावीन्यपूर्ण वस्तूंमध्ये बरेच मोठे बदल दिसतील, याविषयी माझी खात्री आहे.

मुघलांच्या आक्रमणानंतर उत्तर भारतातील सर्वच हिंदू स्त्रियांवर पतीखेरीज सर्वच पुरुषांसमोर घुंघट घेऊनच येण्याची सक्ती करण्यात आली, असा एक दृष्टिकोन आहे. साडीच्या पदराने त्या आपला चेहरा झाकून घेऊ लागल्या.

ही प्रथा आजतागायत सुरू आहे. नुकतेच लग्न झालेल्या तरुणींना प्रौढांसमोर जाताना घुंघट घेऊनच जायला सांगितले जाते. आक्रमणकर्त्या मुस्लिमांपासून आपल्या बायका–मुलींचे संरक्षण करण्यासाठी हिंदूंना घुंघट पद्धती चांगली वाटली असावी का? की मुस्लिमांच्या बुरख्याला 'उत्तर' म्हणून त्यांनी घुंघटच्या या पद्धतीचा शोध लावला असावा? म्हणजे, आम्हाला जर तुमच्या बायका पाहता येत नसतील, तर तुम्हीही आमच्या बायकांना पाहू शकणार नाही, असा काहीसा यामागचा रोख असावा का? राजस्थान, उत्तर प्रदेश, हरयाणा, मध्य प्रदेश, झारखंड, बिहार आणि प. बंगालच्या काही भागांत ही घुंघटची पद्धती मोठ्या प्रमाणात प्रचलित आहे, याची दखल घेतली पाहिजे. मात्र भारताच्या इतर भागांत ही पद्धती नाही.

त्याउलट काही तज्ज्ञांच्या मते, बुरख्याची पद्धत घुंघटच्या पद्धतीवरून अस्तित्वात आली. प्राचीन हिंदू मंदिरांमधील चित्रे आणि शिल्पे यांमधून दिसणाऱ्या स्त्रिया घुंघट घेतलेल्या नाहीत, ही बाबही लक्षात घेतली पाहिजे. फक्त नालंदा येथील चित्रच याला असलेला एकमेव अपवाद आहे. परंतु, या चित्रातही त्या स्त्रीचा चेहरा स्पष्टपणे दिसत आहे. उत्तर भारतातील महिला घुंघटच्या पद्धतीने साडी नेसतात. भारतातील तथाकथित कनिष्ठ वर्गातील स्त्रिया मात्र अनेक ठिकाणी शरीराचा वरचा अर्धा भाग उघडाच ठेवतात. त्यांना हा भाग झाकण्यास मान्यता दिली जात नाही.

बुरखा आणि त्याविषयीची माहिती याचा हा एक भाग आहे. दुचाकी हातात आल्यामुळे भारतभरच्या महिला आता स्वतंत्रपणे फिरू लागल्या आहेत, हे आपण पाहतोच आहे. त्यातूनच स्कूटर्सची आणि त्यातही विशेषतः गिअरलेस स्कूटर्सची निर्मिती झाली. उन्हाळ्याच्या दिवसांत भारतभर दुचाकीवरील मुली बुरख्याप्रमाणे संपूर्ण डोके आणि चेहरे रुमालांनी झाकून फिरताना आपल्याला दिसतात. आपले संपूर्ण हात झाकणारे हातमोजे त्या वापरतात. केस झाकण्यासाठी हेल्मेट वापरतात. फक्त डोळे तेवढेच उघडे असतात. आता कदाचित स्कूटर चालवणाऱ्या महिलांसाठी बाजारात खास तयार केलेले बुरखेही येतील. कोणी सांगावे?

बुरखा हे खरोखरच महिलांच्या गुलामगिरीचे प्रतीक आहे असे तुम्हाला वाटत असेल, तर आणखी एकदा विचार करा. सन २०१३मध्ये पाकिस्तानने बुरख्याची आणखी एक बाजू उजेडात आणली. देश आणि देशातील लहान

मुले एका नवीन सुपरहिरोच्या प्रेमात पडली. त्याचे नाव होते, बुरखा अ‍ॅव्हेंजर. हा मुखवटाधारी हिरो बंदूकसारख्या खलनायकावर आणि वाडेरो पाजेरोसारख्या भ्रष्ट राजकारण्यावर मात करतो. या कार्टून–मालिकेत बंदूक हे तालिबान्यासारखे दिसणारे पात्र या कार्टूनमधील मुलीची शाळा बंद करण्याचा प्रयत्न करते. जिया हा गंभीर, लाजाळू वर्गशिक्षक मग रात्रीचा बुरखा घालून अ‍ॅक्शन हिरो बनतो. पाकिस्तान टीव्हीवर लहान मुले उत्साहाने हा कार्यक्रम पाहत असताना इतरत्र मोठ्या प्रमाणात वादविवाद सुरू झाले होते. मुलांना 'कूल' म्हणून बुरखा दाखवणे ही बाब योग्य आहे का आणि बुरखा म्हणजे दुय्यमता नव्हे; तर सामर्थ्य प्रदान करणारा पोशाख आहे असे मुलींच्या मनांवर ठसवणे बरोबर आहे का, असे प्रश्न सर्वत्र चर्चिले जात होते. हा वाद शिखरावर असताना इकडे लहान मुले मात्र या हिरोच्या धाडसाच्या कथा आवडीने पाहत होती. हे कार्टून पाहणाऱ्या लहान मुली एके दिवशी मंडईतून भाजी आणायला जाताना बुरखा घालण्यास तयार होतील का? याचे उत्तर फक्त भविष्यकाळच देऊ शकेल.

❑ ❑ ❑

१८

अधिक चांगल्या आरोग्यासाठी प्रार्थना करा

आरोग्य ही सर्वांत मोठी देणगी आहे, समाधान ही सर्वोच्च महान संपत्ती आहे आणि विश्वासार्हता हा उत्तम नातेसंबंध आहे.

– गौतम बुद्ध (ख्रि.पू. ५६३-४८३)

जसलोक हे भारतातील सर्वाधिक आदरणीय रुग्णालय आहे आणि तिथे येणाऱ्या रुग्णांमध्ये देशातील मान्यवरांचा समावेश आहे. लूकोमल चनराय या लोककल्याणासाठी झटणाऱ्या व्यक्तीने सन १९७३मध्ये या रुग्णालयाची स्थापना केली. देशातील काही उत्तम डॉक्टर या रुग्णालयाचे सल्लागार आहेत. १९९०च्या अखेरीस ब्रँडिंग सल्ल्यासाठी जसलोकने आमच्या एजन्सीशी संपर्क साधला, त्या वेळी आम्हाला खरोखरच आपला सन्मान झाल्यासारखे वाटले. हे रुग्णालय चालवणारी विश्वस्त संस्था नफा मिळवण्यासाठी हे रुग्णालय चालवत नाही. तसेच प्रसिद्धीपासूनही नेहमीच दूर राहते. परंतु, नफा मिळवण्यासाठी या क्षेत्रात आलेल्या रुग्णालयांमुळे भोवतालचे जग बदलत चालले होते आणि त्यामुळे आपल्या रौप्यमहोत्सवी कार्यक्रमासाठी आपली प्रतिमा अधिक उजळवावी, असे रुग्णालयाच्या व्यवस्थापनाला वाटत होते. या कार्यक्रमासाठी पंतप्रधानांना आमंत्रित करण्यात आले होते.

आमच्या टीमला असे वाटले, की रुग्णालयाला एक नवीन, आधुनिक ओळख प्राप्त करून देण्याचे पहिले पाऊल उचलले पाहिजे. रवी मडकईकर

हे या प्रकल्पावर काम करणारे डिझायनर होते. व्यवसाय-व्यवस्थापक बासुदेव बिस्वास हा प्रकल्प हाताळत होते. या रुग्णालयाला कोणती ओळख प्राप्त करून द्यावी-यावर ते चिंतन करत होते. आंतरराष्ट्रीय रुग्णालयांच्या ब्रँड्सचे विश्लेषण केल्यावर असे लक्षात आले, की त्यांच्यापैकी बऱ्याच जणांनी परंपरा, इतिहास आणि विज्ञान या गोष्टींना समान महत्त्व दिले होते. जसलोकने विलक्षण संशोधन सुविधा निर्माण केल्या होत्या. परंतु, जसलोक ब्रँड हा संशोधनाच्या पायावर उभा नसल्याचे टीमला पक्के माहिती होते.

एखाद्या व्यक्तीने रुग्णालयात प्रवेश केला की काय होते? त्यांची मनःस्थिती कशी असते? ते कशाचा विचार करतात? त्यांच्या चिंता काय असतात? रुग्णासोबत आलेल्या लोकांच्या मनात कोणत्या चिंता असतात? रुग्णालयाने शब्दांनी आणि निःशब्दपणे त्यांना काय सांगितले पाहिजे?

भारतीय रुग्ण डॉक्टरला देवच मानतात हे आपल्याला माहिती आहे आणि ही प्राचीन परंपरा आहे. रुग्ण रुग्णालयात प्रवेश करतो, त्या वेळी तो हॉटेलमध्ये किंवा मॉलमध्ये जाताना चालतो, त्याप्रमाणे चालत नसतो. तो धास्तावलेला असतो आणि नेहमीच तो देवाचा धावा करत असतो.

बरे होण्याशी असलेल्या धर्माच्या संबंधांवर झालेल्या पूर्वीच्या काही अभ्यासांपैकी एक अभ्यास एमिली डर्कहेम यांनी केला आहे. ते एक फ्रेंच तत्त्वज्ञ असून त्यांना समाजशास्त्राचे जनक असेही म्हटले जाते. 'स्युसाईड' या त्यांच्या संशोधनात्मक कामात त्यांनी आत्महत्येच्या दराचा संबंध धर्म आणि धार्मिकता यांच्याशी जोडला आहे. या संशोधनावरही टीका झाली. परंतु त्यांनी केलेला प्राथमिक दावा हा त्यांच्याकडच्या माहितीवर आधारित होता. त्यांनी असा निष्कर्ष काढला होता, की जर्मनीतील कॅथलिक लोकांमध्ये असलेल्या वाढत्या धार्मिक संपर्कामुळे त्यांच्यातील आत्महत्येचा दर कमी आहे. डर्कहेम यांच्या पावलावर पाऊल टाकत धार्मिकता आणि व्यक्तिसापेक्ष बरे वाटणे या विषयावर त्यानंतर अगदी अलीकडेपर्यंत भरपूर काम केले गेले.

मानसिकदृष्ट्या रुग्णाला बरे वाटण्यामध्ये धर्म आणि देव काही भूमिका पार पाडू शकत असतील, तर रुग्णालयाची ओळख याचा एखादा पैलू सूचित करेल का? कोणत्याही विशिष्ट धार्मिक श्रद्धेशी रुग्णालयाला जोडण्याची एजन्सीच्या टीमची इच्छा नव्हती. परंतु खुलेपणाने एखादी श्रद्धा दाखवल्याखेरीज हळुवार धार्मिक श्रद्धा दाखवण्याचा दुसरा एखादा मार्ग होता का?

अखेरीस, रुग्णालयातून कोणत्याही प्रकारचा 'कोल्ड सायन्स'चा संदेश पाठवला गेला नव्हता, हे महत्त्वाचे होते. एखाद्या चांगल्या शिकलेल्या युरोपियन किंवा अमेरिकन रुग्णांच्या तुलनेत भारतीय रुग्णांना त्यांचा हात धरून त्यांना नेणाऱ्या डॉक्टरची अधिक गरज भासते. म्हणून, इथे रुग्णालयाच्या ओळखीमध्ये काळजी घेतली जाणे; सूचकतेने दाखवणे आवश्यक होते.

या सगळ्या गोष्टी लक्षात घेऊन रवी मडकईकरने एक छानसा डिझाईन मांडला. त्याने लोगोच्या वरच्या बाजूला तीन फुले दाखवली होती. त्या विविधरंगी फुलांमुळे काळजी घेतली जात असल्याचे सूचित केले जात होते. परंतु तरीही, रुग्णालयात प्रवेश करणाऱ्याच्या मनात कोणती ना कोणती पूजा किंवा प्रार्थना असतेच. त्याला आत शिरल्यावर कोणती ट्रीटमेंट मिळणार आहे, याचा त्याच्याशी संबंध नसतो. रुग्णालयाच्या व्यवस्थापनाला हा डिझाईन दाखवण्यात आला. त्या सर्वांनाच तो फार आवडला. आजतागायत जसलोक हा तीन फुलांचा लोगो वापरत आहे. आमच्या आरोग्य व कल्याणाच्या अर्थामुळे धर्म आणि देव आपोआपच त्यात अंतर्भूत झाले होते. अमेरिकेत केलेल्या संशोधनातून काही स्वारस्यपूर्ण निष्कर्ष समोर आले आहेत. एखादे रुग्णालय एखाद्या धर्माशी (समजा, कॅथलिक, प्रोटेस्टंट, ज्युईश इ.) संलग्न असेल, तर आंतरधर्मीय ग्राहक किंवा रुग्ण त्या रुग्णालयाला अत्यंत कमी लेखतात. मात्र त्याच धर्माच्या रुग्णांकडून अशा प्रकारच्या रुग्णालयांची वारंवार निवड केली जाते, त्यांना प्राधान्य दिले जाते. काळजी घेण्याच्या उपाययोजना, धार्मिक संलग्नता यांचाही रुग्णालयाच्या मूल्यांकनावर परिणाम होतो. सएेद साद अँडेलिब या संशोधकाने असा सल्ला दिला आहे, की रुग्णालयाची धार्मिक संलग्नता हे कदाचित एक महत्त्वाचे विपणन चल असू शकते, हे रुग्णालयाच्या विपणन व्यावसायिकांनी लक्षात घेतले पाहिजे. या अत्यंत स्पर्धात्मक बनलेल्या उद्योगाला या चलामुळे एक प्रकारची धार येईल, याविषयी त्यांनी विचार केला पाहिजे. या संदर्भात रुग्णालयाला मिळणाऱ्या स्थानाच्या दृष्टिकोनातून 'साधर्म्य आकर्षण सिद्धांता'चे स्वारस्यपूर्ण परिणाम होतात.

वर दिलेले धडे आपल्या डॉक्टरना निश्चितपणे माहिती असलेच पाहिजेत. तुम्ही जर मुस्लीम भागात काम करत असाल, तर तुम्ही मुस्लीम असले पाहिजे किंवा मुस्लीम रुग्णांच्या मुद्यांविषयी संवेदनक्षम असले पाहिजे.

तुमच्याकडे येणाऱ्या रुग्णांनुसार (ग्राहकांनुसार) तुमच्या छोट्याशा दवाखान्यात दर्शनी भागात किंवा तुम्ही बसत असलेल्या केबिनमध्ये दिसणारे देव असले पाहिजेत. याचा अर्थ, मी मानवी दुर्बलतेचा गैरफायदा घ्या असे सांगत आहे असा अजिबातच नाही. मला एवढेच सांगायचे आहे, की तुमच्याकडे येणाऱ्या रुग्णाला तुम्ही तिथे ठेवलेल्या मूर्तीकडे किंवा प्रतिमेकडे पाहून थोडाफार दिलासा मिळाला पाहिजे; मग तो अत्यल्प असला तरी हरकत नाही.

आता पुन्हा मागे वळून विचार करा. हिंदू देवाची मोठी मूर्ती नसलेल्या भारतातील एखाद्या रुग्णालयात तुम्ही कधी गेला आहात का? ख्रिश्चन रुग्णालयांत नेहमीच जिझस ख्राईस्ट किंवा मदर मेरी यांच्या मूर्ती अगर प्रतिमा असतात. मुस्लीम रुग्णालयांत आणि अगदी मुस्लीम डॉक्टरांच्या वैयक्तिक दवाखान्यांतही मक्का येथील पवित्र काबाचे छायाचित्र असते. धार्मिक मूर्तींसमोर नेहमीच दक्षिणापेट्या किंवा दानपेट्या असतात आणि रुग्णालयांतील या मंदिरांत नियमितपणे सकाळ-संध्याकाळ पूजाही होते.

'सायकॉलॉजी टुडे' या ई-मासिकाने धर्म हा तुमच्या आरोग्याच्या दृष्टीने कित्येक मार्गांनी चांगला ठरू शकतो, यावर चर्चा केली आहे. धर्म हा आशा आणि सकारात्मकता यांचा स्रोत असतो. आपण कोणत्यातरी गटाचे किंवा धर्माचे आहोत या जाणिवेला धर्मामुळे प्रोत्साहन मिळते. शिवाय, त्यामुळे स्वाभिमान वाढतो. अस्तित्वाच्या जोखमींपासून धर्माद्वारे संरक्षण मिळते. धर्म आणि आरोग्य यांच्या संबंधाविषयीचे इतर आकर्षक शोध असे आहेत: सर्वसाधारणपणे अधिक धार्मिक असलेले ज्यू आणि मॉरमॉन्स अधिक प्रमाणात सर्वाधिक निरोगी असतात. (त्यांच्यातही अधिक धार्मिक असलेले अधिक निरोगी असतात.) रुग्णाच्या आरोग्याच्या बाबतीत धर्म महत्त्वाची भूमिका पार पाडतो, असा डॉक्टरांचा विश्वास आहे. धार्मिकता बदलली गेली, तर त्याचा आरोग्यावर विपरीत परिणाम होतो. अतिदुःखाने किंवा ताणाने मेंदूला दुखापत झालेल्या रुग्णांच्या बाबतीत धर्म महत्त्वाची भूमिका बजावतो. श्रद्धाळूंमध्ये धार्मिक विचारांमुळे तणाव कमी होतो आणि अश्रद्ध लोकांमध्ये तणाव वाढतो. एखाद्या गंभीर आजाराचे निदान झाले, तरीही श्रद्धाळू लोकांची श्रद्धा कमी होत नाही.

संकटे, आपत्ती, अपघात, आजार आणि अगदी वैवाहिक छळ यांसारख्या नकारात्मक प्रसंगांना तोंड देताना रुग्ण धर्माचा वापर करून घेतात, याचे

अनेक पुरावे आढळतात. देवाविषयीच्या आकलनात कित्येक प्रकारचे फरक असतात. उदा. देव दयाळू असतो, देव क्षमाशील असतो किंवा देव शिक्षा देतो अगर देव तटस्थपणे सारे पाहत असतो वगैरे. देवावर श्रद्धा असलेले पहिल्या प्रकारचे लोक हे देवावर श्रद्धा न ठेवणाऱ्या दुसऱ्या प्रकारच्या लोकांपेक्षा ताणतणावांशी आणि आरोग्याच्या समस्यांशी अधिक चांगल्या प्रकारे समायोजन साधतात.

अशा प्रकारचे संशोधन भारतात झालेले नाही, परंतु भारतीय लोकही आजार व ताणतणाव यांचे समायोजन करताना देव आणि धर्माचा आधार घेतात, हे मला सांगितलेच पाहिजे. सर्वच भारतीय घरांमध्ये नवजात अर्भकाला देवळात घेऊन जाण्याची प्रथा नाही का? हिंदू लोक ख्रिश्चनांप्रमाणे औपचारिक बाप्तिस्माचा विधी करत नाहीत. मात्र तरीही, मुंबईच्या सिद्धीविनायक मंदिरात रोज शंभरहून अधिक बाळांना दर्शनासाठी आणले जाते. प्रत्येक बाळाला पुजाऱ्याच्या हाती दिले जाते. तो त्याला गणेशमूर्तीच्या चरणांजवळ ठेवतो. त्या वेळी इतर सगळे भाविक हा विधी कसला आहे, ते ओळखून समाधानाने स्मित करत असतात.

विविध सामाजिक–धार्मिक गटांनुसार आपल्याकडे भारतात विविध प्रकारचे वैद्यकीय उपचारही आहेत. उदाहरणार्थ, युनानी औषधे मुस्लिमांशी; तर आयुर्वेदिक औषधे हिंदूंशी संबंधित आहेत. सिद्ध ही पारंपरिक औषधे तमिळनाडूतील लोकांशी संबंधित आहेत. ॲलोपथीची औषधे इथे रुजल्यावर जुन्या प्रकारची ही औषधे कमी प्रमाणात वापरली जाऊ लागली. जर ती नामशेष झाली, तर ती एक शोकांतिका ठरेल. म्हणूनच, सिद्ध आणि आयुर्वेदिक औषधांवर संशोधन सुरू आहे. झाडांची मुळे आणि विविध वनस्पतींमधील सक्रिय घटकांचा शोध घेतला जात आहे, ही नक्कीच स्वागतार्ह बाब आहे.

ॲलोपथीच्या औषधांनी निर्माण केलेला अडथळा ओलांडणारा एक यशस्वी ब्रँड आहे–'हिमालयाज लिव्ह ५२.' यकृताच्या काविळीसारख्या आजारांवर सर्व पॅथींचे डॉक्टर हे औषध लिहून देतात. 'ऑरगॅनिक इंडिया'ने बाजारात आणलेले 'ग्रीन टी' हे स्वारस्यपूर्ण उत्पादन आहे. ग्रीन टीच्या इतर उत्पादनांपासून आपले वेगळेपण जपताना कंपनीने आपल्या 'ग्रीन टी'ला 'तुलसी ग्रीन टी' असे नाव दिले आहे. या उत्पादनाच्या माहितीत तुळशीला

'पवित्र तुळस' असे म्हटले आहे. प्राचीन ग्रंथांनुसार तुळशीत आयुष्यवृद्धीचे घटक असतात. घटकांच्या यादीत ग्रीन टी-खेरीज तुळशीच्या दोन प्रजातींचा उल्लेख करण्यात आला आहे. 'राम तुळस' आणि 'कृष्ण तुळस' या त्या दोन प्रजाती होत. या उत्पादनाला जागतिक पातळीवर मागणी आहे का, याचा विचार माझ्या मनात आला. याखेरीज, चहाचा आणखी एक ब्रँड माझ्या नजरेत आला. या ब्रँडचे नाव आहे, 'ऋषी टी.' ऑपराह मासिकाच्या डिसेंबर २०११ च्या अंकातील गिफ्ट कॅटलॉगमध्ये हा सेंद्रिय मसाला चहा असल्याचे म्हटले आहे. या कंपनीने सेंद्रिय चहाच्या विक्रीतील आपण आघाडीची कंपनी असल्याचा दावा केला आहे. परंतु, ग्रीन टीबरोबर तुळशीचे मिश्रण केल्यामुळे हा चहा अधिक मोहक ठरला आहे का, याविषयी माझ्या मनात शंका आहे. अशा प्रकारची कित्येक रत्ने आहेत. आणि ती समोर येण्याच्या प्रतीक्षेत आहेत.

'हिंदू वर्ल्ड'मध्ये बेंजामिन वॉकरने एका हिंदू दंतकथेचा उल्लेख केला आहे. त्याने म्हटले आहे, की या दंतकथेनुसार औषधशास्त्र हे ब्रह्मदेवाने निर्माण केले. देवांची आणि देवांहून खालच्या स्तरावरील लोकांची दुखणी दूर करण्यासाठी त्याने ते तयार केले. एक लाख श्लोकांमध्ये आयुर्वेदातील हे लेखन केले गेले असून त्यात सर्व रोगांची कारणे, लक्षणे आणि त्यावरची औषधे सांगितली गेली आहेत. हा ग्रंथ प्रजापतीकडे सोपवला गेला. त्याने तो दक्षाकडे दिला आणि नंतर तो पुढच्या पिढ्यांकडे परंपरागत पद्धतीने जात राहिला. चरक हा आयुर्वेदावर लिखाण करणारा प्रसिद्ध लेखक आहे. तो ख्रिस्तपूर्व कालखंडात होऊन गेला आणि कुषाण राजांच्या दरबारी होता. सुश्रुत हा चौथ्या शतकात बनारसमध्ये होऊन गेला. सुश्रुताने गुंतागुंतीच्या शस्त्रक्रियांविषयी लिहिले असे मानले जाते. त्यात हर्निया, मोतीबिंदू आणि प्लास्टिक सर्जरी या शस्त्रक्रियांचा समावेश आहे.

एकोणिसाव्या शतकातील एलिस आणि अँडर्सन या दोघा पाश्चात्त्य डॉक्टरांविषयी एक शंकास्पद कथा सांगितली जाते. धर्मात बुडालेल्या हिंदूंनी लसीकरणाचा स्वीकार करावा यासाठी त्यांनी एक युक्ती केली. त्यांनी एका जुन्या कागदावर संस्कृत श्लोक लिहून काढले आणि स्थानिक लोकांना ते दाखवून लसीकरणाची पद्धती प्राचीन असल्याचे सांगितले. यात कितपत तथ्य आहे, ते मला माहिती नाही. परंतु, प्राचीन श्रद्धा आणि पद्धती यांच्याशी

औषधांचा किती जवळचा संबंध होता, हे यावरून दिसून येते.

तंदुरुस्ती हे धर्म आणि आरोग्य एकमेकांमध्ये मिसळून गेलेल्या क्षेत्रांपैकी आणखी एक क्षेत्र होय. भारतातून तंदुरुस्तीच्या क्षेत्रात जगभर निर्यात झालेली महत्त्वाची गोष्ट म्हणजे, योग असावा. वेदकालीन संस्कृतमध्ये 'योग' या शब्दाचा सर्वसामान्य अर्थ आहे भर घालणे, एकत्र करणे, जोडणे. सिंधु खोऱ्यातील संस्कृतीत योगाचा जन्म झाला होता. ख्रि.पू. तिसऱ्या सहस्रकात त्याचा जन्म झाला असावा, असे मानले जाते. याज्ञवल्क्य ऋषीला योगाचा जनक मानले जाते. ख्रिस्तपूर्व काळात योगाविषयीचे लिखाण अस्तित्वात आले. पतंजलींनी 'योग सूत्र' या नावाने हा ग्रंथ लिहिला. आज योगाचे अंश हे हिंदू, बौद्ध, जैन आणि शीख धर्मांत आढळतात. भगवद्गीतेतही पारंपरिक योग पद्धतीला वाहिलेला एक संपूर्ण अध्याय आहे. त्यात ध्यानाचाही समावेश आहे. गीतेत याखेरीज आणखी तीन प्रकारच्या योगांची माहितीही दिली गेली आहे. ते आहेत–कर्मयोग, भक्तियोग आणि ज्ञानयोग. योगाचा अर्थ स्पष्ट करताना भगवान कृष्ण अर्जुनाला सांगतो, की 'योगात स्थिर होत, अर्जुना. तुझी कर्तव्ये पार पाड आणि यश किंवा अपयशाची आसक्ती बाळगू नकोस. तिचा त्याग कर. मनाच्या या सम्यक अवस्थेला योग म्हणतात.'

साधकाच्या हेतूनुसार योगाचे कित्येक प्रकार आहेत. मुक्ती, समाधी, मानसिक ऊर्जा, सिद्धी किंवा शारीरिक शक्ती यांपैकी कशासाठी आपण योग करत आहोत, त्यानुसार हे प्रकार पडतात. योगाच्या प्रत्येक प्रकाराच्या विविध पातळ्या किंवा टप्पे आहेत. राजयोगाच्या १५ पातळ्या, मंत्रयोगाच्या सोळा, भक्तियोगाच्या नऊ, लययोगाच्या दहा अशा प्रकारे विविध योगांच्या विविध पातळ्या आहेत. योगाचा प्रमुख प्रकार आहे हठयोग. याच्या आठ पातळ्या आहेत. यम किंवा संयम. विशेषतः बाह्य संयमाचा आणि ब्रह्मचर्याचा यात समावेश होतो. नियम किंवा अंतर्गत संयम. यात ध्यान, आसने यांचा समावेश होतो. प्राणायामाचाही यात समावेश होतो. याखेरीज, प्रार्थना, इंद्रियनिग्रह, धारणा, ध्यान आणि अखेरीस समाधी यात समाविष्ट असतात. पारंपरिकरीत्या योगाचा सर्वोच्च प्रकार 'राजयोग' हा आहे. यात शारीरिक कल्याणापेक्षा मानसिक आणि आध्यात्मिक कल्याणावर भर दिला गेला आहे. त्याहूनही अधिक उच्च प्रकारचा योग, म्हणजे, राजा अधिराजा योग. योगाच्या राजांच्या राजा असा त्याचा शब्दशः अर्थ आहे. योगाच्या या प्रकारात फक्त त्या सर्वोच्च तत्त्वाचे विशुद्ध चिंतन केले

जाते. त्याच्या साहाय्याने क्रोध, लोभ, मोह, मद, माया, मत्सर या षड्रिपूंपासून मन मुक्त होते. हा योग आपल्या राजकारणी लोकांसाठी सक्तीचा केला पाहिजे.

एकोणिसाव्या शतकाच्या अखेरीस स्वामी विवेकानंदांनी पाश्चात्त्य जगाला योगाची ओळख करून दिली. आज विविध प्रकारचे योग आपल्याला मूळ धरत असल्याचे दिसते. यात उष्ण योग, शीत योग यांचा समावेश आहे. योगाची प्रकृती फक्त हिंदूच आहे का? वेदकालीन युगात योग करणे ही आवश्यक बाब मानली जात होती. विशेषतः वेदिक ऋचा आणि मंत्र म्हणण्यासाठी श्वासावर नियंत्रण असणे आवश्यक होते. परंतु, आजचा योग हा फक्त हिंदूंचा आहे का? कॅलिफोर्नियातील सॅन दिएगो येथील शाळेने विद्यार्थ्यांना योग शिकवण्यास सुरुवात केल्यावर, ख्रिश्चन सिव्हिल लिबर्टीज ग्रूपने हे प्रकरण न्यायालयात नेले. न्यायाधीशांनी याचिकेवरच्या सुनावणीनंतर शाळेने योग शिकवणे सुरू ठेवावे, असा निकाल दिला. शाळेने आपल्या वतीने असा दावा केला होता, की त्यांनी योगाच्या साध्या प्रकारांना विकसित केले होते. त्याच्यातील हिंदू प्रतीके काढून टाकली होती. याखेरीज, त्यांनी त्यातील आसनेही मुलांना सहज करता येतील अशा प्रकारे तयार केली होती आणि त्यांची नावेही बदलली होती. गोरीला, टर्टल आणि पिकॉक अशी नावे त्यांनी या आसनांना दिली होती. याचिका दाखल केलेल्या गटाला मात्र ही लढाई तिथेच संपली असे वाटले नाही, कारण अमेरिकेच्या इतर भागांतही योगाचा प्रसार होईल आणि त्यामुळे ख्रिश्चन धर्माला मोठाच धोका निर्माण होईल, असे त्यांना वाटते. न्यायाधीशांनी शाळेत योग शिकवण्यास हिरवा कंदील दाखवल्यानंतर योगाचा सराव करणाऱ्या सुमारे दोन कोटी अमेरिकनांनीही या मुद्यावर विचार व्यक्त केले. उदाहरणार्थ, जाणीवपूर्वक देवापर्यंत पोहोचण्यासाठी शरीराचा वाहन म्हणून उपयोग करून घेण्याचा मार्ग, म्हणजे योग होय. मूलगामी विचार करता, मृत्यूनंतर सत्कर्मांचे बक्षीस म्हणून स्वर्ग आणि दुष्कर्मांची शिक्षा म्हणून नरक दिला जातो हे ख्रिश्चन धर्माच्या विरुद्ध आहे. 'न्यूजवीक'मध्ये याविषयी एक संवेदनक्षम वृत्तांत प्रसिद्ध झाला होता. त्याचे शीर्षकही तसेच संवेदनक्षम होते. शीर्षक होते, 'वि आर ऑल हिंदू नाऊ'. सुमारे २४ टक्के अमेरिकनांनी पुनर्जन्मावर आपला विश्वास असल्याचे म्हटले होते. विपश्यना आणि अशाच प्रकारच्या इतर साधनाही भारताप्रमाणेच पाश्चात्त्य जगातही लोकप्रिय ठरत आहेत. थेरावडा बौद्धवादातून विपश्यनेचा जन्म झाला आहे. या ध्यानातून

अंतर्गत शांतता आणि एकांत प्राप्त करण्याचा प्रयत्न केला जातो. या ध्यानात श्वसनाची तंत्रे वापरली जातात आणि शांततेच्या काळात वाढ केली जाते. फक्त सर्वसामान्य लोकच नव्हे; तर आघाडीचे उद्योजक आणि व्यावसायिकही या ध्यानाचा सराव करत आहेत.

भारतीय डॉक्टर औषधांच्या दर्जात वाढ करत आहेत. तसेच हृदय आणि डोळ्यांच्या गुंतागुंतीच्या शस्त्रक्रियाही केल्या जात आहेत. त्यामुळे मला वाटते, की मानसशास्त्राच्या क्षेत्रात त्यांना जोरदार विरोध सहन करावा लागत आहे. भारतात अगदी भरपूर श्रीमंत व्यक्तीही मानसिक शांतता प्राप्त करण्याचा मार्ग म्हणून धर्माचा वापर करून घेते. कित्येक धार्मिक गुरूही ही भूमिका पार पाडत आहेत आणि त्यांनाही मोठ्या प्रमाणात यश येत आहे. धार्मिक गुरूंखेरीज श्रीमंत आणि प्रसिद्ध व्यक्तींच्या बाबतीत ज्योतिषी आणि आकडेशास्त्राचे तज्ज्ञ हे काम करत असल्याचे दिसते. दैनंदिन जीवनातील दुःखे आणि संकटे यांच्याविषयी फक्त ऐकूनच धार्मिक गुरूही जवळजवळ मानसोपचारतज्ज्ञांप्रमाणेच समुपदेशन करतात. भारतीय मानसोपचारतज्ज्ञ आपापल्या समुपदेशन खोल्यांमध्ये धार्मिक प्रतीके लावतील की या गुरूंना आपले प्रतिस्पर्धी समजतील, ते माझ्या लक्षात येत नाही. विकसित जगातील समस्या सध्या भारतालाही भेडसावू लागल्या आहेत. त्यामुळे, कदाचित आता आपल्यालाही त्यांचेच अनुकरण करून आठवड्यातून दोनदा मानसोपचारतज्ज्ञांकडे जावे लागेल, असे मला वाटते. धार्मिकतेकडे कमी झुकलेल्या लोकांना मानसोपचारतज्ज्ञांकडे जास्त प्रमाणात जावे लागते का, हे पाहणेही स्वारस्यपूर्ण ठरेल. जे लोक देवळांत, चर्चमध्ये आणि मशिदींमध्ये वरचेवर जातात, त्यांना मानसोपचारतज्ज्ञांकडे कदाचित जावेच लागत नसावे. यात आता ध्यान, योग आणि विपश्यनेची भर घाला. आता तुमच्याकडे आरोग्याची परिपूर्ण काळजी घेणारी प्राचीन भारतीय पद्धती तयार होईल.

माझा आणखी एक अंदाज आहे. वैद्यकीय गैरप्रकारांबद्दल आज भारतातील डॉक्टरांना क्वचितच शिक्षा केली जाते. तज्ज्ञांनी मला असे सांगितले की, आपल्याकडची कायदायंत्रणा मंद आहे आणि योग्य वेळात निकाल मिळणे अशक्य असते, हे यामागचे कारण आहे. परंतु माझा असा विश्वास आहे, की आपल्या डॉक्टरकडे 'देव' म्हणून पाहणाऱ्या रुग्णांना त्याला कोर्टात खेचणे आवडत नसावे. आपल्या कायदायंत्रणेत सुधारणा झाली आणि वैद्यकीय

प्रकरणे लवकर निकालात निघू लागली तरी यात बदल घडेल, असे मला वाटत नाही. तुम्ही धार्मिक गरूंना न्यायालयात खेचत नाही. तुम्ही स्थानिक मंदिरांवर खटले भरत नाही. मग डॉक्टरांवर कशाला खटले भरायचे? मला वाटते, की वैद्यकीय गैरव्यवहार ही गोष्ट आपल्या देशात अगदी क्वचितच घडते. उपचार आणि शस्त्रक्रिया यांच्या नवनवीन पद्धती शोधून काढण्यास डॉक्टरांना या गोष्टीची मदत होत असावी. सुश्रुताने सुमारे दोनशे वर्षांपूर्वीच भारतात मोतीबिंदूची शस्त्रक्रिया केली होती आणि सुश्रुताची परंपरा पुढे चालवत भारतीय डॉक्टरांनी मोतीबिंदूच्या स्वस्त शस्त्रक्रियेचा शोध लावला आहे. रुग्ण जर डॉक्टरांना आदराने आणि सन्मानाने वागवत राहिले, तर आणखीही अनेक शोध लागतील.

दुर्खेमपासून विपश्यनेपर्यंतच्या काळात आध्यात्मिकता आणि चांगले आरोग्य यांच्यात घनिष्ठ नाते निर्माण झाले आहे. भारताकडे जगाला देण्यासाठी योगापासून ध्यानापर्यंत आणि आणखीही बऱ्याच गोष्टी आहेत. अतींद्रिय ध्यानाची जागतिक चळवळ भारतातूनच पुढे आली आहे. जग आणि जगातील नागरिक आपल्या क्षुद्र वासना आणि इच्छा यांमध्ये अडकले आहेत. आपल्या सद्सद्विवेकबुद्धीशी त्यांचा झगडा सुरू आहे. अशा वेळी ध्यान आणि व्यायामाच्या भारतीय प्रकारांमध्ये मोठीच क्षमता आहे. भारतातही योगाचे वर्ग चालवणारी कित्येक केंद्रे आहेत. औषधशास्त्रही भारतीय पारंपरिक औषधे आणि ध्यान यांमध्ये दडलेली रत्ने शोधून काढेल.

धर्म आणि आरोग्य यांच्यात घनिष्ठ संबंध आहेत. ती एकमेकांत गुंतलेली आहेत. आरोग्याशी संबंधित क्षेत्रात असलेल्या लोकांनी हे समजून घेण्याची आवश्यकता आहे. ग्राहक किंवा रुग्ण आपला आजार बरा करण्यासाठी विज्ञानाच्या शक्तीवर विश्वास ठेवतातच, परंतु काही दैवी हस्तक्षेपावरही त्यांचा विश्वास असतो. आजार आणि धार्मिक श्रद्धा यांच्यातील घनिष्ठ संबंधांमुळेच भारतात वैद्यकीय क्षेत्रात अल्प प्रमाणात गैरव्यवहार होतात, असे मला वाटते. हुशार डॉक्टर आपल्या फायद्यासाठी या संबंधांचा उपयोग करून घेतात आणि रुग्णांना लवकर बरे होण्यासाठी प्रार्थना करण्याचा सल्ला देतात.

❑❑❑

१८

धार्मिक संगीतामुळे जाहिरातींची सुटका

'देव' या शब्दानंतर 'संगीत' हा सर्वोच्च प्रशंसेस पात्र असलेला शब्द आहे. मानवाने देवाचा शब्द संगीताच्या माध्यमातून उच्चारावा यासाठी माणसाला भाषेच्या देणगीत गाण्याची देणगीही मिसळून दिली गेली आहे.

– मार्टिन ल्युथर (१४८३–१५४६)

'व्होल्टास' ही वातानुकूलन यंत्रणेच्या क्षेत्रातील भारतातील आघाडीची मोठी कंपनी आहे. घरे आणि संस्था या दोन्ही ठिकाणी या कंपनीच्या यंत्रणा बसवल्या जातात. सन १९९०च्या मध्यावर कंपनीने त्या वेळी तेजीत असलेल्या 'व्हाईट गूड्स'च्या क्षेत्रात उतरण्याचे ठरवले. व्होल्टास रेफ्रीजरेटर्सच्या जाहिरातींचे काम आमच्या एजन्सीकडे आले आणि या ब्रँडला झटपट पाठिंबा लाभला. आता कंपनीला आपल्या उत्पादनांमध्ये आणखी भर घालण्याची इच्छा झाली आणि त्यांनी वॉशिंग मशिन्स तयार करण्याचे ठरवले. भारतीय रेफ्रीजरेटर आणि वॉशिंग मशिन्सच्या बाजारपेठेचा अक्षरशः १९९० मध्ये स्फोट झाला. कारण, याच दरम्यान भारत सरकारने अबकारी करात १६० टक्क्यांवरून १५ टक्क्यांपर्यंत कपात केली. यासंदर्भात काही बातम्या प्रसिद्ध झाल्या होत्या. त्यानुसार, वॉशिंग मशीनवरच्या करातील एवढ्या प्रचंड प्रमाणातील कपातीला डाव्या पक्षाच्या एका खासदाराने संसदेत हरकत घेतली. त्यांनी असा दावा केला होता, की असे करून भारत सरकार

कपडे धुण्यावर उपजीविका करणाऱ्या लाखो मोलकरणींच्या पोटावर पाय आणत आहे. तत्कालीन पंतप्रधान पी.व्ही.नरसिंह राव यांनी यावर उत्तर देताना असे विचारले होते, की 'आपला देश हा मोलकरणींचाच देश असावा असे सन्माननीय संसद-सदस्यांना वाटते का?''

झपाट्याने वाढणाऱ्या वॉशिंग मशिन्सच्या बाजारपेठेत 'व्होल्टाज'ला मोठीच संधी दिसली. परंतु रेफ्रीजरेटरप्रमाणे त्या वेळी वॉशिंग मशिन्स तेवढी लोकप्रिय नव्हती. कारण, त्यांना सातत्यपूर्ण पाणीपुरवठा आणि वीज लागत होती. तरीही अर्धस्वयंचलित (सेमी ऑटोमॅटिक) वॉशिंग मशिन्स विकून नवशोधक म्हणून आपली प्रतिमा तयार करून उत्पादकाला उत्पादन पिरॅमिडच्या टोकापर्यंत जाण्याची संधी साधता येणार होती. व्होल्टासने म्हणूनच अल्पावधीत बाजारपेठेचे हे वरचे टोक गाठण्याचे ठरवले. जाहिरातीसाठी निवड करण्यात आलेले मॉडेल त्याच्या वर्गातील सर्वांत मोठ्या आकाराचे होते. त्याची क्षमता ७ किलो होती. प्लॅनिंग टीमने या मॉडेलसाठी 'व्होल्टास मेगॅ लॉंड्रेटी' असे स्वारस्यपूर्ण नाव दिले. लॉंड्रीएवढीच सक्षम स्वच्छता केली जाईल, अशी ग्वाही या नावातून दिली गेली होती. टीम्सनी सर्जनशील कल्पनेसाठी विचारविनिमय केला. चर्चा केल्या आणि ७ किलो क्षमतेच्या मशीनची माहिती दृश्य स्वरूपात जोरदारपणे दिली जावी, कारण ग्राहकांना त्याविषयी कसलीच माहिती नव्हती.

ही कल्पना अशी मांडली गेली : खूप मोठ्या कुटुंबाची कल्पना केली गेली. या कुटुंबातील पुरुष आणि मुले फक्त टॉवेलवर दाखवली गेली. सगळेच जण कपडे धुण्याची वाट पाहत असतात. सर्जनशील टीमची (क्रिएटिव्ह टीमची) अशी कल्पना होती, की हे पुरुष व मुले घरातील महिलांना गाण्यातून असे आव्हान देतील की 'इतके कपडे कोणतेही वॉशिंग मशीन धुवूच शकणार नाही.' क्रिएटिव्ह डायरेक्टर सुबोध पोद्दार यांनी यासाठी सुंदर ओळ लिहिली, 'ये नही हो सकता, कभी नही हो सकता.' या शब्दांना चाल लावली गेली आणि अकाऊंट डायरेक्टर शिरीन कामा यांनी एजन्सीचे तत्कालीन प्रमुख अनिल कपूर यांना ही जाहिरात दाखवली. त्यांनी काही वेळा ही जाहिरात ऐकली आणि अनिलनी सांगितले, की याची चाल चांगली वाटत नाही. क्रिएटिव्ह डायरेक्टरला दुसरे काहीतरी करण्याची विनंती केली गेली. याला दोन दिवस उलटून गेले. आता तेच दृश्य होते. तोच निकाल होता.

त्यानंतर दोन दिवस उलटले. पुन्हा सगळे तेच होते. या वेळी मात्र अनिल आणि शिरीन यांनी आपल्याला संगीताकडून नेमके काय अपेक्षित आहे, यावर चर्चा करण्यास सुरुवात केली. अनिलनी सांगितले, की त्यांना संगीतातून अविश्वास व्यक्त व्हावा असे वाटते. त्यातून गंमत किंवा खेळकरपणाचा भाव येता कामा नये. ख्रिसमसच्या जुन्या धार्मिक संगीतातून अशा प्रकारचा परिणाम साधता येऊ शकतो, हे त्यांना आठवले. शिरीन या ऑपेरा आणि पाश्चात्त्य संगीतातील जवळजवळ कीडाच होत्या. त्यांनी आपल्या कौटुंबिक संगीतसंग्रहातून अशा प्रकारचे संगीत शोधण्याची तयारी दर्शवली. दुसऱ्याच दिवशी काही पर्याय घेऊन त्या आल्या. अखेरीस त्यांना हवे असलेले संगीत सापडले. ते ग्रेगॉरियन संगीत होते. हे संगीत 'मोनोफोनिक' होते आणि त्यासाठी कोणत्याही वाद्याचा वापर करण्यात आला नव्हता. नवव्या आणि दहाव्या शतकातील ते रोमन कॅथलिक चर्चचे पवित्र गीत होते. पोप सेंट ग्रेगरी यांना त्या गाण्याचे श्रेय जात होते.

ती टेप हातात घेऊन क्रिएटिव्ह डायरेक्टर धावतच स्टुडिओत गेला. तिथे त्याने तातडीने ध्वनिमुद्रण केले आणि जेमतेम दोनच तासांत सारे काम पूर्ण झाले. व्होल्टास मेगॅ लाँड्रेट्टीच्या या जाहिरातीत ग्रेगोरियन प्रार्थनेसारख्या भासणाऱ्या संगीताच्या चालीवर टॉवेल नेसलेले पुरुष गाताना दिसले. या जाहिरातीने अक्षरशः धुमाकूळ घातला आणि व्यावसायिक क्षेत्रातही मोठीच प्रशंसा मिळवली. वॉशिंग मशीनची विक्री आकाशाला भिडली.

धार्मिक संगीत जाहिरातींच्या मदतीला कसे धावून येते, याचे हे एक उदाहरण होते.

ग्राहकांशी संपर्क निर्माण करण्यासाठीही विपणन क्षेत्रातील लोक धार्मिक संगीताचा वापर करून घेतात. रेडिओवर कॅस्ट्रोलच्या मोठमोठ्या जाहिराती होत्या. त्यांचे प्रमुख लक्ष्य प्रेक्षक अर्थातच ट्रकड्रायव्हर होते. मात्र, वेगवेगळ्या प्रकारच्या सांगीतिक कॅसेट्सच्या माध्यमातून त्यांच्याशी स्वस्तात संपर्क साधता येणे शक्य आहे, असे त्यांच्या लक्षात आले. त्यांच्या संशोधनातून त्यांना आणखी एक आश्चर्यकारक गोष्ट आढळली. ट्रकड्रायव्हर्सची प्रतिमा 'ही महिलांना फूस लावणारे' वगैरे अशी सहसा असते. त्यांच्याकडे त्या दृष्टीने पाहिले जात असले, तरी त्यांना धार्मिक संगीताची मोठीच आवड होती. त्यामुळे, धार्मिक संगीताच्या कॅसेट्सबरोबर कॅस्ट्रोल ल्युब्रिकंट्सचा

कॅन देण्याची योजना आखण्यात आली.

जगातील बहुतेक भागांत धर्म आणि संगीत एकमेकांच्या हातात हात घालूनच पुढे जात राहतात. ग्रेगोरिअन संगीत हे वास्तविक पोपनी तयार केलेले धार्मिक संगीत आहे. ते कसे उपयोगी पडते, ते आपण पाहिलेच. ख्रिश्चन धर्मात गॉस्पेल संगीताचीही परंपरा आहे. देवावरच्या श्रद्धेची एक आनंदी आणि उल्हासपूर्ण अभिव्यक्ती म्हणून या संगीताकडे पाहिले जाते. प्रसिद्ध गॉस्पेल गायकांमध्ये ॲरेथा फ्रँकलिन आणि महालिया जॅक्सन यांचा समावेश होतो. भारतातही ख्रिश्चन धार्मिक संगीताचे मोठ्या प्रमाणात अनुकरण केले गेले आहे. पारंपरिक गॉस्पेल गाण्यातूनच पॉप, ब्ल्यूज आणि अगदी रॉक संगीताचाही उदय झाला आहे. कित्येक रॉक बँड्स फक्त धार्मिक संगीतच वाजवतात. मध्य–पश्चिम भागातील मोठ्या चर्चमध्ये धार्मिक संगीत हा सप्ताहाअखेरीच्या सेवेचा एक अविभाज्य भाग असतो. अत्याधुनिक संगीत यंत्रणांमधूनही संगीताचे प्रक्षेपण केले जाते आणि चर्चमधील सामूहिक गायनाला या संगीताची जोड दिली जाते. कित्येक लोकप्रिय संगीत अल्बम्समध्ये देवाचा उल्लेख असतो, ही आश्चर्य वाटण्याजोगी बाब नाही. जॅनिस जॉप्लिनसचे 'ओह लॉर्ड, वोन्ट यू बाय मी मर्सिडीज बेन्झ' आणि जॉन लेननच्या 'इमॅजिन' पासून बॉब डायलानचे 'विथ गॉड ऑन युवर साईड' आणि ल्युईस आर्मस्ट्राँगचे अत्यंत लोकप्रिय गीत 'व्हेन द सेंट्स गो मार्चिंग इन.' पर्यंतच्या कित्येक लोकप्रिय गाण्यांची उदाहरणे देता येतील.

याचबरोबर सुफी संतांनी सुफी संगीताची निर्मिती केली. इस्लामच्या अध्यात्मवादी, गूढ व्याप्तीचे हे अनुयायी होत. हफीज, रुमी आणि बुल्लेह शाह हे अत्यंत प्रसिद्ध सुफी कवी आहेत. मॅटिनी चित्रपटांतून झळकणाऱ्या कित्येक कव्वाल्या हा खरे तर सुफी संगीताचाच एक प्रकार आहे. टर्कीमधील फकिरांच्या सेमा समारंभाचा सुफी संगीत हा महत्त्वाचा भाग असतो. त्यांचा कार्यक्रम हा मोहक आणि कित्येक प्रकारे अत्यंत आध्यात्मिक स्वरूपाचा असतो. पाकिस्तानच्या नुसरत फतेह अली खान यांनी पाश्चात्त्य जगात सुफी संगीत नेले. ज्याप्रमाणे पंडित रवी शंकर यांनी भारतीय शास्त्रीय संगीत आणि सतारवादनाला भारतीय किनारपट्टीच्या पार नेले, त्याप्रमाणेच हे आहे. 'डेड मॅन वॉकिंग' सारख्या हॉलीवूड चित्रपटाला त्यांनी संगीत दिले. या चित्रपटात संगीत बेमालूमपणे मिसळून गेले होते. एक ख्रिश्चन नन मृत्यूच्या प्रतीक्षेत

असलेल्या कट्टर खुन्याचे मतपरिवर्तन घडवून आणते. यासाठी आवश्यक असलेले सुंदर वातावरण या संगीताने निर्माण केले होते. पार्श्वसंगीतामुळे चित्रपट वेगळ्याच उंचीवर पोहोचला होता. या चित्रपटातून सुफी संगीत वगळले तर आता चित्रपटात जे महान आध्यात्मिक आवाहन आढळते, ते तेवढ्याच प्रमाणात जाणवले असते का, याविषयी माझ्या मनात शंका आहे.

'द वंडर दॅट वॉज इंडिया' मध्ये ए.आय.बाशम यांनी भारतातील धार्मिक संगीताच्या उगमाची पार्श्वभूमी दिली आहे. ते म्हणतात, की आर्यांना सात स्वर माहिती होते असे पुरावे सापडतात. सामवेद हा धार्मिक पद्धतीने लिहिलेला ग्रंथ सुमारे तीन हजार वर्षांपूर्वी किंवा त्याहूनही प्राचीन काळी लिहिला गेला असावा. भरतमुनींनी नाट्यशास्त्र लिहिले. त्यात गायन, नृत्य आणि वादन यांसह नाट्याचा विचार केला गेला आहे. संगीत म्हणजे गायन, वादन आणि नृत्य. हा प्राचीन काळातील सापडणारा अधिकृत ग्रंथ आहे. या ग्रंथात सुमारे ५६०० श्लोक आहेत. याला काही वेळा 'पंचम वेद' म्हणजेच 'पाचवा वेद' असेही म्हणतात. (ऋग्वेद, यजुर्वेद, सामवेद आणि अथर्ववेद हे इतर चार वेद आहेत.) नाट्यशास्त्र हा प्राचीन आणि अधिक आधुनिक हिंदू धार्मिक परंपरांची निर्मिती सादर करतो. विविध कलांविषयीचे तपशीलवार लेखन असलेला हा चैतन्यपूर्ण ग्रंथ आहे. पुराणकथांतून असे दिसते, की नारदाने वीणेचा शोध लावला. या तंतुवाद्याच्या प्रेरणेतून त्या सहस्रकात इतर कित्येक तंतुवाद्यांचा जन्म झाला.

भारतीय संगीताची मध्यवर्ती कल्पना ही शब्द किंवा आवाज यांभोवती गुंफलेली आहे. मानवी आवाज हा सर्वोच्च प्रकार मानला गेला आहे. म्हणूनच जप, योग्य स्वर लावणे, मंत्रोच्चार आणि गायन या सर्व गोष्टींकडे आवाजाची प्रभावी अभिव्यक्ती म्हणून पाहिले जाते. रामायण आणि महाभारत ही दोन्ही महाकाव्ये गेय, सांगीतिक स्वरूपात आहेत.

विविध भारतीय भाषांमध्ये त्यांचे पुनर्लेखन केले गेले. हिंदी किंवा अवधीमध्ये संत तुलसीदासांनी, तमिळमध्ये कंबन यांनी, कन्नडमध्ये पोन्ना यांनी आणि इतर कित्येकांनी हे काम केले आहे. उत्तर भारतात रामलीला आणि रासलीला लोककथांच्या माध्यमातून रामाच्या आणि कृष्णाच्या दंतकथांचे आविष्करण केले जाते. कर्नाटकातील यक्षगान आणि केरळमधील कथकली यांच्यातही धार्मिक मध्यवर्ती कल्पना असतात. रामायण आणि

महाभारत यांमधील कथांपासून भारतीय शास्त्रीय नृत्याला स्फूर्ती मिळाली आहे. भरतनाट्यम, कुचिपुडी, मोहिनीअट्टम, कथकली. ओडिसी आणि कथकचा भक्तीमय भाग या सर्वांचा यात समावेश होतो.

भक्तीकाव्याचा उल्लेख न करता भारतीय संगीताविषयी बोलणे केवळ अशक्य आहे. तुलसीदासाचे रामचरितमानस, सुरदासाची पदे, कबीराच्या साकी, मीराबाईंची भजने यांनी भारतीय संगीताला आणि हिंदू धार्मिक समायोजनाला मदत केली. रहिम आणि रासखान यांसारख्या मुस्लीम कवींनी आणि कबीरांनीही हिंदू धार्मिक मध्यवर्ती कल्पनांवर लिखाण केले. प्रत्येक भारतीय भाषेत धार्मिक संगीत आणि काव्य आहे. त्याचा परिणाम समाजावर सातत्याने प्रतिबिंबित होताना दिसतो. संत तुकारामांचे अभंग (मराठी), बसवांची वचने (कन्नड), आणि त्यागराज यांच्या कृती (तेलगु) यांचा यांमध्ये समावेश होतो. भक्तीपरंपरेची वाढ झाल्यावर सामूहिक गायनासारखे गाण्याचे प्रकार बहरले. चैतन्य महाप्रभू यांनी कीर्तन परंपरेला बळकटी प्राप्त करून दिली. कव्वालीत बिगर मुस्लीम गूढवाद्यांनी आणि संतांनीही भर टाकली.

हिंदू मध्यवर्ती कल्पनांवर गाणी गाणारे काही हिंदुस्थानी संगीतकार मुस्लीम कसे बनले याचे मला नेहमीच आश्चर्य वाटते. नमिता देवीदयाल यांच्या 'म्युझिक रूम' या पुस्तकात याची उत्तरे सापडतात. हिंदुस्थानी संगीत मुघलांबरोबरच जणू काही भारतात आले असे मुळीच नाही. खरे तर मुघल राजांनी आणि त्यातही विशेषतः अकबराने हिंदुस्थानी संगीताला आसरा दिला आणि मोठमोठ्या हिंदुस्थानी गायकांना आणि गुरूंना इस्लाम धर्म स्वीकारायला लावले. एका राजाच्या प्रोत्साहनामुळे त्यांनी इस्लाम धर्म' तर स्वीकारला; परंतु राम आणि कृष्णाची गाणी ते गातच राहिले. हिंदुस्थानी-शास्त्रीय संगीत हे जास्तीत जास्त प्रमाणात व्रज भाषेतून गायले जाते. आधुनिक कलाकार राग विस्ताराएवढे या गाण्यांच्या शब्दांकडे लक्ष देत नाहीत. आकार पटेल यांनी 'मिंट'च्या ३ ऑगस्ट, २०१३च्या अंकात 'नियामत खान या ऐतिहासिक व्यक्तिमत्त्वाविषयी लिहिले आहे. सदारंग या टोपणनावाने या नियामत खानने हिंदुस्थानी शास्त्रीय संगीत-क्षेत्रात ख्याल-गायकीची सुरुवात केली. तोपर्यंत फक्त धृपद आणि कव्वाली एवढेच प्रकार गायले जात होते. नियामत खान यांचे वडील औरंगजेबाच्या दरबारात गायले होते आणि नियामत मुहंमद शाहाच्या दरबारात गात होते. नियामत

यांनी या राजाला सतत 'रंगीले' असे म्हटले आहे. कारण, हा राजा सतत उत्साही मनःस्थितीत असे. मुहंमद शहाला 'इस्लामचा नीरो' असेही म्हटले जाते. कारण, त्याच्याच कारकिर्दीत नादीर शहाने दिल्लीवर कबजा केला होता.

दक्षिण भारतात कर्नाटकी संगीताची भरभराट होत होती. कर्नाटकी संगीतातील जवळजवळ सर्वच गाण्यांना धार्मिक पाया आहे. महान कर्नाटकी कवी संत त्यागराज यांनी रामाचे स्तवन करणारी हजारो गाणी लिहिल्याचे मानले जाते. आयआयटी ह्युमॅनिटीचे माझे प्राध्यापक प्रो.आर.के.गुप्ता यांना मी एकदा विचारले होते, की कर्नाटकी संगीतातील कित्येक गाणी तेलगुमध्येच का लिहिलेली असतात? त्यांनी थोडक्यात असे उत्तर दिले होते, की ती भारतीय भाषांपैकी सर्वांधिक 'गोड' भाषा आहे. कर्नाटकी संगीत धर्माच्याही पलीकडे जाते. नादस्वरम् वाद्याचे एक दिग्गज वादक म्हणजे शेख चिन्नमौलाना साहिब. येसूदास हा ख्रिश्चन गायक छेमबाई वैद्यनाथ यांचा शिष्य होय. बागावतार यांनी हिंदू देव-देवतांची स्तुती करणारी असंख्य गाणी गायली होती. ते माझ्या आजोबांचे मित्र होते हे मी इथे नमूद करू इच्छितो. काही वर्षांपूर्वी आपल्याला गुरूवायुर मंदिरात गायनास परवानगी देण्याची विनंती त्यांनी केली होती. त्या वेळी वाद निर्माण झाला होता.

पंडित रवि शंकर यांनी भारतीय शास्त्रीय संगीताला पाश्चात्त्य जगतात नेले, त्याचप्रमाणे जॉन मॅकलॉघ्लिन याने भारतीय फ्युजन संगीताला मुख्य प्रवाहात आणले. १९७५ मध्ये 'शक्ती' या ग्रूपच्या स्थापनेसाठी त्याने मदत केली. व्हायोलीन वादक एल. शंकर, घटमवादक विक्कू विनायकम, तबलावादक झकिर हुसेन यांचाही या ग्रूपमध्ये समावेश होता. जॉन मॅकलॉघ्लिन यांनी भारतीय संगीताला दिलेली पहिली देणगी, म्हणजे 'जाझ सुपर ग्रूप'ची स्थापना. 'महाविष्णु ऑर्केस्ट्रा' या नावाने त्यांनी १९७१ मध्ये या ग्रूपची स्थापना केली. हा ग्रूप १९७६ मध्ये फुटला आणि जॉन यांनी १९८४ मध्ये त्याची पुनर्रचना केली. मूळचे शक्ती अल्बम आणि महाविष्णू ऑर्केस्ट्राचे अल्बम हे जगभरच्या जाझप्रेमींकडे असलेच पाहिजेत, एवढे अप्रतिम आहेत. या ग्रूपमधील सर्वांनाच बँडच्या नावाच्या उगमाची आणि हिंदू देवाशी ते निगडित असल्याचे माहिती होते, याविषयी माझी खात्रीच आहे.

ज्या वेळी संगीताचा प्रश्न येतो, त्या वेळी आपण भारतीय कलाकाराच्या धर्माकडे लक्षही देत नाही. अशा प्रकारे आपण धर्माकडे दुर्लक्ष करत असलेली

आणखी दोनच क्षेत्रे आहेत. ती आहेत–क्रिकेट आणि चित्रपट.

जाहिरातपट आणि रेडिओ जिंगल्स यांच्यासाठी अफाट म्हणता येतील एवढ्या मार्गांनी धार्मिक गर्भितार्थ असलेले संगीत आपण वापरतो. 'टायटन' आणि 'इंडिगो कार्स' यांनी ऑपेरा संगीताचा वापर केला. 'फेअर अँड लव्हली'ने संस्कृत मंत्रासारख्या उच्चरणाचा वापर करून आपल्या आयुर्वेदिक फॉर्म्युल्यावर आधारित गोरेपणा देणारे क्रिम बाजारात आणले. 'टाटा डोकोमो'च्या जाहिरातीत नवीन टॅटू काढून घेतलेली एक तरुणी दाखवण्यात आली होती. त्या वेळी क्रिएटिव्ह डायरेक्टरने 'वेंकटेशा सुप्रभातम' हे संगीत पार्श्वभूमीवर वापरले होते. तिरुपतीमध्ये भगवान वेंकटेश्वराच्या मंदिरात देवाला निद्रेतून जागे करण्याची भूपाळी म्हणून रोज पहाटे याचा वापर केला जातो.

धार्मिक संगीत हा भारतातील एक मोठा व्यवसाय आहे. भारतात विकल्या जाणाऱ्या संगीतापैकी सुमारे ४० टक्के संगीत धार्मिक प्रकारचे असते, असे काही वृत्तअहवालांवरून दिसते. (अर्थातच–आपण यामधून चित्रपट, संगीताला वगळले आहे.) लोक धार्मिक–संगीताचा फक्त अधीरतेने आनंदच घेतात असे नाही; तर ते या संगीताच्या सीडीजही विकत घेतात. मंत्रांच्या, श्लोकांच्या आणि कल्याणकारी संगीताच्या सीडीज लोक विकत घेतात. 'टाइम्स म्युझिक'ने असा दावा केला आहे, की ते विकत असलेल्या संगीतापैकी सुमारे ५० टक्के संगीत धार्मिक स्वरूपाचे असते असे म्हणता येईल. अशा अल्बमच्या निर्मितीची किंमत हिंदी चित्रपट बॅनरकडून आकारल्या जाणाऱ्या रॉयल्टीच्या अल्पांशाने असते आणि त्यांची विक्रीही दीर्घ काळापर्यंत सुरू राहते. हिंदी चित्रपट संगीत लवकरच जुने होते आणि त्याच्या सीडीजचा खप लगेच कमी होतो. 'हंगामा' या मोबाईल संगीताच्या मोठ्या पुरवठादाराने असे सांगितले, की ते विकत असलेल्या संगीतापैकी सुमारे ४५ टक्के संगीत धार्मिक असते.

इतर माध्यमांमध्ये जे काही घडत असते, त्यावरूनही धार्मिक संगीताच्या विक्रीत तेजी निर्माण होते. 'देवों के देव महादेव' या लोकप्रिय टेलीव्हिजन मालिकेमुळे शिव आणि श्लोक संगीताच्या सीडीजचा खप चांगलाच वाढला होता. त्याचप्रमाणे, अमिश त्रिपाठी यांच्या शिवावरच्या पुस्तकांच्या तडाखेबंद खपामुळे शिव संगीताच्या विक्रीत मोठीच तेजी आली होती.

गेल्या दशकात भारतीय उगमाच्या रॉक बँड्सचे पुनरुज्जीवन झाले.

'इंडियन ओशन' आणि 'परिक्रमा' यांसारख्या बँड्सना भारतात मोठीच लोकप्रियता लाभली. रॉक बँड्सना आपल्या संगीतात धार्मिक-संगीत मिसळून लोकप्रियता मिळवण्याची नामी संधी आहे असे मला वाटते. त्यामुळे सुफी संगीत आणि रॉक व जाझ यांच्या मिश्रणातून नवीन संगीत निर्माण करणारे रॉक बँड्स पुढे येतील, असाही विचार माझ्या मनात येतो. सुशीला रामन या अमेरिकन जाझ गायिका मूळच्या भारतीय वंशाच्या आहेत. जाझच्या स्वरूपात कर्नाटकी संगीतातील गाणी तयार करण्याचा नावीन्यपूर्ण उपक्रम त्यांनी हाती घेतला आहे. प्रसन्न हे कलाकार इलेक्ट्रिक गिटारचा वापर करून नावीन्यपूर्ण पद्धतीने कर्नाटकी शास्त्रीय संगीत सादर करण्याचा प्रयत्न करत आहेत. सुफी, कव्वाली, रागदारीवर आधारित संगीत आणि संगीताच्या इतर प्रकारांचा वापर करून घेणारे पॉप, रॉक आणि जाझ बँड लवकरच तयार होतील, याविषयी मला खात्री वाटते.

भारतीय रॉक बँड्स आणि फ्युजन संगीताचे पुनरुज्जीवन यावरच्या चर्चेत आपण इंटरनेट, यू ट्यूब, टेलीव्हिजन, फ्युजन आणि संगीत एकत्रितपणे करत असलेल्या महान संगीतनिर्मितीचा उल्लेख केला नाही, तर ही चर्चा अपूर्ण राहील. साधारणपणे दहा वर्षांपूर्वी ब्राझीलमध्ये ऑनलाईन फ्युजन संगीतात प्रयोग करण्यासाठी कोक स्टुडिओ उदयास आला. बहुराष्ट्रीय कोका कोला कंपनीने ही कल्पना पाकिस्तानात नेली आणि त्यांनी तिथे पाकिस्तान कोक स्टुडिओची स्थापना केली. सन २००८ मध्ये त्यांनी संगीताचा कार्यक्रम सादर केला. त्यात कित्येक प्रसिद्ध व्यक्तींचा सहभाग घेण्यात आला होता. सुफी गायिका अबिदा परवीन, कव्वालांच्या कुटुंबातील शास्त्रीय संगीत गायक जावेद बशीर आणि पाकिस्तानातील मुख्य प्रवाहातील पॉप म्युझिक बँड्समधील झेब अँड हॅनियासारख्या प्रमुख बँडचे सहकार्य मिळवून हा कार्यक्रम सादर झाला. हा कार्यक्रम प्रचंड लोकप्रिय झाला आणि त्याच्या व्हिडिओंना यू ट्यूबवर लाखो लोकांनी पाहिले. कोकने सन २०११ मध्ये भारतात कोक स्टुडिओ आणला. त्यांच्या 'लोडस्टार यूएम' या प्रसारमाध्यम एजन्सीने एम टीव्हीच्या सहकार्याने पॉप म्युझिक वाहिनीवरून हा कार्यक्रम प्रसारित केला. सन २०१३मध्ये या कार्यक्रमाचा तिसरा सीझन होता. या कार्यक्रमासाठी त्यांनी धार्मिक-संगीत क्षेत्रातील कित्येक नामवंत गायकांना आमंत्रित केले होते. त्यात तमिळ लोकगीत गायक चिन्नापोन्नू यांचा समावेश होता. कोक

स्टुडिओ एम टीव्हीला उद्योगजगतातील कित्येक पारितोषिके मिळाली आणि त्यांनी एक प्रचंड फ्युजन लाट निर्माण केली. आधीच्या फ्युजन लाटा या फक्त वाद्यसंगीतापुरत्या मर्यादित होत्या. मात्र, या वेळचे संगीत नवीन ठिकाणांपर्यंत पोहोचत होते. याखेरीज, एम टीव्हीवरच्या कोक स्टुडिओप्रमाणेच स्टार वर्ल्डवर आता आपल्याला 'द देवारिस्ट्स' दिसतो. यातून आपल्यासमोर हरिगोविंदन येतात. मंदिर कलाकारांच्या घराण्यात जन्मलेला हा कलाकार एडक्का वादन करतो. एडक्का हे केरळचे पारंपरिक वाद्य आहे. म्हणजे एका अर्थाने हे नवनवीन कार्यक्रम नवनवीन प्रज्ञावंतांना समोर आणण्याचे कामही करत आहेत. याखेरीज, त्यांच्यामुळे पारंपरिक भारतीय धार्मिक संगीत आणि पाश्चात्त्य पॉप, रॉक आणि जाझ म्युझिक यांच्या एकत्रिकरणालाही वाव मिळत आहे. या कार्यक्रमांमध्ये होणाऱ्या वाढीमुळे प्रेक्षकांनाही मेजवानी मिळाल्याचा आनंद मिळत आहे.

भारतात संगीत क्षेत्रावर चित्रपट, संगीताचे वर्चस्व आहे. त्या खालोखाल धार्मिक, संगीताचा आणि नंतर शास्त्रीय संगीताचा क्रमांक लागतो. भारतीय लोकसंगीत, रॉक संगीत आणि फ्युजन आणि जाझ यांसारखे आधुनिक संगीतप्रकार हे या यादीत यानंतरच्या क्रमांकावर आहेत. आगामी काळात या प्रकारांचे विविध प्रकारे एकत्रिकरण करून नवीन लोकप्रिय संगीतप्रकारांची निर्मिती करण्याच्या कित्येक संधी मिळतील. टेलीव्हिजनवर ज्याप्रमाणे 'देवों के देव महादेव' आणि 'छोटा भीम' यांसारख्या मालिकांनी जुन्या नायकांसाठी नवीन बाजारपेठा निर्माण केल्या, त्याप्रमाणेच संगीत क्षेत्रातही नवीन अन्वयार्थ तयार होतील. उदा. जुन्या गझला नवीन स्वरूपात समोर येतील. त्याचप्रमाणे ,विशिष्ट यात्रांशी संबंधित भक्तिपूर्ण गाणीही आधुनिक स्वरूपात पुनर्रचना करून सादर करता येतील.

विशिष्ट बाजारपेठांचा आणि आवडीनिवडींचा विचार करून टेलीव्हिजनवर आपल्याला विविध वाहिन्या कार्यक्रम सादर करताना दिसतात. उदा. विनोदी कार्यक्रम किंवा 'ॲक्शन'वर (हाणामारीशी संबंधित कार्यक्रम) आधारित कार्यक्रम. धार्मिक क्षेत्राचे आणखी विभाजन करून धार्मिक संगीत, धार्मिक पर्यटन, धार्मिक प्रवचने असे आणखी प्रकार तयार करतील येतील. सध्या कित्येक धार्मिक वाहिन्या कार्यरत आहेत. आगामी काळात आपल्याकडे धार्मिक संगीत वाहिन्याही सुरू होतील, याविषयी माझ्या मनात कसलीच

शंका नाही. त्याचप्रमाणे, 'वर्ल्डस्पेस'शी साधर्म्य असलेल्या धार्मिक संगीत वेबसाईट्सही तयार होतील.

'वर्ल्डस्पेस' ही एक अत्यंत विलक्षण सेवा होती. उपग्रहावर आधारित या रेडिओच्या तीस वाहिन्या होत्या. बॉलिवूडमधील लोकप्रिय संगीताचे प्रक्षेपण करणाऱ्या एफ.एम.संगीताच्या सध्याच्या काळात वर्ल्डस्पेस हे स्वर्गातून पाठवले गेलेले जणू एक मधुर पेय होते. पूर्वी मी या केंद्राच्या जाझ आणि रॉक वाहिन्यांचे कार्यक्रम ऐकत असे. त्याबरोबरच, श्रुती या कर्नाटक संगीत वाहिनीचे कार्यक्रमही ऐकत असे. त्यांच्या काही थोड्या 'धार्मिक वाहिन्याही' होत्या. काही वाचक कर्नाटक संगीताचे वर्गीकरणही धार्मिक वाहिनी म्हणून करू शकतील. वार्षिक बाराशे रुपये शुल्कात तुम्हाला २४ तास अखंडित संगीत सेवा मिळू शकत होती. दुर्दैवाने, या केंद्राविषयीचा लोकांचा सुरुवातीचा उत्साह नंतर टिकला नाही. त्यांची लोकप्रियता घटली आणि सन २००९मध्ये त्यांनी आपले भारतातील कामकाज थांबवले. वर्ल्डस्पेसने पूर्णपणे चुकीचे धोरण अवलंबले होते, याचे मला आश्चर्य वाटले. त्यांनी ए.आर. रहेमान यांना आपले ॲम्बॅसिडर नेमले होते. रहेमान किती बुद्धिमान आहेत हे वेगळे सांगण्याची गरज नाही. परंतु, या कंपनीने त्यांच्याऐवजी दहा प्रसिद्ध धर्मगुरूंची नेमणूक केली असती तर?

तर ही वाहिनी यशस्वी ठरली असती का? मला वाटते, की देवाने त्यांच्या यशाची खात्री दिली असती!

❑❑❑

१२

पारशी मालकीच्या कारची झटपट विक्री

बिअर पिणे सोपे आहे. तुमच्या हॉटेलच्या खोलीत दाणदाण पाय आपटत फिरणे सोपे आहे. परंतु ख्रिश्चन असणे ही अवघड बाब आहे. ती खरी बंडखोरी आहे.

– ॲलीस कूपर (जन्म १९४८)

केटी मोदी अडचणीत होती आणि तिला सल्ला हवा होता. काही महिन्यांपूर्वीच तिचे वडील वारले होते आणि त्यांच्या वस्तू गरजू लोकांना देण्याच्या प्रक्रियेत ती अडकली होती. तिच्या वडलांना त्यांची कार अत्यंत प्रिय होती, हे तिला माहिती होते. मोरीस मायनर ही कार १९५२मध्ये बाजारात आली होती आणि त्याच वेळी त्यांनी ती खरेदी केली होती. ती तिने विकली असती तर चालले असते का? आणि जर ते चालले असते, तर तिने ती कशी विकायला हवी होती? की तिने ती ठेवून घ्यायला हवी होती? त्यासाठी कोणत्या गोष्टी विचारात घेण्याची गरज होती? कार्यालयातील जेवणाच्या टेबलाजवळ ती दुपारच्या जेवणासाठी आपल्या मित्र-मैत्रिणींसोबत बसली होती. जाहिरात क्षेत्रातील लोकांच्या सवयीप्रमाणे त्यांच्याकडून तिच्यासमोर कित्येक कल्पनांचा ढीग पडत होता. काही जणांनी तिला सांगितले, की तिने ती गाडी स्वतःसाठीच ठेवावी आणि तिच्यातून फिरण्यासाठी लोकांकडून पैसे घ्यावेत. कोणीतरी तिला सांगितले, की तिने ती लंडनच्या कार म्युझियमकडे

पाठवून द्यावी. आणखी एका हुशार मुलाने तिला सांगितले, की कारचा संग्रह करण्याचा छंद असलेल्या व्यक्तीला तिने ती कार विकावी. अखेरीस, केटीच्या लक्षात आले, की एवढी जुनी कार ठेवण्याचा खर्च तिला परवडणारा नव्हता, त्यामुळे ती विकून टाकणेच योग्य होते. परंतु जुनी कार कोण विकत घेणार होते आणि ती कार ती कशी काय विकणार होती? दुसऱ्या दिवशी पुन्हा एकदा जेवणाच्या सुट्टीत तिच्यावर कित्येक कल्पनांचा भडिमार झाला. 'टाइम्स ऑफ इंडिया'तील नेहमीच्या छोट्या जाहिरातींऐवजी तिने खास कारविषयक मासिकांमध्ये आपल्या कारची जाहिरात करावी, असे तिला सुचवले गेले. दुसरा एक जण म्हणाला, ''नको. तिने ती ebay.in वर टाकावी.'' त्या जाहिरातीत काय असावे? म्हणजे. मॉरीस मायनर, १९५२ चे मॉडेल, एकमेव मालक, सुस्थितीत राखलेली. परंतु एवढेच पुरेसे होते का?

त्यानंतर त्यांच्यापैकी अधिक बुद्धिमान असलेल्याने तिला प्रश्न विचारला, ''केटी, तू पारशी आहेस. बरोबर?''

आता तेथील ग्रूपच्या लक्षात आले, की ते एक साधा; परंतु महत्त्वाचा सामाजिक मुद्दा विसरले होते. भारतीय वाहन बाजारपेठेत पारशी लोकांच्या मालकीच्या कारला अधिक चांगली किंमत मिळते. पारशी लोक इतिहास आणि परंपरा यांवर प्रेम करतात, असे मानले जाते.

मग अंतिम जाहिरात तयार करण्यात आली. तिच्यात म्हटले होते : 'पारशी व्यक्तीच्या मालकीची मॉरीस मायनर १९५२ मॉडेल विक्रीसाठी उपलब्ध. एकमेव मालक. स्वतःच चालवलेली आणि सुस्थितीत राखलेली.'

एका दिवसात कार विकली गेली.

आम्हा भारतीयांबाबत आणि आमच्या धार्मिक साचेबंद कल्पनांविषयी काय सांगावे? शीख लोकांना आपण कष्टाळू आणि सढळ हाताचे, चांगले काम करणारे समजतो. ख्रिश्चन नर्सला आपण रुग्णांची उत्तम देखभाल करणारी नर्स समजतो. टाटा इंडिकासाठी आम्ही पहिली टेलीव्हिजन जाहिरात बनवत असताना आम्हाला लग्नसमारंभ दाखवावा लागणार होता. एका तरुणाकडे एक तरुणी इंडिकातून जाण्यासाठी लिफ्ट मागते. तो तरुण तिच्याकडे पाहतो आणि स्वप्नात मश्गूल होतो. तिचे आपण प्रणयाराधन करत आहोत, तिच्याबरोबर पळून चाललो आहोत, तिच्याशी विवाह करत

आहोत, आपल्याला मुले झाली आहेत... वगैरे वगैरे. या जाहिरातपटाचे शीर्षक होते, 'मोअर ड्रिम्स पर कार.' आता या जाहिरातीत लग्नाचे दृश्य आवश्यकच होते. या जाहिरातपटात काम करणारे सर्व कलाकार भारतीयच होते आणि जाहिरातपटाचे चित्रिकरण उटीत झाले होते. परंतु, लग्नसमारंभाचे काय? छानसा हिंदू लग्नसमारंभ दाखवणे चांगले नव्हते का? आम्ही ख्रिश्चन लग्नसमारंभ दाखवण्याचा निर्णय घेतला. ख्रिश्चन लग्नसमारंभामुळे भव्यतेची, मोठेपणाची आणि स्टाईलची भावना निर्माण होईल, असा आमचा विश्वास होता. गडबड, गोंधळ असलेल्या हिंदू लग्नातून ही संवेदना निर्माण होणार नाही, असे आम्हाला वाटले होते.

आपण जर लोकसंख्येचा विचार केला, तर ७५ टक्क्यांहून अधिक कार हिंदू लोक विकत घेतात आणि पाच टक्क्यांहूनही कमी कार ख्रिश्चन लोक विकत घेतात. तरीही, आम्ही ख्रिश्चन लग्नसमारंभच दाखवण्याचा निर्णय घेतला. शिवाय, ख्रिश्चन लग्नसमारंभातच वधू–वर कार चालवतात. (खरे तर हे अगदीच खरे नाही. कारण, अत्यंत थाटामाटाने सजवलेली कार ही हिंदू लग्न समारंभातीलही आवश्यक गोष्ट झाली आहे. ही कल्पना हिंदूंनी ख्रिश्चनांकडून उसनी घेतली आहे.) या जाहिरातपटाला मोठे यश लाभले. जाहिरातपश्चात संशोधनातून आम्ही जो अंदाज बांधला होता, तो बरोबर असल्याचे निष्पन्न झाले. ही जाहिरात लोकांना विसंगत किंवा प्रतिकूल वाटली नव्हती.

बिल बर्नबॅच या दंतकथा बनून गेलेल्या अमेरिकन जाहिराततज्ज्ञाने सन १९६०मध्ये एक ओळ लिहिली होती, 'लेव्हीजचा खरा 'ज्युईश राय ब्रेड' आवडण्यासाठी तुम्ही खरोखरचे ज्यू असलेच पाहिजे असे नाही.' जाहिरातींच्या मालिकांमधून कित्येक पात्रे दाखवण्यात आली. त्यांपैकी काही स्थानिक अमेरिकन होते, एक आशियाई मुलगा आणि प्रसिद्ध विनोदवीर बुस्टर किटन होता. 'लेव्हीज रिअल ज्युईश' ला खरोखरचा ज्युईश म्हणणे शक्य नव्हते. रशियन पद्धतीच्या पारंपरिक दगडी भट्टीत भाजलेला तो सर्वसामान्य जाडसर ब्रेड होता. या कंपनीचा संस्थापक हेन्सी एस लेव्ही याने रशियात हे कौशल्य शिकून घेतले आणि नंतर न्यू यॉर्कमध्ये येऊन त्याने त्याचा वापर केला. ११५ थेम्स स्ट्रीट येथे लेव्हीज बेकरी होती. ही बेकरी चालवणाऱ्या लेव्हीच्या कुटुंबीयांचा तो एक यशस्वी पारंपरिक व्यवसाय होता. अगदी जाहिरातींमध्ये लेव्हीजचा ब्रेड अमर होण्याआधीपासूनच त्यांचा हा व्यवसाय यशस्वीरीत्या

सुरू होता. या ब्रेडला त्याने ज्युईश ब्रेड असे का म्हटले, असे विचारल्यावर त्याने असे म्हटल्याचे सांगितले जाते की, 'लेव्ही हे एवढे कट्टर ज्युईश नाव आहे की कोणीही तुम्हाला ख्रिश्चन समजणारच नाही.' जाहिरातीची ही मोहीम इतिहासात आणि वस्तुसंग्रहालयांत जतन केली गेली. परंतु, या जाहिरातीला वांशिक आधारावर तयार केलेली जाहिरातही म्हणता येईल. विक्रीसाठी मूलभूत अंतःप्रेरणांचा वापर या जाहिरातीत केला गेला होता.

बॉलीवूडमधील ज्यू लोक आपली ओळख लपवण्याचा प्रयत्न करतात, ही गोष्ट कदाचित वाचकांना स्वारस्यपूर्ण वाटू शकेल. सुरुवातीच्या काळात चित्रपट–निर्मात्यांना महिलांनी चित्रपटात काम करावे यासाठी केवढ्या नाकदुऱ्या काढाव्या लागतात. खूप लटपटी खटपटी केल्यानंतरच महिला चित्रपटात काम करण्यास तयार होत. दादासाहेब फाळके यांनी वेश्यावस्तीतील महिलांचेही मन वळवण्याचे प्रयत्न केले होते. परंतु, तेही अयशस्वी ठरले होते. त्या वेळी ज्यू लोक या व्यवसायात उतरले. पुरोगामी कुटुंबांतील ज्यू महिलांनी चित्रपटांत काम करण्यात पुढाकार घेतला. रुबी मायर्स ही अशीच ज्यू अभिनेत्री भारतीय चित्रपटांतील सुपरस्टार ठरली होती. तिचे नाव बदलण्यात येऊन 'सुलोचना' ठेवले गेले होते.

विपणन आणि जाहिरातींच्या क्षेत्रात वांशिक आणि धार्मिक साचेबंद प्रतिमांचा वापर केला जातो. जाहिरातींच्या छोट्याशा नमुन्यात दृश्य स्वरूपात, बऱ्याच सांकेतिक गोष्टी थोडक्या वेळात दाखवणे कठीण असते, अशा वेळी या प्रतिमांमुळे बरेचसे सांकेतिक अर्थ नेमकेपणाने समजतात. मुस्लीम दिसणारा शिंपी शब्दांपेक्षाही बऱ्याच गोष्टी सांगून जातो. (ए.के. हंगल यांनी कित्येक चित्रपटांत मुस्लीम शिंप्याच्या भूमिका केल्या होत्या. त्यामुळे, त्यांनी हा 'शिंपी' अमर करून ठेवला आहे.) मेरी असे नाव आले, की त्या नर्सविषयीची एक प्रतिमा चटकन प्रेक्षकांच्या मनात तयार होते. ती रुग्णाची अत्यंत काळजी घेणारीच असणार, हे लगेच गृहीत धरले जाते. त्याऐवजी, तुम्ही शक्ती नावाची नर्स दाखवली गेली, असे समजा. कसे वाटेल? बरोबर वाटणार नाही. ट्रकड्रायव्हर असेल, तर तो सरदारच दाखवला गेला पाहिजे. (एखाद्या जैन व्यक्तीसारखा दिसणारा ट्रकड्रायव्हर दाखवला गेला, तर तेही आवडणार नाही.) गोव्याचा ख्रिश्चन हा गमतीजमती आवडणारा असणार हे गृहीतच धरले गेले आहे. बॉबी, अमर अकबर अँथनी या चित्रपटांमधून हे

आणखी स्पष्टपणे समोर आले आहे.

जाहिरातींतून संवाद साधताना सेकंदांच्याही काही अंशात आपण हे छोटेसे संकेत वापरतो आणि अल्पावधीत आपला संदेश लोकांपर्यंत पोहोचवतो. परंतु आपण योग्य काळजी घेतली नाही, तर लोकांच्या डोक्यांतील चुकीची बटणे दाबली जाण्याचीही शक्यता असते. आपल्या समाजाच्या सदस्याची ज्या प्रकारची प्रतिमा दाखवली गेली असेल, तिच्याविषयी एखादा धार्मिक गट हरकत घेऊ शकतो. त्याचबरोबर विशिष्ट उत्पादनांची जाहिरात ज्या प्रकारे केली जाते, त्याविषयीही काही ठरावीक गट हरकत घेऊ शकतात. उदाहरणार्थ, पाकिस्तानात कंडोमच्या जाहिरातीवर मोठा हलकल्लोळ माजला होता. त्यात एका प्रसिद्ध पाकिस्तानी टीव्ही–स्टारने भाग घेतला होता. या जाहिरातपटात एक नववधू आपल्या नवऱ्याचे फाजील लाड करून शेजाऱ्यांना जळवत असल्याचे दाखवले होते. अखेरीस, तो शेजारी त्या कंटाळवाण्या दिसणाऱ्या नवऱ्याला विचारतो, की 'तू आपल्या देखण्या पत्नीला कसा काय खूश ठेवतोस?' त्यावर तो त्याला उत्तर देतो, 'आमच्या आयुष्यात 'जोश' आणून.' जोश हे त्या कंडोमचे ब्रँड नेम होते.

समाजाच्या कित्येक भागांतून या जाहिरातीवर हरकती आल्या. या जाहिरातीतील वेगवेगळ्या घटकांमुळे वेगवेगळ्या हरकती आल्या होत्या. आंतरराष्ट्रीय अभ्यासांमधून धार्मिक संलग्नता आणि जाहिरात करण्यात आलेल्या उत्पादनाचा प्रकार यांमधील संबंध शोधण्याचा प्रयत्न केला गेला. आक्षेपार्ह उत्पादनांचे किंवा सेवांचे चार विभागांत वर्गीकरण करता येते. लैंगिक विषयांशी संबंधित (कंडोम्स, अंडरवेअर, संततिनियमनाची साधने, सॅनिटरी नॅपकिन्स.), सामाजिक किंवा राजकीय गटांशी संबंधित (धार्मिक अवमूल्यन, राजक़ीय पक्षांशी संबंधित), मादक पदार्थ (सिगरेट, दारू) आणि आरोग्याची काळजी घेणारी उत्पादने (वजन घटवणे, लैंगिक आजारांवरची औषधे.) या अभ्यासात मलेशिया, टर्की, यूके, चीन आणि न्यूझीलंड येथील मुस्लीम, ख्रिश्चन, बौद्ध आणि नास्तिक लोक यांचा अभ्यास करण्यात आला. या संशोधनातून असे दिसून आले, की देशनिहाय आणि धर्मनिहाय फरक आढळतात. लैंगिकतेशी संबंधित आणि मादक पदार्थांशी संबंधित जाहिरातींविषयी सर्व धार्मिक गटांनी हरकती घेतल्या होत्या. त्यांना त्यांनी आक्षेपार्ह मानले होते. कट्टर इस्लामी लोक तर या सर्व प्रकारांत मोडणाऱ्या

उत्पादनांच्या जाहिरातींविषयी अधिकच संवेदनशील होते.

या प्रकारचा अभ्यास अद्याप भारतात करण्यात आलेला नाही. परंतु माझ्या मते, अगदी कट्टर हिंदूसुद्धा आक्षेपार्ह उत्पादनांच्या जाहिरातींमधून दिल्या जाणाऱ्या संदेशाविषयी सहिष्णू वृत्तीने वागतात. आपल्याकडे गेली काही दशके कंडोम्सच्या आणि सॅनिटरी नॅपकिन्सच्या जाहिराती दाखवल्या जात आहेत. त्याचबरोबर, गेली कित्येक वर्षे आपण प्रत्येक धर्माच्या साचेबंद प्रतिमांचा वापरही जाहिरातींसाठी करून घेत आहोत. स्कूटरची पूजा करणारा हिंदू, आपल्या मोबाईकचा लोगो आवडीने स्वच्छ करणारा पारशी.. वगैरे कित्येक जाहिराती सांगता येतील.

भारताच्या धार्मिक वैविध्यामुळे जाहिरातदारांना धार्मिक साचेबंद प्रतिमांचा वापर करून थोड्या वेळात आपला संदेश प्रभावीपणे मांडण्याची संधी मिळते. एस.सी. दुबे यांनी आपल्या 'इंडियन सोसायटी' या सुंदर छोट्याशा पुस्तकात म्हटले आहे, की 'भारतात आठ प्रमुख धार्मिक समूह आहेत. हिंदू, मुस्लीम, ख्रिश्चन, शीख, बौद्ध, जैन, पारशी आणि ज्यू हे ते समूह होत. आपल्याकडे आदिवासी लोकही राहतात आणि पारंपरिक हिंदुत्वात त्यांना मान्यता दिली गेलेली नसली, तरीही ते हिंदू धर्माशी संलग्न आहेत. त्यांच्यापैकी कित्येकांचे सक्रियतेने मुस्लीम अगर ख्रिश्चन धर्मांतर करण्यात आले आहे. सर्वच प्रमुख धर्मांमध्ये आणि काही इतर धर्मांमध्येही उपविभाग आहेत. त्यामुळे, त्यांच्या साचेबंद प्रतिमा तयार करण्याच्या मोठ्या संधी उपलब्ध आहेत. सन २००१च्या जनगणनेनुसार, एकूण लोकसंख्येच्या ८०.५ टक्के लोकसंख्या हिंदूंची आहे. मुस्लीम १३.४ टक्के, ख्रिश्चन २.३ टक्के, शीख १.९ टक्के, बौद्ध ०.८ टक्के, जैन ०.४ टक्के आणि इतर लोक ०.६ टक्के आहेत. त्यांमध्ये ज्यू, पारशी आणि इतर समाजांचा समावेश आहे. यातच विभागीय ओळखीची भर टाका. आता साचेबंद प्रतिमा मोठ्या प्रमाणात उपलब्ध आहेत. परंतु जरा जपूनच!

भारत अधिकाधिक विकसित होत चालला आहे, तसे आपल्याला दोन परस्परविरुद्ध प्रवाह दिसत आहेत. अधिकाधिक भारतीय लोक सारखीच वेशभूषा करू लागतील. आज अगदी खेड्यापाड्यांतही आपल्याला पँट घालणारे पुरुष दिसतात. शहरी पांढरपेशा वर्गाचे, कॉल सेंटरमध्ये काम करणाऱ्यांचे आणि कामगारांचे पोशाखही सारखेच दिसतात. त्यांचे धर्म किंवा

जाती कोणत्या आहेत याचा तुम्हाला कपड्यांवरून अंदाज बांधता येणार नाही. (महिलांच्या कपाळावरून टिकली, कुंकू किंवा बिंदी नाहीशी होत चालली आहे. त्यामुळेही आता या ओळखी पुसट होत चालल्या आहेत.) मात्र यातील विसंगती अशी आहे, की भारतीय लोक नवीन उत्साहाने आपापल्या धर्मांना चिकटून राहांत आहेत. कित्येक मुस्लीम पुरुष दाढ्या वाढवून फिरत आहेत आणि काही जण तर पारंपरिक पोशाख घालत आहेत. मनगटावर गंडा बांधणे किंवा एखादा पवित्र धागा बांधणे ही गोष्ट हिंदूंमध्ये अधिकाधिक सर्वसामान्य बनत चालली आहे. हे दोन्ही प्रवाह पुढे कशा प्रकारे घडत जातील, याविषयी कोणाला अंदाज बांधता येईल का? मुस्लीम टोप्या अधिक लोकप्रिय होतील की त्यांची लोकप्रियता ओसरेल? पारंपरिक शीख पोशाख दिसेनासा होईल की तो नवीन, अधिक आधुनिक स्वरूपात पुन्हा येईल? ब्राह्मण घालत असलेले जानवे मोठ्या प्रमाणात कमी होईल का?

आता एक प्रश्न विचारतोः तुमच्या कार्यालयातील व्यक्तीकडे पाहून तुम्ही तिचा धर्म किंवा जात सांगू शकता का? ते मोठ्या प्रमाणावर अशक्य असण्याचीच शक्यता अधिक आहे. तुम्ही त्या व्यक्तीशी संपूर्ण एक मिनिटभर जरी एखाद्या मुद्यावर बोललात, तरीही तुम्ही कदाचित त्याचा धर्म ओळखू शकणार नाही. जास्तीत जास्त तुम्ही तो कोणत्या राज्यातून आला आहे ते ओळखू शकाल. 'हिंदुस्तान टाइम्स'ने १५ ऑगस्ट २०१३ रोजी जाहीर केलेल्या त्यांच्या वृत्तअहवालात असे म्हटले आहे, की ६१ टक्के भारतीय तरुणही यावर प्रतिक्रिया व्यक्त करताना म्हणतात, की ते प्रथम भारतीय आहेत. याचा अर्थ भविष्यात आपण या सांकेतिक, साचेबद्ध प्रतिमा जाहिरातींमध्ये वापरू शकणार नाही का? माझी याविषयी खात्री नाही कारण, एकदा का आपल्या घरात आपण शिरलो, की आपण याच्या विरुद्ध वागतो आणि आपल्या मूळच्या धार्मिक वर्तनाकडे वळतो. आपले पोशाखही तसेच असतात. त्यामुळे, आपल्या सहकाऱ्याची तुम्ही त्याच्या घरात भेट घेतली तर त्याच्या पोशाखावरून कदाचित तुम्ही त्याचा धर्म ओळखू शकाल. अर्थातच, त्याच्याकडच्या घरगुती समारंभाला तुम्ही उपस्थित राहिलात, तरीही तुम्ही पारंपरिक धार्मिक पोशाखातच तुम्ही त्याला पाहू शकाल. बारशाचा समारंभ, वास्तुशांती किंवा गृहप्रवेश यांसारख्या समारंभांमध्येही तुम्हाला हे जाणवेल. त्यामुळे लेव्हीज ब्रेडप्रमाणे आपल्याला जाहिरातींमध्ये पारंपरिक धार्मिक

सांकेतिक साचेबद्ध प्रतिमा वापरण्याच्या मोठ्याच संधी उपलब्ध आहेत.

आता इथेच मी तुम्हाला सावधानतेचा इशारा देऊ इच्छितो. 'इंडियन सोसायटी ऑफ ॲडव्हर्टायझर्स आणि ॲडव्हर्टायजिंग एजन्सीज असोसिएशन ऑफ इंडिया' यांनी 'ॲडव्हर्टायजिंग स्टँडर्डस कौन्सिल ऑफ इंडिया' (ए.एस.सी.आय.)ची स्थापना केली आहे. या स्वयंनियंत्रित संस्थेला तिची व्याप्ती वाढवण्याची इच्छा आहे. या संस्थेच्या तक्रारविषयक समितीत सार्वजनिक क्षेत्रातील अनेक सक्रिय गटांचा समावेश आहे. आक्षेपार्ह जाहिरातींविषयी ही संस्था आस्थेने आणि कळकळीने सक्रिय आहे. याशिवाय, भारत सरकारही स्वतःची देखरेख यंत्रणा स्थापन करण्याचा विचार करत आहे. ए.एस.सी.आय.ला च अतिरिक्त अधिकार दिले जाण्याची शक्यताही आहे. बंदी घालणे आणि दंड करणे यांसारख्या अधिकारांचा त्यात समावेश असू शकेल. हे प्रत्यक्षात उतरण्याआधी विविध गटांच्या भावनांविषयी भारतातील जाहिरातविश्वाने अधिक संवेदनक्षम बनण्याची आवश्यकता आहे. सामाजिक-धार्मिक साचेबंद प्रतिमा दाखवताना अत्यंत दक्षता बाळगली पाहिजे. कोणत्याही प्रकारचा अवमानजनक उपद्रव आपल्याला होऊ नये, याची काळजी घेतली पाहिजे. आक्षेपार्ह उत्पादनांच्या जाहिरातीही काळजीपूर्वकच हाताळल्या पाहिजेत.

मात्र तरीही, गोव्याच्या ख्रिश्चनाच्या मालकीच्या मोबाईकवर पारशी व्यक्तीच्या मालकीची कार नेहमीच भारी पडेल, याची मला खात्री आहे.

❑ ❑ ❑

२०

कालातीत धार्मिक कला

देव, त्याने जिराफ तयार केले, हत्ती, मांजरही तयार केले... त्याच्याकडे खरोखरची शैली नाही. तो फक्त एकापाठोपाठ एक वस्तू तयार करत गेला.

– पाब्लो पिकासो (१८८१–१९७३)

आयसीआयसीआय बँकेच्या इंटरनॅशनल बिझनेस ग्रूपबरोबर (आयबीजी, आंतरराष्ट्रीय व्यवसाय–गट) आम्ही काम करत होतो. कॅनडा, यूके आणि अमेरिका यांसारख्या देशांमधील त्यांच्या विपणनविषयक प्रयत्नांना पाठबळ देण्याचे काम आमच्याकडे होते. या देशांमध्ये बँकेने आतापर्यंत अत्यंत उत्तम आणि यशस्वी काम केले होते आणि भारतीय ग्राहकांपेक्षाही या भागातील त्यांच्या ग्राहकांची संख्या जास्त होती. आयसीआयसीआय–आयबीजीची टीम नेहमीच आपल्या ग्राहकांशी अधिक चांगल्या प्रकारे संलग्न होण्याच्या कल्पना शोधत होती. त्यासाठी कित्येक थेट विपणन मोहिमा, टेलीव्हिजन जाहिराती, व्यापारी डावपेच आणि इतर कित्येक गोष्टी ते सतत करत होते. काही वर्षांपूर्वी त्यांना असे वाटले, की आपण याआधी कधीच न केलेली गोष्ट करण्याची वेळ आता आली आहे. भारतीय प्रदेश लक्षात घेऊन, त्यांची जाहिरात करणाऱ्या डेस्क कॅलेंडरचा विचार करण्यास त्यांनी एजन्सीला सांगितले.

सन १९८०मध्ये हाँगकाँग बँकेसाठी उल्काने तयार केलेले कॅलेंडर चांगलेच गाजले होते. त्यांपैकी कित्येक कॅलेंडर्स मोठ्या आनंदाने 'भेट'

म्हणून दिली जात होती. उल्काचे संस्थापक बाल मुंडकुर यांच्या विलक्षण सुंदर असलेल्या संग्रहातील सहा अँटिक बुद्धिबळ संच दर्शवणारे कॅलेंडर मला अत्यंत आवडत होते. इतर कॅलेंडर्समध्ये कलाकुसरीच्या वस्तू, दुर्मीळ पुतळे आणि विविध संग्राहकांकडचे दागदागिने, प्राचीन हस्तलिखिते इ. गोष्टी होत्या. परंतु, भिंतीवर टांगण्याच्या या कॅलेंडर्सची रचना उच्चस्तरीय लोकांसाठी करण्यात आली होती. आता आम्हाला परदेशी किनारपट्टीवरच्या भारतीय लोकांसाठी कॅलेंडर तयार करायचे होते. हे लोक त्या त्या समाजाच्या उच्च थरातील असतीलच असे नव्हते. त्यांच्या घरात कदाचित क्वचितच एखादी कलात्मक वस्तू असू शकत होती. १९८०मध्ये दक्षिण मुंबईत असलेल्या हाँगकाँग बँक ग्राहकांपेक्षा ते भिन्न होते.

योगायोगाने, ज्या डिझाईन डायरेक्टरकडे आयसीआयसीआयचे हे आव्हानात्मक काम देण्यात आले होते, त्यानेच तरुण प्रशिक्षणार्थी असताना हाँगकाँग बँकेच्या कॅलेंडरचे काम केले होते. भारतीय समाज आणि त्याचबरोबर अ-भारतीय ग्राहकांनाही भावण्याजोगी कोणती गोष्ट असणार होती? या दोन्ही ग्राहकांना जोडणारी कोणती गोष्ट होती?

मनात शंका असताना सगळे भारतीय जे करतात, तेच टीमनेही केले. त्यांनी दैवी स्फूर्तीचा आधार घेतला.

पहिल्या वर्षी त्यांनी भारतातील सर्वांधिक प्रसिद्ध मंदिरांची सर्वांगसुंदर चित्रे दिली. त्यांनी त्यासाठी सुंदर वास्तुशिल्पे ठरावीत अशा सहा मंदिरांची निवड केली. त्यासाठी एका इल्युस्ट्रेशन आर्टिस्टला या मंदिरांची चित्रे 'पेन आणि शाई' पद्धतीने रेखाटण्यास सांगितले. अखेरीस, टीमकडे विलक्षण सुंदर दिसणारी सहा चित्रे तयार झाली. प्रत्येक चित्राबरोबर मंदिराचा थोडक्यात इतिहास आणि माहिती दिली गेली होती. कोणत्याही श्रद्धाळूच्या दृष्टीने त्याची नजर ज्या ज्या वेळी कॅलेंडरवर पडली असती, त्या त्या वेळी त्याला आपल्यावर कृपा झाल्यासारखे वाटले असते. हिंदू नसलेल्या लोकांच्या दृष्टीने ती रेखाटने अत्यंत सुंदर वास्तुरचनांची होती आणि त्या इमारती जगातील आश्चर्यांसारख्या दिसत होत्या.

ही धार्मिक मध्यवर्ती कल्पना पुढेही कित्येक वर्षे वेगवेगळ्या कल्पनांच्या आणि पद्धतींच्या साहाय्याने सुरू राहिली. अगदी अलीकडच्या कॅलेंडरमध्ये

(इंग्लिश पुस्तक २०१४ साली प्रसिद्ध झाले. त्यामुळे, अलीकडच्या काळाचा त्या संदर्भात विचार करावा लागेल.) वॉटर-कलरमध्ये विविध हिंदू देवतांची चित्रे रेखाटण्यात आली आहेत. प्रत्येक चित्रासोबत एकेक संदेश आणि आशीर्वादपर ओळ आहे. पुन्हा एकदा ही गोष्टही धार्मिक कक्षेतच येते.

प्राचीन भारतातील जवळजवळ सर्वच कलात्मक अवशेष हे धार्मिक स्वरूपाचे आहेत किंवा धार्मिक हेतूंनी बनवण्यात आलेले होते. याचा अर्थ, धर्मनिरपेक्ष कला अस्तित्वातच नव्हती असा नाही. आपले प्राचीन राजे आलिशान आणि भव्य राजवाड्यांत राहात होते, हे आपल्याला माहिती आहे. त्यांच्या राजवाड्यांच्या महालांच्या भिंती-भिंतीवर चित्रे रेखाटलेली असत आणि कित्येक भव्य आणि सुरेख शिल्पे त्यांच्या राजवाड्यांची शोभा वाढवत होती. त्यांपैकी कित्येक गोष्टी आता नष्ट झाल्या आहेत. 'कला' या शब्दाला जवळचा असलेला संस्कृतमधील शब्द आहे 'शिल्प'. त्याचा अर्थ विविध, भिन्न किंवा चित्रविचित्र असा आहे. हा शब्द प्रथम कलाकुसरीसाठी वापरला गेला आणि नंतर बहुतेक सर्व कौशल्ये वापरून करावयाच्या गोष्टींसाठी तो वापरात आला. धनुर्विद्या, वास्तुकला, चित्रकला, पाककला आणि अगदी शास्त्रांसाठीही (विज्ञान) तो वापरला गेला. वेदांग आणि उपवेदांमध्ये कलांवर चर्चा केली गेली आहे. ख्रि.पू. दुसऱ्या शतकात 'शिल्प शास्त्र' ही प्रमुख हस्तलिखिते लिहिली गेली.

मध्यपूर्व काळातील युरोपपेक्षा भारतीय कला काहीशा वेगळ्या स्वरूपाच्या होत्या, असे तज्ज्ञांचे मत आहे. मंदिरांचे कळस उंच असले, तरी ते जमिनींशी घट्ट जोडले गेलेले होते. देव आणि गंधर्व, यक्ष यांसारखे देवतासमान गणांचे लोक तरुण आणि देखणे दाखवले गेले आहेत. त्यांची शरीरे गोलाकार आणि भरपेट खाणाऱ्यांसारखी दिसतात. ते क्वचितच रागावलेले किंवा उग्र दिसतात. सहसा त्यांच्या चेहऱ्यांवर स्मित असते. नृत्य करणाऱ्या शिवाचा अपवाद वगळता या देवांचे पाय जमिनीवर दिसतात. एक तर ते शांतपणे बसलेले दिसतात किंवा पूर्णपणे उभे असतात आणि त्यांचे दोन्ही पाय जमिनीवर रोवल्यासारखे दिसते. भारतीय मंदिरांच्या वास्तुशास्त्रात हिंदू, बौद्ध आणि जैन या सर्वांच्याच मंदिरांत देवींच्या मूर्तींचा वापर सजावटीच्या हेतूने केल्याचे दिसते. त्यांच्या अंगावर सहसा कमी कपडे असतात आणि भारतीय सौंदर्याच्या मापदंडाचे सगळे पैलू त्यांच्यामध्ये दिसतात.

भारतीय कलांच्या अशा प्रकारे स्वतःच्या शैली होत्या. मुघल आणि युरोपियनांचे इथे आगमन झाल्यावर त्यांच्या शैलींचाही येथील शैलीवर प्रभाव पडला. हा सर्व प्रभाव गुंतागुंतीचा असून तो उलगडून दाखवणे कठीण आहे. 'हिंदू कला' या संज्ञा उलगडणे कठीण असल्याचा इशारा तज्ज्ञ आपल्याला देतात. ख्रि.पू. चौथ्या शतकात भारतीय लोक हे अनुकरण करण्यात तज्ज्ञ होते. ॲकेमेनिड, हेलेनिस्टिक आणि मध्य आशियाई कलास्वरूपांमधून भारतीय कलाकारांनी चमत्कार घडवून आणले होते. सांची आणि इतर ठिकाणच्या अशोकाच्या स्तंभाच्या बाबतीत आपल्याला हे दिसून येते. या संदर्भात असे सांगितले जाते की, शाहजहानच्या दरबारातील एका कलाकाराने युरोपियन चित्रकलेच्या सहा प्रती तज्ज्ञांसमोर दरबारात सादर केल्या होत्या आणि त्यांपैकी मूळच्या प्रती कोणत्या होत्या, हे कोणालाही शोधून काढता आले नव्हते. या प्रसंगाची अधिकृतता मात्र शंकास्पद आहे. त्याचा पुरावा सापडत नाही.

प्राचीन भारतीय धार्मिक कला मात्र धार्मिक ग्रंथांहून लक्षणीयरीत्या भिन्न आहे, या गोष्टीची नोंद घेतलीच पाहिजे. ग्रंथांची निर्मिती ब्राह्मण, साधू आणि संतांनी म्हणजेच स्वतंत्र उपजीविका असलेल्या लोकांनी केली होती. धार्मिक कलेची निर्मिती कुशल कारागिरांनी केली होती. पुरोहितांच्या सूचनांनुसार आणि कलात्मक प्रतिमा व प्रतीके यांच्या कडक नियमांचे (आजच्या वास्तुशास्त्राप्रमाणे) उल्लंघन होऊ न देता त्यांनी कलेची अभिव्यक्ती केली होती. ते जगत असलेल्या जगावर त्यांचे प्रेम होते आणि कित्येक चैतन्यपूर्ण पद्धतींनी ते स्वतःला अभिव्यक्त करत होते. परिणामी, भारतीय कला ही अंतिम सत्याचा अथक शोध नाही; तर इंद्रियजन्य चैतन्यातून तिला प्रेरणा मिळाली होती. तिच्यातून कलाकारांच्या नजरेतून जगाचे दर्शन घडते.

आपल्या देशातील धर्म आणि कॅलेंडर कला यांना बांधून ठेवणारी हीच ती गोष्ट आहे का?

कित्येक दशके कॅलेंडरवर लक्ष्मी आणि सरस्वतीची चित्रे असत होती आणि ती राजा रवि वर्मा यांनी काढलेल्या चित्रांप्रमाणेच रेखाटलेली असत होती. खरे तर त्यांपैकी काही मूळची कॅलेंडर्स ही संग्राह्य बनली आहेत. मूळच्या शिलामुद्रित (लिथोग्राफ) कॅलेंडर्सच्या प्रिंट्सना प्रदर्शनांमध्ये मोठीच मागणी असते. धार्मिक मध्यवर्ती कल्पनांवर आधारित कॅलेंडर्स सध्याही

भारतभर लोकप्रिय आहेत. आंतरराष्ट्रीय स्तरावर त्यांना 'सवंग कला' मानले जाते. इतर धार्मिक समूहांना आकर्षित करणारी कॅलेंडर्सही आहेत. त्यांमध्ये सुवर्णमंदिर, मदर मेरी आणि मक्केच्या काबाचा समावेश होतो.

'इकॉनॉमिस्ट'ने प्रसिद्ध केलेल्या वृत्तांतलेखनात म्हटल्याप्रमाणे, 'धर्मांचे कॅलेंडरशी अनोखे नाते आहे. काळ, अवकाश आणि मर्यादितपणाचा गुणधर्म या सर्वांच्या मर्यादांच्या पलीकडे जाणाऱ्या वास्तवात प्रवेश करण्यासाठी धर्म लोकांना आमंत्रित करतात. तरीही श्रद्धा, मात्र नेहमीच ज्या विशिष्ट क्षणी वैश्विक महत्त्वाच्या घटना घडून गेल्या आहेत किंवा साजऱ्या केल्या गेल्या पाहिजेत, तो क्षण जोरदारपणे सांगण्यासाठी आसुसलेल्या असतात.'

खरे तर धर्म आणि कॅलेंडर्स यांच्यातील नाते हे कलेशी फारसे संबंधित नाही. विविध सण-उत्सवांच्या तारखा स्पष्टपणे सांगण्यासाठी कॅलेंडर्सचा उपयोग होतो. हिंदू कॅलेंडरमध्ये तिथींना अत्यंत महत्त्व असते. त्यानुसार शुभ आणि अशुभ दिवस ठरवले जातात.

भारतभर विविध प्रकारची कॅलेंडर्स यासाठीच प्रसिद्ध आहेत. आपण आधी पाहिल्याप्रमाणे, साळगावकर कुटुंबीय प्रसिद्ध करत असलेल्या 'कालनिर्णय' या कॅलेंडरच्या विविध भाषांतील आवृत्त्यांचा मिळून एकूण खप एक कोटी ४० लाख एवढा प्रचंड आहे. या कुटुंबीयांनी या कॅलेंडरमध्ये जाहिरातविषयक कित्येक गुणधर्म निर्माण करण्यात यश मिळवले आहे आणि दैनंदिन गरजेच्या वस्तूंच्या बाजारपेठेतून भरपूर उत्पन्न मिळवले आहे.

'मनोरमा ग्रूप ऑफ पब्लिकेशन्स'ने काढलेले कॅलेंडर केरळमध्ये अत्यंत लोकप्रिय ठरले आहे. सर्वच धार्मिक समूह ते वापरतात. तमिळनाडूत दैनंदिन पाने असलेली आणि तो दिवस उलटल्यावर ती पाने फाडून टाकण्याची कॅलेंडर्स अधिक लोकप्रिय आहेत.

धर्मही उच्चतंत्रज्ञानाधारित बनल्यावर ही कॅलेंडर्सही आता डाऊनलोड करता येऊ लागली आहेत. ती तुमच्या लॅपटॉपच्या किंवा टॅबलेट कंप्युटरच्या पडद्यावर छानपैकी बसतात. आयफोन आणि अँड्रॉईड ॲप्सही मोफत उपलब्ध आहेत. त्यामुळे, उच्चतंत्रज्ञानातील तज्ज्ञांना तिथी सहज समजू शकतात.

आपल्या देशात कॅलेंडरच्या या वेडाशी संबंधित असलेले आणखी एक अत्यंत आकर्षक क्षेत्र आहे. ते आहे- ज्योतिषशास्त्र. भविष्य दिल्याखेरीज

कोणत्याही वृत्तपत्राचा किंवा लोकप्रिय मासिकाचा अंक निघत नाही. भविष्याच्या या स्तंभांना पाठबळ देण्यासाठी ब्रँड्समध्ये स्पर्धा असते. यातील कमी माहिती असलेला भाग म्हणजे, भविष्यकारही अशा स्तंभांसाठी परस्परांशी भांडत असतात. फक्त आपले छायाचित्र आणि नाव ठळक अक्षरांत छापले जावे यासाठी हा स्तंभ मोफत लिहिण्याची त्यांची तयारी असते.

अधिक शिक्षित आणि जागतिक पातळीवरचे विद्वान भारतीयसुद्धा या सापळ्यातून सुटल्याचे दिसत नाही. या प्रवाहाचा लाभ घेऊन विविध राशींच्या अंगठ्या आणि मंतरलेले ताईत विकणाऱ्या कंपन्या आपल्या वस्तूंचा तडाखेबंद खप करू शकतात. भविष्याच्या या चक्रात अडकलेल्या लोकांचे समाधान करण्यासाठी प्रत्येक सराफी व्यावसायिकाकडेही तशा प्रकारच्या वस्तू असतात.

आता पुन्हा एकदा धार्मिक कलेकडे वळू या. या काळातील काही प्रसिद्ध भारतीय चित्रकारांनी धार्मिक चित्रांचे रेखाटन केले आहे. एम.एफ.हुसेन यांनी काढलेली दुर्गादेवीची चित्रे जगभर प्रसिद्ध आहेत. जेमिनी रॉय यांची देवदेवतांची चित्रे अनेक संग्राहकांच्या संग्रही आहेत. एस.एच.रझा यांच्या तांत्रिक मध्यवर्ती कल्पनेवर आधारित 'डॉट' चित्रांना व्यापक धार्मिक पाठबळ लाभले आहे. कलेच्या संग्राहकांच्या दृष्टीने या चित्रांना मोठेच मूल्य आहे. त्यांच्यापैकी बहुतेकांना या चित्रांना मोठे धार्मिक महत्त्व आहे, हेही माहिती आहे. तरीही धार्मिक मध्यवर्ती कल्पनांवर आधारित चित्रे काढण्याच्या क्षेत्रातील सर्वाधिक महत्त्वाचा कलाकार आहे... अर्थातच राजा रवि वर्मा. त्यांनी कित्येक पौराणिक पात्रे आणि देव-देवतांची चित्रे रेखाटली आहेत. कित्येक तरुण चित्रकारही धार्मिक कला सादरीकरणाचे अनेक नवनवीन मार्ग चोखाळत आणि शोधत आहेत.

अंजली काळे या एक विलक्षण कलाकार आहेत. त्यांनी लाकूड आणि रंग यांच्यावर प्रयोग करण्याचे ठरवले. त्यांनी एका नवीन कलावास्तूची संकल्पना केली. मी त्याला 'वूड आर्ट' म्हणेन. हा कलेचा संकरित प्रकार आहे. यात फ्रेमवर बसवलेले त्रिमितीय लाकडी फॉर्म्स वापरले जातात आणि अत्यंत तपशीलवार; बारकाईने रंगवले जातात. त्यांच्या पहिल्या प्रदर्शनात त्यांनी कित्येक कलात्मक मध्यवर्ती संकल्पनांचा वापर करून घेतला होता. त्यांत निसर्ग, प्रतीके आणि धार्मिक मानवी आकृत्यांचा समावेश होता. त्यांची

सर्वांधिक लोकप्रिय कलात्मक वस्तू होती श्रीनाथजी. ही एक स्वारस्यपूर्ण गोष्ट आहे. राजस्थानमधील उदयपूरजवळच्या नाथद्वार येथील मंदिरातील सात वर्षांच्या कृष्णाच्या प्रतिमेवर ती आधारित आहे. माझ्या घरासाठी तशीच एक कलावस्तू बनवण्यासाठी मी त्यांच्याशी संपर्क साधला. त्या वेळी त्यांना श्रीनाथजीची पारंपरिक प्रतिमा बनवण्यासाठी बऱ्याच ऑर्डर्स येत होत्या. त्यांपैकी एक मागणी ही पाच बाय आठ फूट आकाराच्या मूर्तीची होती. एका कृष्णप्रेमी कलासक्त व्यक्तीने ती नोंदवली होती. पॅरिस येथील रझा यांनी काळेंच्या प्रदर्शनाविषयी वृत्तपत्रात माहिती वाचून प्रदर्शनाला भेट दिली होती. आपल्याला ज्या वस्तू सर्वसामान्य वाटतात, त्यांमध्ये महान कलाकारांना कला दिसते. कँपबेल सूप कॅन्समध्ये अँडी वॉरहोल यांना कला दिसली होती. रेषा आणि चौरस यांमध्ये पाएट माँड्रियान यांना कला दिसली होती. जॅक्सन पोल्लॅक यांना कॅनव्हासवर ठिबकणाऱ्या रंगांत कला दिसली होती.

देशाच्या धार्मिक कलेत एक भलीमोठी तेजीची लाट येत आहे, असे मला वाटते. वाढती श्रीमंती, डिझाईन आणि कला यांविषयीच्या जाणिवेत होत असलेली सुधारणा यांमुळे धार्मिक मध्यवर्ती कल्पना असलेल्या कलेसाठी बाजारपेठ निर्माण होत आहे. चित्रे, वूड आर्ट, धातूंची शिल्पे, सिरॅमिक्स या सगळ्यांना मोठीच मागणी आहे. भारतात हजारो मंदिरे आहेत आणि प्रत्येक मंदिरातून कलेच्या शेकडो कल्पना मिळू शकतात. 'भारतीय मंदिरातील कला' या विषयावर कित्येक पुस्तके आणि शिल्पे उपलब्ध आहेत. तमिळ मासिक 'आनंद विकातन'साठी काम करणाऱ्या शिल्पी या कलाकाराने दक्षिण भारतातील मंदिरे आणि मंदिरांतील शिल्पे यांची चित्रे काढण्यात आयुष्यातील बराचसा कालावधी व्यतीत केला. अगदी अलीकडेच या मासिकाने एक हजार पानांच्या दोन भागांत त्यांचे हे काम प्रकाशित केले आहे.

काही वर्षांपूर्वीच माझ्या एका मित्राने मला 'वेदिक डायरी' भेट दिली. तिच्यात गणपती सत्पथी या कलाकाराने काढलेल्या धार्मिक मूर्तींच्या दोनशे रेखाचित्रांचा समावेश होता. सहसा वर्ष संपले, की सगळ्या डायऱ्यांना मी घराबाहेरची वाट दाखवतो; परंतु ही डायरी माझ्या पुस्तकांच्या कपाटात तशीच आहे. धार्मिक कलेचे हे सामर्थ्य आहे.

मी अशी जोरदार शिफारस करतो, की तुमच्यापैकी ज्या कोणाला चित्रे काढण्याची किंवा रंगवण्याची इच्छा असेल, त्यांनी शिल्पे आणि धार्मिक

कला यांवरची पुस्तके जरूर वाचावीत. त्यानंतर देशातील खरोखरच्या सुंदर मंदिरांना जरूर भेटी द्याव्यात. नंतर चित्रे रंगवायला सुरुवात करा. यांपैकी कोणत्याही प्रकारे चित्रे काढून तुम्ही खूप श्रीमंत बनाल.

□ □ □

२१

धर्म उच्चतंत्रज्ञानाधारित होत आहे

विज्ञान हे भेददर्शी (भेदांवर आधारित) समीकरण आहे. धर्म ही मर्यादेची स्थिती आहे.

– ॲलन टुरिंग (१९१२–५४)

आय.टी.च्या लाटेचा भारताला लाभ झाला. टाटा कन्सल्टन्सी सर्व्हिसेस (टी.सी.एस.) ही सुरुवातीच्या काळात आय.टी.चा वापर करून घेणाऱ्या संस्थांपैकी एक संस्था होय. भारतातील सॉफ्टवेअर व्यावसायिक कमी पैशांत काम करतात. कमी पैशांत त्यांच्या क्षमतेचा वापर करणे आणि ग्लोबल डिलीव्हरी मॉडेलच्या क्षमतेचाही उपयोग करून घेणे या गोष्टी त्यांनी केल्याच. शिवाय, आता तर नेटवर्क्ड मॉडेलचा वापर करून घेतला. या सर्व प्रवासात टी.सी.एस. आणि त्यांच्या भारतीय सहकाऱ्यांनी देशाला अभिमानास्पद वाटण्याजोगी कामगिरी केली. त्यांनी कित्येक लक्षाधीश निर्माण केले आणि या प्रवासात लाखो भारतीयांना रोजगाराच्या संधी उपलब्ध करून दिल्या.

प्रमुख भारतीय आय.टी.कंपन्यांनी प्रशिक्षित कॉम्प्युटर प्रोग्रॅमर्सच्या आणि ग्लोबल डिलीव्हरी मॉडेलच्या क्षमतेला सामर्थ्य प्राप्त करून दिले. याशिवाय, त्यांनी उत्तम प्रकारे कार्य करणाऱ्या पायाभूत संघटनांची निर्मिती केली. या संघटनांनी प्रत्येक खास औद्योगिक विभागासाठी आवश्यक असलेल्या खास बाबी निर्माण केल्या. उत्पादन, किरकोळ विक्री, टेलीकॉम, बँकिंग आणि

आरोग्याची काळजी यांसारख्या विभागांचा यात समावेश होता. त्याचबरोबर, त्यांनी ई कॉमर्स, ईआरपी (एंटरप्राईज रिसोअर्स प्लॅनिंग), हिशेब आणि मानव संसाधन यांसारख्या विभागांचीही निर्मिती केली. बँकिंग आणि टेलीकॉम ऑटोमेशनच्या जागतिक लाटेचा भारतीय आय.टी. व्यवसायाला लाभ झाला असेल, तर आता त्यांनी दुसऱ्या एका सदैव भरभराटीत असलेल्या व्यवसायाकडे जागरुकतेने पाहिले पाहिजे. ते क्षेत्र आहे–धर्म.

आय.टी.क्षेत्रानंतर धर्म हीच मोठी भरभराटीस आलेली बाजारपेठ आहे. गार्टनर या जागतिक सल्लागार कंपनीने दिलेल्या आकडेवारीनुसार, सन २०१७पर्यंत धर्मावर चालणाऱ्या आय.टी. क्षेत्राची उलाढाल ४० अब्ज डॉलर्सहून अधिक असेल. धर्माधारित आय.टी. सेवांचा वापर बँकिंग, समभाग विक्री, म्युच्युअल फंड आणि आर्थिक सेवांमध्ये केला जातो. (यात इस्लामिक बँकिंग, टाकाफुल इन्शुरन्स आणि धर्म ग्लोबल इनडेक्स यांचा समावेश होतो. इथे निवडण्यात आलेल्या कंपन्यांची कामगिरी हिंदुत्व आणि बौद्धवादी धर्मांवर आधारित आहे.) यापैकी प्रत्येक क्षेत्राला नवीन उपायोजने, उत्पादने आणि गरजांनुरूप उपाययोजना यांची गरज आहे. आय.टी.कंपन्यांना फक्त प्रोग्रॅमर्सचीच गरज नाही; तर त्यांना धार्मिक क्षेत्रातील तज्ज्ञांचीही गरज आहे.

सन २०१२मध्ये साडेबारा कोटी भारतीय इंटरनेटचा वापर करत होते. त्यांच्यापैकी ३ कोटी ८० लाख जण ऑनलाईन व्यवहारांसाठी इंटरनेटचा वापर करत होते. त्यातही ट्रेन आणि विमानांच्या तिकिटांचे बुकिंग करण्यासाठी मोठ्या प्रमाणात इंटरनेटचा वापर केला जात होता. उद्योजकांची नवीन पिढी ऑनलाईन माध्यमाचा लाभ घेण्याचे नियोजन करत असून आगळीवेगळी धार्मिक उत्पादने आणि सेवा देण्याचा प्रयत्न करत आहेत. यात विविध प्रकारचे व्यवसाय केले जात आहेत. त्यांमध्ये भारतभरच्या मंदिरांचे ऑनलाईन दर्शन आणि प्रसाद, हज आणि उमराह यांच्या यात्रेची कीट्स, शिखांसाठी फेटे पुरवण्यासारखी धर्मविशिष्ट उत्पादने, धार्मिक पुराणकथांवर आधारित पुस्तके, संगीत आणि व्हिडिओ यांचे ऑनलाईन वितरण यांचा समावेश आहे. याचे एक उदाहरण म्हणजे, हैदराबाद येथील ऑनलाईन उद्योग हज आणि उमराह यांचे पूर्ण कीट पुरवतो. त्यात तेवीस उत्पादनांचा समावेश आहे. इहराम म्हणजे शरीरावर घेण्यासाठी वापरले जाणारे न शिवलेले कापड, जपमाळा आणि तीर्थक्षेत्राचे नकाशे आदी बाबी त्यात समाविष्ट असतात.

silkturbansonline.com सारख्या साईटवर यूके आणि ऑस्ट्रेलियाहून मागण्या नोंदवल्या जातात. या साईटवर लवकरच भारतातूनही वाढत्या प्रमाणात मागण्या येतील, अशी साईट तयार करणाऱ्या लोकांची अपेक्षा आहे.

यात एक अत्यंत यशस्वी आणि सक्षम साईट आहे : onlineprasad.com या साईटवरून पूजा करता येते आणि आपल्याला प्रसादही पाठवला जातो. भारतभरच्या तीस मंदिरांमध्ये पूजा करण्यासाठी त्यांनी खास व्यवस्था केली आहे. वैष्णवदेवी, पालानी मुरुगन, शिर्डीचे साईबाबा, तिरुपतीचे भगवान वेंकटेश्वर आदी मंदिरांचा त्यात समावेश आहे. फक्त ५०१ रुपयांपासून आपण या साईटवरून पूजा करू शकतो. बिर्ला इन्स्टिटट्यूट ऑफ टेक्नॉलॉजी अँड सायन्स (बी.आय.टी.एस.)ने हा उद्योग सुरू केला होता. अलीकडेच 'ट्युटोरव्हिस्टा' या कमालीच्या यशस्वी कंपनीच्या के.गणेश आणि मीना गणेश या संस्थापकांनी बेन अँड कंपनीचा माजी विश्लेषक गुंजन माल याला गुंतवणूकदार म्हणून घेतले आहे. मीना आणि गणेश यांनी कंपनीचे ३५ टक्के भाग घेतले आहेत आणि कंपनीच्या वाढीसाठी ते मदत करणार आहेत. आपल्या साईटवरच्या मंदिरांची संख्या वाढवण्याचा त्यांचा विचार असून त्यांना ही संख्या शंभरापर्यंत न्यायची आहे. भारतातील आणि भारताबाहेरच्या भारतीयांकडून नेटवर वाढत्या प्रमाणात सुमारे एक अब्ज डॉलर्स एवढ्या होणाऱ्या धार्मिक खर्चातील मोठा खर्च आपल्याकडे वळवण्याचे त्यांचे नियोजन आहे.

याखेरीज, ऑफलाईन दर्शन आणि ऑनलाईन प्रसाद अशा प्रकारची योजना पर्यटन पोर्टलच्या भागीदारीत सुरू केली, तर तिलाही मोठेच यश लाभेल, असे मला वाटते.

धार्मिक संघटनाही विविध प्रकारे तंत्रज्ञानाचा लाभ घेत आहेत. दर वर्षी १५,००० भाविक तिरुपतीला जाऊन मुंडन करून घेतात, असे एका आकडेवारीवरून स्पष्ट होते. हे केस मंदिराकडून गोळा केले जातात आणि अमेरिका, फ्रान्स आणि इटलीबरोबर कित्येक आशियाई देशांतील विग तयार करणाऱ्यांना विकले जातात. सप्टेंबर २०११मध्ये मंदिराच्या अधिकाऱ्यांनी प्रथमच केसांचा इ-लिलाव केला आणि १३३ कोटी रुपयांचे उत्पन्न मिळवले. आधीच्या वर्षी त्यांना फक्त १०५ कोटींचे उत्पन्न मिळाले होते. सन २०१३मध्ये मंदिराच्या अधिकाऱ्यांनी सरकारी मालकीच्या धातू व्यापार

कंपनीला लिलावासाठी मदत करण्याची विनंती केली आणि सुमारे २५० कोटींचे उत्पन्न मिळवले.

मंदिरे आणि धार्मिक गुरू सध्या आपला संदेश दूरदूरवर पोहोचवण्यासाठी ऑनलाईन माध्यमांचा उपयोग करून घेत आहेत. तरीही, सोशल मीडियाची संकल्पना अजूनही काहीशी नावीन्यपूर्ण आहे. किमानपक्षी कॅथलिक चर्च तरी सोशल मीडियाचा वापर करून घेण्याचा प्रयत्न करत आहे. याविषयीच्या वृत्तअहवालात असे म्हटले आहे की, 'पोप बेनेडिक्ट यांच्या राजीनाम्यामुळे कॅथलिक चर्चला सोशल मिडियाच्या नवीन जगात स्वतःची नवीन प्रतिमा तयार करण्याची संधी मिळाली आहे.' तसे पाहता, रोज कित्येक लोकांशी संपर्क साधणे ही गोष्ट व्हॅटिकनसाठी नवीन नाही. पोप जॉन पॉल II सत्तरीत असतानाही लाखो लोक त्यांच्या दर्शनासाठी आसुसलेले असत आणि आपल्या काळातील एसएमएस आणि ट्विटरचा वापर करून ते लाखो लोकांना रोजच्या रोज संदेश पाठवत असत.

भारतात कॉम्प्युटरला केव्हाच मागे टाकून मोबाईल हे ऑनलाईन संपर्काचे महत्त्वाचे माध्यम ठरेल असा अंदाज व्यक्त केला जात आहे. जर अधिकाधिक लोकांपर्यंत स्मार्टफोन पोहोचले, तर स्मार्टफोन ॲप्स यात फार मागे राहणार नाहीत. हनुमान चालिसासारखी फ्री ॲप्स आधीच कितीतरी लोकप्रिय झाली आहेत. याखेरीज, अशाच प्रकारची आणखी कितीतरी ॲप्सही लोकप्रिय ठरणे सहजशक्य आहे. तुम्हाला हवी तेव्हा तुम्ही धार्मिक स्तोत्रे, भजने किंवा कीर्तने ऐकू शकाल. या सगळ्यांसाठी तुम्हाला अत्यल्प मासिक खर्च येईल.

भारतीय सॉफ्टवेअर विकसक आणि आय.टी.कंपन्या धार्मिक तंत्रज्ञानाच्या लाटेवर लवकर स्वार झाले, तर त्यांना त्याचा भरपूर लाभ मिळेल. आपल्या देशात अनेक धर्म आहेत आणि सॉफ्टवेअरमधील प्रशिक्षित मनुष्यबळही आहे. आधीच्या लाटेपेक्षाही तंत्रज्ञानाच्या या लाटेवर अगदी नक्की भारत अधिक आघाडीवर राहील. कॅथलिक, प्रोटेस्टंट, शिया-मुस्लीम, सुन्नी-मुस्लीम, हिंदू, शीख, बौद्ध, जैन यांच्यासाठीची ॲप्स बाजारात आली तर? कदाचित तुम्हाला त्या प्रत्येक धर्माचे आणि पंथाचे प्रशिक्षित सॉफ्टवेअर प्रोग्रॅमर्स मिळतील आणि ते या ॲप्सचा अधिक चांगला विकास करू शकतील. त्यामुळे विकसित केलेले ॲप्स हलाल असल्याची किंवा हिंदू अगर ख्रिश्चन धर्माचा आदर राखून केल्याची दुप्पट खात्री मिळेल.

धार्मिक आय.टी. क्षेत्रातील संधीचा भारतीय तंत्रज्ञान फर्म्स लाभ घेत असल्याच्या मुद्यावरून आपण सुरुवात केली होती. या जागतिक संधीचा लाभ घेण्यासाठी त्यांना भारतीय तंत्रज्ञानातील लोकांना अमेरिकेत पाठवण्याची गरज आहे आणि त्यासाठी त्यांना HIB व्हिसा मिळवण्याची गरज आहे. आता इथे व्हिसा बालाजीची गरज निर्माण होते. मी हैदराबादला एका मित्राकडे गेलो होतो आणि आमच्या मुलांच्या करिअरच्या योजनांविषयी आम्ही बोलत होतो. त्याच्या मुलीने अभियांत्रिकीचा अभ्यासक्रम पूर्ण केला होता आणि शहरातील प्रमुख आय.टी.कंपनीत ती नोकरी करत होती. तिची कंपनी तिला एका विलक्षण कामासाठी अमेरिकेला पाठवत होती. ती आधी कधीच अमेरिकेला गेली नव्हती आणि आपल्याला व्हिसा मिळण्यात अडचण येणार नाही, असे तिला वाटत होते. व्हिसा बालाजी हा तिचा विमा होता.

हैदराबादच्या बाहेरच्या भागात चिल्कूर बालाजी मंदिर आहे. या मंदिराला 'व्हिसा बालाजी' अशी विलक्षण प्रतिष्ठा प्राप्त झाली आहे. इथे मंदिराबाहेर सकाळी सातपासूनच भक्त जमा होऊ लागतात. व्हिसासाठी अर्ज केलेल्या एकाने सांगितले, ''मी इथे प्रार्थनेसाठी आलो नाही आणि माझा व्हिसा नाकारला गेला तर मला खूपच वाईट वाटेल.'' काही-काही दिवशी तर व्हिसासाठी अर्ज करणारे पाचशे भक्त मंदिरात आलेले असतात. या मंदिराचा पुजारी म्हणतो, ''व्हिसा ही माझ्या नियंत्रणातली गोष्ट नाही. ते सगळं नशिबावर अवलंबून असतं आणि माझं नशीब फक्त देवाच्या माध्यमातून, त्याच्या कृपेनंच बदलू शकतं. तेवढा एकच मार्ग आहे.''

❑❑❑

२२

प्रामाणिकपणा, दानधर्म, धार्मिकता

चांगले आणि वाईट यांमध्ये विविध गोष्टींची विभागणी करण्याचे काम नीतिशास्त्राच्या क्षेत्रात येते. धर्मगुरू, पंडित आणि पालकही यांत गुंतून पडलेले असतात. दुर्दैवाने, धर्मगुरू, पंडित आणि पालक यांना 'का?' असे विचारण्यात मुले आणि तत्त्वज्ञानी गुंतून पडलेले असतात.

– थॉमस कॅथकार्ट आणि डॅनिएल क्लेन,
('प्लेटो अँड प्लॅटिपस वॉक इनटू अ बार' या पुस्तकातून)

तुम्हाला ही प्रसिद्ध जाहिरात माहिती असेल. एक महिला आपली शॉपिंग बॅग व्यवस्थित ठेवण्याचा प्रयत्न करू पाहते आणि खाली पडते. तिच्या पिशवीतील सगळ्या वस्तू रस्त्यावर विखरून पडतात. एक अनोळखी छोटा मुलगा तिला मदत करण्यासाठी घाईने तिच्याकडे येते. तो संत्री, सफरचंदे, साबणाचे पुडे आणि इतर वस्तू उचलतो. तोपर्यंत ती आपली शॉपिंग बॅग पुन्हा जोडून व्यवस्थित करते. ती तिथून निघालेलीच असते; तेवढ्यात त्या मुलाला त्याच्या आवडत्या बिस्किटांचा पुडा कारमध्ये पडल्याचे दिसते. याशिवाय, गणेशाचे चित्र असलेला उदबत्तीचा पुडाही कारमध्ये असतो. ती स्त्री ते पाकीट उचलायला विसरल्याचे दिसते. तो मुलगा द्विधा मनःस्थितीत सापडतो. आपण काय करावे हे त्याला समजत नाही. बिस्किटाचा पुडा उचलावा आणि तिला द्यावा? की तो तिथे तसाच पडू द्यावा आणि तिने रस्ता ओलांडला की तो उचलून घ्यावा?

मी यात एक छोटीशी युक्ती केली आहे. खरोखरच्या जाहिरातीत तिथे गणेशाचे चित्र असलेला उदबत्तीचा पुडा नाही. तो मुलगा आपल्या मनात थैमान घालणाऱ्या सैतानाचे ऐकतो. परंतु, त्याच्यातील देवदूताचा विजय होतो. तो छोटासा बिस्किटाचा पुडा तो उचलतो आणि धावत जाऊन तिला देतो. ती स्त्री स्मित करते आणि त्याला तो पुडा स्वतःजवळच ठेवून घ्यायला सांगते. याशिवाय, ती त्याला चॉकलेटही देते.

आता पुन्हा एकदा विचार करा. ही कथा वाचत असताना तुमच्या मनात गणेश अगरबत्तीच्या पुड्याचा विचार आला होता का? तो मुलगा कशा प्रकारे वागेल याचा काही अंदाज तुम्ही बांधला होता का? त्याचे वर्तन कशामुळे निश्चित झाले असावे? गणेशामुळे? त्याच्यावरच्या संस्कारांमुळे? तो राहत असलेल्या घरामुळे? त्याच्या सामाजिक-आर्थिक वर्गामुळे?

हा मुलगा एखाद्या काळजी घेणाऱ्या, धार्मिक घरातील असावा असे तुम्ही पैजेवर सांगू लागण्याची शक्यता आहे. परंतु का? आपले धार्मिक रीतीरिवाज आणि श्रद्धा यांच्याशी प्रामाणिकपणाचे काय देणे-घेणे असते?

डॅन ॲरिअली हे ड्यूक युनिव्हर्सिटीतील मानसशास्त्राचे प्राध्यापक आहेत. ते एक अभ्यासक्रम शिकवतात. 'व्यक्तीच्या अतर्क्य, अव्यवहार्य वर्तनाविषयी शिकणाऱ्या प्राथमिक पातळीवरच्या विद्यार्थ्यांसाठी मार्गदर्शक' ठरणारा अभ्यासक्रम असे त्याचे स्वरूप आहे. मी या अभ्यासक्रमाला प्रवेश घेतला होता. धर्म आपल्याला नैतिक मूल्यांवर अधिक प्रमाणात जगण्यास कसे शिकवतो, ते त्यांनी एका व्याख्यानात स्पष्ट केले होते. त्यांनी आणि त्यांच्या संशोधक विद्वानांनी केलेल्या एका संशोधनानुसार, देवाविषयी आणि धर्माविषयी विचार करण्यास भाग पाडलेला ग्राहक अधिक नैतिकतेने वागतो. सहसा असा ग्राहक खोटे बोलत नाही आणि फसवत नाही, असे मोठ्या प्रमाणात दिसते.

म्हणूनच, वरच्या कथेत मी गणेश अगरबत्तीचा पुडा घातला. या पुड्यामुळे काही परिणाम झाले असे तुम्हाला वाटते का, ते मला तपासायचे होते.

धर्माच्या व्यापक हेतूविषयी वाद घालण्याची ही जागा नाही. परंतु संशोधनांतून असे दिसून आले आहे, की नैतिक वर्तनामध्ये धार्मिकतेची महत्त्वाची भूमिका असते. पाश्चात्त्य-जगतात ख्रिश्चन लोकसंख्या मोठ्या प्रमाणात आहे. तिथे धार्मिकतेचे मापन दोन परिमाणांच्या आधारे केले जाते.

उपजत धार्मिकता (प्रार्थना आणि आत्मचिंतन) आणि उपजत नसलेली बाह्य धार्मिकता (चर्चला जाणे, धर्माधारित सामाजिक कार्यक्रम). उपजत धार्मिकता हा ग्राहकाच्या नैतिक श्रद्धा ठरवणारा ठाम घटक आहे; परंतु बाह्य धार्मिकता ही या श्रद्धांशी निगडित नसते. त्या अर्थाने जी व्यक्ती अंतःकरणापासून धार्मिक असते, ती अतिरेकी प्रमाणात बाह्य धार्मिकता जोपासणाऱ्या व्यक्तीपेक्षा अधिक प्रामाणिक असते.

तत्त्वज्ञानाविषयी हलकेफुलकेपणाने बोलताना 'प्लेटो अँड प्लॅटिपस वॉक इनटू अ बार' मध्ये थॉमस कॅथकार्ट आणि डॅनिएल क्लिन यांनी प्रचलित सुवर्णनियम सांगितला आहे. तो असाः'लोकांनी आपल्याशी जसे वागावे असे तुम्हाला वाटते, तसेच तुम्ही लोकांच्या बाबतीतही वागा.' इमॅन्युएल कांट याने याला 'अंमलात आणावयाची सर्वोच्च स्पष्ट, निक्षून सांगितली गेलेली गोष्ट' असे म्हटले आहे. जॉर्ज बर्नार्ड शॉ याने याबाबत उपहासाने असे म्हटले आहे, की 'तुम्हाला दुसऱ्यांनी आपल्या बाबतीत ज्या गोष्टी करू नयेत असे वाटते, त्या गोष्टी तुम्ही त्यांच्या बाबतीत करू नका; परंतु कदाचित त्यांच्या आणि तुमच्या आवडीनिवडी भिन्नही असू शकतात.' कार्ट आणि क्लेन यांना या सुवर्णनियमाची उदाहरणे महाभारतात, बॅबिलोनियन तालमुडमध्ये (यहुदी), दादिस्तान-इ-दिनिकमध्ये (पारशी), तिबेटन धम्मपद (बौद्धवाद), ॲनालेक्टसमध्ये (चिनी), सुन्नाह (इस्लाम), द हिडन वर्ड (बहाई) आणि अर्थातच बायबलमध्ये सापडतात.

मग जर सर्वच धर्म आपल्याला नैतिक आचरण करण्यास सांगत असतील आणि ज्या गोष्टी इतरांनी आपल्या बाबतीत करू नये असे वाटते, अशा गोष्टी इतरांच्या बाबतीत आपण करू नये असे सांगत असतील, तर आपल्याकडे उपजत किंवा अंतर्गत आणि बाह्य अशा दोन्ही पातळ्यांवर एवढी उच्च-धार्मिकता असूनही भारतात आपल्याला एवढे अनैतिक आचरण पाहावयास का मिळत आहे? पैशाच्या नैतिकतेत किंवा पैशाच्या हव्यासात आपल्याला याचे उत्तर सापडते. पैशाविषयीच्या प्रबळ लालसेपोटी अंतर्गत किंवा उपजत धार्मिकतेचा सकारात्मक परिणाम नाहीसा होतो आणि अनैतिक आचरणाला प्रोत्साहन मिळते असे दिसून येते. 'द इकनॉमिस्ट'मध्ये प्रसिद्ध झालेल्या एका अभ्यास-अहवालातूनही याविषयीचे आणखी एक स्पष्टीकरण दिले गेले आहे. वर्ल्ड व्हॅल्यूज सर्व्हेतर्फे ८७ देशांच्या अभ्यासातून मिळवण्यात

आलेल्या माहितीचे विश्लेषण करण्यात आले. या सर्वेक्षणात ग्राहकांना त्यांच्या धार्मिकतेविषयी आणि व्यभिचारासारख्या धार्मिकतेच्या व नैतिकतेच्या विविध प्रकारच्या भंगांविषयी विचारण्यात आले होते. ज्या धर्मांमध्ये सर्वव्यापी, निवाडा करणाऱ्या देवाची कल्पना समाविष्ट आहे, अशा ख्रिश्चन, मुस्लीम इ. धर्मांमध्ये अशा निवाडा करणाऱ्या देवाची कल्पना समाविष्ट नसलेल्या बौद्ध धर्मासारख्या धर्मांच्या तुलनेत अशा सर्व प्रकारच्या दुष्कृत्यांकडे अत्यंत कठोरपणे पाहिले जाते. कदाचित, हिंदू धर्मही पहिल्या प्रकारच्या धर्मांमध्ये बसत असावा. याचा अर्थ भारतीय लोकांकडे प्रामाणिकपणा असणे किंवा नसणे याच्याशी हिंदुत्वाचा काहीच संबंध नाही, असे समजायचे का?

हिंदुत्वात नैतिक आचरणाविषयी अगदी पद्धतशीर लेखन आढळत नाही. परंतु, नैतिक आचरणाचे नियम संस्कृत लेखनात आणि अगदी तमिळी थिरुक्कुरलमध्येही ठिकठिकाणी विखुरल्यासारखे आढळतात. पुरुषार्थ किंवा मानवी हेतू अगर मानवी अस्तित्वाचे उद्दिष्ट याविषयी हिंदू साहित्य भाष्य करते. त्यांच्या मते चार पुरुषार्थ आहेत. पहिला पुरुषार्थ आहे, अर्थ किंवा संपत्ती अगर भौतिक सामर्थ्य आणि मालमत्ता. यात राजकारण, मुत्सद्देगिरी, अर्थकारण इ. गोष्टींचा समावेश होतो. दुसरा पुरुषार्थ आहे, काम. काम याचा अर्थ आहे शारीरिक प्रेम. शृंगार आणि कामसूत्र यांचा यात समावेश होतो. त्यानंतरचा तिसरा पुरुषार्थ आहे, धर्म किंवा न्याय्यपणा. याचा संबंध नीतिमत्ता, नियम आणि कायदे यांच्याशी आहे आणि चौथा पुरुषार्थ आहे, मोक्ष. यालाच 'मुक्ती' असेही म्हणतात. आध्यात्मिक ज्ञानातून मुक्ती मिळते. धर्म आणि योग यांचा यात समावेश होतो. मोक्षाला म्हणूनच 'परमार्थ किंवा सर्वोच्च संपत्ती' असे म्हटले जाते. मात्र अर्थशास्त्र किंवा कामसूत्र यांसारखे एकेका विषयाला वाहिलेले ग्रंथ दिसतात. त्याप्रमाणे, धर्मशास्त्र सांगणारा कोणताही एकमेव ग्रंथ मात्र आपल्याला आढळत नाही. उपनिषदांमध्ये कित्येक मूल्ये सांगितली गेली आहेत. त्यांमध्ये अहिंसा, सत्य, अस्तेय, ब्रह्मचर्य, मैत्री, धर्म, करुणा, वीर्य, दम आणि शौच यांचा समावेश होतो.

कित्येक हिंदू ग्रंथांमध्ये दा ची एक प्रसिद्ध कथा सांगितलेली आढळते. बृहदारण्य उपनिषदात या कथेतून तीन मूल्ये सांगितली गेली आहेत. देव, पुरुष आणि राक्षस आपल्या पित्याकडे गेले. प्रजापती हा त्या सर्वांचा पिता. त्यांनी प्रजापतीला मुख्य मूल्याविषयी मार्गदर्शन करण्याची विनंती केली.

प्रजापतीने त्यांना एका अक्षराचे उत्तर दिले. ते होते, 'दा.' देवांनी या अक्षरापासून 'दानधर्म' असा बोध घेतला. मानवांनी 'दाता किंवा देणे'असा याचा अर्थ घेतला. राक्षसांनी याचा अर्थ 'दया' असा घेतला. उपनिषद असे सांगते, की ज्या वेळी मेघगर्जना होते आणि 'दा दा दा' असा आवाज ऐकू येतो, त्या वेळी देव, मानव आणि राक्षस 'आत्मसंयमन, दानधर्म आणि दया' असा आवाज ऐकतात.

दुर्दैवाने, यापुढे 'दा'मुळे भारतीयांना दानधर्माचा बोध होत नसल्याचे दिसते. आता या माहितीतील आणखी एका मुद्याचा विचार करू या. भारतीय लोक मंदिरांना आणि धर्मगुरूंना मोठ्या प्रमाणात दान, दक्षिणा देतात. (त्या बदल्यात त्यांना कोणता ना कोणता लाभ झालेला असतो.) मात्र, वर्ल्ड गिव्हिंग इन्डेक्समध्ये भारतीयांना १३३-१५०एवढा खालचा क्रमांक मिळाल्याचे दिसते. मुस्लीम देश असलेल्या बांगला देशाचा १०९वा, तर हिंदू राष्ट्र असलेल्या नेपाळचा ११५ वा क्रमांक लागतो, ही बाब स्वारस्यपूर्ण आहे.

भारतात जी.डी.पी.तील खासगी दानधर्माचा वाटा फक्त ०.४ टक्के आहे. इंग्लंडमध्ये तो १.३ टक्के आणि अमेरिकेत २.२ टक्के आहे.

धार्मिकतेने आणि देव व देवसमान लोकांनी भरलेल्या आपल्या देशाचा क्रमांक गरजूंना आणि निराधारांना दानधर्म करण्याच्या या यादीत एवढा खालचा का आहे? भारतीय लोक अधिकाधिक श्रीमंत बनत चालल्यामुळे यात बदल होईल का? श्रीमंत भारतीय धर्मादाय गोष्टींमध्ये लक्षणीय सहभाग घेतील का?

धार्मिक गुरूंकडून चालवली जाणारी कित्येक मंदिरे आणि धर्मादाय संस्था यांच्याकडून शाळा आणि रुग्णालये चालवली जातात. ते नक्कीच चांगले काम करत आहेत, ही गोष्ट नाकारता येणार नाही. परंतु, या गोष्टी म्हणजे समुद्रातील एखाददुसऱ्या थेंबासारख्या आहेत. कदाचित, स्वयंसेवी संघटनांकडे आपल्या स्वतःच्या फायद्यासाठी धर्माला प्रोत्साहन देऊन लोकांना दानधर्म करण्यास प्रवृत्त करण्याची संधी असावी. 'वर्ल्ड व्हिजन' ही मुलांना मदत करणारी जागतिक संघटना आहे. ती ख्रिश्चन धर्मीयांची असली, तरी त्यामधून होणारा दानधर्म हा ठरावीक धर्माच्याच लोकांसाठी केला जात नाही. दान देताना भेदभाव केला जात नाही. काही वर्षांपूर्वी ग्रूपच्या विपणन धोरणाची चर्चा करत असताना माझ्या असे लक्षात आले होते, की महिलांच्या मासिकांमध्ये

जाहिराती करणे आपल्यासाठी उत्तम ठरते असे त्यांना वाटत होते. त्यांना असेही वाटत होते, की या जाहिरातींमध्ये मुलांना दाखवले तर आई आणि मुलगा दाखवण्यापेक्षा ते अधिक चांगले ठरते. याच धर्तीवर इतर स्वयंसेवी संस्थांनीही त्यांच्यासाठी कोणती गोष्ट अधिक चांगली ठरते, ते शोधून काढले पाहिजे. धार्मिक प्रतीकांचा वापर करण्याने वाढती वचनबद्धता दाखवली जाते, हे मी मान्य करतो. परिवार ही कोलकात्यातील स्वयंसेवी संघटना आहे. IIM-Cच्या एका माजी विद्यार्थ्याने ती सुरू केली आहे. दुर्गापूजा किंवा दिवाळी यांसारख्या मोठ्या सणांच्या आधी 'परिवार' आपल्या देणगीदारांकडे जाण्याचा प्रयत्न करते. त्यांच्याकडून अगदी वेळेवर स्मरणपत्रे म्हणून ईमेल्स पाठवल्या जातात. माझ्या माहितीतील अन्य कोणत्याही स्वयंसेवी संघटनेकडून अशा प्रकारे मला तरी ईमेल्स मिळत नाहीत. रामकृष्ण मिशनसारख्या भारतातील इतर कित्येक धर्मादाय संघटनांकडे बळकट विपणनयंत्रणा किंवा निधी उभारणीची व्यवस्था नाही. भरपूर क्षमता असलेल्या संधीचा ते बिलकूल वापर करून घेत नाहीत.

नफा मिळवण्याचा उद्देश न ठेवता निधी उभारणी करणारी अमेरिकेतील एक मोठी भारतीय संघटना म्हणजे, शंकरा आय फाऊंडेशन (एस.ई.एफ.) होय. भारतातील गरजूंवर डोळ्यांची शस्त्रक्रिया करण्यासाठी ही संघटना शंकरा आय केअर इन्स्टिट्यूशन्सच्या माध्यमातून अमेरिकेत निधी उभारणी करते. डॉ.आर.व्ही.रामाणी यांनी कोईमतूर येथे उभारलेल्या एक रुग्णालयाच्या आज दहा राज्यांत शाखा आहेत. लवकरच, भारतभरच्या वीस राज्यांत त्याची व्याप्ती असेल. अमेरिकेतील अनिवासी भारतीयांकडून एस.ई.एफ. निधी उभारते. धार्मिक सण, उत्सव आणि स्थानिक मंदिरांतील कार्यक्रम हे त्यांचे निधी उभारणीचे सर्वांत मोठे प्रसंग असतात. अमेरिकेतील भारतीयांनी देणग्या देण्याचे अमेरिकन मूल्य उचलले आहे. त्यामुळे, भारतातील हजारो गरीब रुग्णांना पुनर्दृष्टी मिळवून देण्याचे काम त्यांनी केले आहे. माझ्या सहकाऱ्यासह मी कोईमतूर येथील शंकरा आय केअर इन्स्टिट्यूशनच्या शाखेला भेट दिली, त्या वेळी त्यांनी शंकरा हे नाव का निवडले होते, याविषयी माझ्या मनात उत्सुकता होती. चेन्नईत 'शंकरा नेत्रालय' आहे. तेही निष्ठापूर्वक कार्य करत आहेत. डॉ. रामाणींनी असे सांगितले, की ते जनरल प्रॅक्टिशनर होते आणि गरिबांच्या सेवेसाठी एका छोट्याशा दवाखान्यापासून त्यांनी कामाला सुरुवात

केली होती. कांचीच्या मुख्य धर्मगुरूंनी त्यांना डोळ्यांच्या काळजीवर लक्ष केंद्रित करण्याविषयी सुचवले. भारतात मोतीबिंदूमुळे अंधत्व येण्याचे मोठे प्रमाण आहे, म्हणून त्यांनी ही सूचना केली होती. हळूहळू कांचीच्या त्या धर्मगुरूंच्या इच्छेनुरूप शंकरा नेत्रालयाने देशातील टाळता येण्याजोग्या अंधत्वाचे निर्मूलन करण्यावर आपले लक्ष केंद्रित केले. या दोन्ही शंकरांनी समाजाची मोठीच सेवा केली आणि आपल्या सेवेची व्याप्ती संपूर्ण देशभर वाढवली. शंकरा इन्स्टिटयूशन्सच्या मागे तीव्र धार्मिकता हीच प्रेरणा आहे, हे मी कबूल करतो.

दुर्दैवाने, भारतात आपल्याकडे अशा प्रकारची भरपूर उदाहरणे नाहीत. भारतीय व्यावसायिकांना आता कुठे खरी श्रीमंती दिसू लागली असण्याची शक्यता आहे. त्यामुळे, आता ते नवीन रुग्णालये, शैक्षणिक संस्था इ. ची देशभर निर्मिती करत आहेत. पारशी समाजाने 'देण्या'तील उच्च मानांकने प्रस्थापित केली आहेत. भारताच्या एकूण लोकसंख्येतील त्यांचे प्रमाण जेमतेम ०.१ टक्का एवढेच आहे. तरीही, गेल्या शतकात त्यांनी उभारलेल्या संस्थांवरूनच माझ्या म्हणण्यातील तथ्य तुमच्या लक्षात येईल. इंडियन इन्स्टिटयूट ऑफ सायन्स, टाटा मेमोरियल हॉस्पिटल, टाटा इन्स्टिटयूट ऑफ फंडामेंटल रिसर्च, टाटा इन्स्टिटयूट ऑफ सोशल सायन्सेस, जहांगीर आर्ट गॅलरी, जे.जे. हॉस्पिटल, नॅशनल सेंटर फॉर परफॉर्मिंग आर्ट्स, ग्रँट मेडिकल कॉलेज इ. अनेक संस्था त्यांनी स्थापन केल्या आहेत. आगामी दशकात आध्यात्मिकता आणि दानधर्म यांच्या माध्यमातून भारतभर शेकडो रुग्णालये, महाविद्यालये आणि विद्यापीठे उभी राहतील, अशी मला आशा वाटते.

अशासकीय सामाजिक सेवा संघटनांचा विचार करता, आपल्याकडे कित्येक स्वयंसेवी संघटना आहेत आणि त्यांच्यापैकी काही संघटना खूपच मोठे कार्य करत आहेत. परंतु त्यांची व्याप्ती वाढवण्याची गरज आहे, त्यामुळे त्यांना मोठा परिणाम साध्य करता येईल. आपल्या वाढीसाठी त्या धर्माच्या ताकदीचा उपयोग करून घेत नसण्याची शक्यता आहे.

गेल्या पाच वर्षांत 'जाणीवपूर्ण भांडवलशाहीवाद' हा शब्द मी वारंवार ऐकत आहे. ही भांडवलशाही शोषणातून उदयास येत नाही; तर संपत्ती वाटून घेण्यातून उदयास येते. या मूल्यांच्या धर्तीवर भारतात दोन नवीन

प्रवाह आले आहेत. सामाजिक सेवा आणि औद्योगिक सामाजिक जबाबदारी पारितोषिकांमध्ये वाढ झाली आहे आणि सामाजिक क्षेत्रातील व्यवसायांमध्येही वाढ झाली आहे. भारतीयांना कोणत्याही प्रकारच्या पारितोषिकांची खूपच आवड असते. गेल्या तीन वर्षांत स्वयंसेवी संघटनांना आणि सामाजिक क्षेत्रातील संघटनांना पारितोषिके देणाऱ्या किमान पाच पारितोषिक वितरण समारंभांना तरी मी उपस्थित राहिलो आहे. आरोग्याची काळजी आणि शिक्षण या दोन क्षेत्रांतील कित्येक वेगवेगळ्या प्रकारच्या सामाजिक क्षेत्र गटांना ही पारितोषिके दिली गेली होती. नफ्यासाठी चालवल्या न जाणाऱ्या, नफ्यासाठी चालवल्या जाणाऱ्या, मोठ्या कंपनीचा किंवा गटाचा भाग असलेल्या, सरकारी मालकीच्या वगैरे संस्थांसाठी ही पारितोषिके होती. परंतु, अद्याप मला धार्मिक–सामाजिक क्षेत्र असा गट दिसलेला नाही. या गटांचा विचार करणे आणि कोणते मंदिर, मशीद आणि चर्च शक्य तेवढ्या उत्तम प्रकारे आपल्या निधीचा विनियोग करतात ते पाहणे, ही गोष्टही आवश्यक आहे. दर वर्षी भाविकांकडून ते मिळवत असलेल्या पैशाचा उपयोग ते सर्वसामान्य माणसांच्या सेवेसाठी करतात का? ते धर्मादाय रुग्णालये चालवतात का? ते गरिबांसाठी शाळा चालवत आहेत का? हे पाहिले पाहिजे.

मंदिरांना दिलेल्या देणग्यांचा वापर प्रत्यक्षात समाजाच्या कल्याणासाठी कशा प्रकारे केला जात आहे, याविषयी शिक्षित मध्यमवर्गीयांमध्ये जर आपण काही प्रमाणात जाणीवजागृती करू शकलो, तर कदाचित आपण त्यांना अधिक दानशूर बनण्यास आणि स्थानिक मंदिराला 'झकात' देण्यास मदत करू शकू. मी जिवंत असेपर्यंत हे घडू शकेल का, याविषयी माझी खात्री नाही. विशेषतः आपला नवस पूर्ण झाल्याबद्दल आपण मंदिराला काहीतरी देत असल्याच्या भावनेतून बहुतांश हिंदू देणग्या देत असल्याने हे घडणे मला कठीण वाटते. परंतु असा प्रयत्न करून बघणे महत्त्वाचे आहे. त्यामुळे आपल्या वार्षिक उत्पन्नातील अडीच टक्के वाटा धर्मादाय कामांसाठी देऊन आपण खरे हिंदू बनू शकू. ही गोष्ट खरोखरच मोठी असेल.

म्हणूनच भारतातील सर्वांत मोठी मानवतावादी व्यक्ती म्हणजे अझीम प्रेमजी आहे. त्यांनी देण्याच्या बाबतीत नवीन मानांकने प्रस्थापित केली आहेत. त्यांच्याकडे पाहून इतरही त्यांच्याकडून हा वसा घेत आहेत. देशभरातील मानवतावादी उद्योजकांकडून शैक्षणिक संस्थांना देणग्या दिल्या जात आहेत.

रुग्णालयेही बांधली जात आहेत.

शंभरहून अधिक वर्षांपूर्वी भारतातील पहिली विज्ञानसंस्था उभारण्यासाठी जे.एन.टाटांनी आपल्या संपत्तीतील अर्ध्याहून अधिक भाग देणगी म्हणून दिला होता. त्यातूनच, 'इंडियन इन्स्टिट्यूट ऑफ सायन्स'ची बंगळुरूला स्थापना झाली. त्यांनी आपल्यासमोर हा आदर्श घालून दिला आहे. आता त्या चळवळीचे पडसाद देशभर सर्वत्र ऐकू येऊ लागले आहेत. या पडसादांचा घंटानाद वाढला, की त्यात मंदिर आणि चर्च यांचा घंटानादही मिसळून गेला पाहिजे.

महाभारतानुसार, आपल्या स्वतःच्या भल्यासाठी उदात्त धर्माचरण करणे हे प्रत्येकाचे कर्तव्य आहे. युधिष्ठिर म्हणतो, ''माझ्या आचरणाबद्दल मला बक्षीस कसे मिळेल याचा मी शोध घेत नाही, कारण मी मूल्यांचा व्यापार करत नाही किंवा माझ्या न्यायीपणाची फळे मिळवण्याचा लोभही बाळगत नाही. जे सुज्ञपणे, विद्वत्तापूर्ण पद्धतीने पवित्र जीवन जगले त्यांच्या मार्गाचे मी अनुसरण करतो, कारण तसे करणे हे माझे कर्तव्य आहे असे मला वाटते.''

मला खात्री आहे, की आपल्या औदार्याचे फळ मिळावे या आशेने नव्हे; तर फक्त साधे न्याय्य आचरण म्हणून श्रीमंत भारतीयांनाही आपण नक्कीच सामाजिक कार्यासाठी संपत्ती देण्यास भाग पाडू.

□ □ □

२३

आध्यात्मिकतेमुळे व्यावसायिक शिक्षणाला ऊर्जितावस्था येईल?

महाविद्यालयीन शिक्षणापेक्षा बायबलचे सखोल ज्ञान अधिक महत्त्वाचे आहे.

– थिओडोर रुझवेल्ट (१८५८–१९१९)

कोलकात्याच्या इंडियन इन्स्टिट्यूट ऑफ मॅनेजमेंटमध्येच मी शिकलो होतो. त्याच संस्थेच्या बोर्ड ऑफ गव्हर्नर्समध्ये सहभागी होणे ही माझ्यासाठी मोठीच सन्मानाची बाब होती. ही भारतातील एक जुनी संस्था आहे आणि तिने व्यवस्थापनाच्या क्षेत्रात कित्येक नवीन प्रवाह आणले आहेत. व्यवस्थापनाचे शिक्षण देणारी आणखी एक संस्था एवढेच तिचे स्वरूप नाही. अनेक महत्त्वाच्या क्षेत्रांत तिने पायाभूत काम केले आहे. तीस वर्षांपूर्वी व्यवसाय व्यवस्थापनातील कित्येक नवीन तातडीच्या गोष्टी ओळखणारी आय.आय.एम. सी. ही कदाचित भारतातील पहिलीच संस्था असावी, असे मला वाटते. सन १९९१मध्ये या संस्थेने 'सेंटर फॉर ह्युमन व्हॅल्यूज' ची स्थापना केली. अशा प्रकारचे पाऊल उचलणारी ती बहुधा जगातील पहिलीच व्यवस्थापन संस्था असावी. प्रो. एस.के. चक्रवर्ती म्हणतात, ''इतर आशियाई देशांतील संशोधन 'पेपर्स' मी वाचले. आपल्या धार्मिक–आध्यात्मिक संस्कृतींच्या सामर्थ्यावर व्यवस्थापनाच्या 'सॉफ्ट' विभागाची उभारणी करण्यासाठी त्या सर्वांना किती संघर्ष करावा लागला ते त्यातून समोर येते.'' एस.के.सी. म्हणूनच त्यांना

ओळखले जात होते. त्यांनी आम्हाला १९७७-७९ या काळात वित्त आणि नियंत्रण शिकवले आणि 'मॅनेजमेंट अँड इंडियन एथोज' हा अभ्यासक्रम सुरू केला.

व्यवस्थापन शिक्षणाच्या पुनर्रचनेच्या गरजेविषयी त्या वेळी फक्त भारतातच नव्हे; तर संपूर्ण जगात मोठाच वादविवाद झाला होता. एम.बी.ए.च्या शिक्षणातून एकाच साच्यातून निघाल्यासारखे पैसा मिळवणारे लोक तयार होतील अशी भीती सर्वत्र पसरलेली होती. 'रीथिंकिंग द एम.बी.ए.' या सुंदर पुस्तकात हार्वर्ड बिझनेस स्कूलचे प्रोफेसर श्रीकांत दातार, डेव्हिड गार्विन आणि पॅट्रिक कुलिन यांनी असे म्हटले आहे, की बिझनेस स्कूल्सनी आपल्या विद्यार्थ्यांना तत्त्वे, मूल्ये आणि तपशिलांकडे लक्ष पुरवणे या बाबी म्हणजे नेतृत्त्वाचे आवश्यक घटक आहेत हे शिकवण्याची गरज आहे. फक्त मिळणाऱ्या मोबदल्यांपेक्षा नेत्याच्या जबाबदाऱ्यांकडे विद्यार्थ्यांचे लक्ष वेधण्यावर त्यांनी अधिक भर दिला पाहिजे. सन २००८मध्ये आर्थिक आणि वित्तक्षेत्रावर आलेल्या आपत्तीमुळे, जगभरातील बिझनेस स्कूल्स दीर्घ काळ टिकून राहण्यासाठी असे बदल करणे अत्यावश्यक ठरले.

उद्याच्या आव्हानांना तोंड देणाऱ्या व्यवस्थापकांची नवीन पिढी घडवण्यासाठी व्यवस्थापन शिक्षण असेल, तर धर्म कशा प्रकारे व्यवसायाशी आंतरक्रिया करतो हे त्यांना माहिती असले पाहिजे का, हा मुद्दा खरोखरच विवादास्पद होता. आधीच्या प्रकरणात आपण इस्लामिक बँकिंगच्या वाढीत लपलेल्या क्षमतेचे परीक्षण केले. लाखो धार्मिक लोकांना ऑनलाईन सेवा पुरवण्यातील संधीही आपण पाहिल्या. परंतु, बिझनेस स्कूल्सच्या अभ्यासक्रमात धर्माची भर घालण्यामागे फक्त तेवढा एकच हेतू नाही, असे मला वाटते.

'द क्लॅश ऑफ सिव्हिलायझेशन्स' या पुस्तकात सॅम्युएल हंटिग्टन यांनी असे म्हटले आहे, की भविष्यकाळात देशांमध्ये संघर्ष होणार नाहीत तर धर्मांनी, वंशांनी आणि भाषांनी निर्माण केलेल्या संस्कृतींमध्ये संघर्ष होतील. यासाठी भौगोलिक सीमारेषांचाही विचार महत्त्वाचा ठरणार नाही. तरुण वर्ग आपल्या स्वतःच्या पद्धतीने धर्माचा अन्वयार्थ लावत असल्यामुळे जागतिक धार्मिकतेत घट होण्याची चिन्हे दिसत नाहीत. आफ्रिका लवकरच विकसित

विभागांच्या गटांशी संलग्न होणार असल्याने आपल्यासमोर आणखी नवीन आव्हाने उभी राहणार आहेत.

हार्वर्ड बिझनेस स्कूलने सन २०१३मध्ये कुंभमेळ्याची संपूर्ण प्रक्रिया जाणून घेण्यासाठी अलाहाबादमध्ये एक मोठी टीम पाठवली होती. त्यांनी यावरचा एक पेपर प्रकाशित करण्याचे नियोजन केले होते. 'दुप्पट वेगाने एक महानगरी उभी करणे आणि नंतर तेवढ्याच तातडीने ती गुंडाळणे याविषयीचे आव्हान' असा त्यांचा अभ्यासाचा विषय होता. याखेरीज, या पवित्र स्थळी लाखो लोकांनी येण्यामागे कोणती प्रेरणा आहे याचा अभ्यासही ते करत असावेत, असे मला वाटते. भारत वाढत्या प्रमाणात समृद्ध बनत चालल्यामुळे येथे येणाऱ्या भाविकांच्या संख्येत सातत्याने वाढ होत राहील का? जर तसे असेल, तर पुढच्या कुंभमेळ्यासमोर नेमके कोणते आव्हान असेल? हेलिकॉप्टरमधून दर्शनाची मागणी करणारे काही 'पंचतारांकित' भक्तगण तिथे येतील का? या अभ्यासांतर्गत भक्ती, निष्ठा, रचना, आरोग्य आणि एकत्रित येणारा पैसा या सगळ्यांचा अभ्यास अभिप्रेत होता. या सर्व घटकांच्या भवितव्यातील व्याप्तींचाही अभ्यास ते करतील, असे मला वाटते.

अमेरिकेत 'व्यवसायातील देव' याविषयी अभ्यास करणाऱ्या लोकांची वाढती संख्या आहे. खालील उदाहरण पाहा :

सिलिकॉन व्हॅलीतील जेस्युट इन्स्टिट्यूट, सांता क्लारा युनिव्हर्सिटीच्या बिझनेस स्कूलमध्ये एक परिषद झाली. या परिषदेची सुरुवात सुश्राव्य तिबेटी संगीताने आणि सुफी गूढ रुमींच्या वाचनाने झाली. त्यानंतर काही क्षण शांत राहून ध्यान करण्यात आले.

जून २०१३मध्ये स्टॅनफोर्ड युनिव्हर्सिटीत झालेल्या दीक्षांत पदविकादान समारंभाला मी उपस्थित होतो. या समारंभाचे उद्‌घाटन प्रमुख ख्रिश्चन धर्मोपदेशकांच्या हस्ते झाले आणि समारोप यहुदी धर्मगुरूंच्या हस्ते झाला. त्या दिवशी त्यांनी अतिशय उत्तम भाषणेही केली. त्यांच्या भाषणात हितोपदेशाचा एखादा शब्दही नव्हता.

न्यू यॉर्क सिटीमधील फोर्थ ॲव्हेन्यू प्रेस्बिटेरियन चर्चमध्ये 'फेथऽ वर्क'व्याख्यानमालेचे आयोजन करण्यात आले होते. त्याला ज्येष्ठ व्यावसायिक नेते उपस्थित होते.

भारतातही व्यावसायिक नेते धार्मिकतेकडे आणि आध्यात्मिक जागरणाच्या इतर प्रकारांकडे वळले आहेत. विपश्यना ध्यानधारणेचेही कित्येक अनुयायी आहेत. व्यावसायिक परिषदांमध्ये कित्येक आध्यात्मिक नेत्यांना 'प्रमुख वक्ते' म्हणून बोलावले जात आहे. सन २०१२मध्ये दिल्लीत झालेल्या ॲड एशिया परिषदेला मी उपस्थित होतो. जगातील मोठमोठ्या उद्योगधंद्यांकडून आलेले मोठमोठे वक्ते या परिषदेसाठी उपस्थित राहिले होते. परंतु, या सगळ्यांतील आश्चर्याची बाब अशी होती, की फक्त स्वामी सुखबोधानंद यांच्याच भाषणाला सर्वांनी उठून उभे राहून मानवंदना देत टाळ्या वाजवल्या होत्या. पॅन आयआयटी अल्युमनी परिषदेत सन २००६मध्ये भाषण केलेल्या श्री.श्री. रविशंकर यांचेही जोरदार स्वागत झाले होते. जग्गी वासुदेव यांच्या व्याख्यानांना मी गेलो आहे आणि त्यांना सहसा नेहमीच श्रोते उभे राहून टाळ्या वाजवून दाद देतात. व्यावसायिक विचारवंत राम चरण यांच्यासह त्यांनी सन २०१२च्या प्रारंभी अशा प्रकारच्या कार्यक्रमाची सुरवात केली होती. त्या वेळी आपल्या आश्रमात व्यावसायिकांसाठी त्यांनी तीन दिवसांचा एकांतवासाचा कार्यक्रम आयोजित केला होता.

व्यावसायिक जगात जर हे सारे घडत असेल, तर बिझनेस स्कूल्समधल्या तरुणाने व्यवस्थापन गुरू वॉरेन बेन्निसकडून धडे घ्यावेत यासाठी त्याची तयारी करवून घेणे आवश्यक नाही का? इतर जण असा युक्तिवाद करतात, की अखेरीस कामकाजाच्या क्षेत्रात आध्यात्मिकता आपली जागा मिळवेलच, त्यामागचे कारण अगदी साधे आहे. ते म्हणजे आध्यात्मिकता उपयुक्त आहे. सर्व जीवांना सन्मान असतो; प्रतिष्ठा असते अशी श्रद्धा आध्यात्मिकतेत अंतर्भूत असते. आपण सारेच जण परस्परांशी संलग्न आहोत आणि एक असामान्य शक्ती आपल्या सर्वांच्या जीवनाचे हेतू निश्चित करते, असाही विश्वास आध्यात्मिकतेतून व्यक्त केला जातो. समकालीन व्यवस्थापनात बड्या कंपन्यांविषयी जो विचार मांडला जातो, त्याच्याशी हे तंतोतंत जुळते. या यशस्वी कंपन्या माणसांचा वापर 'यंत्रे' म्हणून करत नाहीत. त्या लोकांचे दिवसातील आठ तास विकत घेत नाहीत. त्या मानवी कमतरतांविषयी संवेदनशीलतेने वागतात. आपण जे काही करत असू, त्यात असामान्यत्व आणण्यासाठी तळमळीने प्रचंड धडपड करणाऱ्या लोकांच्या टीम्सना ते परस्परांशी संलग्न करतात. या कंपन्या ऐकणे, शिकणे आणि मिळालेले ज्ञान

किंवा माहिती इतरांशी वाटून घेणे यालाच प्रोत्साहन देतात. असामान्य आणि विलक्षण काम करणे हा त्यांच्या मोहिमेचा हेतू असतो.

जॉर्ज वॉशिंग्टन युनिव्हर्सिटीतील प्राध्यापक हॅमिल्टन बिस्ले म्हणतात, ''आध्यात्मिकता हा व्यवस्थापन आणि संघटनात्मक वर्तन यांच्यातील अत्याधुनिक कल्पना आणि सिद्धांत व विचार यांचा गाभा आहे. आध्यात्मिकतेमुळे उच्चतर कार्य करणारी संघटना तयार होते.''

धर्म हा बिझनेस स्कूलच्या अभ्यासक्रमाचा भाग नसतो, याकडे बेन्निस यांनी लक्ष वेधले आहे. ते म्हणतात, ''सर्वच बिझनेस स्कूल असा दावा करतात की ते वैश्विक मनांची निर्मिती करत आहेत, परंतु जर या वैश्विक मनांना विश्वातील धर्मांविषयी कसलीच माहिती नसेल, तर ती कितपत परिपूर्ण असू शकतील?''

युरोपमधील प्रोटेस्टंट धर्मसुधारणेसह (वेबरची प्रोटेस्टंट कामकाजविषयक नीतितत्त्वे) भांडवलशाहीच्या उदयाविषयी त्यांना माहिती असली पाहिजे, की नाही? जगातील सर्वांधिक अलीकडच्या काळात उदयाला आलेला धर्म म्हणून इस्लामची त्यांना माहिती असावी की नाही? हिंदुत्वाची आणि अमेरिकेत ते झपाट्याने पाझरत चालल्याची माहिती त्यांना हवी की नको? आणि कामकाजविषयक चिनी नीतिमत्तेवर धर्माच्या वाढत्या प्रसाराचा काय परिणाम होईल, हे त्यांना माहिती नको का?

'बिझनेस वीक'मध्ये प्रसिद्ध केलेल्या एका लेखात बेन्निसने एक स्वारस्यपूर्ण किस्सा सांगितला आहे. ग्राऊचो मार्क्स या स्वतः ज्यू असलेल्या व्यक्तीशी हा किस्सा संबंधित असल्याचे त्याने म्हटले आहे. ओट्टो कान्ह हा धर्माने ज्यू असलेला न्यू यॉर्कचा प्रसिद्ध नागरिक अत्यंत श्रीमंत होता आणि त्याने कित्येक संस्थांना भल्यामोठ्या देणग्याही दिल्या होत्या. या संस्थांमध्ये मेट्रोपोलिटन म्युझियमचाही समावेश होता. अत्यंत प्रतिष्ठित अभिनेता आणि पाठीवर कुबड असलेल्या मार्शल पी.वाईल्डरचा तो चांगला मित्र होता. ते दोघेही एके दिवशी फिरत-फिरत फिफ्थ अॅव्हेन्यूवरच्या नव्यानेच बांधल्या गेलेल्या ज्यू लोकांच्या प्रार्थनास्थळी म्हणजेच सिनॅगॉगवरून पुढे गेले. काहन म्हणाला, ''मी पूर्वी ज्यू होतो हे तुला माहिती असेलच!'' त्यावर वाईल्डरने उत्तर दिले, ''खरंच? 'होतास?' मग मीसुद्धा पूर्वी कुबड्या होतो.''

या गुंतागुंतीच्या जगाला समजून घेण्यासाठी नवीन पिढीच्या व्यवस्थापकांना धर्माच्या डोसचा उपयोग होईल का?

सर्वच आघाडीच्या बिझनेस स्कूल्सपैकी काही स्कूल्समध्ये तरी अशा प्रकारच्या अभ्यासक्रम आहे का, याचा मी तपशीलवार शोध घेतला. परंतु जागतिक धर्मांना वाहिलेला 'विशिष्ट' अभ्यासक्रम मला सापडला नाही. मानववंशशास्त्रीय स्वरूपाचे आणि सर्व धार्मिक मुद्दे समाविष्ट असलेला एखादा अभ्यासक्रमही मला आढळला नाही. मला असे वाटते, की भारतीय आणि एकूणच जागतिक राजकारणातील धर्माच्या प्रक्षुब्ध स्वरूपामुळे असेल कदाचित; परंतु अभ्यासक्रमात धर्माचा समावेश करण्याविषयी बिझनेस स्कूलमध्ये फारशी जागरुकता नसावी. मात्र, सर्वच बिझनेस स्कूलच्या पदवीचा अभ्यास करणाऱ्या विद्यार्थ्यांसाठी 'व्यवस्थापन आणि मानववंशशास्त्र' हा विषय असावा किंवा सर्वच बिझनेस स्कूल्सच्या पदवीधर विद्यार्थ्यांसाठी 'व्यवस्थापनाचे सांस्कृतिक घटक' हा सक्तीचा अभ्यासक्रम ठेवण्याची कल्पना चांगली ठरेल. या एक किंवा दोन अभ्यासक्रमांमध्ये जगातील महत्त्वाच्या धर्मांमधील सर्व मूलभूत बाबी समाविष्ट असाव्यात. धर्मांचे मूळ, प्रमुख धार्मिक आधार, जगातील लोकसंख्येत होत असलेली वाढ, त्यांचे व्यवस्थापनावर होणारे परिणाम हे त्याचे घटक असावेत.

मानव संसाधन व्यवस्थापनावर धर्माचे परिणाम होत असावेत, असा माझा अंदाज आहे. त्याबरोबरच देशांतर्गत आणि जागतिक विपणन, पर्यावरणविषयक व्यवस्थापन यांसह नेते, शेअरधारक, स्टेकधारक आणि माध्यमे इ. सर्वच घटकांवर धर्माचे परिणाम होत असले पाहिजेत. सन २०१२ नंतर अरब जगतात होणाऱ्या अपेक्षित परिणामांचा विचार करता जागतिक धर्मांचे आकलन करून घेणे अधिकाधिक महत्त्वाचे बनत चालले आहे. या अभ्यासक्रमात केसस्टडिजचा (उदाहरणांच्या अभ्यासाचा) समावेश असावा. ख्रिश्चन मुख्य कार्यकारी अधिकाऱ्याचा हिंदू देशातील पहिला दिवस किंवा मुस्लीम देशात हलाल उत्पादने देण्यास सुरुवात करणे किंवा अल्पसंख्याकांच्या धार्मिक सरावांमुळे निर्माण होणाऱ्या मानव संसाधनविषयक चिंता अगर काळज्या (जर व्यवस्थित हाताळला गेला नाही, तर साध्या मुद्द्यांचा विषयही चांगलाच बोचरा विषय बनू शकतो.) या संदर्भातील केसस्टडिज असल्या पाहिजेत. या विषयात भारतीय बिझनेस स्कूलनी प्रथम काम केले आहे, असे मला वाटते.

आधीच एस.पी.जैन यांच्यासारख्या आणि नर्सी मोन्जी इन्सिटीट्यूट ऑफ मॅनेजमेंट स्टडिज (एन.एम.आय.एम.एस.) यांसारख्या संस्थेने नावीन्यपूर्ण अध्ययनसंधींची निर्मिती केली आहे. एखाद्या स्वयंसेवी संस्थेसमवेत ते आपल्या विद्यार्थ्यांना दोन महिने काम करायला लावतात, हे याचे उदाहरण आहे. उपेक्षितांसमोरची आव्हाने समजून घेण्यास प्रतिष्ठित व्यवस्थापन स्कूल्सच्या विद्यार्थ्यांना मदत व्हावी आणि सामाजिक क्षेत्रात व्यवस्थापनाची तत्त्वे लागू करण्याचे नावीन्यपूर्ण मार्ग त्यांनी शोधावेत, या हेतूने असे केले जाते. याच धर्तीवर भारतीय बिझनेस स्कूल्सनी जागतिक धर्मांची मूलभूत तत्त्वे आणि त्यांचे व्यवसायावर होऊ शकणारे परिणाम यांविषयी शिकवू शकणाऱ्या अभ्यासक्रमांची आखणी करावी, असे मला वाटते. आपला देश बहुधर्मी आहे याचा विचार करता आपल्याला जगभरच्या बिझनेस स्कूल्सना वापरणे शक्य होतील अशा केसस्टडिज आणि उदाहरणे तयार करण्याचा उपयोग होऊ शकेल.

जगभरात अधिकाधिक भारतीय कंपन्या कार्यरत होऊ लागल्यामुळे भारतीय व्यवस्थापकांना सांस्कृतिक फरक माहिती असणे आवश्यक ठरणार आहे. विविध देशांतील पायाभूत अभ्यासांतर्गत डच सामाजिक मानसशास्त्रज्ञ गीर्ट होफस्टीड यांनी राष्ट्रीय संस्कृतीची पाच परिमाणे शोधून काढली. विषम सत्ता विभागणी, व्यक्तिवाद–सामूहिकवाद, पुरुषवाद–स्त्रीवाद, अनिश्चितता टाळणे आणि दीर्घकालीन समायोजन ही ती पाच परिमाणे होत. हा मूलभूत अभ्यास तीस वर्षांपूर्वी केला गेला आणि विविध देशांमधील सांस्कृतिक फरक समजून घेण्यासाठी अद्याप त्यांचा मोठ्या प्रमाणात वापर केला जातो. उदाहरणार्थ, भारत आणि चीन यांसारखे पौर्वात्य समाज अधिक सामूहिकतावादी आहेत. कोणताही निर्णय घेण्याआधी आपण कित्येक जणांचा सल्ला घेतो. आपल्या समाजांमध्ये मोठ्या प्रमाणात सत्तेची विषम विभागणी झालेली आहे. उच्च आणि कनिष्ठ समाजांमध्ये मोठी सामाजिक दरी आहे. कित्येक बिझनेस स्कूल्सच्या अभ्यासक्रमांमधून हा मुद्दा व्यवस्थित हाताळला गेला आहे. परंतु, या मुद्यांखेरीज तरुण व्यवस्थापकांना धार्मिक फरकांविषयीही शिकवले जाण्याची आवश्यकता आहे. मराईके डी मूज याने आपल्या 'कंझ्युमर बिहेविअर अँड कल्चर' या पुस्तकात असे म्हटले आहे, की 'आपण देशांच्या धार्मिक इतिहासाचा मागोवा घेतला, तर तेथील लोकसंख्येने कोणता धर्म

आपलासा केला आहे हे सांस्कृतिक फरकांपेक्षाही तिथे आधीच अस्तित्वात असलेल्या सांस्कृतिक मूल्यांच्या रचनेवर अवलंबून असते, असे दिसते.' कदाचित तसे असूही शकेल; परंतु लोकसंख्येच्या बदलत्या रचनांनुसार, भविष्यात समोर येणारी आव्हाने खरोखरच भयावह असतील. स्थानिक लोकसंख्येची सांस्कृतिक आणि धार्मिक मूल्ये माहिती असतील, तर भारतीय कंपनीला चमत्कार घडवून आणणारे परिणाम मिळण्यास मदत होईल.

'गॅलॅक्सी सरफॅक्टंट्स' या दोन हजार कोटी रुपयांची उलाढाल असलेल्या कंपनीची कथा मी तुम्हाला सांगतो. वैयक्तिक काळजी घेण्यासाठी तयार केल्या जाणाऱ्या उत्पादनांमध्ये वापरली जाणारी रसायने तयार करणे, हे त्यांच्या व्यवसायाचे आणि इजिप्तमधील त्यांच्या प्रकल्पाचे वैशिष्ट्य होते. कित्येक वर्षे हा प्रकल्प ऐरणीवर होता. परंतु, अखेरीस ज्या वेळी त्याचे बांधकाम सुरू झाले, त्या वेळी दीर्घकालीन राजकीय नेता असलेल्या होस्नी मुबारक यांच्या विरोधातील नागरी उठावाच्या रूपाने त्यांच्यासमोर संकट उभे ठाकले. प्रकल्पाच्या बांधकामावर देखरेख करण्यासाठी इजिप्तला पाठवल्या गेलेल्या भारतीय व्यवस्थापकांना घाईघाईने माघारी बोलावण्यात आले. परिस्थिती सुरळीत झाल्यावर त्यांना पुन्हा परत पाठवण्यात आले आणि प्रकल्पाचे कामकाज सुरू झाले. लवकरच रमदानचा महिना आला. त्या वेळी तिथे आपल्या भारतीय लोकांनी जे काही केले, ते आश्चर्यजनक होते. त्यांनी धार्मिक उपवास करण्यास कामगारांना मदत व्हावी यासाठी स्थानिक कामगार कंत्राटदारांशी सहकार्य केले. मात्र, सूर्यास्तानंतर अतिरिक्त तास काम करण्याचे त्यांनी कामगारांकडून कबूल करवून घेतले. कृत्रिम प्रकाशात हे काम सुरू झाले. उपवासामुळे होणारी दिरंगाई त्यामुळे रोखली गेली. भारतीय व्यवस्थापकांनी स्थानिक धार्मिक चालीरितींशी जुळवून घेण्याचे गंभीर प्रयत्न केल्यामुळेच हे घडून आले होते. या प्रयत्नांत अक्षरशः चमत्कार घडून आला होता.

याच धर्तीवर तत्कालीन विप्रोने 'उंझा' ही आग्नेय आशियातील कंपनी संपादित केली. या कंपनीची मलेशियात मोठी टीम होती. त्यांच्यापैकी कित्येक जण मुस्लीम होते. मोठ्या प्रमाणात हिंदू कर्मचारी असलेल्या कंपनीचे भारतातील कामकाज कसे चालते आणि त्यांची नीतिमूल्ये कशी आहेत, याची कल्पना तेथील कर्मचाऱ्यांना यावी यासाठी कंपनीने त्यांना

भारतात बोलावून घेतले होते. या प्रक्रियेत विप्रोच्या टीमने भारतातील मुख्य कंपनीचे रीतीरिवाज आणि संस्कृती याविषयी मलेशियन कर्मचाऱ्यांच्या मनात असलेल्या सगळ्या भीती आणि शंका दूर करण्यात यश मिळवले.

भारतीय व्यवसाय हे वाढत्या प्रमाणात जागतिक इकोसिस्टिमचा भाग बनत चालल्यामुळे, आपल्या व्यवस्थापकांना सांस्कृतिक आणि धार्मिक फरक समजून घ्यावेच लागतील. अत्यंत भिन्न प्रकारच्या पार्श्वभूमीच्या अधिकाऱ्यांशी व्यवहार करण्यास त्यांना शिकावेच लागेल. या व्यवहारांमध्ये सांस्कृतिक फरक जाणून घेण्यास अत्यंत महत्त्व असेल आणि अर्थातच धार्मिक फरक समजून घेणेही तेवढेच महत्त्वाचे असेल.

❑ ❑ ❑

२४

उपसंहार

आन्दावन सोलरान. अरुणाचलम सैरान.
(देव सांगतो. अरुणाचलम करते.)

– रजनीकांत (जन्म : १९५०).
अरुणाचलम या चित्रपटात.

'मुंबई मिरर'ने काही महिन्यांपूर्वीच एक अप्रस्तुत विनोद प्रसिद्ध केला होता. शिक्षक आपल्या वर्गातील मुलांना प्रश्न विचारतो, ''मुलांनो राम, गुरू गोविंद, महावीर, प्रेषित मुहंमद आणि जीझस ख्राईस्ट यांच्यात कोणतं साधर्म्य आहे, ते तुम्ही मला सांगू शकाल का?'' एक मुलगा वर्गात ओरडून उत्तर देतो, ''ते सगळेच जण सरकारी सट्ट्यांच्या दिवशी जन्मले.''

परिस्थितीच्या वास्तवाचे अतिशयोक्तिपूर्ण वर्णन या विनोदातून करण्यात आले होते. आपल्या शाळांतील बहुतांश मुलांना आपल्या देशात चैतन्यपूर्णतेने सहअस्तित्व टिकवून राहिलेल्या बहुतेक धर्मांविषयी माहिती नसणे शक्य आहे. त्यांना जास्तीत जास्त फक्त एकच गोष्ट माहिती असण्याची शक्यता असते. ती म्हणजे, देवदेवता आणि गुरू यांच्या जन्मदिनी आपल्याला सुट्टी असते. प्रत्यक्ष वस्तुस्थितीचे हे अतिशयोक्तिपूर्ण वर्णन असू शकेल. परंतु माझ्या शालेय जीवनात माझ्या ब्राह्मणी पुराणमतवादी विचारसरणीच्या शाळेत हिंदू धर्म वगळता इतर कोणत्याही धर्माविषयी मला शिकता आले नव्हते, हे

मी मान्य करतो. गेल्या पन्नास वर्षांत शाळा मोठ्या प्रमाणात उदारमतवादी बनल्या आहेत असे मला वाटते आणि आता नीतिशास्त्राच्या तासाला त्या फक्त एकाच धर्माविषयी शिकवण्याऐवजी इतर धर्मांविषयीही शिकवत असण्याची शक्यता आहे.

परंतु, मुंबईतील माझ्या मुलाच्या शाळेनेही त्याला हिंदू धर्माखेरीज इतर धर्मांविषयी फारसे काही शिकवले नव्हते. विशेषतः आर्य समाजाच्या श्रद्धा यंत्रणांविषयी त्याला शिकवले गेले होते. माझ्या मुलाला धार्मिक नेत्यांविषयी आणि पुराणांविषयी अल्प माहिती शिकता आली होती. कॉमिक्समध्ये येणाऱ्या अंकल पै यांच्या प्रसिद्ध अमर चित्रकथांच्या मालिकांची त्याला भुरळच पडली होती. त्याच्या या वाचनाच्या वेडाचे आभारच मानले पाहिजेत. जुन्या कथांचा खजिना बाळगत असलेल्या आज्या सध्या घरांमध्ये नसतात. धार्मिक शिक्षणाची त्यामुळे हानी होते, असे मला वाटते. विभक्त कुटुंबांच्या वाढत्या पद्धतीमुळे आणि आज्याही बऱ्याच प्रमाणात व्यवसायात किंवा अन्य कामांत गुंतलेल्या असल्यामुळे, अशा प्रकारच्या धार्मिक शिक्षणाचा मार्ग जवळजवळ कायमचाच खुंटल्यात जमा आहे. अमर चित्रकथा आपल्या भवितव्यातील अस्तित्वाला प्रोत्साहन देण्यासाठी मोबाईल ॲप्सचा वापर करू शकतात. सुदैवाने, पुराणकथा सादर करून टेलीव्हिजन आणि लोकप्रिय पुस्तके धार्मिक अग्नी प्रज्वलित ठेवत आहेत.

जगाच्या काही भागांतील परिस्थिती अधिक वाईट बनली आहे. 'फिनान्शियल टाइम्स'ने सन २००१ मध्ये असे जाहीर केले होते, की ब्रँड्स हेच नवीन धर्म बनले आहेत. अर्थ शोधण्यासाठी लोक त्यांच्याकडे वळत आहेत. कदाचित तसे असूही शकेल; परंतु संशोधकांनी 'ॲपल' च्या निष्ठावान चाहत्यांच्या वर्तनाची तुलना धार्मिक गटांच्या लोकांच्या वर्तनाशी केली आणि त्यांना या दोन्ही गटांमध्ये गूढ साम्ये आढळली. धर्माला महत्त्व न देणाऱ्या ग्राहकांच्या तुलनेत धर्माला महत्त्व देणारे ग्राहक विविध ब्रँड्सवर भिन्न प्रतिक्रिया व्यक्त करतात, असेही दिसून आले आहे. त्यामुळे काही संशोधकांनी असा निष्कर्ष काढला आहे, की 'ब्रँड्स हे अधार्मिक लोकसमूहाचे दुःखशमन करणारे औषध आहेत.' धर्माला महत्त्व न देणाऱ्या लोकांच्या तुलनेत धार्मिक उतारा वगैरे वाचणारे आणि धर्माला महत्त्व देणारे लोक सर्वज्ञात ब्रँडऐवजी कोणत्याही सर्वसामान्य ब्रँडच्या वस्तू खरेदी करण्यातही

आनंदी असतात, असे एका संशोधनातून दिसून आले. त्यामुळे हा निष्कर्ष काढण्यात आला होता. संशोधकांनी असेही स्पष्ट केले, की ग्राहकांना धर्माचा विचार करण्यास भाग पाडल्यावर त्यांची ब्रँडभिमुखता किंवा ब्रँडला प्राधान्य देण्याची वृत्ती बरीचशी कमी झाली. याचा अर्थ जेवढा ग्राहक अधिक धार्मिक तेवढा तो ब्रँडला कमी महत्त्व देतो असा निष्कर्ष जगभरातील सर्वच ग्राहकांना लागू होतो का? माझ्या संशोधनादरम्यान मला जे आढळले, ते कोणत्याही प्रकारे याला दुजोरा देत नाही. आंतरराष्ट्रीय ग्राहकांच्या आणि त्यातही विशेषतः युरोपमधील ग्राहकांच्या तुलनेत भारतीय ग्राहक मोठ्या प्रमाणात धार्मिक आहेत. आंतरराष्ट्रीय संशोधनानुसार, अधिक धार्मिक असलेले भारतीय ग्राहक कमी प्रमाणात ब्रँडविषयी आग्रही असले पाहिजेत. खरे तर, आम्हाला जे आढळले होते ते याच्या पूर्णपणे विरुद्ध होते. भारतीय ग्राहकांमध्ये अधिक धार्मिक असलेले ग्राहक ब्रँड्सच्या बाबतीत अधिक चोखंदळ होते. त्यांना ब्रँड्स हवे होते, त्यांना चांगल्या दर्जाच्या आणि गुणधर्माच्या वस्तू हव्या होत्या. त्यांना उत्तम (किफायतशीर) किंमत हवी होती. म्हणून, या अर्थाने हे ग्राहक देवाकडेही अधिक मागत होते आणि वरचेवर प्रार्थना करत होते. मंदिरात वरचेवर जात होते आणि अशा अनेक धार्मिक गोष्टी करत होते. भारतीय ग्राहकांच्या नैसर्गिक धार्मिक कलांचा अभ्यास करणे आणि दैनंदिन आयुष्यावर खरोखरच त्यांचा कसा परिणाम होतो हे पाहणे, हा एक अत्यंत आकर्षक प्रवास होता. आतापर्यंत तुम्हीही माझ्याबरोबर हा प्रवास पार पाडला आहे आणि मला वाटते, की तुम्हीही त्याचा आनंद घेतला असेल.

बिंदी किंवा टिकली आणि मंगळसूत्र यांच्या शोधमोहिमेपासून आपण या प्रवासाला सुरुवात केली. या मार्गावर आपण टेलीव्हिजन प्रोग्रॅमिंग, संगीत, चित्रपट, पुस्तके आणि त्याबरोबरच शुभ तारखा, लग्ने, पर्यटन, सूक्ष्म धार्मिक साचेबंदपणा, माहिती तंत्रज्ञान आणि इतर बऱ्याच गोष्टींचा मागोवा घेतला.

मी या सगळ्या गोष्टींवरचे आवरण जसजसे दूर करत गेलो, तसतसे माझ्या लक्षात आले, की त्या त्या क्षेत्रातील बऱ्याच गोष्टींचा शोध घेणे अद्याप बाकी आहे. उदाहरणार्थ, पुरुषांच्या तुलनेत महिला अधिक प्रमाणात प्रार्थना करतात असे आपण पाहिले. याखेरीज, प्रौढ व्यक्तींच्या तुलनेत तरुण लोक कमी प्रमाणात प्रार्थना करतात, असेही आपल्या लक्षात आले. परंतु, प्रार्थना करण्याच्या पद्धतीतील आंतरधर्मीय फरकांचा आपण विचार केला नाही.

जाहिरात क्षेत्रात धार्मिक प्रतीके आणि धार्मिक संगीताचा कसा वापर करून घेतला जातो ते आपण पाहिले; परंतु अधिक धार्मिक असलेला ग्राहक कमी धार्मिक असलेल्या ग्राहकाहून वेगळा असतो का, याचा विचार आपण केला नाही.

आपण काही प्रमाणात अधिक खोलात जाऊन मुस्लीम ग्राहकांचा विचार केला. परंतु ग्राहक वर्तनाचा विचार करताना हे ग्राहक त्यांचे शेजारी असलेल्या हिंदू ग्राहकांहून भिन्न असतात असे आपल्याला आढळले नाही. अगदी ख्रिश्चन ग्राहकही त्यांच्याहून भिन्न नसतात. मात्र, हिंदू आणि ख्रिश्चन ग्राहकांच्या तुलनेत मुस्लीम ग्राहक जास्त धार्मिक असतात. ते अधिक वेळा नमाज पढतात आणि वरचेवर पवित्र कुराणाचे वाचन करतात. परंतु असे फक्त म्हटले जाते किंवा असे दावे केले जातात. याचा शास्त्रशुद्ध अभ्यास केला गेलेला नाही. रमदान महिन्यातील उपवास हा या निष्कर्षाचा एक निदर्शक आहे, असे मला वाटते. बहुतेक मुस्लीम हे उपवास करतात. आपापल्या लोकसंख्यांच्या तुलनेत उपवास करणाऱ्या हिंदू आणि ख्रिश्चन लोकांच्या तुलनेत या काळात उपवास करणाऱ्या मुस्लिमांचे प्रमाण त्यांच्या लोकसंख्येचा विचार करता अधिक आहे. हिंदूंचे अनेक उपवास असतात आणि ख्रिश्चन लेंटच्या काळात उपवास करतात, त्याचा विचार करून हा विचार मांडला आहे.

दोन प्रकरणांमध्ये आपण ज्यूंविषयींच्या काही स्वारस्यपूर्ण कथा पाहिल्या. कॅथलिक अगर प्रोटेस्टंट ख्रिश्चन ग्राहकांहून ते भिन्न आहेत का, याचे परीक्षण आपण केले नाही. परंतु होय, ते भिन्न आहेत. ते अधिक नावीन्यपूर्ण कल्पना लढवतात आणि धोकेही पत्करतात. मुस्लीमही तसेच असतात.

प्रत्येक प्रकरणात धार्मिकतेशी संबंधित माझे स्वतःचे अनुभव देण्याचा आणि धार्मिकतेच्या ज्या पैलूंचे परिणाम मला दिसून आले, ते देण्याचा मी प्रयत्न केला आहे. व्यावसायिक स्वारस्याच्या दृष्टीने या माहितीचा आणखी उपयोग कसा करून घेता येईल, त्याचे मार्ग सुचवण्याचे प्रयत्नही मी केले आहेत. पर्यटनापासून प्रवासापर्यंत आणि टिकाऊ वस्तूंपासून ते कपड्यांच्या विक्रीपर्यंत कित्येक उत्पादनांमध्ये काही प्रमाणात धार्मिकता गुंतलेली असते. विवाहासाठी आपण करत असलेली व्यक्तीची निवड, आपल्या राहत्या घराची निवड, आपल्याला हव्या असलेल्या सुट्ट्या, आपण वस्तू खरेदी करतो तो काळ या सगळ्यांमध्ये धार्मिकतेचा कोणता ना कोणता अंश असतोच.

भारतात सध्या आपण एका विशिष्ट परिस्थितीतून जात आहोत, असे मला वाटते. नजीकच्या भविष्यकाळात भारतातून धार्मिकता नष्ट होईल, असे मला वाटत नाही. उच्चधार्मिकता आणि उच्चग्राहकाभिमुखता या गोष्टी परस्परांच्या हातांत हात घालून चालत राहतील. धर्म आणि जातींचा वापर करून राजकीय शक्ती भेदभाव करण्याचा प्रयत्न करतात; परंतु येत्या वीस वर्षांत ही दरी नाहीशी होईल. वाढती साक्षरता आणि अधिक चांगल्या कौशल्यविकासामुळे आधुनिक काळातील कार्यालयांमधून जातींच्या सीमारेषा नष्ट झाल्या आहेत, हे मला नमूद केलेच पाहिजे. अशाच प्रकारे धार्मिकतेच्या सीमारेषाही हळूहळू नष्ट होतील, असे मी नमूद करतो. आपल्या आर्थिक वाढीमुळे मॅक्स वेबरचे म्हणणे चुकीचे असल्याचे आपण सिद्ध केले आहे, कारण आपण कौशल्याला पुढे जाण्यास वाव दिला असून जाती आणि वर्ग यांच्या उतरंडीची पद्धत खाली ढकलली आहे. आगामी वर्षांत धर्म हा महान शक्तीगुणकही बनणार आहे. आपल्या बहुधर्मीय समाजात प्रत्येक धर्मात मोठ्या प्रमाणात सण, उत्सव साजरे होतात. या गोष्टींची आपल्या देशाची वाढ होण्यास मदत होईल.

आता प्रश्न असा आहे की घरात, कामाच्या ठिकाणी आणि व्यापक अर्थाने समाजात असताना स्वतःला मदत करण्यासाठी तुम्ही काय करू शकाल? आपल्या देशातील प्रमुख धर्मांविषयी जाणून घेण्याचे तुम्ही थोडे अधिक प्रयत्न केले तर तुमच्या आयुष्यात तुम्ही सुधारणा घडवून आणू शकाल, असे मला वाटते. या प्रत्येक धर्मातील प्रमुख गोष्टी समजून घेतल्यामुळे धर्मांच्या बाबतीतील भिन्नता आणि साधर्म्ये यांविषयी तुम्ही अधिक संवेदनक्षम बनू शकाल. या मोठ्याच आकलनामुळे व्यापक अर्थाने तुम्ही समाजाशी संलग्न होण्यासाठी अधिक चांगल्या प्रकारे स्वतःलाच मदत करू शकाल. कदाचित, एखाद्या दुकानदाराला अधिक नम्रपणे अभिवादन कराल किंवा आपल्या मुस्लीम शेजाऱ्याला ईदच्या शुभेच्छा देऊ शकाल. एकंदरीतच, मला असे वाटते की, सर्वच धर्मांविषयी जाणून घेतल्याने तुम्ही अधिक संवेदनक्षम व्यक्ती बनू शकाल.

अखेरीस, मला असे वाटते की, जगातील धर्मांची माहिती घेतल्यामुळे आपण अधिक चांगला माणूस बनू शकतो. एखाद्या विशिष्ट धर्माचा शिक्का समाजावर बसणे किती कलंकित स्वरूपाचे असते, ते आपल्या लक्षात येईल. लोकप्रिय प्रसारमाध्यमे आणि राजकीय शक्तिप्रदर्शनातून दिसणाऱ्या गोष्टींच्या

पलीकडे जाऊन आपण समाजमन वाचू शकू. इंग्लिश भाषेतून प्रसिद्ध होणाऱ्या साहित्यातून आपल्यासमोर नेहमीच एकाच रंगाने रंगवलेले धर्मनिरपेक्षतेचे चित्र येते असे माझे मत आहे. तुम्ही जर भारतीय भाषांमधून प्रसिद्ध होणारे साहित्य वाचले आणि त्यांमधून सांगितल्या जाणाऱ्या धार्मिक कथा वाचल्या तर तुम्हाला खरा भारत समजू शकेल. औद्योगिक भारतातील आपण सर्वांनीच किमान एका तरी प्रादेशिक भाषेतील साहित्य वाचण्याची सवय लावून घेतली पाहिजे. इंग्लिश भाषेतील पुस्तकांनी ज्या गोष्टी लपवलेल्या असतात, त्यांची झलक तुम्हाला या पुस्तकांतून बघायला मिळेल. धार्मिक भारत आणि त्याचे विविध रंग आणि सण, उत्सव यांचे दर्शन तुम्हाला घडेल. या सण, समारंभांच्या मागे नेमके काय आहे ते समजून घेणे हा यातला दुसरा टप्पा असेल. त्यानंतर प्रत्येक धार्मिक सण हा आपला स्वतःचा आहे असे समजून साजरा करणे, ही यातील अखेरची पायरी असेल.

कदाचित, मी अतिसकारात्मकतेने बोलत असेन; परंतु उच्चधार्मिकता हा आपल्याला म्हणजे, भारतीयांना कोणतीही गोष्ट करण्यास प्रवृत्त करणारा महत्त्वाचा सकारात्मक घटक आहे असा माझाही ठाम विश्वास आहे. आपण प्रत्येकानेच याकडे वरदान म्हणून बघण्याची गरज आहे. किफायतशीर सौदा करताना याचा आपल्याला लाभ होतो.

तेव्हा आता पुढे जा आणि आपल्या स्वतःचा शोधप्रवास सुरू करा. ते पुस्तक उचला, त्या तीर्थयात्रेला सुरुवात करा. ती पूजा करा, ती प्रार्थना करा आणि कदाचित ती शक्ती तुमच्यातही येईल!

रविंद्रनाथ टागोर यांच्या शब्दांनी मी तुमचा निरोप घेतो :

मी इथून जाईन तेव्हा
माझे हे निरोपाचे शब्द असावेत, की
मी जे काही पाहिले त्याहून आणखी श्रेष्ठ काही असूच शकणार नाही.

प्रकाशाच्या महासागरात पसरलेल्या
या कमळात दडलेल्या मधाची चव मी चाखली
म्हणजे मग मला कृपाप्रसाद लाभला आहे
– हे माझे निरोपाचे शब्द असावेत.

कित्येक अमर्याद प्रकारांच्या या नाट्यगृहात
मी माझे नाटक सादर केले
आणि आता कुठे त्या निराकाराची नजर माझ्यावर पडली.

माझे संपूर्ण शरीर आणि माझे पाय
स्पर्शातीत असलेल्या 'त्याच्या' स्पर्शाने थरारून उठले
आणि आता जर इथेच मृत्यू येणार असेल, तर खुशाल येवो
– हेच माझे निरोपाचे शब्द असावेत.

□ □ □

ऋणनिर्देश

मला अध्यापन आणि लेखन यांमध्ये स्वारस्य असताना पीएच.डी. करण्याची का इच्छा आहे, असे के.जे. सोमय्या इन्स्टिट्यूट ऑफ मॅनेजमेंट स्टडिज अँड रीसर्च, एस.आय.एम.एस.आर.चे तत्कालीन संचालक पी.एल. आर्य यांनी सन १९९९मध्ये मला विचारले होते. मला वाटते, या पुस्तकाच्या कल्पनेची बीजे त्या वेळीच रोवली गेली असावीत. प्रा.सुरेश घई यांनी एस.आय.एम.एस.आर.ची सूत्रे हाती घेतली आणि एस.आय.एम.एस.आर.च्या माध्यमातून मुंबई विद्यापीठात पीएच.डी.साठी मी नोंदणी करू शकतो असे मला बोलावून घेऊन सांगितले, त्या वेळी या कल्पनेला मोठीच गती आली असावी. ते २००६ साल होते. त्या वेळी तो सगळा प्रवास सहा वर्षांचा असेल आणि त्या प्रवासात कित्येक अनपेक्षित गतिरोधक येतील, याची मला फारशी कल्पना नव्हती. त्यांपैकी एकामुळेच या पुस्तकाचे लेखन मी सुरू केले.

त्या सहा वर्षांच्या कालावधीत माझे पीएच.डी.चे मार्गदर्शक प्रा.आर.के. श्रीवास्तव माझे आधारस्तंभ होते. शिवाय, आय.आय.एम.सीच्या वेळच्या माझ्या सहाध्यायी आणि सफ्फोल्क युनिव्हर्सिटीच्या प्रा.मीरा वेंकटरमण यांच्याकडून मला मोठेच साहाय्य मिळाले. धर्म आणि ग्राहक वर्तन या प्रदेशातून फेरफटका मारण्यासाठी मला इतरही अनेकांनी मदत केली. त्या सर्वांविषयीच मी अत्यंत कृतज्ञ आहे.

माझ्या पीएच.डी.च्या प्रबंधाचे काम पूर्ण केल्यावर त्याचे रूपांतर मी पुस्तकात करावे, अशी कल्पना मला प्रा. आर.के. श्रीवास्तव आणि प्रा. सुरेश घई यांनी दिली.

मी प्रकाशकांच्या शोधात असताना पेंग्विनशी माझा संपर्क आला. (प्रकाश अय्यर यांनी मोठ्या उमदेपणाने माझी त्यांच्याशी ओळख करून दिली होती. त्याबद्दल त्यांचे आभार.) मी फोन खाली ठेवण्याआधीच (मला अत्यंत तातडीने असे म्हणायचे आहे.) अनिश चंडी माझ्या कार्यालयात पोहोचलेही होते आणि प्रबंधाचे पुस्तकात रूपांतर करण्याची माझी कल्पना त्यांनी रद्दबातल ठरवली होती.

आमच्या संभाव्य वाचकाला प्रबंधावर आधारित पुस्तक वाचण्यात कसलेच स्वारस्य असणार नाही, या त्यांच्या म्हणण्यावर दोन बैठका झाल्यावर आणि कित्येक ईमेल्सची देवाणघेवाण झाल्यानंतर आमचे एकमत झाले. सुदैवाने, माझ्या पीएच.डी.च्या दरम्यान धर्म आणि वस्तूंची विक्री व खाणे या विषयावर मी पन्नासहून अधिक पुस्तकांचे आणि शंभराहून अधिक लेखांचे वाचन केले होते. अनिश आणि मी यावर चर्चा करत असताना प्रबंधात मी ज्या विविध पैलूंचा विचार केला नव्हता, ते पैलू आश्चर्यकारकरीत्या आमच्यासमोर येऊ लागले. एका अगदीच वेगळ्या प्रकारच्या पुस्तकाची शक्यता विचारात घेतल्यावर अनिशनी मला 'धर्म आणि ग्राहकांचे वर्तन' या विषयावर पुस्तक लिहिण्यासाठी प्रवृत्त करण्यास सुरुवात केली. परंतु वस्तूंचा वापर, खाणे-पिणे आणि धर्म यांचा परस्परांवर कसा परिणाम होतो, हा मुद्दा मात्र अत्यंत स्वारस्यपूर्ण होता. त्याची फलनिष्पत्ती तुमच्या हातात आहे.

कित्येक लोकांनी मला त्यांचा वेळ, पाठिंबा आणि प्रोत्साहन दिले. त्यांचा मी अत्यंत आभारी आहे. अमिश त्रिपाठी हे भारतातील सर्वाधिक प्रसिद्ध कथालेखक आहेत. त्यांनी क्षणार्धात माझ्या पुस्तकाला प्रस्तावना लिहिण्याचे मान्य केले. या पुस्तकाच्या (आणि माझ्या प्रबंधाच्याही) कल्पनेवर मी अनेक मित्र-मैत्रिणींशी चर्चा केली. त्यांमध्ये प्रा. ज्युलिएन कायला, दोराब सोपारीवाला, हेमा विश्वनाथन, मीना कौशिक, देवदत्त पट्टनायक, टी.आर. गोपालकृष्णन, रेणुका नारायणन, प्रा. अरविंद राजगोपाल, संतोष देसाई, हरीश भट, प्रकाश अय्यर, शांता कुमार, सुभाष चक्रवर्ती, प्रा. श्रीधर सामु आणि रमा बिजापूरकर यांचा समावेश आहे.

हार्वर्ड युनिव्हर्सिटीचे प्रा. दियाना एक्क यांनी त्यांच्या 'इंडिया : अ सॅक्रीड जॉग्राफी' या अत्यंत सुंदर पुस्तकातील नकाशा आणि श्रीनिवास फाईन आर्ट्स यांनी वेदिक डायरीतील काही विलक्षण आगळीवेगळी चित्रे वापरण्यास

परवानगी दिल्याबद्दल या दोघांचेही मी विशेष आभार मानतो.

ड्राफ्ट एफसीबी उल्का या कंपनीचा बऱ्याचदा उल्लेख आला आहे. या कंपनीत मी २५ वर्षे काम केले. तेथील माझ्या कित्येक सहकाऱ्यांना आणि ग्राहकांना तुम्ही या पुस्तकात भेटला आहात. माझ्या साहाय्यिका जेन्सी जॉर्ज यांनी या पुस्तकाच्या संकलनासाठी मदत केली. हेमंत रणदिवे आणि आदित्य दिघे यांच्या नेतृत्त्वाखाली आमच्या स्टुडिओ टीमने रेखाचित्रांसाठी आम्हाला मदत केली.

काल्पनिक कथा नसलेल्या क्षेत्रात या पुस्तकाच्या रूपाने मी प्रथमच पाऊल टाकत आहे. याआधीची माझी सगळी पुस्तके 'व्यावसायिक' पुस्तकांच्या कक्षेत बसतात. माझ्याकडच्या माहितीला योग्य आकार देण्यात अनिश चंडी यांनी महत्त्वाची भूमिका पार पाडली. जयश्री राम मोहन आणि त्यांच्या सहकारी परोमिता मोहनचंद्र यांनी संपादनासाठी मोठे परिश्रम घेतलेच; शिवाय काही चुकाही दाखवून दिल्या. त्यांचे आणि त्यांच्या टीमचे मनापासून आभार. पेंग्विनच्या विक्री आणि विपणन टीममधील राहुल दीक्षित, हेमाली सोधी आणि वारुण्या भल्ला यांचेही मी आभार मानतो.

अखेरीस, माझी पत्नी नित्या आणि मुलगा आदित्य यांचेही मी आभार मानतो. त्यांनी मला नेहमीच मोठाच पाठिंबा दिला आहे आणि टीकाही केली आहे. पुस्तकाचे शीर्षक नित्याने सुचवले आणि आदित्यने त्याला अनुमोदन दिले. त्या वेळी सॅन फ्रान्सिस्को येथील मिशन डिस्ट्रिक्टमधील रस्ता आम्ही ओलांडत होतो. (स्पॅनिश धर्मोपदेशक फादर फ्रान्सिस्को पावलो यांनी तिथेच मिशन सॅन फ्रान्सिस्को डी ॲसिसची २९ जून १७७६ रोजी स्थापना केली होती.)

भारतात आम्ही आजूबाजूला जे पाहिले आणि पाहत आहोत, त्यामुळेच हे पुस्तक लिहिणे शक्य झाले. आधुनिकीकरण आणि ग्राहकाभिमुखता यांची आव्हाने भारतासमोर आहेत. तरीही अमर्याद श्रद्धा आणि रीतीरिवाज व धार्मिक विधींना भारत चिकटून राहिला आहे. स्वारस्यपूर्ण कथा आणि व्यावसायिक कल्पना यांच्या पिकासाठी ही एक सुफल, सुपीक भूमी आहे. हे असेच दीर्घ; प्रदीर्घ काळापर्यंत चालत राहू देत... आणि देवाच्या कृपेने अशाच प्रकारच्या कित्येक पुस्तकांचा बहर निर्माण होत राहू देत.

❑ ❑ ❑

धर्म : आवश्यक शब्दसंग्रह

आचार्य: आध्यात्मिक किंवा धार्मिक गुरू

आदि ग्रंथ: शिखांचा पहिला धर्मग्रंथ. गुरू अर्जुन यांनी गुरुनानक आणि त्यांच्यानंतरचे धर्मगुरू यांची स्तोत्रे आणि शिकवणी संकलित करून सोळाव्या शतकात तो लिहिला. या ग्रंथात कबीर आणि इतर भक्ती व सुफी गूढवादी पंथांच्या संतांच्या निवडक रचनाही आहेत.

अद्वैत वेदांत: तत्त्वज्ञानविषयक विचारप्रणाली : ब्रह्म आणि आत्म्याच्या ज्ञानातून मुक्तीची प्राप्ती होते, असे सांगितले गेले आहे.

अगस्त्य: दंतकथांमधील ऋषी. वेदकालीन धर्माचा उत्तरेकडून दक्षिणेकडे प्रसार करण्याचे श्रेय यांना जाते.

अग्नी: आगीची देवता. ऋग्वेदात अग्नीला उद्देशून कित्येक स्तोत्रे लिहिली गेली आहेत. सूर्य, वीज आणि यज्ञ ही अग्नीची तीन रूपे आहेत. त्यांना मनुष्यत्व बहाल केल्याचे आढळते.

अहिंसा: प्राणी किंवा मनुष्याची कोणत्याही प्रकारे हिंसा न करणे म्हणजे अहिंसा. त्याचे मूळ अनिश्चित आहे. ख्रि.पू. सहाव्या शतकात जैन आणि बौद्धधर्मीयांमध्ये हे तत्त्व प्रथम लोकप्रिय झाले आणि नंतर हिंदुधर्मीयांनी त्याचा स्वीकार केला.

अहल्-इ-हादिस: स्वतःच्या विश्लेषणापेक्षा हादिसवर अधिक भर देणारे कायदेपंडित. हादिस म्हणजे प्रेषिताच्या परंपरा. नंतरच्या कालावधीत या उपखंडात जी प्रणाली कोणत्याही ज्ञात न्यायप्रणालीशी स्वतःला जोडून घेत नव्हती आणि स्वतंत्र विश्लेषणावर विश्वास ठेवत होती, तिला 'गैर मुकाल्लिद' (इतरांचे अनुकरण न करणारे) असे म्हटले जाऊ लागले.

अहंमदिया: एकोणिसाव्या आणि विसाव्या शतकात ही मुस्लीम सुधारणा चळवळ सुरू झाली.

या चळवळीलाच 'कादियानी चळवळ' असेही म्हणतात.

अकाली दल: शिखांचा पंजाबमधील एक पक्ष. स्वातंत्र्यापूर्वी त्याची स्थापना झाली. पंजाबी भाषिकांचे स्वतंत्र राज्य स्थापन केले जावे, अशी त्यांची मागणी होती. सन १९६६मध्ये ती पूर्ण झाली.

आखाडा: योग्यांची तुकडी. जिम्नॅस्टिकचे केंद्र.

अलिगड चळवळ: एकोणिसाव्या शतकाच्या उत्तरार्धात मुस्लिमांना पाश्चात्त्य पद्धतीचे शिक्षण दिले जावे याला प्रोत्साहन देण्यासाठी ही चळवळ सुरू झाली. या चळवळीतूनच १८७५मध्ये 'अँग्लो ओरिएंटल कॉलेज ऑफ अलिगड'ची स्थापना झाली.

आनंद: समाधान, आनंदीपणा. ब्रह्माशी तादात्म्य पावल्याचा उदात्त आनंद.

अनंत: अमर्याद. भगवान विष्णू ज्या नागावर विसावलेले आहेत असे मानले जाते, त्या नागाचे नाव.

अन्नपूर्णा: स्वादिष्ट अन्नाची अधिष्ठात्री देवता, शिवाची वाराणसीमधील अर्धांगिनी.

अरण्यक: यज्ञविधींमध्ये अर्पण करण्याच्या आहुतींची माहिती देणारा उपनिषदे व ब्राह्मणे यांचा पूरक ग्रंथ.

आरती: दैवी प्रतिमेसमोर अगर मूर्तीसमोर तेलाचे दिवे ओवाळणे. देवाला अर्पण केल्या जाणाऱ्या संपूर्ण पूजा प्रक्रियेसाठीही हा शब्द वापरला जातो.

अर्हत: जैन साधू.

अर्जुन: महाभारतातील पांडवबंधूंपैकी एक. भगवद्गीतेत यालाच भगवान श्रीकृष्णाने मुक्तीच्या मार्गाची शिकवण दिली आहे.

अर्थ: संपत्ती, सत्ता, हेतू; आयुष्याची उद्दिष्टे असलेल्या चार पुरुषार्थांपैकी एक.

अरुणाचलम: पहांट पर्वत, प्रकाशाच्या शिवलिंगाशी संबंधित तीर्थक्षेत्र आणि अगदी अलीकडे ऋषी रामणा महर्षींशीं संबंधित क्षेत्र.

आर्य समाज: स्वामी दयानंद सरस्वती यांनी सन १८७५मध्ये सुरू केलेली धार्मिक चळवळ. जातिनिर्मूलनातून सामाजिक आणि धार्मिक बदल घडवून आणण्याचा प्रयत्न या चळवळीतून करण्यात आला. धार्मिक विधींचा आणि मूर्तींचा त्याग करून 'अधिकृत धार्मिक ग्रंथ' म्हणून वेदांचा स्वीकार करण्यास प्रोत्साहन देण्यात आले.

आर्य: या भारतीय-इराणी टोळ्यांनी ख्रि.पू. दुसऱ्या सहस्रकात दक्षिण भारत पादाक्रांत केला.

आश्विन: देवांचे वैद्य.

अशोक: हा मौर्य सम्राट ख्रि.पू.२६९मध्ये गादीवर बसला. त्याने कलिंगावर विजय मिळवून आपल्या साम्राज्याचा विस्तार केला. त्याच दरम्यान तो बौद्धधर्मामुळे अत्यंत प्रभावित झाला आणि त्याने अहिंसा व सहिष्णुता यांना महत्त्व देणारे धोरण विकसित केले.

आश्रमः वनातील एकांतवासाची जागा. ऋषी, योगी आणि त्यांचे शिष्य यांचे निवासस्थान.

आश्रमः जीवनावस्था. या पारंपरिकदृष्ट्या चार आहेत. शिष्य, गृहस्थ, वनात राहणारा आणि संन्यासी. म्हणजेच ब्रह्मचर्याश्रम, गृहस्थाश्रम, वानप्रस्थाश्रम आणि संन्यासाश्रम

अश्वमेधः वेदकाळात दिला जाणारा घोड्याचा बळी. फलन आणि निर्मितीसाठी करावयाचा हा विधी होता. राज्याभिषेकादरम्यानही तो केला जात असे.

असुरः सुर नसलेला तो असुर. देवांशी स्पर्धा करणारा आणि त्यांना विरोध करणारा. (सुर म्हणजेच देव.) राक्षस, परंतु ते सगळे नेहमीच दुष्टपणाने वागत नव्हते.

अथर्ववेदः तीन वेदांच्या निर्मितीनंतर या चौथ्या वेदाची निर्मिती करण्यात आली. जादूटोणा, मंत्रतंत्र यांसारख्या कित्येक अनार्य गोष्टी या वेदात सापडतात.

आत्माः आयुष्याचा अर्थ. ब्रह्म. व्यक्तीमधील जीव.

औरंगजेब किंवा आलमगीर (१६१८-१७०७): मुघल सम्राट आणि कट्टर परंपरावादी मुस्लीम. शाहजहान या आपल्या पित्याला गादीवरून दूर करून त्याने १६५८ पासून भारतावर राज्य करण्यास प्रारंभ केला. त्याने आपल्या साम्राज्याचा विस्तार करून विजापूर आणि गोवळकोंड्याला आपल्या राज्यात समाविष्ट करून घेतले. तरीही त्याचे प्रशासन अस्थिर होते. धार्मिक असहिष्णुता हे त्यामागचे अंशतः कारण होते आणि त्याच्या मृत्यूच्या आधीच मुघल साम्राज्याचा ऱ्हास होण्यास सुरुवात झाली होती.

अवर्णः जात नसलेला.

अवतारः विष्णू आणि इतर देवतांचे अंश.

ॲक्सिअल एजः ख्रि.पू. ८००-२०० या दरम्यानचा काळ दर्शवण्यासाठी इतिहासकार हा शब्द वापरतात. नागरी जगात प्रमुख जागतिक धर्मांचा उदय झाल्याचा स्थित्यंतराचा काळ.

अयोध्याः मुक्ती प्राप्त करून देणाऱ्या सात शहरांपैकी एक. रामाचे पारंपरिक जन्मस्थळ आणि राजधानी. विसाव्या शतकाच्या उत्तरार्धात जातीय राजकारणाचा केंद्रबिंदू ठरलेले शहर.

आयुर्वेदः पारंपरिक भारतीय आरोग्यशास्त्र.

अय्यप्पाः केरळमधील साबरीमल येथील स्थानिक दैवत. विष्णू आणि शिव यांच्या संगमातून तयार झालेला देव.

बडी तीजः विक्रम संवत्सरातील भाद्रपद महिन्यातील तिसऱ्या दिवशी साजरा केला जाणारा विधी. यात महिला पतीच्या दीर्घायुष्यासाठी प्रार्थना करतात.

बद्रिनाथः हिमालयातील तीर्थस्थळ. इथे बद्रिनारायणाच्या रूपातील विष्णूची पूजा केली जाते. भारतातील चारधामांपैकी एक धाम.

बालाजीः श्री वेंकटेश्वरा हे विष्णूचे लोकप्रिय नाव. तिरुपती येथे टेकडीच्या माथ्यावर हे मंदिर असून वेंकटेश्वरालाच 'बालाजी' या नावाने ओळखले जाते.

बनयात्राः यालाच 'वनयात्रा' असे म्हटले जाते. उत्तर प्रदेशातील ब्रज येथे कृष्णाच्या

जन्मभूमीजवळच्या भागात जंगलांमधून जाऊन ही यात्रा केली जाते.

बनिया: हिंदू व्यापारी.

बार/बाट मित्झवाह: या मुलांसाठी केला जाणारा विधी आहे. त्याद्वारे तोराह वाचनाचा आणि विश्लेषणाचा मुलग्यांना हक्क मिळतो आणि ते इस्रायलचे पूर्ण सदस्य बनतात. आधुनिक काळात अशाच प्रकारचा विधी मुलींसाठीही केला जातो. त्याला 'बाट मित्झवाह' म्हणतात.

भगवद्गीता:शब्दशः अर्थ भगवंताचे गीत. भगवद्गीतेला हिंदू लोक देवाचे वचन मानतात. महाभारत या प्रसिद्ध महाकाव्याचा हा एक महत्त्वाचा भाग असून यामध्ये तत्त्वज्ञान सांगितले गेले आहे. दुसऱ्या शतकात कधीतरी ती पूर्ण केली गेली असावी आणि तिला तिसऱ्या शतकात सध्याचे स्वरूप प्राप्त झाले. यात कुरुक्षेत्रावर कृष्ण आणि अर्जुन यांच्यात युद्धासाठी समोरासमोर ठाकलेली सैन्ये पाहिल्यावर झालेला संवाद आहे. फळाची अपेक्षा न धरता प्रत्येकाने आपले कर्तव्य करत राहिले पाहिजे, अशी गीतेची मध्यवर्ती कल्पना आहे.

भागवत पुराण: अठरा मुख्य पुराणांपैकी एक. त्याच्या दहाव्या विभागात कृष्णाचे आयुष्य आणि त्याचे ज्ञान याविषयीची मोठी माहिती देण्यात आली आहे.

भगीरथ: प्राचीन कोसलाचा राजा. त्याच्या खडतर परिश्रमांमुळे गंगा नदी स्वर्गातून पृथ्वीवर आली. म्हणूनच गंगेला 'भागीरथी' असेही नाव आहे.

भैरव: भगवान शिवाचे क्रूर, भयावह रूप.

भक्ती: देवाविषयीची निष्ठा, समर्पण. आपल्या वैयक्तिक देवाविषयीचे भक्ताचे प्रेम. मग तो देव हा विष्णू, शिव किंवा देवी यांचा अवतार मानला गेला असेल किंवा निराकार असेल.

भारत: भारत देशाला प्राचीन राजा भरत याच्या नावावरून हे नाव पडले. रामाचा भाऊ भरत याच्या नावावरून हे नाव पडलेले नाही, हे मुद्दाम स्पष्ट केले पाहिजे.

भीम: प्रचंड ताकदीमुळे ज्ञात असलेल्या महाभारतातील पाच पांडवबंधूंपैकी एक.

भीमाशंकर:शंकराचे मंदिर आणि पूर्वेकडे वाहणाऱ्या भीमा नदीच्या तीरावरचे महाराष्ट्रातील ज्योतिर्लिंग.

भुवनकोष: जगाचा नकाशा किंवा शब्दकोश. महाकाव्ये आणि पुराणांमधील उताऱ्यांमधून संपूर्ण विश्वाचे वर्णन करण्यात आले आहे. त्यात भारताच्या भूमीच्या सांस्कृतिक भूगोलाचाही समावेश आहे.

बोधीसत्त्व: ज्ञान प्राप्त झालेला माणूस. बौद्ध संत. याने इतरांच्या मुक्तीसाठी स्वतःला मिळणाऱ्या मुक्तीचा त्याग केला.

ब्रह्म: विश्वाचा निर्माता देव. प्रत्येक दिशेला पाहता यावे यासाठी त्याला चार मस्तके होती. ब्रह्माची कोणतीही स्वतंत्र जमात नाही. फक्त राजस्थानमधील पुष्कर येथे त्याचे मंदिर आहे.

ब्रह्म: सर्वात्मक, संपूर्ण, सर्वोच्च आध्यात्मिक तत्त्व. वेदकालीन शब्द.

ब्राह्मणः वैशिष्ट्यपूर्ण शैलीचे मजकूर. ते संहितांशी संलग्न आहेत आणि त्यांच्यामध्ये पवित्र धर्मकृत्यांचे आणि यज्ञकर्मांचे स्पष्टीकरण आणि ती कशी करावीत, याची माहिती देण्यात आली आहे.

ब्राह्मणः अध्ययन, अध्यापन आणि यज्ञकर्मे व विधी करणारा पुरोहित-वर्ग किंवा पुरोहित-वर्गाचा सदस्य.

ब्राह्मणेः पवित्र रीतीरिवाज आणि धार्मिक विधी करण्यासाठी आणि त्यांच्या स्पष्टीकरणासाठी तयार करण्यात आलेले ग्रंथ. त्यांच्याशी संहिताही संलग्न आहेत.

ब्राह्मो समाजःदेवाची प्रार्थना करणाऱ्यांचा समाज. ही चळवळ १८२८मध्ये राजा राममोहन रॉय यांनी सुरू केली. ही चळवळ धार्मिक दृष्टिकोन आणि प्रार्थनापद्धती यांबाबतीत सारग्राही (सर्वांतून चांगले निवडून घेणारी) होती. मानवी बुद्धी आणि तर्कशक्ती यांविषयी ती आदर बाळगणारी होती. राममोहन रॉय यांच्या मृत्यूनंतर या संघटनेत मोठी फाटाफूट झाली.

बुद्धगया किंवा बोधगयाः आधुनिक बिहारमधील स्थान. सिद्धार्थ गौतम यांना इथेच ज्ञानप्राप्ती झाली. बौद्ध लोकांचे पवित्र तीर्थस्थळ. (शेजारीच असलेल्या गया या हिंदू तीर्थस्थळाशी याची गल्लत केली जाऊ नये. मृत नातेवाइकांचे अंत्यसंस्कार करण्याच्या दृष्टीने या गयेला महत्त्व आहे.)

बृहदारण्यक उपनिषदः बौद्धपूर्वकालीन उपनिषद. 'मोठे-अरण्य-उपनिषद' सत्पथ ब्राह्मणाशी संबंधित.

खलिफाः प्रतिनिधी किंवा वंशज. इस्लामी राज्यकर्त्यांनी स्वतःसाठी हे नामाभिधान घेतले होते. मुहंमदाचे वंशज असल्यामुळे ते आध्यात्मिक आणि ऐहिक नेते असल्याचे यातून दर्शवले जात होते. सन १२५८मध्ये अब्बासिद खलिफेतचा विनाश झाल्यानंतर ही पदवी विविध राज्यकर्त्यांनी धारण केली. त्यात ओट्टोमन सुलतानांचा समावेश आहे.

कॅथलिकः ख्रिस्ताच्या अनुयायांच्या परंपरेद्वारे आपल्या ख्रिश्चन अधिकृततेची माहिती ही चर्च देतात.

चैतन्य (१४८५-१५३३)ः बंगाली वैष्णवपंथीय संत. त्यांनी लिहिलेली स्तोत्रे आणि गाणी यांमधून राधा आणि कृष्ण यांच्या आध्यात्मिक प्रेमाची वाखाणणी केली जाते. प्रेम, गाणे आणि नृत्य यांमधून माणसाला देवाच्या वैयक्तिक उपस्थितीचा अनुभव येतो असा उपदेश त्यांनी केला आणि खरा धर्म हा जात आणि वंश यांच्या भेदाभेदाच्या पलीकडे असतो, यावर भर दिला.

छांदोग्य उपनिषदः चंडोग्य पंथीयांचे उपनिषद. हे सामवेदाशी संबंधित आहे. बौद्धपूर्वकालीन साहित्य.

चार धामः भारताच्या चारही दिशांना असलेल्या देवाच्या वस्तीची स्थळे. बद्रिनाथ (उत्तर), रामेश्वर (दक्षिण), द्वारका (पश्चिम) आणि पुरी (पूर्व) अशी ही तीर्थस्थळे आहेत. इतरही चार दिशांना असलेल्या तीर्थस्थळांना असे काही वेळा म्हटले जाते.

ख्राईस्टः मूळ 'हिब्रू' शब्दाच्या ग्रीक अनुवादानुसार याचा अर्थ तारणहार असा आहे. नझरेथच्या जिझससाठी ख्रिश्चन लोक हा शब्द वापरतात.

सुंताः अब्राहमच्या वचननाम्याचे लक्षण म्हणून शिश्नावरची (पुरुषाच्या लिंगावरची) त्वचा कापणे.

कॉन्स्टॅन्टिनॅझमः राज्य आणि चर्च यांच्या एकात्मतेचा दृष्टिकोन. यांमध्ये साम्राज्याचा 'अधिकृत धर्म' म्हणून राज्य चर्चवर राज्य करते आणि त्याचे संरक्षण करते.

वचननामाः देव आणि इस्रायलचे लोक यांच्यातील करारनामा. त्यानुसार इस्रायलच्या जनतेला देवाचे लोक म्हणून निवडण्यात आले आहे. देव त्यांना मार्गदर्शन करण्याचे आणि त्यांचे संरक्षण करण्याचे मान्य करतो आणि लोक देवाच्या आज्ञा (हलकाह) मानण्याचे मान्य करतात.

दक्षः जनक अर्धदेव. सतीचा पिता. याने महायज्ञाच्या वेळी शिवाला आमंत्रित न करून त्याचा अपमान केला होता.

दानः कर्मकांडाची रीत म्हणून दिली जाणारी भेट. सहसा ही धर्मादाय देणगी असते.

दर्गाः सुफी संत किंवा हुतात्मा यांच्या स्मृत्यर्थ बांधलेली कबर. पवित्र स्थान.

दर्शनः कर्मकांडातील आणि तीर्थयात्रेच्या वेळचे देवतेचे मंगल स्थान. दृष्टिकोन किंवा तत्त्वज्ञानाचा पंथ किंवा प्रणाली.

दशम ग्रंथः याचा शब्दशः अर्थ आहे दहावा ग्रंथ. शिखांचे दहावे आणि अखेरचे गुरू गोविंद सिंग (१६६–१७०८) यांनी तो लिहिला. त्यांना संस्कृत, पर्शियन आणि अरेबिक भाषा अवगत होत्या. त्यांनी पंजाबी भाषेत मोठे साहित्यिक मूल्य असलेले काव्य लिहिले.

दायभागः हिंदू कायद्याच्या प्रमुख दोन विभागांपैकी एक भाग. दुसऱ्या विभागाचे नाव आहे मिताक्षर. दहाव्या शतकात जिमुतावहनाने दयाभाग लिहिला. श्रुती आणि विशेषतः मनुवरच्या टीकेचा किंवा भाष्याचा त्यात समावेश आहे.

दयानंद सरस्वती स्वामी (१८२४–१८८३): सन १८७५मध्ये आर्य समाजाची स्थापना केली. त्यांनी वेदांमध्ये अंतिम धार्मिक अधिकार असल्याचा दावा त्यांनी केला. त्यांनी आणि त्यांच्या अनुयायांनी मूर्तिपूजा, अस्पृश्यता, बालविवाह, महिलांचे परावलंबित्व आणि वंशपरंपरेने मिळालेली जात या बाबींना विरोध केला. कारण, वेदांनी या कशाचीच शिकवण दिलेली नाही असे त्यांनी सांगितले.

देवपतनः काठमांडूच्या खोऱ्यातील एक शहर. इथे 'पशुपतिनाथ' हे राष्ट्रीय श्रद्धास्थान आहे.

देवनागरीः उत्तर भारतात वापरली जाणारी भाषालिपी. ही सध्या संस्कृत, हिंदी, मराठी आणि नेपाळी भाषांसाठी वापरली जाते.

देवी भागवत पुराणः याचा प्रमुख अठरा पुराणांत समावेश नाही. देवीच्या महात्म्याचे यात वर्णन आहे.

धर्मः धर्मशास्त्राच्या किंवा लिखित कायद्यांच्या आधारावर व्यक्ती किंवा समूह यांची

आचारसंहिता निश्चित करतो.

धामः निवासस्थान, देवाचे निवासस्थान. ईश्वरी रहिवासाचे पवित्र स्थळ.

धम्मपदः याचा शब्दशः अर्थ आहे कायद्याचा मार्ग. बौद्ध कायद्यांचे यात वर्णन आहे. यात बुद्धाच्या शिकवणीवर आधारित चारशेहून अधिक काव्यमय सूत्रांचा समावेश आहे.

धर्मशास्त्रः धार्मिक कायदे. हिंदुत्वाच्या धार्मिक आणि विधिपूर्वक केल्या जाणाऱ्या समारंभांविषयीचे संपूर्ण कायदे आणि नियम लिहिले गेलेला ग्रंथ.

डायस्पोराः आपल्या भौगोलिक मातृभूमीच्या बाहेर धार्मिक लोक पसरले जाण्याची क्रिया. त्या बाह्य भागात त्यांना इतर लोकांच्यामध्ये 'अल्पसंख्य' म्हणून राहावे लागते.

दिन इ इलाहीः याचा अर्थ दैवी श्रद्धा. मुघल बादशाह अकबराने सन १५८२ मध्ये या सारग्राही धर्माची स्थापना केली. त्यात त्याने हिंदुत्वाच्या काही तत्त्वांचा समावेश केला. (यज्ञ समारंभ) तसेच पारशी लोकांची अग्निपूजा समाविष्ट केली. ख्रिश्चनांचा बाप्तिस्मा आणि इस्लामची तत्त्वे त्याच्या या धर्मात समाविष्ट होती. अकबराच्या स्वतःभोवतीच केंद्रित झालेली ही धर्मविषयक तत्त्वप्रणाली एकेश्वरवादाचा पुरस्कार करणारी होती आणि अकबराच्या मृत्यूनंतर लवकरच ती लोप पावली.

द्रौपदीः पांचाळनगरीच्या द्रुपद राजाची कन्या. पांडवांची पत्नी.

द्रविडः भारतीय उपखंडातील वेगवेगळ्या भाषा बोलणारे मूळचे लोक. यांचा भारतीय-आर्यांशी बिलकूल संबंध नव्हता. या दोन्ही संस्कृतींनी एकमेकांचे काही शब्द उचलले. या लोकांच्या भाषांमध्ये चार प्रमुख भाषांचा समावेश होता. तमिळ (तमिळनाडू), तेलगु (आंध्र प्रदेश), कन्नड (म्हैसूर) आणि मल्याळम (केरळ). यांखेरीज, तोडा आणि कोटा (निलगिरी टेकड्यांचा परिसर), कोंध किंवा कुल (ओरिसा) आणि ब्रोहुई (बलुचिस्तान) या भाषा बोलणारे लोकही द्रविडांमध्ये येतात.

दुर्गा पूजाः दुर्गादेवतेने दहा दिवस राक्षसाशी युद्ध करून त्याच्यावर विजय मिळवल्याप्रीत्यर्थ ऑक्टोबरमध्ये बंगालमध्ये दहा दिवसांचा हा सण साजरा केला जातो. नऊ दिवस नवरात्री आणि दहाव्या दिवशी विजयादशमी किंवा दसरा.

दुर्गाः दुर्गम. शिवाची सहकारी असलेली देवी. तिच्या अनेक हातांत अनेकविध शस्त्रे असल्यामुळे ती ताकदवान बनली.

द्वीपः बेट. नेहमीच्या बेटांसाठी आणि जगाभोवती असलेल्या गोलाकार बेटांसाठी हा शब्द वापरला जातो.

द्वारकाः कृष्णाची अखेरची राजधानी आणि पश्चिम भारतातील अरबी समुद्रातील पवित्र शहर. चारधामांपैकी हे एक धाम आहे.

इव्हॅन्जेलिकलः देव आणि धर्म यांच्याविषयी गाढ आदर असणारी ख्रिश्चन चळवळ. प्रोटेस्टंटपंथीयांमध्ये झालेल्या कट्टर विभाजनांमधून आणि प्रबोधनाला प्रतिसाद म्हणून या चळवळीचा उदय झाला. व्यावहारिक अगर कट्टर रूपांतरणापेक्षा

भावनिक रूपांतरण हेच धर्मांतराच्या तादात्म्याचे सामर्थ्य असते, यावर यांचा भर असतो. थोडक्यात, धार्मिक कर्मकांडापेक्षा येशू ख्रिस्तावरील श्रद्धा आणि बायबलचे पठण जास्त महत्त्वाचे आहे, असे मानणारा हा दृष्टिकोन आहे.

फा हायनः (चौथे किंवा पाचवे शतक)ः चिनी बौद्धधर्मीय भिक्षू. त्याने चंद्रगुप्त दुसरा याच्या कार्यकाळात बौद्ध धर्मग्रंथांच्या शोधार्थ ४०१ ते ४११ दरम्यान भारतभर प्रवास केला. त्याने आपल्या पर्यटनादरम्यान लिहिलेल्या दैनंदिनीतून आपल्याला तत्कालीन मंदिरे, मठ आणि बौद्ध दंतकथा यांविषयी माहिती मिळते. मात्र सामाजिक किंवा राजकीय स्थितीविषयी अत्यल्प माहिती मिळते.

फिखः शरियतचा अर्थ लावण्याचे शास्त्र. हनाफी, हन्बली, मालिकी आणि शफीई या चार पुरातनवादी विचारप्रणाली आहेत. कुराण, हादीस, इज्मा आणि क्रियास हे फिकचे स्रोत आहेत.

गणेशः हत्तीचे तोंड असलेला देव. यालाच 'गणपती' असेही म्हटले जाते. तो शिवाचा पुत्र असून विघ्नहर्ता ('विघ्नांचा देव' असेही त्याला म्हटले जाते) आहे आणि कोणत्याही गोष्टीच्या प्रारंभी विघ्ने दूर करण्यासाठी त्याचे पूजन केले जाते. पाचव्या शतकाच्या आधी याचा उल्लेख आढळत नाही.

गंगासागरः बंगालच्या उपसागराला गंगा नदी मिळते, ते तीर्थस्थळ.

गंगाः उत्तर भारतातील महत्त्वाची प्रमुख नदी. हिला अत्यंत पवित्र मानले जाते. तिचे खोरे हे गाळाने बनलेले जगातील सर्वाधिक मोठे आणि दाट लोकवस्तीचे खोरे आहे. वेदकालीन आणि अभिजात भारतीय संस्कृतीचे हे स्थान आहे.

गर्भगृहः गाभारा. इथेच देवतांच्या मूर्ती असतात.

गर्भाधानः प्राचीन काळी पती आपल्या पत्नीकडे समारंभपूर्वक जात असे. काही मंत्रोच्चार करत तो आपले शरीर पत्नीच्या शरीरावर घासत असे. गौरी : गोऱ्या रंगाची देवता. पार्वतीचे एक नाव.

गयाः उत्तर भारतातील अंत्यविधींसाठी प्रसिद्ध असलेले शहर.

गायत्रीः यालाच 'सावित्री' असेही म्हटले जाते. ऋग्वेदातील ही एक ऋचा असून हिला काही वेळा वेदाचे सार मानले जाते.

गिरनारः सौराष्ट्रातील जैन आणि हिंदू यांच्या दृष्टीने असलेला पवित्र पर्वत.

गोदावरीः मध्य भारतातील दख्खनमधील पवित्र नदी. पश्चिम घाटात तिचा उगम होतो आणि ती पूर्वेकडे वाहते.

गोकर्णः भारताच्या पश्चिम किनारपट्टीवरचे पवित्र स्थळ. शिवलिंगाचे स्थान.

गोमुखः गाईचे तोंड असा शब्दशः अर्थ. नदीचा उगम. हिमालयातील हिमनदीतून उगम पावणाऱ्या गंगेचे स्थान.

गोपुरः दक्षिण भारतात मंदिर संकुलांच्या प्रवेशमार्गावर असलेला मंदिराचा कळस.

घाटः नदीच्या किनाऱ्यावर किंवा काठावर थांबण्याची जागा.

गझलः खास व्यक्ती किंवा प्रसंगाला उद्देशून लिहिलेली गेय कविता. यात कवितेची आ,

बा, का, डा, फा इ.ठरावीक रचनापद्धती असते. सहसा गझल ही प्रेमकविता असते; परंतु कधी-कधी तिचा इतर हेतूंसाठीही वापर केला जातो.

गॉस्पेलः 'चांगली बातमी' असा शब्दशः अर्थ. सहसा नाझरेथच्या जिझसचे शब्द आणि कृत्यांचे पुनर्कथन करणाऱ्या बायबलमधील न्यू टेस्टामेंटच्या चार 'गॉस्पेल्स'चा यात संदर्भ असतो. ख्रिश्चन साहित्यात समाविष्ट नसलेल्या अशाच प्रकारच्या इतर प्राचीन लेखनासाठीही हा शब्द वापरला जाऊ शकतो.

गोत्रः पौराणिक ऋषींची वंशावळ. हा शब्द त्याच्या मूळ रूपात यज्ञ करणाऱ्या समाजाचे प्रतिनिधित्व करतो.

गुरूग्रंथसाहिबः शिखांचा पवित्र ग्रंथ. तो जुन्या पश्चिम भागातील हिंदी भाषेत, मराठीत लिहिला गेला आहे. त्याचा काही भाग पर्शियन भाषेतही लिहिलेला आहे. गुरूंचे लेखन आणि शिकवण यांचा यात समावेश आहे. तसेच गुरू नानक यांच्या आधी होऊन गेलेल्या इतर संतांच्या आणि सुधारकांच्या वचनांचा आणि शिकवणुकीचा समावेशही आहे.

गुप्तः चौथ्या शतकापासून सहाव्या शतकापर्यंत उत्तर भारतावर या घराण्याची सत्ता होती.

गुरुवायुरः केरळमधील भगवान कृष्णाचे मंदिर. इथे रोग बरे होतात असे म्हटले जाते. हे मंदिर त्यासाठीच प्रसिद्ध आहे.

हादीसः प्रेषितांची परंपरा. त्याच्या वचनांचा किंवा कथनांचा अहवाल.

हजः हज महिन्यात धु-इ-हिज्ञा च्या नवव्या दिवशी मक्का येथे भरणारी वार्षिक यात्रा. ज्यांना तिथे जाणे परवडते, त्यांनी आयुष्यात किमान एकदा तरी ती यात्रा करणे सक्तीचे असते.

हलालः परवानगी असलेले. याच्याशी अन्नाचा संबंध असतो, त्या वेळी धार्मिक पद्धतीत वर्णन केल्याप्रमाणेच प्राण्याची कत्तल केली जावी, असा याचा अर्थ असतो.

हनुमानः वानरसेनेचा नायक. रामाचा निष्ठावान सेवक. त्याने लंकेत नेऊन ठेवलेल्या सीतेची सुटका करण्यासाठी रामाला मदत केली. अलीकडे, त्याचीही मोठ्या भक्तिभावाने 'स्वतंत्र देव' म्हणून पूजा केली जाते.

हरिजनः देवाची मुले. (हरी म्हणजे विष्णू) म. गांधींनी निधर्मीपणा दर्शवण्यासाठी या शब्दाचा वापर केला होता.

हरद्वार किंवा हरिद्वारः तीर्थयात्रेचे पवित्र शहर. गंगा भारताच्या पठारावर जिथे प्रवेश करते, ते स्थळ. चार कुंभमेळ्यांपैकी एक कुंभमेळा इथे भरतो.

हॅसिडवादः धर्माचरण आणि आनंद यांना केंद्रस्थानी ठेवून अठराव्या शतकात यहुदी किंवा ज्यू धर्माच्या या प्रकाराचा उदय झाला. यहुदी गूढवादात याची मुळे घट्ट रुजली आहेत.

हठयोगः योगाच्या तत्त्वज्ञानाच्या अंतर्गत दृढनिश्चयाने करावयाच्या कठीण शारीरिक क्रिया.

हिजाबः 'पडदा किंवा बाह्य आवरण' या अर्थाने वापरला जाणारा अरबी शब्द. यात डोक्याला बांधावयाच्या रुमालाचा किंवा संपूर्ण शरीर झाकणाऱ्या बुरख्याचाही समावेश होतो.

इराणमध्ये याला 'चादोर' म्हणतात, तर अफगाणिस्तानमध्ये 'बुरखा' म्हणतात.

हिजराह-हिजरा आणि हेगिराः प्रेषिताने मक्केहून मदिनेत केलेले पलायन. मुस्लिमांच्या 'हिजराह' या काळाला तेव्हापासूनच सुरुवात झाली.

हिनायनः दक्षिण आशियाला पर्शियन लोकांनी दिलेले नाव. याचा शब्दशः अर्थ 'सिंधु नदीचे खोरे' असा आहे.

हिंदुस्तानः दक्षिण आशियाचे पर्शियन नाव. 'सिंधु नदीची भूमी' असा शब्दशः अर्थ.

हिंदवीः हिंदची भाषा. विशेषतः अरबी लिपी स्वीकारलेल्या उत्तर भारतातील बोलीभाषेसाठी हा शब्द वापरला जातो.

हिरण्यगर्भः शब्दशः अर्थ सोनेरी गर्भ. सोनेरी अंडे. सृजनाच्या गुंतागुंतीचा एकमेव स्रोत.

हिएन त्सांग (सन ६००-६६४): चिनी बौद्ध यात्रेकरू. सन ६३०-६४३ या कालखंडात त्याने बौद्ध पुस्तके, प्रतिमा आणि इतर वस्तू गोळा करण्यासाठी भारताचा प्रवास केला. त्याच्या पर्यटनावर आधारित त्याच्या रोजनिशीतून राजा हर्षाच्या कालखंडातील भारतीय जनजीवनाविषयीची माहिती मिळते.

इज्तिहासः विशिष्ट परिस्थितीत धार्मिक आज्ञेचे पालन करण्यामागचे कारण आणि माहिती समजून घेण्याचे प्रयत्न.

इमामः सुन्नी पंथीयांमध्ये प्रार्थना सांगणारा नेता. हा शुक्रवारी धार्मिक हितोपदेश देतो. शिया इस्लाममध्ये मुहंमदाच्या वंशजांना त्याचे 'कायदेशीर उत्तराधिकारी' असे म्हटले जाते. त्यांना 'प्रेषित' असे म्हटले जात नाही. परंतु, ते दैवी प्रेरणा असलेले, निष्पाप आणि निर्दोष असतात, असे मानले जाते.

इंद्रः वेदकालीन योद्धा असलेला देव. सोमरसाचे पेयपान करणारा देव.

इष्टदेवताः प्रत्येक भक्ताने भक्तीसाठी निवड केलेला देव किंवा देवता. या देवतेची प्रतिमा प्रत्येक भक्त आपल्या ह्रदयात जपत असतो.

इज्माः कायद्याचा स्रोत म्हणून इस्लामी समाजाची सहमती.

ईश्वरः प्रभू. वैयक्तिक देवाशी याचा संबंध आहे. इतर नावांना जोडून हा शब्द वापरला गेला, तर तो शिवाच्या विशिष्ट अवतारांची नावे दर्शवतो. उदा. विश्वेश्वर म्हणजे सर्वांचा प्रभू.

इज्माइलिसः शिया पंथीयांच्या 'इमामेत' सिद्धांतानुसार इज्माइलनंतर अनुक्रमाने (परंपरेने) येणाऱ्या त्याच्या अनुयायांवर विश्वास ठेवणारे इज्माइलचे अनुयायी. यांनाच 'सात जणांचा संप्रदाय किंवा पंथ' असेही म्हणतात. कारण, ते इस्माईल हा सातवा इमाम असल्यावर विश्वास ठेवतात आणि त्याच्यानंतर सात इमामांच्या चक्रांची ही परंपरा अव्याहतपणे सुरू राहते, असे मानतात.

इथना अशरिसः बारा इमामांवर विश्वास ठेवणारे. ते इज्माईलच्या इमामेतला नाकारतात. शियापंथीयांतील मोठा समूह यावर विश्वास ठेवतो.

जगन्नाथः जगाचा ईश्वर. ओरिसातील पुरी येथे वास्तव्य असल्याचे मानले जाणाऱ्या कृष्णाचे नाव. सतराव्या शतकात याच नावाचा एक कवीही होऊन गेला. त्याने 'गंगालहरी'

नावाचे पुस्तक लिहिले.

जैनः जैन धर्माचा संस्थापक महावीराचे अनुयायी.

जंबुद्वीपः भारतीय तत्त्वज्ञानानुसार आपण राहत असलेले जग हे कमळाच्या आकाराचे बेट असून त्याच्या चार पाकळ्या आहेत. प्रसरण पावत असलेल्या जगाच्या मध्यभागी मेरुपर्वत आहे. या विश्वाच्या सभोवताली समुद्र आणि गोलाकार बेटे आहेत.

जातीः जात

जिहादः शब्दशः अर्थ आहे, न्याय्य कामासाठी केलेले आत्यंतिक प्रयत्न. यालाच काही वेळा 'जिहाद बिज-सैफ' असे म्हणतात. तलवार हाती घेऊन केलेले प्रचंड प्रयत्न असा त्याचा अर्थ आहे.

जिझियाः अकबराने लादलेला एक प्रकारचा कर.

ज्योतिर्लिंगः प्रकाशाचे लिंग अशा शब्दशः अर्थ. शब्दांत वर्णन करता येणार नाही अशा प्रकारच्या तेजाच्या स्वरूपात शिवाचे प्रकटीकरण.

ज्ञानः विद्वत्ता, माहितीचे रूपांतरण.

काबाहः मक्केतील पवित्र स्थळ.

काबाहः मक्का येथील पवित्र प्रार्थनास्थळ.

कबीर (१४४०-१५१८): भक्तिमार्गावरचा संत. हिंदूत्व आणि इस्लाम यांच्या एकत्रिकरणाचा प्रयत्न केला. त्यांनी सर्व धर्मकृत्यांचा त्याग केला होता. मात्र योगाचे आध्यात्मिकरण केले. अंतर्गत योग हाच फक्त देवाला जाणून घेण्याचा एकमेव मार्ग आहे, असे त्यांनी सांगितले होते.

कैलासः हिमालयाचे शिखर. सध्या ते तिबेटमध्ये आहे. हिंदू आणि बौद्ध धर्मीयांचे तीर्थस्थळ. हिंदूंच्या दृष्टीने ते भगवान शिवाचे निवासस्थान आहे.

कालीः काळी देवता. जीवनदायिनी माता आणि भयावह शस्त्रे धारण करणारी, काही वेळा शिवाची शक्ती. काही वेळा कोणत्याही देवाशी संबंधित नसलेली महादेवी.

काळः काल, वेळ, मृत्यू आणि नियती.

कालिदास (सन ४००): गुप्त काळातील संस्कृत कवी. मेघदूत आणि शाकुंतल या त्याच्या प्रसिद्ध साहित्यकृती आहेत.

कामसूत्रः वात्सायन या ऋषींनी लिहिलेले सन ३००-५०० या कालावधीतील शृंगार, विषयवासना यांविषयी लिहिले गेलेले लिखाण. गुप्त काळातील सुसंस्कृत नागरी पुरुष आणि वारांगना यांच्यासाठी आणि विवाहित दांपत्यांसाठी ते लिहिले गेले होते.

कामः प्रेमाची देवता. भारताचा क्युपिड. आपल्या पुष्पबाणांनी तो प्रेमिकांना उद्दीपित करतो. पुरुषार्थांपैकी एक. आयुष्याच्या उद्दिष्टांपैकी एक. इथे प्रेम किंवा आनंद मिळवण्यासाठी केले जाणारे प्रयत्न.

कामाक्षीः डोळ्यांत प्रेम असणारी देवता. आसाममधील कामाख्या येथे तिचे मंदिर असून तमिळनाडूतील कांची येथे तिचा निवास असल्याचे मानले जाते.

कांची: भारतातील सात पवित्र स्थळांपैकी एक. तमिळनाडूच्या दक्षिण भागात ते वसलेले आहे. या भागात प्रमुख वैष्णव आणि शैव मंदिरे आहेत.

कन्यादान: वराला आपल्या कन्येचे दान देणे. हिंदू विवाहातील प्रमुख विधी.

कन्याकुमारी: कुमारी देवता. दक्षिण भारताच्या टोकाला हे गाव आहे. ब्रिटिशकाळात हे नाव 'केप कॉमोरिन' म्हणून लोकप्रिय झाले होते.

कर्मभूमी: 'कृतींची किंवा कामगिरींची भूमी' असा शब्दशः अर्थ. भारत, इथे कृतीतून फलनिष्पत्ती होते आणि ती मुक्तीकडे नेते.

कर्म: कृती आणि त्याचे परिणाम. कालौघात ते दिसून येतील.

करिम: सह्रदयी, कनवाळू, देवाचे एक नाव.

कर्मयोग: कर्मांच्या किंवा कृत्यांच्या मार्गाने मुक्ती मिळवण्याचा योगाचा एक प्रमुख प्रकार. याखेरीज, योगाचे आणखीही काही प्रमुख प्रकार आहेत. त्यांमध्ये भक्तीयोग, ज्ञानयोग, मंत्र योग, हठयोग, राजयोग आदींचा समावेश आहे.

कार्तिकेय: कृत्तिकेचा मुलगा. यालाच 'स्कंद, मुरुगन किंवा कुमार' असे म्हटले जाते. हा शिवाचा पुत्र होय.

काशी: बनारसचे प्राचीन आणि लोकप्रिय नाव. प्रकाशाची नगरी असा शब्दशः अर्थ. काश म्हणजे प्रकाशणे.

कावेरी: दक्षिण भारतातील पवित्र नदी. कर्नाटकातील टेकड्यांमध्ये उगम पावून ही तमिळनाडूच्या दक्षिण आणि पूर्व दिशेला वाहते.

कायस्थ: लेखनिक, गावाच्या नोंदी राखणारे आणि सरकारी अधिकरी. गुप्ताच्या काळापासून म्हणजे चौथ्या शतकापासून त्यांना या नावाने ओळखले जाते. उत्तर आणि मध्य भारतातील विविध भागांत त्यांनी मुघलांच्या आणि इतर राज्यकर्त्यांच्या पदरी काम केले.

केदार, केदारनाथ: शिवमंदिर असलेले पवित्र स्थळ. हिमालयामध्ये हे आहे. सध्याच्या उत्तराखंड राज्यात हा भाग समाविष्ट आहे. चार धामांपैकी हे एक असून शिवाचे ज्योतिर्लिंग आहे.

केवलिन किंवा कैवल्यिन: कैवल्याच्या स्थितीला पोहोचलेले म्हणजेच आत्मज्ञान झालेले.

खंड: भूभाग. उदा. केदारखंड, काशीखंड इ.

खारिजी: खिलाफतची अधिकृत गरज असल्यावर विश्वास नसलेल्या मुस्लिमांचा गट.

खासी: आसाममधील ऑस्ट्रो-आशियाई भाषा. ब्रह्मदेश, थायलंड आणि व्हिएतनाम येथील मॉन-ख्मेर भाषांशी ती फारशी संबंधित नाही.

खोजा: इस्मायली शियापंथीय. ते पश्चिम भारतात स्थलांतरित झाले. विशेषतः सिंध आणि पंजाबमध्ये ते आले आणि व्यापारी बनले. आगा खान हा त्यांच्या मुख्य शाखेचा नेता होता.

खुदा: देव

ख्वाजा: आदराने दिले जाणारे पर्शियन नामाभिधान. उत्पनाचा हिशेब ठेवणाऱ्या प्रत्येक

प्रांतातील अधिकाऱ्यासाठी ते वापरले जात होते.

खन्गाहः आजारी रुग्णांसाठी असलेल्या या आश्रमात सुफी शेख आणि त्याचे अनुयायी यांचा इथे निवास असतो.

कुलीनः 'थोर किंवा उदात्त' ब्राह्मण, ब्राह्मण उपजात.

कुमकुमः वैयक्तिक शृंगारासाठी किंवा धार्मिक विधींमध्ये वापरली जाणारी लाल रंगाची पूड.

कोल्हापूरः महालक्ष्मी मंदिरासाठी प्रसिद्ध असलेले महाराष्ट्रातील पंचगंगा नदीच्या तीरावरील प्रसिद्ध शहर.

कोलकालीः मोपलाहनी विकसित केलेले नृत्य. यात बारा पुरुष छोट्या चिपळ्या जोडलेल्या काठ्या घेऊन नृत्य करतात.

कृष्णः भारतीय पुराणकथांतील शूर नायक. विष्णूचा अवतार. यमुनेच्या काठावरील मथुरेत याचा जन्म झाला. मध्युगीन भारतातील (नवव्या शतकाचा उत्तरार्ध आणि दहावे शतक) साहित्य आणि कला यांमध्ये कृष्णाचे जीवन हा प्रमुख विषय दिसतो. बाललीला करणारा कृष्ण, शृंगार करणारा दैवी नायक आणि शूर, मुत्सद्दी वीर अशी त्याची रूपे दिसतात.

कृत्तिकाः शंकराचा पुत्र कार्तिकेय याच्या सहा माता. या सहा तारका आहेत.

क्षत्रियः राज्यकर्त्यांचा वर्ण. लष्करी संरक्षण पुरवणे हा त्यांचा धर्म होता.

क्षेत्रः भूमी, जागा. तीर्थस्थळ असलेली भूमी.

क्षेत्रपालः एखाद्या ठिकाणचा संरक्षक.

कुबेरः समृद्धी आणि खजिन्याचा हिंदू देव. उत्तरेकडच्या भागाचा रक्षक. बौद्ध आणि जैन धर्मांतही तो प्रसिद्ध आहे. सहसा हा ठेंगणा असल्याचे मानले जाते.

कुफः अनुरूप (विवाहासाठी जोडीदार). अनुरूप गटांतील विवाहांना प्रोत्साहन देण्याचे तत्त्व.

कुंभमेळाः दर बारा वर्षांनी प्रयागला म्हणजेच आजच्या काळातील अलाहाबादला भरणारा पवित्र स्नानाचा धार्मिक कार्यक्रम. या काळात तिथे मोठी तीर्थयात्रा भरते.

कुंभः मोठा गोलाकार घडा. काही वेळा देवीचे पूजन म्हणून 'घडापूजन' केले जाते.

कुंभकोणमः तमिळनाडूतील कावेरी नदी काठावरचे मंदिराचे गाव. इथे महामहम स्नान यात्रा पार पडते.

कुंडः धार्मिक स्नानाचा तलाव. याला एक तर मातीचा काठ असतो किंवा पाण्यापर्यंत जाण्यासाठी पायऱ्या असतात.

कुर्मः विष्णूचा कुर्मावतार. एका पुराणाचे नाव.

कुरुक्षेत्रः उत्तर भारतातील पवित्र क्षेत्र. दंतकथेतील कुरु या राजाची राजधानी. महाभारतात वर्णन केलेल्या युद्धाची रणभूमी.

लक्ष्मणः रामाचा भाऊ. रामाच्या वनवासाच्या वेळी तो त्याच्यासमवेत होता.

लिंगः देवाची उपस्थिती आणि सामर्थ्य यांचे प्रतिनिधित्व म्हणून लिंग--प्रतीकाची पूजा केली जाते. लिंगपूजा ही हराप्पन संस्कृतीपासून केली जाते. शैवपंथीय सहसा

नियमित लिंगपूजा करतात.

लोकः भौगोलिक आणि अवकाशिक अर्थाने जग. यात प्रकाश आणि अवकाश या दोहोंच्या अर्थाचा समावेश होतो. म्हणून प्रकाशमान जग, इथून पुढे चमकणारे जग.

लोकालोकः शब्दशः अर्थ जग आणि स्वर्ग-विश्वाच्या कडेवर असलेली अनंत अंतरावरची पर्वतरांग. तिच्यापलीकडे मुळीच प्रकाश नसतो.

लक्ष्मीः सौंदर्य आणि संपत्तीची देवता. विष्णुपत्नी.

लंकाः रामायणातील रावणाची राजधानी. हे बेट होते. सध्या यालाच 'श्रीलंका' या नावाने ओळखले जाते.

लीलाः नाट्य. मानवी आणि दैवी कृत्य.

लीलास्थळेः ब्रजभूमीत कृष्णाच्या लीलेची स्थळे दाखवली जातात. कृष्णाच्या खोड्या आणि गोप-गोपी व राधाबरोबर कृष्णाने केलेल्या लीलांची स्थळे.

लिंगायतः भक्तिपंथाला मानणारा ब्राह्मणविरोधी पंथ. बाराव्या शतकात बसवेश्वराने याची स्थापना केली. या पंथाचे लोक सहसा गळ्यात शिवलिंग धारण करतात. म्हैसूरमध्ये लिंगायतांची मोठी संख्या आहे आणि त्यांचे बरेचसे साहित्य कन्नडमध्ये आहे.

मंडपः हिंदू मंदिरांमधील भक्त जमतात ते सभागृह. मुळात हे सभागृह गाभाऱ्यापासून स्वतंत्र होते. परंतु नंतर द्वारमंडपाने ते जोडले गेले.

मदुराईः तमिळनाडूतील वैगेई नदीच्या काठावरील शहर. पांतिय राजांची एके काळची राजधानी. मीनाक्षी देवीच्या मंदिरामुळे हे शहर प्रसिद्ध आहे.

महाभारतः भारतातील दोन महाकाव्यांपैकी एक. रामायण हे दुसरे महाकाव्य. हे जगातील सर्वाधिक प्रदीर्घ महाकाव्य आहे. व्यासमुनींनी २४,००० चरणांमध्ये (श्लोकांमध्ये) याची रचना केली होती. आता त्याचे एकूण एक लाख दहा हजार श्लोक आहेत. कुरुक्षेत्रावर कौरव आणि पांडव यांच्यामध्ये झालेल्या युद्धाभोवती, हे महाकाव्य गुंफलेले आहे. हे युद्ध ख्रि.पू. ८५० ते ६५० वर्षांपूर्वी झाले असावे, असे मानले जाते.

महाबोधी मंदिरः महान ज्ञानबोध झालेले मंदिर असा याचा अर्थ आहे. बुद्ध गया येथे हे मंदिर असून भाविक बौद्धधर्मीयांनी त्याची कित्येक वेळा पुनर्रचना केली होती.

महादेवः महान देव. शिवाचे एक नाव.

महंतः मठाधिपती.

महात्म्यः देवाची, एखाद्या स्थळाची किंवा विधीची प्रशंसा किंवा गौरव किंवा स्तोत्र.

महावीरः (ख्रि.पू. ५४०के४६८) महान शूरवीर. वर्धमान या जैन धर्माच्या संस्थापकाला हे अभिधान दिले गेले आहे. त्याने ऐहिक जीवनाचा त्याग केला. अन्नासाठी भिक्षा मागितली. तो कपडे परिधान करत नव्हता आणि अशा प्रकारे इंद्रियांवर आणि आपल्या शरीरावर विजय मिळवून त्याने निर्वाणाची प्राप्ती करून घेतली.

महायानः महान वाहन. बुद्धत्वाच्या या प्रकारात मुळात परकी असलेल्या श्रद्धांचा आणि

रिवाजांचा स्वीकार केला गेला.

महेश्वरः महान देव. शिवाचे नाव.

मकरसंक्रांतः माघ महिन्यातील पहिल्या दिवशी मकरसंक्रांत साजरी केली जाते. प्रयाग (अलाहाबाद) येथे मोठ्या मेळ्याचे आयोजन केले जाते. त्याला 'माघ मेळा' असे म्हणतात. महाराष्ट्रात पौष महिन्यात हा सण साजरा होतो.

म्लेंच्छः अस्वच्छ परकी व्यक्ती. हिंदू नसलेल्या लोकांसाठी हा शब्द वापरला जातो.

मामा फेरेः या रिवाजात वधूला मामा उचलून घेतो आणि वराभोवती चार फेरे मारतो.

मानसः सरोवर. काही वेळा याला 'मानसरोवर' असे म्हटले जाते. ते कैलास पर्वताच्या पायथ्याशी आहे.

मंदाकिनीः गंगेची एक उपनदी. केदारनाथाजवळ तिचा उगम होतो. पुढे रुद्रप्रयाग येथे ती अलकनंदेला मिळते.

मंडलः गोलाकार. ध्यानासाठी आखले जाणारे आध्यात्मिक स्वरूपाचे वर्तुळ.

मणिकर्णिकाः बनारसमधील प्राचीन तीर्थ. इथे अंत्यसंस्कार केले जातात.

मंजुश्रीः ध्यानासाठीचा बोधीसत्त्व. आकलनाला चालना देणे हे याचे कार्य असते. कलेच्या प्रांतात दोषांचा नाश करण्यासाठी हातात तलवार घेऊन उभा असल्याचे याचे रेखाटन केले जाते आणि पुस्तकरूपानेही तो दर्शवला जातो.

मनुः मानवधर्मशास्त्र किंवा मनुस्मृतीचा लेखक.

माराः विनाशक, संहारकर्ता. दुष्ट. बौद्ध दंतकथेनुसार, बुद्धाविषयी आणि बौद्ध धर्माविषयी असूया असलेला हा बुद्धाचा शत्रू होता. सिद्धार्थ गौतमाच्या इंद्रियसुखाच्या आणि ऐहिक संवेदनांना तो उद्दीपित करण्याचा प्रयत्न करत होता आणि जगाचा त्याग करण्यापासून त्याला परावृत्त करू पाहत होता.

मरुत्तः इंद्राबरोबर असलेला वेदकालीन देवांचा एक समूह. ते आकाशातून आपल्या रथातून भ्रमण करतात आणि समरगीते गातात. वादळाच्या अविवेकीपणाचा ते संक्षेप करतात.

मठः हिंदू मठ. मध्ययुगात असे मठ मोठ्या प्रमाणात तयार झाले. ते भिक्षूंना आश्रय देण्याचे काम करत आणि तरुणांसाठी अध्ययनाच्या संस्था म्हणून कार्य करत होत्या.

मत्स्यः विष्णूचा पहिला अवतार. एका पुराणाचे नाव.

मौर्य साम्राज्यः भारतीय साम्राज्य (ख्रि.पू.३२०-१८५)

मायाः देवाची सर्जनाची शक्ती. आभास. इंद्रियगोचर वास्तवाचा आविष्कार करण्यासाठी देवाने वापरलेली आपली सृजनशक्ती आणि कृती. ज्या वेळी सर्वसामान्य माणसाला त्याचे आकलन होत नाही, त्या वेळी ती माया असते. नंतरच्या तत्त्वज्ञानात विशेषतः शंकर आणि त्याच्या अनुयायांनी इंद्रियगोचर जगाचे आभासात्मक स्वरूप दर्शवण्यासाठी ही संज्ञा वापरली.

मक्काः मुस्लिमांचे पवित्र शहर. प्रेषित मोहंमदाने इथे प्रथम धर्मोपदेश केला.

मदिना: अरेबियामधील शहर. मक्केतील आपल्या छळवाद्यांपासून पळ काढल्यानंतर सन ६२२मध्ये मुहंमदाने इथेच मुक्काम केला.

मेळा: यात्रा. विशेषतः धार्मिक यात्रा.

मीमांसा: चौकशी, शोध. सहा दर्शनांपैकी सर्वांत अधिक परंपरावादी असलेली प्रणाली.

मीराबाई(१५५०): रजपूत संत. ऐहिकदृष्ट्या विधवा स्त्री. आध्यात्मिक जीवनात ही कृष्णाची वधू बनली होती. तिने कृष्णाविषयीच्या प्रेमाच्या कित्येक भक्तिपूर्ण रचना केल्या आहेत.

मिताक्षर: हिंदू कायद्याच्या दोन प्रमुख विभागांपैकी एक. अकराव्या शतकात विज्ञानेश्वराने तो लिहिला. यात याज्ञवल्क्यावर भाष्य केले गेले आहे.

मोहर्रम: मुस्लीम कॅलेंडरमधील पहिला महिना. या महिन्याच्या पहिल्या दहा दिवसांत मुस्लीम लोक सण साजरा करतात. हुसेन या मुहंमदाच्या नातवाच्या मृत्यूच्या स्मृत्यर्थ शोक पाळला जातो. सहसा, शिया लोक मोहर्रम साजरा करतात. परंतु, काही सुन्नी लोकही तो साजरा करतात.

मोबेद: पारशी लोकांचा धर्मगुरू.

मोक्ष: मुक्ती. हिंदू धर्मानुसार जीवनाचे अंतिम उद्दिष्ट. जन्म-मृत्यू-पुनर्जन्म या फेऱ्यातून होणारी मुक्तता.

मोपलाह: भारताच्या मलबार किनारपट्टीवर राहणाऱ्या मुस्लिमांचा गट. सन १९२१मध्ये त्यांनी केलेल्या उठावामुळे हिंदू-मुस्लीम सहकार्याच्या प्रयत्नांची मोठीच हानी झाली.

मेरू पर्वत: कमळाकृती जगाच्या आणि त्याभोवतालच्या विश्वाच्या मध्यभागी हा पर्वत असल्याचे मानले जाते.

मुद्रा: दृश्य कला आणि नृत्यात विशिष्ट अर्थ दर्शवण्यासाठी हाताच्या बोटांनी केले जाणारे विशिष्ट आकार.

मुहतासिब: सार्वजनिक त्रास करण्यापासून किंवा नैतिक आचारसंहितेचा आणि कायद्यांचा भंग करण्यापासून रोखणारा मुस्लीम सरकारचा अधिकारी.

मुजाहिब: इस्लामच्या वतीने धर्मनिंदेच्या विरोधात संघर्ष करणारी व्यक्ती. मूळ अरेबिक शब्दावरून हा शब्द आला आहे.

मुनी: ऋषी.

मंत्र: पवित्र सूत्र किंवा उच्चारण, प्रार्थना

मुस्लीम: देवाला आणि देवाच्या इच्छेला शरण जाणारा अगर जाणारी किंवा स्वतःला अर्पण करणारा अगर करणारी. इस्लामचे पालन करणारी व्यक्ती.

मुव्वाहिद: एकेश्वरवादी.

मथुरा: मुक्तीच्या सात पवित्र नगरींपैकी एक. हे मध्य-उत्तर भारतात यमुनेच्या तीरावर आहे. बौद्धधर्माचे पूर्वीचे केंद्र. कृष्णाचे जन्मस्थान म्हणून प्रसिद्ध.

म्लेंच्छ: 'रानटी किंवा असंस्कृत' असा शब्दशः अर्थ. अनार्य किंवा परदेशी. संस्कृत न

बोलणारा आणि हिंदू नियमांनुसार आचार न करणारा.

मुएझ्झिनः मशिदीच्या मनोऱ्यावरून प्रार्थनेसाठी हाकारा करणारा.

मुक्तीः मोक्ष.

मूर्तीः आकार. रूप. साधर्म्य, दर्शनासाठी तयार केलेली देवतेची पवित्र प्रतिमा.

मुहंम्मदियाः मिर्झा गुलाम अहंमद या बड्या असामीभोवती केंद्रीभूत झालेली एकोणिसाव्या आणि विसाव्या शतकातील मुस्लीम सुधारणावादी चळवळ. हिलाच 'क्वादियानी चळवळ' असेही म्हटले जाते

नागः साप. सापदेवता.

नागार्जुन (दुसरे शतक): बौद्ध भिक्षू. याने तत्त्वज्ञानाच्या माध्यमिक तत्त्वप्रणालीची स्थापना केली आणि या तत्त्वप्रणालीची मध्यवर्ती संकल्पना म्हणून शून्यतेचे तत्त्व विकसित केले.

नक्षत्रः प्राचीन भारतीय ज्योतिषशास्त्रानुसार २७ नक्षत्रे असल्याचे मानले गेले आहे. त्यांच्या आधारावर भाकिते केली जातात.

नालंदाः बिहारमधील बौद्ध मठाचे आणि अध्ययनाचे केंद्र. पाचव्या शतकात याची स्थापना झाली. बौद्ध आणि वेदिक ज्ञानाचे प्रशिक्षण इथे दिले जात होते. सन ११९७मध्ये मुस्लीम आक्रमकांनी ते नष्ट केले. तोपर्यंत तिथे हे अध्यापनाचे कार्य सुरू होते.

नमनः वैष्णवपंथीयांच्या जातीचे चिन्ह. तीन रेषा. उभी लाल रेषा आणि दोन पांढऱ्या रेषा खालच्या पायाच्या बाजूला एकत्र मिळतात. यातून त्रिशुळासारखा आकार तयार होतो.

नामदेवः महाराष्ट्रीयन भक्ती-संप्रदायातील संत. तथाकथित कनिष्ठ जातीच्या या संताने हिंदू आणि मुस्लिमांना एकत्र आणण्याचे कार्य केले. सुरुवातीच्या उर्दू भाषेच्या विकासासाठीही त्यांनी कार्य केले. त्यांचे अनेक अभंग प्रसिद्ध आहेत.

नृसिंहः विष्णूचा अवतार. हिरण्यकशिपू या राक्षसाचा त्याने वध केला.

नारायणः विष्णूचे एक नाव.

नर्मदाः मध्य भारतातील मोठी नदी. अमरकंटकामध्ये तिचा उदय होतो आणि पश्चिमेकडे ती वाहत जाऊन अरबी समुद्राला मिळते. तिच्या काठावर अनेक मंदिरे आहेत. त्यात ओंकारेश्वराचा समावेश आहे.

नारदः दिव्य ऋषी. ऋषींपैकी गडबड्या, लुडबुड्या ऋषी. तो कित्येक कारस्थाने आणि नाट्यमय घटना रचतो.

निष्कलाः 'भागांशिवाय अगर अवयवरहित' असा शब्दशः अर्थ. संपूर्ण, वर्णनातीत, असामान्य, श्रेष्ठ, अज्ञेय शिव. अवयवांसह किंवा भागांसह, दृश्य आणि आकलनीय असा अर्थ असलेल्या 'सकल' या शब्दाचा विरुद्ध शब्द.

नाशिकः गोदावरीच्या काठावरील सिंहस्थ कुंभमेळ्याचे स्थान. राम, सीता आणि लक्ष्मण वनवासाच्या काळात तिथे राहिले होते, असे मानले जाते.

निवृत्तीः एकात्मतेकडे परतणे, विराम, विश्राम, प्रवृत्तीच्या विरुद्ध शब्द. पुढे जाणे, उत्क्रांत

होत जाणे.

नास्तिक: अश्रद्ध. देव न मानणारा. अपरंपरावादी भारतीय तत्त्वज्ञानविषयक प्रणाली मानणारे. ना अस्ति म्हणजे नाही. वेदकालीन उपनिषदांची परंपरा न मानणारे लोक. त्यांना खरोखरचे तत्त्वज्ञानविषयक ज्ञान नसल्याचे समजले जात होते.

नाट्यशास्त्र: नाट्य, नृत्य आणि संगीत यांविषयी लिहिला गेलेला अधिकृत ग्रंथ. भरतमुनींनी तो लिहिला आहे. ख्रिश्चन कालखंडाच्या सुरुवातीच्या काळात बहुधा तो संकलित केला गेला असावा.

नायर: क्षत्रिय असल्याचा दावा करणारा केरळमधील जातिसमूह. मातृवंशीय कौटुंबिक रचना असलेला वेगळ्या प्रकारचा समाज. प्रस्थापित पती–पिता भूमिका या समाजात दिसत नाही.

निर्गुण: सगुणच्या विरुद्ध शब्द. गुण नसलेला असा शब्दशः अर्थ. ब्रह्मासाठी हा शब्द सहसा वापरला जातो.

निर्वाण: बाहेर पडणे अशा शब्दशः अर्थ. बौद्धधर्मीय याला अंतिम मुक्ती असे मानतात. सर्व इच्छा, महत्त्वाकांक्षा नष्ट झाल्यावर आणि स्वत्वाच्या आभासातून बाहेर पडल्यावर याची प्राप्ती होते. सर्व प्रकारच्या अस्तित्वाच्या मर्यादा ओलांडून शाश्वत आनंद मिळवणे, म्हणजे 'निर्वाण' असे मानले जाते.

नियोग: प्राचीन काळात ज्यूंमध्ये अशा प्रकारची पद्धती होती. यात स्त्रीला अपत्यप्राप्ती करून देण्याच्या हेतूने कोणत्याही प्रकारे पापाची भीती न बाळगता भावाच्या विधवा पत्नीशी पुरुष लैंगिक संबंध ठेवत असे किंवा घराण्यातील अगर जातीतील महत्त्वाचा पुरुष दुसऱ्या कुटुंबातील स्त्रीशी लैंगिक संबंध ठेवत असे.

न्याय: तर्काची तात्त्विक यंत्रणा.

ओम: गूढ शब्द. त्याविषयीची पवित्र स्पष्टीकरणे दिली जातात. धार्मिक ध्यानधारणेत याला अनन्यसाधारण महत्त्व आहे. सर्व प्रकारचे आवाज आणि वास्तविकता यांचे प्रतीक. भारतातील हिंदू याला पूज्य मानतात.

ओंकारेश्वर: नर्मदेच्या तीरावरील शिवाचे मंदिर. एक ज्योतिर्लिंग.

पद्म पुराण: अठरा महापुराणांपैकी एक. यात खगोलशास्त्र, भूगोल आणि तीर्थस्थळांविषयीचे पारंपरिक ज्ञान यांचा समावेश आहे.

पद्म: कमळ.

पद्मसांभव (अठरावे शतक): भारतीय राजकुमार. तो नंतर बौद्ध भिक्षू आणि धर्मप्रसारक बनला. इ.स.७५०मध्ये त्याने तिबेटमध्ये बौद्ध धर्माचा प्रसार केला.

पंचक्रोशी: पाच क्रोशी. पाच क्रोशांच्या त्रिज्येच्या परिघावर येणारी तीर्थस्थळे. पाच क्रोशा म्हणजे दहा मैल. काशीभोवतीचा वर्तुळाकार मार्ग.

पंचतंत्र: पाच तंत्रे. ऐहिक व्यवहारांमध्ये राजाने आणि मंत्र्यांनी कसे वागावे याविषयीच्या सूचना देणारे नीतिकथांवर आधारित पुस्तक. एका राजाने आपल्या मूर्ख मुलांना शहाणे बनवण्यास एका ऋषीला सांगितले. त्याने सांगितलेल्या कथांचा यात

समावेश आहे.

पंचायत: सहसा जातींतर्गत अगर गावांतर्गत असलेला सुज्ञ व्यक्तींचा गट. काही वेळा अनेक जाती किंवा गावांसाठीही एक गट असतो. हा गट गावातील तंटे सोडवतो. नैतिक आचरण नियंत्रित करतो आणि हुंडा, जाजमणी नातेसंबंध यांची मानांकने इ. बाबी निश्चित करतो. पंचायत या शब्दाच्या अर्थानुसार यात पाच जण असावेत असा संकेत असला, तरीही स्थानिक परिस्थिती आणि मूल्यमापनासाठी आलेले विशिष्ट प्रकरण यांनुसार पंचांची संख्या बदलते.

पंडा: मंदिरातील अगर धार्मिक स्थळी असलेला पुजारी किंवा पुरोहित.

पांडव: पंडुचे पाच पुत्र. यांत युधिष्ठिर, भीम, अर्जुन, नकुल आणि सहदेव यांचा समावेश होता. कौरव या त्यांच्या चुलतभावंडांशी त्यांचे महायुद्ध झाले. त्यावरच महाभारत हे महाकाव्य लिहिले गेले.

पंढरपूर: भगवान विठोबाचे महत्त्वाचे तीर्थस्थळ. विठोबाला कृष्णाचा अवतार मानले जाते. पंढरपूर हे महाराष्ट्रातील भीमा नदीच्या काठावर वसले आहे.

पाणिनी (चौथ्या शतकाचा उत्तरार्ध): जगातील एक महान व्याकरणकार. त्याने 'अष्टाध्यायी' हा ग्रंथ लिहिला. त्यात त्याने संस्कृत भाषेचे नीट विश्लेषण करून मानांकित संस्कृत भाषेसाठी चार हजार नियम लिहून काढले आणि आतापर्यंतच्या व्याकरणकारांसमोर एक आदर्श निर्माण केला. पंथ : पाथ. एक विभाग. चालीरिती किंवा धार्मिक नियम अगर प्रणाली.

परशुराम: 'परशु हाती असलेला राम' असा शब्दशः अर्थ. विष्णूचा अवतार. त्याचे वडील ब्राह्मण आणि आई क्षत्रिय होती. महाभारत आणि पुराणांमध्ये त्याचा अनेकदा उल्लेख येतो. कोकण किनारपट्टीवरून त्याने समुद्राला माघार घ्यायला भाग पाडले. त्याच भागाला आता 'परशुराम क्षेत्र' असे म्हणतात.

परिनिर्वाण: अखेरचे बाहेर पडणे असा शब्दशः अर्थ. आपल्या आयुष्यातच निर्वाणाचा लाभ झालेल्याला मृत्यू आणि त्यानंतर अंतिम चिरसमाधानात प्रवेश करता येतो, असे मानले जाते. बुद्धाच्या मृत्यूचे स्पष्टीकरण करण्यासाठी ही संज्ञा विशेषतः वापरली जाते.

पार्थिव लिंग: मातीचे लिंग. शिवाचे अस्तित्व दर्शवण्यासाठी असे लिंग तयार केले जाते.

पार्वती (उमा): शिवाची पत्नी. 'पर्वताची कन्या' असा शब्दशः अर्थ. ती हिमालयाची कन्या होती. पार्वतीने संन्यस्त वृत्तीच्या शिवाला प्रेमाने जिंकून घेण्यासाठी उग्र तपश्चर्या केली. ती स्वतः त्याच्याप्रमाणे संन्यस्त वृत्तीची बनल्यानंतरच त्याला जिंकून घेण्यात यशस्वी झाली. त्यांच्या पुत्राचे नाव 'स्कंद' असून त्याला 'युद्धदेवता' असेही म्हटले जाते. त्याने तारक या राक्षसापासून जगाची सुटका केली.

पाशुपत: शैव तपस्वी लोकांचा गट.

पशुपती: पशूंचा भगवान. शिवाचे एक नाव. प्राण्यांच्या जीवनातील पुनरुत्पादनाचा तो

पितृदेव आहे. पशुपतीच्या शिल्पांमध्ये आशीर्वाद देत असलेला चार हातांचा पुरुष दर्शवला जातो. त्याच्या एका हातात छोटेसे उडी मारणारे हरीण असते.

पशुपतिनाथ: शिवाच्या या रूपाची नेपाळमधील काठमांडू येथे पूजा केली जाते.

पतंजली (ख्रि.पू. दुसरे शतक): व्याकरणकार. महाभाष्यचा लेखक. त्याने टीका करण्यासाठी आणि व्याकरणाची व्याप्ती वाढवण्यासाठी पाणिनी आणि कात्यायन यांच्यावर भाष्य केले.

पेंटेकोस्टल: पवित्र आत्म्यांनी भारले गेल्यावर भर देणाऱ्या चर्चशी संबंधित शब्द.

पिंड: भाताचा गोळा. श्राद्धाच्या विधीच्या वेळी नवीन, सूक्ष्म,आध्यात्मिक शरीर दर्शवण्यासाठी विधिपूर्वक तो तयार केला जातो.

पीर: सुफी परंपरेचा आध्यात्मिक नेता. सर्वसामान्यपणे इस्लामी संत.

पोंगल: नूतन वर्षदिनी दक्षिण. भारतात पोंगलचा सण साजरा केला जातो. उत्तर भारतात साजरा केल्या जाणाऱ्या मकरसंक्रांतीशी तो सुसंगत असतो. (संक्रांत पौष महिन्यात साजरी केली जाते. ती सहसा १२ ते १४ जानेवारीच्या दरम्यान येते.)

पितर: पूर्वज

पीठ: तीर्थयात्रेचे पवित्र स्थळ.

प्रभास: गुजरातमधील सौराष्ट्राच्या किनाऱ्यावरील पवित्र स्थळ आणि ज्योतिर्लिंग. यालाच 'सोमनाथ' असेही म्हणतात.

प्रजापती: प्राणिमात्रांचा भगवान. वेदकालीन दंतकथांमधील प्रमुख देव. याला आदिम व्यक्ती मानले जाते आणि जीवनाचा संरक्षणकर्ताही समजले जाते.

प्राकृत: मध्य भारतातील भाषांसाठी वापरली जाणारी सामुदायिक संज्ञा.

प्रकृती: निसर्ग. सांख्य तत्त्वज्ञानानुसार प्रकृतीत तीन गुणांचे पदार्थ असतात. त्यांच्यापासूनच जगाचा विकास झाला आहे.

प्रलय: एका कल्पानंतर किंवा ब्रह्मदेवाचा एक दिवस पूर्ण झाल्यावर जगाचा नाश होण्याची वेळ येते. त्यालाच 'प्रलय' असे म्हणतात.

प्राण: श्वास.

प्रयाग: यज्ञस्थळ. गंगा, यमुना आणि दंतकथा बनून गेलेली सरस्वती नदी यांच्या संगमावरील तीर्थ. आजच्या काळातील अलाहाबाद, म्हणजेच हे प्रयाग होय.

प्रेत: मृत व्यक्तीचा भटकणारा आत्मा. प्रेताचे रूपांतर पितरांत व्हावे यासाठी विशिष्ट विधी केले जातात.

पृथ्वी: चैतन्यपूर्ण शक्तिशाली पृथ्वी ग्रह. वेद काळात पृथ्वीला उद्देशून लिहिल्या गेलेल्या स्तोत्राला 'पृथ्वी सूक्त' असे म्हणतात.

प्रोटेस्टंट तत्त्व: मॅक्स वेबर या समाजशास्त्रज्ञाने ही संज्ञा दिली. त्याच्या असे लक्षात आले, की सुधारकांच्या काल्विनिस्ट शाखेचा कठोर परिश्रमांवर आणि साध्या राहणीवर विश्वास आहे. गुंतवणुकीसाठी आवश्यक असलेल्या संपत्ती जमा करण्यात यांचा सहभाग होता आणि औद्योगिक क्रांतीला त्यांनी खतपाणी

घातले. भांडवलशाही समाजांच्या भरभराटीला ते कारणीभूत झाले, असे वेबरने म्हटले आहे.

प्रदक्षिणाः आपल्या उजव्या बाजूला सन्माननीय, आदरणीय बाब ठेवून तिच्याभोवती गोलाकार फिरणे.

प्रसादः दैवी कृपा, पूजाविधीमध्ये देवतेला अर्पण करून परत घेतलेले अन्न, ईश्वरभक्तीसाठी समर्पित केलेले.

प्रवृत्तीः पुढे वाहणे, सक्रिय आविष्कार किंवा अभिव्यक्ती, परतणे किंवा समाप्ती या अर्थाने असलेल्या निवृत्ती या शब्दाच्या विरुद्ध शब्द.

प्रयास-चित्तः प्रायश्चित्त, शास्त्रांनुसार निषिद्ध मानली गेलेली गोष्ट एखाद्या व्यक्तीने केल्यास केला जाणारा शुद्धीकरण समारंभ.

प्रोटेस्टंटः मार्टिन ल्युथरच्या काळात सुरू झालेली चर्चेस. यांनी येशूच्या क्रमबद्धतेने झालेल्या अनुयायांकडून मुक्तीसाठी देवाशी थेट वैयक्तिक नाते जोडण्यासाठी आवश्यक असलेली चर्चची उपासना नाकारली.

पूजाः देवाला विविध वस्तू अर्पण करून षोडशोपचारे पूजा केली जाते. यात प्रार्थना आणि प्रदक्षिणेचा समावेश असतो.

पुजारीः हिंदू मंदिरांमध्ये पूजाअर्चा, प्रार्थना करणारी व्यक्ती.

पुण्यः चांगुलपणा, सत्कृत्य, गुणवत्तापूर्ण कार्य.

पुराणः प्राचीन कथा, १८ मुख्य पुराणे हे हिंदुत्वाचे प्रसिद्ध ग्रंथ आहेत. दंतकथा आणि धार्मिक सूचना यांचे ते सारग्रंथ असून त्यांच्यामध्ये बहुतांश प्राचीन साहित्य आहे. परंतु, त्यांच्या सध्याच्या स्वरूपाचा विचार करता ते साधारणपणे ख्रि.पू. चार शतकांहून अधिक कालावधीपूर्वी लिहिले गेले असावे.

पुरदाहः नातेवाईक नसलेल्या पुरुषांपासून महिलांनी एकांतात राहणे. लिंगभेदानुसार अलगीकरण.

पुरुषः व्यक्ती. प्राचीन भारतीय पुराणकथांमध्ये आदिपुरुषाचा उल्लेख येतो. त्याच्यापासूनच सर्व पुरुषांचा जन्म झाला. तत्वज्ञानामध्ये याला 'मूळ आत्मा किंवा पुरुष' असे म्हटले गेले आहे. तो विश्रामावस्थेत असतो. अस्तित्वात असलेल्या आणि उत्क्रांत होत जाणाऱ्या भौतिक जगाच्या (प्रकृतीच्या) तो विरुद्ध आहे.

पुरुषसूक्तः ऋग्वेदातील सृजनासंबंधीची दंतकथा (१०.९०). यामध्ये पुरुष या आदिपुरुषाने केलेल्या यज्ञातून जगाची उत्पत्ती झाली असे सांगितले गेले आहे.

पुषणः वेदांमध्ये या देवाचा वरचेवर उल्लेख सापडतो. आर्यांकडून याची पूजा केली जात होती. सर्व सजीवांचा पोषणकर्ता. याच्या हातात अंकुश असतो आणि तो बकऱ्यांच्या रथात बसून चालल्याचे दाखवले जाते.

पुष्टी मार्गः कृपेचा मार्ग, कृष्णभक्तीचा संप्रदाय.

पुरी जगन्नाथः जून किंवा जुलैदरम्यान ओरिसातील पुरी येथे साजरा होणारा महोत्सव. या वेळी भगवान जगन्नाथ, त्याचा बंधू आणि भगिनी यांच्या प्रतिमांची मंदिरातील

भव्य रथातून मिरवणूक काढली जाते.

पुरुरवा: प्राचीन ऋग्वेद काळातील भारतीय दंतकथांमधील एक नायक. सत्पथ ब्राह्मणातही याचा उल्लेख आढळतो. कालिदासाने त्यानंतर याची कथा पुन्हा एकदा सांगितली.

पुरुष: मूळ पुरुष. याच्यापासूनच सर्व पुरुषांची निर्मिती झाली असे मानले जाते. सांख्य तत्त्वज्ञानानुसार पुरुषाचा आत्मा आणि अंतर्गत गाभा म्हणजे पुरुष.

पुरुषार्थ: मानवी जीवनाचा हेतू. कर्म, अर्थ, धर्म आणि मोक्ष हे चार पुरुषार्थ सांगितले गेले आहेत.

पुष्कर: कमळांचे सरोवर. राजस्थानमध्ये हे आहे. ब्रह्मदेवाचे पवित्र स्थान म्हणून त्याला ओळखले जाते.

काझी: न्यायाधीश.

कुराण: मुस्लिमांचा पवित्र ग्रंथ. हा देवाचाच शब्द असल्याचे मुस्लीम मानतात. गॅब्रिएल या देवदूताकडून हा ग्रंथ प्रेषित मुहंमदाकडे पाठवून देण्यात आला, असे मानले जाते.

रॅब्बिनिक: रब्बाई म्हणजे यहुदी धर्मगुरू. फॅरीसीजनी (पुरातन काळातील ज्यू लोकांच्या जातीचा एक सदस्य या जातीचे लोक धार्मिक निर्बंधांचे काटेकोर पालन करतात.) निर्माण केलेल्या 'ड्युअल तोराह'चा ज्यूवाद दर्शवण्यासाठी वापरला जाणारा शब्द. आधुनिक-पूर्व काळात हा मानक मानला गेला.

राधा: श्रीकृष्णावर दैवी, आध्यात्मिक प्रेम करणारी गोपी. परमात्म्याशी मीलनासाठी तिची तळमळ ही भक्तीपंथातील आदर्श मानली जाते.

रहीम: दयाळू, देवाचे एक नाव.

राक्षस: अत्यंत भयानक असलेले, रात्रीच्या वेळी फिरणारे लोक. देवांचे शत्रू. ते यज्ञाचा विध्वंस करत.

रामलीला: उत्तर भारतात सप्टेंबरमध्ये किंवा ऑक्टोबरच्या सुरुवातीच्या दिवसांत हा उत्सव साजरा होतो. यात रामायणातील प्रसंग सादर केले जातात.

राम: रामायणातील नायक. अयोध्येचा राजा. त्याने वडलांनी दिलेल्या वचनाच्या पालनार्थ चौदा वर्षांचा वनवास भोगला. याला 'मर्यादा पुरुषोत्तम' म्हटले जाते. याला विष्णूचा सातवा अवतार मानले जाते.

रामचरितमानस: हिंदी भाषेतील रामायण. 'रामाच्या चरित्राचे पवित्र सरोवर' असा याचा शब्दशः अर्थ आहे. संत तुलसीदासाने सोळाव्या शतकात वाराणसीत याची रचना केली.

रमदान: मुस्लिमांचा उपवासाचा महिना. मुस्लीम कॅलेंडरमधील हा नववा महिना आहे.

रामकृष्ण परमहंस(१८३६-१८८६): बंगाली संत आणि कालिमातेचे भक्त. भक्ती आणि उग्र तपःश्चर्या यांच्या माध्यमातून त्यांना देवाच्या विविध रूपांशी तादात्म्य पावल्याची अनुभूती आली. देवाच्या या रूपांमध्ये हिंदू धर्माखेरीज इतर धर्मीयांच्या देवांच्या रूपांचाही समावेश होता. स्वामी विवेकानंद हे त्यांचे प्रसिद्ध शिष्य. त्यांनी 'रामकृष्ण मिशन चळवळी'ची स्थापना केली.

रामानुजः अकराव्या शतकात होऊन गेलेले दक्षिण भारतीय विचारवंत. त्यांनी वैष्णव भक्ती चळवळीला तात्त्विक अधिष्ठान प्राप्त करून दिले.

रामायणः हिंदू महाकाव्य. रामाच्या चरित्राचे यात वर्णन आहे. वाल्मिकींनी संस्कृतमध्ये याची रचना केली. त्यानंतर विविध भाषांत या महाकाव्याच्या विषयावर लिहिले गेले.

रामेश्वरमः तमिळनाडूच्या किनाऱ्यावरील तीर्थस्थळ. इथेच रामाने शंकराची पूजा केली होती आणि लंकेला जाण्यासाठी सेतू बांधला, असे मानले जाते.

रामजन्मभूमीः अयोध्येतील रामाचे जन्मस्थळ म्हणून आदराने पाहिली जाणारी जागा.

रासलीलाः कृष्णलीलेतील सर्वोच्च लीला. यात श्रीकृष्ण गोपींबरोबर नृत्य करत असे. तो अनेक रूपे धारण करून प्रत्येक गोपीबरोबर नृत्य करत असल्याचे सांगितले जाते.

रथयात्राः रथाची यात्रा. यामध्ये रस्त्यावरून मिरवणूक काढण्यासाठी मंदिराच्या गाभाऱ्यातून देवाची प्रतिमा रथात ठेवली जाते. पुरीतील रथयात्रा विशेष प्रसिद्ध आहे. यामध्ये कृष्ण जगन्नाथाची प्रतिमा ठेवलेला भव्य रथ मिरवणुकीने ओढत नेला जातो.

रात्रीः रात्रीची देवता. ऋग्वेदात हिला उद्देशून स्तोत्र लिहिलेले आहे.

रावणः रामायण या महाकाव्यातील राक्षसांचा राजा. त्याने सीतेचे हरण केले होते आणि तिला लंकेत नेऊन ठेवले होते. या महाकाव्याच्या अखेरीस रामाकडून त्याचा वध झाल्याचे सांगितले गेले आहे.

ऋषीः प्रेरणादायक मुनी. ऋग्वेदांमध्ये यांची विद्वत्ता आणि अंतर्दृष्टी यांचे वर्णन आढळते.

ऋग्वेदः प्रथम वेद. ख्रि.पू.१५०० ते २००० असा याचा कालखंड मानला जातो. हे 'जगातील पहिले लिखित वाङ्मय' असल्याचे मानले जाते.

रुद्रः वेदकालीन देव. तो पर्वतांमध्ये राहत असे. अत्यंत निष्णात धनुर्धर होता. शिवामध्ये त्याचे कित्येक गुणधर्म दिसून येतात.

रुद्राक्षः शिवाचा नेत्र किंवा डोळा असा शब्दशः अर्थ. जपमाळ तयार करण्यासाठी वापरले जाणारे फुगीर, मोठे फळ.

सॅक्रामेंट्सः बाप्तिस्मा आणि पवित्र कम्युनियन यांसारखे ख्रिश्चन धार्मिक विधी. ख्रिश्चनांवर देवाची कृपा राहावी म्हणून ते केले जातात.

साधुः संस्कृत शब्द. चांगला, नीतिमान असा त्याचा अर्थ आहे. सहसा संत किंवा पवित्र व्यक्तीसाठी किंवा ज्याने ऐहिक जगाचा त्याग केला आहे, अशा व्यक्तीसाठी हा शब्द वापरला जातो.

साद्रु-ज सुदुरः उपखंडातील मुस्लीम प्रशासनामधील सर्वोच्च धार्मिक पदाधिकारी. हा पदाधिकारी धार्मिक कार्य विभागाचा प्रमुख असे.

सगरः प्राचीन सूर्यवंशी राजा इक्ष्वाकूचे साठ हजार पुत्र. संतप्त ऋषीच्या शापामुळे ते भस्म झाले होते. भगीरथ या त्यांच्या वंशजाने स्वर्गातून पृथ्वीवर गंगेला आणले आणि त्यांना मुक्ती मिळवून दिली.

सगोत्रः एकाच गोत्राचे.

सगुणः निर्गुणच्या विरुद्धार्थी शब्द. गुण असलेला असा त्याचा अर्थ आहे. स्पष्ट वर्णन करता

येणारे दैवी सत्य.

सैईदः प्रेषिताचे वंशज किंवा उत्तराधिकारी.

शक्तीः ऊर्जा. हिंदू धर्मामध्ये शिवाच्या पत्नीचा उल्लेख 'शक्ती' असा केला जातो.

शाक्यमुनीः गौतम बुद्धासाठी हा शब्द वापरला जातो. शाक्य या वंशावर किंवा जमातीवर शुद्धोदन या गौतमाच्या पित्याने राज्य केले. मुनी म्हणजे ऋषी. म्हणून शाक्यमुनी म्हणजे, शाक्यांचा ऋषी.

शैवसिद्धांतः शैवपंथीयांचा आध्यात्मिक कल किंवा सिद्धांत.

शैवपंथीयः भगवान शिवाचा भक्त. ख्रि.पू. काळापासून असलेला शिवपूजकांचा वंश. या लोकप्रिय धर्माच्या अंगांचे प्रतिनिधित्व करणारे भक्त काश्मीरपासून दक्षिण भारतापर्यंत पसरलेले आहेत. दक्षिण भारतात नंतरच्या काळात अकराव्या शतकात शिवपंथीयांचा एक प्रमुख पंथ विकसित झाला. त्यालाच 'शैवसिद्धांत' म्हणतात.

शक्तिवादः देवी भक्तांचा पंथ किंवा संप्रदाय. हिंदुत्वामध्ये शिवाच्या पत्नीभोवती हा पंथ एकवटलेला आढळतो. बौद्धवादामध्ये तांत्रिक गटांभोवती हा पंथ एकवटला असून मुक्तीचा मार्ग म्हणून हा पंथ लैंगिक आचरण आणि लैंगिक प्रतीके यांचा वापर करतो.

शियाः मुहंमदाचा पुतण्या आणि जावई असलेल्या अलीला मुहंमदाचा उत्तराधिकारी मानून त्याचे नेतृत्त्व मानणारे मुस्लीम.

सलतः दिवसातून पाच वेळा केली जाणारी अधिकृत प्रार्थना.

सामवेदः चार वेदांपैकी एक वेद. संगीताविषयीची माहिती यात दिली गेली आहे. अचूक गायनासाठी यात सूचना दिल्या गेल्या आहेत.

संध्याः सकाळी आणि संध्याकाळी ब्राह्मण करत असलेला विधी.

संस्कारः हिंदू व्यक्तीच्या आयुष्यातील कोणत्याही स्थित्यंतराच्या अवस्थेच्या वेळी केले जाणारे पवित्र धार्मिक विधी.

सांचीः मध्य प्रदेशातील गाव. तिसऱ्या शतकातील प्रसिद्ध बौद्ध स्तूप येथे आहे.

संघः बौद्ध भिक्षू बंधुभावाने एकत्र राहत. त्याला 'संघ' म्हटले जात असे. संघात प्रवेशासाठी मुंडन करावे लागत असे. तसेच तेथील नियमांचे पालन बंधनकारक असे. मध्यवर्ती नियंत्रक अधिकारी यंत्रणा नसली, तरीही विनायक पिटकामधील नियमांमुळे संघामध्ये ठरावीक प्रमाणात एकसूत्रता राहत होती.

संहिताः 'एकत्रित ठेवणे' म्हणजेच संकलन किंवा गोळा करणे. विशेषतः श्लोकांची चार संकलने आहेत. ती चार वेदांमध्ये एकत्रित करण्यात आली आहेत.

सांख्यः तत्त्वज्ञानविषयक यंत्रणा. वैयक्तिक जाणीव आणि अर्थाचा सखोल गाभा यांच्यातील फरक ओळखल्यावर मुक्ती मिळते.

संसारः कोणत्याही सजीव गोष्टीचा आत्मा सातत्याने जन्म घेतो आणि मरण पावतो. हे जन्ममृत्यूचे चक्र. हिंदुत्वाच्या मुक्तीच्या कल्पनेमध्ये या जन्म-मृत्यूच्या चक्रातून सुटका होण्याचा म्हणजेच मोक्षाचा समावेश असतो.

संगमः नद्यांचे एकत्रित येणे.

संकल्पः कोणत्याही धर्मकृत्याच्यावेळी निश्चयपूर्वक घेतली जाणारी शपथ किंवा केली जाणारी प्रतिज्ञा.

संस्कृतः अभिजात भारतीय भाषा. पाणिनी या व्याकरणकाराने तिची मानांकने निश्चित केली होती. (ख्रि.पू. पाचव्या शतकात)

संतूरः सांगीतिक वाद्य.

संन्यासाश्रमः माणसाच्या जीवनातील चौथा आश्रम. या टप्प्यावर माणूस पूर्णपणे ऐहिक जगाच्या बंधनांचा त्याग करतो (सर्वसंगपरित्याग करतो) आणि बेघर, भटक्या बनून तपश्चर्या करतो.

शंकर (सन७८८-८२०)ः शिवाचा ब्राह्मण उपासक. तत्त्वज्ञ. अद्वैत वेदांत प्रणालीचा संस्थापक.

सप्तपदीः सात पावले असा शब्दशः अर्थ. हिंदू विवाहाच्या रिवाजाप्रमाणे होमकुंडाभोवती वधू आणि वर सात प्रदक्षिणा घालतात. प्रत्येक पाऊल एकेका गोष्टीचे प्रतिनिधित्व करते. अन्न, सामर्थ्य, श्रीमंती, आनंद, अपत्ये, जनावरे आणि निष्ठा यांविषयीच्या शपथा घेतल्या जातात.

सरस्वतीः शिक्षणाची आणि अध्ययनाची देवता. कलेची देवता. प्राचीन भारतातील गुप्त झालेल्या नदीचे नाव.

शास्त्रः विस्तारपूर्वक, पद्धतशीर लेखन, संहिता, राजकीय, कायदेशीर आणि नैतिक पद्धतीच्या साहित्याचा या लेखनात समावेश असतो. काही वेळा आधीच्या सूत्राचा विस्तार आणि पद्यात्मक रचनाही असते.

शास्त्रः शिकवणी ःपवित्र लेखन किंवा धर्माची शिकवण देणाऱ्या 'धर्मशास्त्रा'प्रमाणे अध्ययनासाठीचा भाग.

सतीः शिवाची पत्नी. तिचे वडील दक्ष यांनी शिवाचा अपमान केल्यामुळे तिने यज्ञात उडी घेऊन आपली जीवनयात्रा संपवली होती. 'पार्वती' या नावाने तिचा पुनर्जन्म झाला.

सत्पथब्राह्मणः शंभर पथांचे ब्राह्मण, असा शब्दशः अर्थ. जास्त सर्वसमावेशक. परंतु सर्वाधिक प्राचीन ब्राह्मण नव्हे.

सईदः प्रमुख. हुसेनचे उत्तराधिकारी असल्याचा दावा करणाऱ्यांना हे नाव दिले जाते. हुसेन हा मुहंमदाची मुलगी फातिमा हिचा मुलगा होता.

सियापा (पंजाबी)ः शोकाचे प्रतीक म्हणून छाती बडवून घेणे.

सिलसिलाहः याचा शब्दशः अर्थ 'मालिका किंवा माळ, सातत्य' असा आहे. आध्यात्मिक विकासासाठी एकाच प्रकारच्या तंत्रांचा वापर करणाऱ्या सुफींमधील बंधुभावासाठी तो वापरला जातो.

सिंधुः सिंधु नदीचे संस्कृत नाव.

सिंदूरः लाल रंगाच्या शिशापासून तयार केलेली पूड. ही देवतांच्या प्रतिमांना तेल लावण्यासाठी, पूजेसाठी आणि भक्तांच्या कपाळांवर लावण्यासाठी वापरली जाते.

शाहदाहः मुस्लीम लोक निष्ठापूर्वक ही शपथ घेतात : 'अल्लाह सोडून दुसरा कोणीही देव नाही आणि मुहंमद वगळता त्याचा दुसरा कोणीही प्रेषित नाही, याविषयी माझी खात्री आहे.'

शेखः वृद्ध व्यक्ती. आपल्या शिष्यांना मार्गदर्शन करणाऱ्या सुफी व्यक्तीसाठी ही संज्ञा वापरली जाते. भारतीय मुस्लिमांमधील जात किंवा वर्ग दर्शवण्यासाठीही ही संज्ञा वापरली जाते.

शरीयतः इस्लामचा कायदा. आयुष्यावर नियंत्रण करणाऱ्या सर्व नियमांचे नियंत्रण याद्वारे केले जाते.

श्रीरंगम मंदिरः तिरुचिराप्पल्ली येथील कावेरी नदीतील बेटावरचे विष्णूचे मंदिर. इथे 'विष्णूला रंगनाथ' म्हटले जाते आणि हे मंदिर रंगनाथाचे मंदिर म्हणून ओळखले जाते.

शीखः गुरुनानक यांच्या पंथाचे अनुयायी.

सीताः जनकाची कन्या आणि रामाची पत्नी. रावणाने तिचे हरण केले आणि हनुमानाच्या साहाय्याने रामाने तिची रावणाच्या तावडीतून सुटका केली.

शितला देवीः शीतल म्हणजे थंड. कांजण्या किंवा देवी आल्या, तर या देवीच्या कृपाप्रसादाने त्या बऱ्या होतात, असे मानले जाते.

शिकाराः मंदिराचा मनोरा. शब्दशः अर्थ 'शिखर.' पर्वताचे शिखर.

शिवः पवित्र, बहुशक्तिशाली देवता. हा निर्माता आणि विनाशकर्ताही आहे. विष्णु आणि देवी यांच्यासह याची सर्वोच्च परमेश्वर म्हणून व्यापक प्रमाणात पूजा केली जाते.

शिवरात्रीः शिवाची रात्र. दर महिन्यात ही येते. वर्षातील हिवाळ्यातील माघ किंवा फाल्गुन या महिन्यात येणाऱ्या शिवरात्रीच्या दिवशी महान महाशिवरात्रीचा उत्सव साजरा केला जातो.

श्राद्धः मरण पावलेल्यांच्या दहनानंतर त्यांचा पितृलोकात जाण्याचा मार्ग सुकर व्हावा यासाठी त्यांचे पोषण करण्यासाठी केले जाणारे धार्मिक विधी.

श्रीः सुदैव. देवीचे नाव, विष्णुची पत्नी, याबरोबरच 'भू' हे सन्माननीय नामाभिधानही जोडले जाते.

शृंगारः लिंग किंवा कोणत्याही इतर देवतेच्या प्रतिमेची सजावट आणि सुशोभीकरण.

शूद्रः चार जातींपैकी चौथी जात.

शुक्लः चांद्र महिन्यातील प्रतिपदेपासून पौर्णिमेपर्यंतचे पंधरा दिवस किंवा पक्ष.

स्कंद पुराणः अठरा मुख्य पुराणांपैकी एक. याच्या सात भागांत भारतातील प्रमुख तीर्थांचे वर्णन येते.

सोमः वेदकालीन दैवी वनस्पतींपासून तयार करण्यात आलेले पेय. यालाच 'अमृत' असेही म्हटले गेले होते.

सोमनाथः शिवाचे पवित्रस्थळ, ज्योतिर्लिंग. गुजरातमधील सौराष्ट्राच्या किनाऱ्यावर हे आहे. त्यालाच संस्कृत साहित्यात 'प्रभास' असेही म्हटले जाते.

श्रीशैलमः शैव मंदिर. एक ज्योतिर्लिंग. उत्तर आंध्र प्रदेशात कृष्णा नदीच्या काठावर ते आहे.

सृष्टीः निर्मिती. याचा शब्दशः अर्थ समोर ठेवणे किंवा साकारणे असा आहे. ज्याप्रमाणे कोळी आपल्या शरीरापासून जाळे विणतो, त्याप्रमाणे.

स्तूपः बौद्धकालीन संस्मरणीय कृती. याचा आकार घुमटासारखा असतो. तिथे बुद्धाच्या सन्मानार्थ त्याचे काही अवशेष ठेवलेले असतात.

सुफीवादः इस्लामी सुफी साधूंचे कायदे, नियम आणि रिवाज हे देवाच्या श्रेष्ठतेपेक्षा सर्वव्यापकतेवर भर देतात. 'लोकर' या अर्थाने अरबी भाषेत असलेल्या शब्दावरून हा शब्द आला आहे. हे साधू ज्या प्रकारचे कपडे वापरत होते, त्यावरून ते नाव पडले आहे. सुफी संत हे भारतात बाराव्या शतकाच्या सुरुवातीला आलेले विलक्षण धर्मप्रसारक होते.

सुहरावर्दीः सुफी गूढवाद्यांची एक मांडणी. सिंधच्या परिसरात ही मोठ्या प्रमाणात एकवटल्याचे आढळते.

सूत्र : माळेतील धागा. वेदकालीन साहित्यात व्यापक अर्थाने वेदांग धरले जाते त्याप्रमाणे. नियमपुस्तिका (उदा. तत्त्वज्ञान, धार्मिक विधी, व्याकरण यांसाठीचे नियम.)

सुन्नाह, सुन्नीः 'अल् सुन्नाह' ही संज्ञा इमामांच्या भक्तीपेक्षा कुराण, हादीथ आणि सुन्नाह व शरीया यांवर आधारित इस्लाम पाळणाऱ्या बहुसंख्य मुस्लिमांचा निर्देश करण्यासाठी वापरली जाते.

सुन्नीः इस्लामच्या दोन प्रमुख मार्गांपैकी एक मार्ग. शियांहून हा मार्ग भिन्न आहे. हे लोक पहिल्या चार खलिफांना मुहंमदाचे 'न्याय्य उत्तराधिकारी' मानतात.

स्वयंभूः आपोआप प्रकट झालेले. काही लिंगे आणि मूर्ती या कोणीही तयार केलेल्या नसून त्या आपोआप प्रकट झाल्या, असे मानले जाते.

स्वरूपः देवाचे स्वतःचे रूप; आकार. मानवी हातांनी तयार करण्यात आलेली प्रतिमा नव्हे; तर देवाचे नैसर्गिक स्व-प्रकटीकरण.

सिनॅगॉगः तोराहचा अभ्यास आणि देवाची प्रार्थना यांवर लक्ष केंद्रित करणारा समाज. या कार्यक्रमांसाठी वापरण्यात येणाऱ्या इमारतीलाही 'सिनॅगॉगस' असे म्हटले जाते.

श्वेतकेतूः वेदकालीन धर्मकृत्यांमध्ये निष्णात असलेल्या संत उद्दालाचा पुत्र. कामसूत्रावर याने विस्तृत लेखन केले. महाभारतात याचा उल्लेख आहे.

तर्पणः मृतांना धार्मिक विधीद्वारे नियमितपणे देऊ केलेल्या गोष्टी. शब्दशः अर्थ समाधान. या विधींमुळे मृतांना समाधान मिळते, असे समजले जाते.

ताली किंवा मंगळसूत्रः सोन्याचा किंवा सोनेरी रंगाचा दागिना. सहसा हा सोन्याच्या साखळीत तयार करतात. या साखळीला 'ताली' म्हणतात. तो वधूच्या गळ्यात घातला जातो. प्राचीन देवदासी प्रथेत याची मुळे सापडतात.

तालमडः मिशनाहमध्ये नोंद करण्यात आलेला मौखिक 'तोराह.' मिशनाहवरच्या विवेचनाला 'जेमारा' म्हणतात. दोन तालमड आहेत. बावली (बॅबिलोनीजचा तालमड) आणि येरुशाल्मी (जेरुसलेम तालमड). बावली हा अधिक अधिकृत आणि सर्वसमावेशक मानला जातो.

तापसः उष्णता, विशेषतः तपाचरणातून निर्माण झालेली उष्णता. ही उष्णता कोंबडी अंडे उबवते त्या ऊर्जेप्रमाणे सर्जनशील असल्याचे मानले जाते.

ताझियाः प्रेषित मुहंमद याचा नातू हुतात्मा हुसेन याच्या थडग्याची प्रतिकृती. ताबूत. लाकूड आणि कागदाच्या साहाय्याने बनवलेल्या या ताबुतांच्या मिरवणुका काढण्याची भारतात प्रथा आहे.

ताझकिराः कथन करणे असा शब्दशः अर्थ. सहसा सुफींनी सांगितलेल्या माहितीसाठी हा शब्द वापरला जातो.

तंत्रः गुप्त काळानंतर उदयास आलेली धार्मिक चळवळ. यामध्ये विशेषतः पुरुष आणि स्त्री प्रतीकांनी दर्शवल्या जाणाऱ्या विरुद्ध गोष्टींच्या ऐक्यावर भर दिला जातो.

तेजसः अलौकिक बुद्धिमत्ता, देवांचे सामर्थ्य.

तोराह (हिब्रू): जेनेसिस, एक्झोडस, लेव्हिटिकस, नंबर्स आणि ड्युटेरोनॉमी या बायबलच्या पहिल्या पाच पुस्तकांमध्ये मोझेसच्या कायद्याची रूपरेषा सांगण्यात आली आहे. यांना सामूहिकरीत्या 'तोराह' असे म्हटले जाते.

त्रिकाया शिकवणः बुद्धाची तीन शरीरांची शिकवण.

तिरुअनंतरपुरमः अनंत परमेश्वराचे निवासस्थान. पद्मनाभस्वामी या प्राचीन व प्रसिद्ध मंदिरावरून हे नाव पडले आहे. इथे भगवान विष्णूला 'अनंत' असे म्हटले जाते.

त्रिवेणीः प्रयागाप्रमाणे तीन नद्यांचा संगम.

त्र्यंबकः शंकराचे तीन नेत्र. ज्योतिर्लिंगाचे नाव. नाशिकजवळ पश्चिम घाटाच्या टेकड्यांवर हे वसले आहे.

टिळक बाळ गंगाधरः १८५६–१९२०. भारतीय राष्ट्रीय काँग्रेसचे राष्ट्रवादी नेते आणि स्वराज्याचे पुरस्कर्ते. हिंदू मुद्दे आणि प्रतीके यांच्या माध्यमातून महाराष्ट्रात त्यांनी ब्रिटिश सत्तेला विरोध निर्माण केला.

तीर्थंकरः नदीच्या पाण्यातून पैलतीरावर जाण्याच्या मार्गाचे शोधक किंवा पैलतीराचा मार्ग तयार करणारे. सर्वोच्च श्रेणीच्या जैन साधूंसाठी असलेले नामाभिधान. आयुष्याच्या काळ्याकुट्ट जलातून पलीकडे जाण्याचा मार्ग ते दाखवतात. असे २४ तीर्थंकर असल्याचे मानतात.

तीर्थः शाब्दिक आणि प्रतीकात्मक अर्थानेही नदीच्या पाण्यातून पलीकडे जाण्याची उथळ जागा. नदी पार करण्याची जागा. तीर्थयात्रेचे स्थळ, स्नानाची जागा.

तीर्थयात्राः पवित्र स्थळी जाण्यासाठी करावयाचा प्रवास.

तिरुपतीः तीर्थस्थळाचे गाव. इथे टेकडीच्या शिखरावर श्री वेंकटेश्वराचे मंदिर आहे. सध्या तिरुपती आंध्र प्रदेशात येते. हे भारतातील लोकप्रिय तीर्थस्थळ आहे.

तिथीः हिंदू चांद्रवष–यंत्रणेनुसार एका वर्षात ३५४ ते ३६० दिवस असतात. एका चांद्रदिनाला 'तिथी' असे म्हटले जाते.

तुकाराम (१५९८–१६४९): भक्तिपंथातील संत. त्यांनी इस्लामी आणि हिंदू प्रतीकांचा वापर

केला.

तुलसीदास (१५३२-१६२३): अवधी भाषेतील प्रसिद्ध कवी. 'रामचरितमानस' या ग्रंथाची रचना त्यांनी केली.

उपनयनः मुंज

उपनिषदः जवळ बसणे असा शब्दशः अर्थ. शिष्याने गुरुच्या जवळ बसणे असा यामागे संदर्भ आहे. १०८ उपनिषदांपैकी १५ सर्वांधिक जुनी आणि अत्यंत महत्त्वाची आहेत. ती ख्रि.पू. ६०० ते सन ३०० या कालखंडात लिहिली गेली आहेत. त्यांमध्ये काही हिंदू तत्त्वे प्रथमच दिली गेली आहेत. त्यांमध्ये परकायाप्रवेश आणि आत्मा व परमात्म्याचे मीलन यांसारख्या बाबींचा समावेश आहे.

वैद्यनाथः देवगड हे सध्या झारखंडमध्ये असलेले स्थान. ज्योतिर्लिंग.

वैष्णवः विष्णुला मानणारे वंश किंवा लोक. विष्णूपूजक.

वैश्यः चातुर्वर्ण्य व्यवस्थेपैकी तिसरा वर्ण किंवा जात. पारंपरिकदृष्ट्या व्यापारी आणि शेतकरी या वर्गात येतात.

वैष्णवदेवीः जम्मू आणि काश्मीरमधील कात्रा येथे असलेले पर्वतशिखरावरील देवीचे प्रसिद्ध मंदिर.

वाल्मिकीः पहिले कवी आणि रामायण हे महाकाव्य लिहिणारे ऋषी.

वाराणसीः बनारसचे नाव. वारणा आणि असी नद्यांच्या मध्यभागी असलेल्या प्रदेशात वसलेले शहर.

वाममार्गीः वाममार्गी पंथाचे अनुयायी. तांत्रिक हिंदुत्वासाठी हा शब्द वापरला जातो. हे लोक पूजनाचा सर्वोच्च प्रकार म्हणून लैंगिक रतिसुखामध्ये रत असतात.

वरुणः आर्यांचे दैवत. पांढऱ्या घोड्यांवर स्वार झालेला समुद्राचा राजकुमार. मच्छिमार याची प्रार्थना करतात.

वनः जंगल, रान. तपस्वी आणि ऋषी यांचे तिथे आश्रम असत.

वर्णः रंग. व्यावसायिक वर्ग, पौराणिक संकल्पना. तिच्याद्वारे भारतीय समाजाचे ब्राह्मण, क्षत्रिय, वैश्य आणि शूद्र अशा चार वर्गांत विभाजन करण्यात आले होते.

वायुः वारा. देवता. वायव्य दिशेची रक्षक देवता.

विंध्याचलः उत्तर प्रदेशातली मिर्झापूर जवळचे विंध्यावासिनी देवीचे टेकडीवरील पवित्र स्थळ.

विक्रमशीलाः बौद्ध मठ आणि बिहारमधील अध्ययन केंद्र.

विसर्जनः पुढे पाठवून देणे. एक तर मृत्यूनंतरच्या विधींमध्ये रक्षेचे नदीमध्ये विसर्जन केले जाते त्याला विसर्जन म्हणतात किंवा तात्पुरत्या स्वरूपात केलेल्या दैवी प्रतिमेच्या किंवा मूर्तीच्या पूजनानंतर तिला नदीपात्रात किंवा पाण्यात सोडले जाते, त्याला विसर्जन म्हणतात.

विश्वदेवः प्रमुख नसलेल्या इतर देवांच्या गटाला 'विश्वदेव' असे म्हटले जाते.

वेदः विद्वत्ता. ज्ञान. हिंदूंचे प्राचीन धर्मग्रंथ.

वेदांगः वेदांची अंगे. त्यांच्यामध्ये सहा शास्त्रांचा समावेश आहे. ज्योतिष, ध्वनिशास्त्र किंवा

उच्चारशास्त्र, छंद, व्याकरण, निरुक्त आणि कल्प ही ती शास्त्रे होत.

वेदांतः वेदांचा अंत. वेदकालीन पवित्र लेखनाचा कळस असे याचे उपनिषदांत वर्णन आहे.

वेंकटेश्वरः देवता. याला विष्णुचा अवतार मानले जाते. तिरुपती या प्रसिद्ध तीर्थस्थळी याचे वास्तव्य असल्याचे मानले जाते.

यक्ष, यक्षीः प्राचीन भारतातील देवसदृश लोक. वृक्ष, सरोवरे आणि घनदाट जंगलांत यांचे वास्तव्य असते.

यमुनाः यमनोत्री येथे उगम पावलेली उत्तर भारतातील पवित्र नदी. हिच्या काठावर दिल्ली, वृंदावन, मथुरा आणि आग्रा ही शहरे वसलेली आहेत. प्रयाग येथे तिचा गंगा नदीशी संगम होतो.

यज्ञः बळी देणे यासाठी सहसा वापरली जाणारी संस्कृत संज्ञा. वेदकालीन धर्मसंस्थेचा हा एक प्रमुख खांब होता.

यजुर्वेदः 'कर्मकांडाविषयीचे ज्ञान' याच्या दोन आवृत्या आहेत. (कृष्ण आणि श्वेत यजुर्वेद). बळी देण्याच्या कर्मकांडाविषयीच्या सूचना असलेली वेदकालीन संहिता.

यंत्रः पूजन किंवा ध्यानधारणेत मन एकाग्र करण्याचे साधन. एक आकृती. सहसा यात त्रिकोण आणि वर्तुळे एकमेकांशी संलग्न झालेली असतात.

यात्राः पवित्र प्रवास. तीर्थयात्रा. मिरवणूक.

योगः जोडणे, सहा दर्शनांपैकी या एका दर्शनात मुक्तीचे प्रमुख साधन म्हणून आत्म्याच्या परमात्म्याशी संयोग करण्यासाठीच्या मानसिक प्रशिक्षणावर भर देण्यात आला आहे. योगदर्शनाचे मूलभूत लेखन म्हणजे, पतंजलींचा 'योगसूत्र' हा ग्रंथ होय. मानवी आत्मा परमात्म्याशी संलग्न करण्याची कोणतीही शारीरिक अगर मानसिक शिस्तबद्ध कृती म्हणजे योग. याद्वारे सर्व भौतिक बंधनांपासून मुक्ती मिळते, असे म्हटले गेले आहे.

योगिनीः स्त्री सर्जनशीलतेचे प्रतीक. स्त्रीचा पुनरुत्पादन अवयव. लिंगाची प्रतिष्ठापना केली जाते, ती जागा.

युधिष्ठिरः धर्मराज या नावाने ओळखला जाणारा ज्येष्ठ पांडव.

युगः चार युगे असल्याचे मानले जाते. सत्य (कृत), त्रेता, द्वापार, आणि कलियुग.

झकातः दान देणे. इस्लामच्या पाच स्तंभांपैकी एक.

झिम्मीः इस्लामच्या संरक्षणार्थ जगणारी मुस्लीम नसलेली व्यक्ती. मुस्लीम राज्यात राहणारा मुस्लीम नसलेला रहिवासी.

❑❑❑

आणखी वाचनासाठी निवडक साहित्यसूची

अप्पादुराई, ए. मॉडर्निटी ॲट लार्ज : कल्चरल डायमेन्शन्स ऑफ ग्लोबलायझेशन, व्हॉल्यूम १ : मिन्नेपोलीस युनिव्हर्सिटी ऑफ मिन्नेसोटा प्रेस, १९९६.

अडवानी, एल.के. माय कंट्री माय लाईफ, नवी दिल्लीः रुपा २००७.

बार्थीस, रोलँड, मायथॉलॉजीज, अनुवाद : ॲन्नेट्टी लेव्हर्स, न्यू यॉर्क : हिल ॲंड वँग, १९७२.

बाशम, ए.एल., द वंडर दॅट वॉज इंडिया, पुनर्प्रकाशन, दिल्ली : रुपा, १९५४.

बिजापूरकर, आर, वि आर लाईक दॅट ओन्ली : अंडरस्टँडिंग द लॉजिक ऑफ कंझ्युमर इंडिया, नवी दिल्ली : पेंग्विन /पोर्टफोलिओ. २००७

बियाणी किशोर, इट हॅपन्ड इन इंडिया, नवी दिल्ली : रुपा, २००७.

बोस, एन.के., द स्ट्रक्चर ऑफ हिंदू सोसायटी, नवी दिल्ली : ओरिएंट लाँगमॅन, १९७५.

चोप्रा, पी.एन., रिलीजन्स ॲंड कम्युनिटीज ऑफ इंडिया, नवी दिल्लीः व्हिजन बुक्स, १९९८.

दास, गुरचरण, इंडिया अनबाऊंड, नवी दिल्ली : पेंग्विन/व्हायकिंग, २०००.

डॉकिन्स, रिचर्ड, द गॉड डेल्युजन, लंडन : ब्लॅक स्वॅन, २००६.

डी मुरीज, मरिएक, कंझ्युमर बिहेविअर अँड कल्चर, कॅलिफोर्निया : सेज पब्लिकेशन्स, २००४.

देहिजा, विवेक आणि रुपा सुब्रह्मण्य, इंडियानॉमिक्स : मेकिंग सेन्स ऑफ मॉडर्न इंडिया, नवी दिल्ली : व्हॅंटेज बुक्स, २०१२.

डॉनीगर, वेंडी, द हिंदुज : ॲन अल्टरनेटिव्ह हिस्ट्री, नवी दिल्ली : पेंग्विन, २००९.

डॉनीगर, वेंडी, आणि बी.के. स्मिथ, ट्रान्स., द लॉज ऑफ मनु, नवी दिल्ली : पेंग्विन, १९९१.

दुबे, एस.सी., इंडियन सोसायटी, नवी दिल्ली : नॅशनल बुक ट्रस्ट, १९९०.

डर्खेम, ई., द एलिमेंटरी फॉर्म्स रिलिजियस लाईफ, अनुवाद जे. डब्ल्यू. स्वैन, न्यू यॉर्क : द फ्री प्रेस, १९१५.

एक, दियाना एल., इंडिया : अ सॅक्रिड जॉग्राफी, न्यू यॉर्क : हार्मनी बुक्स, २०१२.

एन्जेल, जे.एफ., आर.डी. ब्लॅकवेल, आणि पी.डब्ल्यू. मिनियार्ड, कंझ्युमर बिहेविअर, सेव्हन्थ एडिशन, फ्लोरिडाः द ड्रायडेन प्रेस, १९९३.

एस्पोसिटो, जे.एल., डी.जे. फॅस्चिंग, टी.ल्युईस, रिलीजन अँड ग्लोबलायझेशन : वर्ल्ड रिलिजन्स इन हिस्टॉरिकल पर्स्पेक्टिव्ज, न्यू यॉर्क : ऑक्सफर्ड युनिव्हर्सिटी प्रेस, २००८.

गॉफमन, एर्विंग, जेंडर ॲडव्हर्टाईजमेंट्स, बोस्टन : हार्वर्ड युनिव्हर्सिटी प्रेस, १९७९.

हाल्डेन, जे., ॲन इंटेलिजेंट पर्सन्स गाईड टू रिलिजन, लंडन : डकवर्थ, २००३.

हंटिंग्टन, पी.एस., द क्लॅश ऑफ सिव्हिलायझेशन्स अँड द रीमेकिंग ऑफ वर्ल्ड ऑर्डर, न्यू यॉर्क : सायमन अँड शुस्टर, १९९६.

काकर, एस., आणि के. काकर, द इंडियन्स : पोर्ट्रेट ऑफ अ पीपल, नवी दिल्लीः पेंग्विन, २००७.

कौटिल्य, द अर्थशास्त्र, संपादन : एल.एन. रंगराजन, नवी दिल्ली, पेंग्विन, १९९२.

खिलनानी, एस., द आयडिया ऑफ इंडिया, नवी दिल्लीःपेंग्विन, १९९७.

कोटकिन, जे., ट्राईब्जः हाऊ रेस, रिलिजन अँड आयडेंटिटी डिटरमाईन सक्सेस इन द ग्लोबल इकनॉमी, न्यू यॉर्क : रँडम हाऊस, १९९३.

मदन, टी.एन., रिलिजन इन इंडिया, टी.एन. मदन, ऑक्सफर्ड इन इंडिया रिडिंग्ज, नवी दिल्लीःऑक्सफर्ड युनिव्हर्सिटी प्रेस, १९९१.

म्युलर, मॅक्स, इंडियाः व्हॉट कॅन इट टिच अस?, पुनर्मुद्रण, नवी दिल्ली : पेंग्विन, २०००.

मायकेल्स, ए., हिंदुइझम : पास्ट अँड प्रेझेंट, अनुवाद : बार्बरा हरशॉ, नवी दिल्लीः ओरिएंट लाँगमन, १९९८.

मूर्ती, एन.आर., अ बेटर इंडिया अ बेटर वर्ल्ड, नवी दिल्ली : पेंग्विन/ ॲलन लेन, २००९.

नंदा, एम., द गॉड मार्केट ःहाऊ ग्लोबलायझेशन इज मेकिंग इंडिया मोअर हिंदू, नोयडाः रँडम हाऊस, २००९.

नेहरू, जे., द डिस्कव्हरी ऑफ इंडिया, नवी दिल्ली : पेंग्विन बुक्स, २००८.

निलेकणी, एन., इमेजिंग इंडिया : आयडियाज फॉर द न्यू सेंच्युरी, नवी दिल्ली : पेंग्विन, २००८.

परमेश्वरन, एम.जी., राईड द चेंज : अ पर्स्पेक्टिव्ह इन द चेंजिंग इंडियन कंझ्युमर, मार्केट्स अँड मार्केटिंग, नवी दिल्ली : टाटा मॅकग्रॉ हिल, २००९.

राधाकृष्णन, एस., रिलिजन, सायन्स अँड कल्चर, नवी दिल्लीः ओरिएंट पेपरबॅक्स, १९६८.

राजगोपाल, ए., पॉलिटिक्स आफ्टर टेलीव्हिजन : हिंदू नॅशनॅलिझम अँड द रिशेपिंग ऑफ द पब्लिक इन इंडिया, न्यू यॉर्कः केंब्रिज युनिव्हर्सिटी प्रेस, २००१.

सत्यमूर्ती, टी.व्ही., रिजन, रिलीजन, कास्ट, जेंडर अँड कल्चर इन कॉन्टेम्परारी इंडिया, नवी दिल्ली : ऑक्सफर्ड युनिव्हर्सिटी प्रेस, १९९६.

सेन, ए.,द अर्ग्युमेंटेटिव्ह इंडियन : रायटिंग्ज ऑन इंडियन कल्चर, हिस्ट्री अँड आयडेंटिटी, लंडनः पेंग्विन, २००५.

थापर, आर., अ हिस्ट्री ऑफ इंडिया, व्हॉल्यूम १, नवी दिल्ली : पेंग्विन, १९९६.

ट्विचेल, जेम्स बी., शॉपिंग फॉर गॉड, न्यू यॉर्क : सायमन अँड शुस्टर, २००९.

वर्मा, पी.के., द ग्रेट इंडियन मिडल क्लास, नवी दिल्ली : पेंग्विन /व्हायकिंग, १९९८.

वॉकर बेंजामिन, हिंदू वर्ल्ड : ॲन एनसायक्लोपेडिक सर्व्हे ऑफ हिंदुइझम, नवी दिल्ली, रुपा, २००५.

वेबर, एम., द प्रोटेस्टंट एथिक अँड द स्पिरिट ऑफ कॅपिटॅलिझम, अनुवाद : बायर अँड जी. वेल्स, लंडन : पेंग्विन, २००२.

❑ ❑ ❑